'रिच डॅड' मालिकेतील

वाढवा तुमचा फायनान्शियल आय.क्यू.

'रिच डॅड' मालिकेतील

वाढवा तुमचा फायनान्शियल आय.क्यू.

तुमच्या पैशांबाबत बना चाणाक्ष

रॉबर्ट टी. कियोसाकी

अनुवाद : संकेत लाड

MANJUL

मंजुल पब्लिशिंग हाउस

First published in India by

MANJUL

Manjul Publishing House

Pune Editorial Office
•Flat No. 1, 1st Floor, Samartha apartment, 1031,
Tilak Road, Pune – 411 002

Corporate and Editorial Office
•2nd Floor, Usha Preet Complex, 42 Malviya Nagar,
Bhopal 462 003 – India

Sales and Marketing Office
•C-16, Sector 3, Noida, Uttar Pradesh 201301, India
Website: www.manjulindia.com

Distribution Centres
Ahmedabad, Bengaluru, Bhopal, Kolkata, Chennai,
Hyderabad, Mumbai, New Delhi, Pune

Marathi translation of *Rich Dad's Increase Your Financial IQ*

This edition published by arrangement with
Rich Dad Operating Company, LLC. Section

Marathi edition first published in 2022
by Manjul Publishing House Pvt. Ltd.

ISBN: 978-93-90924-71-4

Marathi translation: Sanket Lad

Printed and bound in India by Parksons Graphics Private Limited.

अनुक्रमणिका

प्रस्तावना

शिक्षणासंबंधीचा भांडवलवाद्यांचा दृष्टिकोन

- स्टीव्ह फोर्ब्ज

आपण सध्या आपल्या देशाच्या इतिहासातील सर्वांत वाईट वित्तीय संकटांपैकी एक अनुभवत आहोत. या संकटामध्ये केवळ आपल्यावरच नाही, तर आपल्या मुलांच्या मुलांवरही परिणाम करण्याची क्षमता आहे. आजच्या आर्थिक उलथापालथीमध्ये आपण ज्याचा सामना करत आहोत, तो केवळ कर्जाचा व्यत्यय नसून ते भांडवलवादाच्या आत्म्यापुढेच उभे ठाकलेले संकट आहे, यावर कितीही जोर देणे पुरेसे ठरू शकत नाही. 'नरक हा चांगले हेतू किंवा इच्छांनी भरलेला आहे,' अशा शब्दांत सेंट बर्नार्ड ऑफ क्लेअरवॉक्स यांनी आपल्याला सावध केले होते. आणि दुर्दैवाने, आज अमेरिकेमध्ये माहितीपूर्वक निर्णयांची जागा या चांगल्या हेतूंनी घेतलेली आहे. आपले तथाकथित नेते सध्याच्या आर्थिक आणीबाणीला ज्या धडकी भरवणाऱ्या भाबडेपणाने सामोरे जात आहेत, त्याकडे पाहिल्यास हे पुरेसे स्पष्ट होते. आपले सरकार आणि आपले व्यवसाय-अग्रणी यांनी या आर्थिक आणीबाणीला कारणीभूत ठरण्यासाठी, तसेच तिला आणखीच तीव्र करण्यासाठी केलेल्या गोष्टी, आणि त्याचबरोबर ही हानी भरून काढण्यासाठीचे त्यांचे प्रयत्न या सर्वांचा परिमाण म्हणून आपल्यापैकी अनेकांना फटका सहन करावा लागणार आहे.

रोनाल्ड रिगन यांच्यासारख्या धाडसी नेत्यांनी डॉलरला मजबूत करण्यासाठी आणि मुक्त बाजारपेठीय भांडवलवादाचा मार्ग प्रशस्त करण्यासाठी केलेले कठोर परिश्रम हे नेतृत्वापेक्षा लांगूलचालन करण्यातच अधिक स्वारस्य असलेले आजच्या काळातील राजकीय नेते व प्रशासकीय अधिकारी खोडून काढत आहेत, ही खरीखुरी शोकांतिका आहे. अगोदरच समाजवादी पोकळ वक्तृत्वाच्या लाटेने भांडवलवाद आणि मुक्त बाजारपेठांचे मार्ग नष्ट केले आहेत. अमेरिकन सरकार हे आज प्रत्यक्षात देशातील सर्वांत मोठे तारणकर्ज पुरवठादार तर आहेच, त्याचबरोबर देशातील सर्वांत मोठे विमा पुरवठादारही आहे आणि मार्क टू मार्केटसारख्या (एमटीएम) (बाजारपेठीय स्थितीअनुसार कंपनीचे मूल्यांकन करण्याची पद्धत) हास्यास्पद नियामक आवश्यकतांमुळे लवकरच आपल्या सबप्राइम मालमत्ता

सरकारला विकण्यावाचून फारसा पर्याय न उरलेल्या उतावीळ उद्योगसमूहांमधील मोठा वाटाही सरकारच्या मालकीचा असणार आहे.

तथापि, कर्जसंकट किंवा अगदी अमेरिकन जनतेला इतकी समृद्धता मिळवून देणाऱ्या भांडवलवादी व्यवस्थेचे अवमूल्यन यापेक्षा मोठी शोकांतिका म्हणजे नक्की काय घडले आणि त्यापेक्षाही का घडले, हे आपल्यापैकी खूप थोड्या जणांना खऱ्या अर्थाने समजते आहे. त्याचप्रमाणे स्वतःला आणि आपल्या अर्थव्यवस्थेला वाचवण्यासाठी आपण काय केले पाहिजे, हेसुद्धा आपल्याला समजत नाही. आणि आपल्यापैकी अनेकांना हे न समजल्यामुळे आज आपल्या समोर असणाऱ्या अनेक संधी आपल्या हातून निसटून जाणार आहेत, आणि आज आपण सामना करतो आहोत, त्यातील बरीच आव्हाने दीर्घ काळासाठी कायम राहणार आहेत. प्रत्येक अमेरिकन नागरिकाकडे आपल्या वाट्याचे जीवन सुधारण्याची संधी असली पाहिजे, असे सांगत अब्राहम लिंकन यांनी कौतुकास्पदरीत्या अमेरिकन ड्रीम रुजवले होते. आज आपल्या देशातील वित्तीय शिक्षणाच्या भीषण अभावामुळे अनेक लोकांची हे अमेरिकन ड्रीम प्रत्यक्षात उतरवण्याची क्षमता दडपली जाणार आहे. आठव्या शतकातील हिब्रू प्रेषित होझे यांनी सार्थपणे म्हटल्याप्रमाणे, 'माझे लोक हे ज्ञानाच्या अभावामुळेच लयाला जातात.'

मग, यावरचा उपाय काय? कोणत्या मार्गांनी आपण भांडवलवादाचा लयाला गेलेला आत्मा पुनर्प्रस्थापित करू शकतो? आपला आर्थिक ऱ्हास टाळण्यासाठी कोणत्या उपाययोजना अवलंबल्या जायला हव्यात? अनेक सुज्ञ आणि परिणामकारक उपायांप्रमाणेच याचे उत्तरही सोपे आहे, आणि ते म्हणजे शिक्षण. केवळ शिक्षणच संधीसमोरील अडथळे दूर करण्यासाठी आवश्यक असणारे ज्ञान पुरवते. शिक्षणाद्वारेच आपण 'चांगल्या हेतू'च्या मर्यादा घालणाऱ्या पाशांना मागे टाकतो आणि केवळ ज्ञान व आकलनाद्वारेच येऊ शकणारी परिणामकारक व माहितीपूर्वक प्रागतिकता स्वीकारतो.

व्यवस्था आणि ती आपल्यासाठी कशी उपयुक्त ठरेल हे समजून घेणे – वित्तीय बुद्धिमत्ता प्राप्त करणे आणि रॉबर्ट यांनी प्रभावीपणे मांडल्याप्रमाणे, वित्तीय बुद्ध्यंक वाढवणे ही अनेक लोकांसाठी संपन्न जीवनाची आणि वित्तीय सुरक्षितता उपभोगण्याची गुरुकिल्ली आहे. ही जीवनभर चालणारी प्रक्रिया आहे. या प्रक्रियेमध्ये सहभागी होण्यासाठी तुम्ही प्रतिभावान असण्याची गरज नाही. तुम्ही केवळ शिकण्यास तयार, इच्छुक आणि सक्षम असले पाहिजे.

वित्तशास्त्र आणि अर्थशास्त्राचे व्यावहारिक, वापरण्यायोग्य ज्ञान हा काही उत्तीर्ण/अनुत्तीर्ण होण्याचा विषय नाही. 'तुम्हांला एक तर ते माहीत असते किंवा नसते,' अशीही बाब नाही. पैसा, वित्त आणि अर्थशास्त्र यांविषयी, तसेच या गोष्टी आणि त्यांना तुमचे त्यांना प्रतिसाद देण्याचे व त्यानुसार कृती करण्याचे मार्ग हे तुमच्या दैनंदिन आयुष्यावर कशा प्रकारे परिणाम करतात, यांविषयीचे ज्ञान आत्मसात करण्याची व ते वापरण्याची ही एक परस्परसंवादी प्रक्रिया आहे. तुम्हांला जितके अधिक माहीत होईल, तितके तुम्ही समृद्ध होण्यासाठी चांगल्या प्रकारे सुसज्ज बनाल. तुमचा वित्तीय बुद्ध्यंक जितका अधिक, तितकी तुमची वित्तीय कामगिरी जोरकस असेल.

आकडे आणि आकडेवारीचे तक्ते हा वित्तीय शिक्षणाचा निश्चितपणे भाग असला, तरी हे शिक्षण केवळ तेवढ्यापुरतेच मर्यादित नाही. वित्तीय शिक्षणासाठी व्यवसाय आणि सरकार कशा प्रकारे काम करते (किंवा काही बाबतींत कशा प्रकारे करत नाही) यांविषयीचे भक्कम आकलन आवश्यक असते. त्याचप्रमाणे, वित्तीय शिक्षण हे इतिहास, मानव्यशास्त्र आणि मानवी स्वभाव, कला व विज्ञान, तसेच संगीत व मेकॅनिक्स यांबरोबरच अन्य गोष्टी जाणून घेण्याविषयीही आहे. एक संपूर्ण, सुदृढ आणि सुसज्ज नागरिक बनण्यासाठी केवळ आकडे आणि आकडेवारीच्या तक्त्यांवर नाही, तर एकूण आत्म्यावरही लक्ष केंद्रित करणाऱ्या समग्र शिक्षणाची आवश्यकता असते.

सर्व प्रकारच्या शिक्षणाला मूल्य असते आणि तुम्ही तुमच्या स्वतःच्या ईश्वरदत्त गुणवत्तेचा शोध घेतल्यास व ती पूर्णपणे विकसित केल्यास सर्व शिक्षण उपयुक्त ठरू शकते. शिक्षण हे देशाच्या आर्थिक कल्याणासाठी अत्यावश्यक असून बऱ्याचदा अंधारात असणाऱ्या जगाचा चमकता तारा म्हणून अमेरिकेची असणारी भूमिका कायम राखण्यासाठी महत्त्वाचे आहे, असे लोकशाहीवादी भांडवलवादाचा पुरस्कर्ता म्हणून मी मानतो. जर लोकांना आपल्या पूर्ण क्षमतेची जाणीव व्हायची असेल तर शिक्षण हे आत्यंतिक गरजेचे आहे आणि जर प्रत्येक व्यक्तीस आपल्या परिस्थितीची जबाबदारी स्वतः घ्यायची असेल आणि आपण ज्या आर्थिक आरिष्टात सापडलो आहोत, त्यातून उत्कर्षाप्रत पोहोचायचे असेल, तर शिक्षण हे खऱ्या अर्थाने अत्यावश्यक आहे.

म्हणूनच ज्या लोकांना त्यांचे आयुष्य बदलायचे आहे, वित्तीय सुरक्षितता साध्य करायची आहे आणि त्यांच्या स्वप्नातील आयुष्य जगण्यासाठी संसाधने विकसित करायची आहेत, त्यांना वित्तीय शिक्षण देण्यासाठीच्या रॉबर्ट यांच्या प्रयत्नांची मी प्रशंसा करतो. हे उत्कृष्ट पुस्तक तुम्ही वाचता आहात, याचाच अर्थ तुम्ही स्वतःला आणि तुमच्या देशाला अधिक चांगले बनवण्याच्या दृष्टीने योग्य मार्गावर आहात. म्हणूनच मी तुमचेही कौतुक करतो. मी या पुस्तकाचा आनंद घेतला आहे, त्यामुळे मला माहीत आहे. तुम्हीही या पुस्तकाचा आनंद लुटावा आणि हे पुस्तक ज्ञान व आकलन प्राप्त करण्याच्या जीवनभराच्या प्रक्रियेचा आणखी एक भाग ठरावे.

– स्टीव्ह फोर्ब्ज

प्रस्तावना

वित्तीय शिक्षण जीवन बदलू शकते
– डोनाल्ड ट्रम्प

मी रॉबर्ट कियोसाकी यांना सर्वप्रथम २००४ मध्ये भेटलो. आम्ही २००६ मध्ये एकत्रितपणे एका लोकप्रिय पुस्तकाचे लेखन केले. आपण २००८ कडे चाललो आहोत, तसे रॉबर्ट ज्याविषयी बोलतात आणि शिकवतात, ते पूर्वीपेक्षा जास्त आता महत्त्वाचे असल्याचे मला अधिकाधिक स्पष्ट होऊ लागले आहे. या घडीला वित्तीय शिक्षण या देशासाठी महत्त्वाचे आहे आणि रॉबर्ट यांचे या क्षेत्रातील बुद्धिचातुर्य वादातीत आहे.

आमच्या 'व्हाय वी वाँट टु बी रिच' या पुस्तकामध्ये आम्ही कशावर चर्चा केली होती, यावर केवळ एकदा नजर टाका आणि तेव्हापासून काय काय घडले आहे, ते पाहा. आपण काय सांगत आहोत, ते आम्हांला माहीत होते, असे मी म्हणेन. 'रिच डॅड' मालिकेतील 'इन्क्रीज युअर फायनान्शिअल आयक्यू' या पुस्तकामध्ये रॉबर्ट तुम्हांला त्याहूनही एक पाऊल पुढे घेऊन जात आहेत आणि आम्ही २००६ मध्ये जितके भविष्यवेधी होतो, तितकेच भविष्यवेधी ते या वेळीही ठरतील, असे मला सकारण वाटते. त्यांना काय म्हणायचे आहे, याकडे काळजीपूर्वक लक्ष द्यावे, असा सल्ला मी तुम्हांला देईन.

रॉबर्ट व मला वाटणाऱ्या चिंता समान आहेत आणि शिक्षक, तसेच व्यावसायिक म्हणून आम्ही दोघांनी सारख्याच मार्गांवरून प्रवास केला आहे. आम्हां दोघांनाही 'रिच डॅड' लाभले आणि त्यांनी आमचे जीवन, आमचा आत्मा आणि आमचे बरेच यश साकारण्यासाठी मदत केली. आम्ही दोघेही उद्योजक आणि बांधकाम क्षेत्रातील गुंतवणूकदार आहोत. आम्हांला वित्तीय शिक्षण मिळाल्यामुळेच आम्ही यशस्वी आहोत. आम्हांला याचे महत्त्व समजते आणि वित्तीय साक्षरतेबाबत आम्ही दोघेही गंभीर आहोत. ''आपल्या वित्तीय माहितीवर प्रक्रिया करून तिचे रूपांतर ज्ञानामध्ये करते, ते वित्तीय शिक्षण आणि अनेकांकडे त्यांच्या आयुष्यावर पकड मिळवण्यासाठी गरजेचे असणारे हे वित्तीय शिक्षण नसते,'' असे रॉबर्ट यांनी म्हटले आहे. मी या बाबत त्याच्याशी पूर्णपणे सहमत आहे.

रॉबर्ट यांच्या बाबत एक गोष्ट लागलीच माझ्या लक्षात आली होती आणि ती म्हणजे, ते आत्मसंतुष्ट नाहीत. ते अगोदरच खूप यशस्वी आहेत – कारण ते जे करतात, त्याच्यावर त्यांचे प्रेम आहे. आमच्या दोघांमध्ये सामाईक असणारी ही आणखी एक गोष्ट आहे. तुमच्याकरिता ही सुदैवाची बाब आहे, कारण त्यांच्याकडे तुम्हांला देण्यासारखे खूप चांगले सल्ले आहेत. 'व्हाय वी वॉंट टु बी रिच' या पुस्तकात मी म्हटल्याप्रमाणे, तुम्हांला एखाद्या गोष्टीचे खूप ज्ञान असेल तर तुम्ही ते स्वत:जवळच ठेवण्यामध्ये काय अर्थ आहे? रॉबर्ट लिहीत असलेल्या प्रत्येक पुस्तकागणिक या प्रश्नाचे उत्तर देतात आणि हे ज्ञान ते तुमच्याशी वाटून घेत असल्यामुळे तुम्ही सुदैवी आहात.

संधी आपणहून समोर येतात, तेव्हा त्यांचा पुरेपूर लाभ घेणे हे तुमच्या पैशांबाबत चाणाक्ष बनून श्रीमंत होण्याच्या मार्गावरील पहिल्या काही पावलांपैकी एक आहे. या पुस्तकाच्या रूपाने अशीच एक खूप चांगली संधी सध्या तुमच्या हाती आहे. तुम्ही 'रिच डॅड' मालिकेतील 'इन्क्रीज युअर फायनान्शिअल आयक्यू' हे पुस्तक वाचावे आणि त्याकडे काळजीपूर्वक लक्ष द्यावे, असा माझा तुम्हांला सल्ला आहे. याद्वारे, तुम्ही वित्तीय स्वातंत्र्याच्या आणि त्याचबरोबर मोठ्या यशाच्या योग्य मार्गावर याल. जाता जाता सांगायचे म्हणजे, व्यापक विचार करायला विसरू नका. आम्ही लवकरच तुम्हांला विजेत्यांच्या वर्तुळात पाहू.

–डोनाल्ड जे. ट्रम्प

लेखकाचे मनोगत

पैसा हा अभद्र नसतो

विद्यार्थ्यांना वित्तीय शिक्षण पुरवण्यातील अपयश हे शिक्षणव्यवस्थेच्या सर्वांत मोठ्या अपयशांपेकी एक आहे. पैशांशी अर्धधार्मिक किंवा सांप्रदायिक अशा प्रकारचा कोणतातरी कलंक निगडित आहे, असा विचार शिक्षण देणारे करत असावेत आणि पैशांप्रति प्रेम हे सर्व दुष्कृत्यांचे मूळ आहे, अशी त्यांची धारणा असावी.

आपल्यापैकी अनेकांना माहीत आहे, त्याप्रमाणे पैशांप्रति प्रेम हे वाईट नसून पैशांचा अभाव हा वाईट गोष्टींसाठी कारणीभूत ठरतो. आपल्या नावडत्या नोकरीमध्ये काम करत राहणे वाईट आहे. खूप मेहनत करूनही आपल्याला कुटुंबाच्या गरजा पूर्ण करण्याइतके कमावता न येणे वाईट आहे. थोड्याथोडक्यासाठी, कर्जाच्या ओझ्याखाली दबणे वाईट आहे. तुमच्या जिव्हाळ्याच्या लोकांसोबत पैशांसाठी भांडावे लागणे वाईट आहे. लोभी असणे वाईट आहे. आणि पैसे मिळवण्यासाठी गुन्हे किंवा अनैतिक कृत्ये करणे वाईट आहे. पैसा हा आपल्याआपण वाईट नसतो. पैसा हा केवळ पैसा असतो.

तुमचे घर ही मालमत्ता नाही

वित्तीय शिक्षणाचा अभाव हा लोकांनी अर्थहीन गोष्टी करण्यास किंवा मूर्ख लोकांकडून त्यांची दिशाभूल होण्यासही कारणीभूत ठरतो. उदाहरणार्थ, १९९७ मध्ये, जेव्हा मी प्रथम 'रिच डॅड पुअर डॅड' हे पुस्तक प्रकाशित केले आणि 'तुमचे घर ही मालमत्ता नाही, तर ते तुमचे दायित्व आहे,' असे विधान केले, त्या वेळी त्याविरुद्ध बरेच आकांडतांडव झाले होते. माझ्या पुस्तकावर आणि माझ्यावर मोठ्या प्रमाणात टीका झाली.

अनेक स्वयंघोषित वित्तीय तज्ज्ञांनी प्रसार माध्यमांमधून माझ्यावर हल्ला चढवला. त्यानंतर दहा वर्षांनी, २००७ मध्ये कर्जाऊ बाजार कोसळले आणि लाखो लोक आर्थिकदृष्ट्या अडचणीत आले – अनेकांना त्यांची घरे गमवावी लागली, काहींनी कर्जबाजारी झाल्याचे जाहीर केले, तर बांधकाम क्षेत्राचे मूल्य गडगडल्याने काहींच्या घरावरील देय रक्कम ही प्रत्यक्षात त्या घराच्या किमतीपेक्षा जास्त बनली, तेव्हा या लोकांना त्यांची घरे ही मालमत्ता नसून खरेच दायित्व आहे, हे वेदनादायकरीत्या समजले.

व्यक्ती दोन, संदेश एक

मी आणि माझे स्नेही डोनाल्ड ट्रम्प यांनी२००६ साली 'व्हाय वी वाँट यू टु बी रिच' या शीर्षकाने पुस्तक लिहिले. मध्यमवर्ग मागे का राहतो आणि त्याच्या घसरणीची कारणे काय आहेत, असे आम्हांला वाटते, ते आम्ही लिहिले. यांपैकी अनेक कारणे ही जागतिक, सरकार आणि वित्तीय बाजारपेठांमध्ये असल्याचे आम्ही सांगितले. वित्तीय प्रसार माध्यमांनी त्याही पुस्तकावर हल्ला चढवला होता. परंतु आम्ही जे म्हणालो होतो, त्यांपैकी बहुतांश गोष्टी २००७ मध्ये खऱ्या ठरल्या.

कालबाह्य सल्ला

'खूप परिश्रम करा, पैशांची बचत करा, कर्जामधून बाहेर या, तुमच्या संसाधनांच्या मर्यादेत जगा आणि म्यूच्युअल फंडच्या वैविध्यपूर्ण पोर्टफोलिओमध्ये गुंतवणूक करा,' असा सल्ला आजही अनेक वित्तीय तज्ज्ञांकडून देणे सुरू आहे. या सल्ल्याविषयीची अडचण म्हणजे तो वाईट सल्ला आहे. याचे कारण तो कालबाह्य झाला आहे आणि पैशांबाबतचे नियम बदलले आहेत. ते १९७१ मध्येच बदलले. आज नवभांडवलवाद आला आहे. पैशांची बचत, कर्जमुक्त होणे आणि वैविध्यपूर्ण गुंतवणूक ही जुन्या भांडवलवादाच्या कालखंडात चालत होती. जे 'खूप परिश्रम करा आणि पैशांची बचत करा' या जुन्या भांडवलवादाच्या मंत्राचे अनुकरण करतात, त्यांना नव्या भांडवलवादाच्या युगात आर्थिकदृष्ट्या संघर्ष करावा लागेल.

माहिती विरुद्ध शिक्षण

आपल्या शालेय व्यवस्थेत वित्तीय शिक्षणाचा असणारा अभाव हा क्रूर आणि लांछनास्पद असल्याचे या लेखकाचे मत आहे. आजच्या जगामध्ये वित्तीय शिक्षण हे जगण्यासाठी आत्यंतिक महत्त्वाचे आहे, मग तुम्ही श्रीमंत असा किंवा गरीब, चाणाक्ष असा किंवा नसा.

आपण आता माहितीच्या युगात जगत आहोत, हे आपल्यापैकी बऱ्याच जणांना माहीत आहे. माहिती युगाची समस्या म्हणजे येथे माहितीचा अतिपुरवठा आहे. आज, प्रत्येक बाबतीत खूपच जास्त माहिती उपलब्ध आहे. वित्तीय शिक्षण इतके महत्त्वाचे का आहे, हे खालील समीकरणावरून स्पष्ट होईल.

माहिती + शिक्षण = ज्ञान

वित्तीय शिक्षणाशिवाय, लोक माहिती आत्मसात करून त्याचे रूपांतर उपयुक्त ज्ञानामध्ये, त्यांना वापरता येऊ शकेल, अशा ज्ञानामध्ये करू शकत नाहीत. वित्तीय शिक्षणाशिवाय लोक आर्थिकदृष्ट्या संघर्षग्रस्त राहतात. वित्तीय ज्ञानाशिवाय लोक घर खरेदी करण्यासारख्या गोष्टी करतात आणि त्यांचे घर ही मालमत्ता आहे, असा विचार करतात. किंवा पैशांची बचत करतात; परंतु १९७१ पासून त्यांचा पैसा हा पैसा राहिला नसून चलन बनला आहे, याची जाणीव त्यांना नसते. किंवा चांगले कर्ज आणि वाईट कर्ज यांमधला फरकही त्यांना

माहीत नसतो. किंवा श्रीमंत लोक अधिक पैसे कमावूनही कमी कर का भरतात, किंवा जगातील सर्वांत श्रीमंत गुंतवणूकदार असणारे वॉरेन बफे हे वैविध्यपूर्ण गुंतवणूक का करत नाहीत, हेसुद्धा त्यांना माहीत नसते.

उड्या मारणारे उंदीर

वित्तीय ज्ञानाच्या अभावापोटी लोक हे त्यांनी काय करावे, हे सांगणाऱ्या कोणालातरी शोधत राहतात. आणि बहुतांश वित्तीय तज्ज्ञ 'खूप परिश्रम करा, पैशांची बचत करा, कर्जामधून बाहेर या, तुमच्या संसाधनांच्या मर्यादेत जगा आणि म्यूच्युअल फंडच्या वैविध्यपूर्ण पोर्टफोलिओमध्ये गुंतवणूक करा,' असा सल्ला देतात. आपल्या अग्रणीचे अनुकरण करणाऱ्या उंदरांप्रमाणे ते कड्याच्या दिशेने धावत सुटतात आणि आपण पैलतीरापर्यंत पोहत जाऊ शकू, या आशेवर वित्तीय अनिश्चिततेच्या महासागरात उडी घेतात.

हे पुस्तक वित्तीय सल्ल्याविषयी नाही

हे पुस्तक तुम्ही काय करावे, हे सांगणार नाही. हे पुस्तक वित्तीय सल्ल्याविषयी नाही. हे पुस्तक तुम्हांला आर्थिकदृष्ट्या अधिक सुज्ञ बनवण्याविषयी आहे, जेणे करून तुम्ही स्वतःकडील वित्तीय माहितीवर प्रक्रिया करू शकाल आणि तुम्हांला स्वतःचा असा वित्तीय निर्वाणाकडे जाणारा मार्ग सापडेल.

एकुणात हे पुस्तक, अधिक चाणाक्ष बनून अधिक श्रीमंत होण्याविषयी आहे. हे पुस्तक तुमचा वित्तीय बुद्ध्यंक वाढवण्याविषयी आहे.

सुरुवात

पैसा तुम्हांला श्रीमंत बनवतो का?

देशातील लोकांना आपल्या बँकिंग आणि वित्तीय व्यवस्था समजत नाहीत, हे पुरेसे स्पष्ट आहे. कारण, त्यांना त्या समजत असत्या, तर उद्या सकाळपर्यंत देशात क्रांती घडून आली असती, असे मला वाटते.

–हेन्री फोर्ड

शीर्षकातील प्रश्नाचे उत्तर नकारार्थी आहे. केवळ पैसा तुम्हांला श्रीमंत बनवत नाही. आपल्या सर्वांना असे लोक माहीत असतात, जे दररोज कामावर जातात, पैशांसाठी काम करतात, अधिक पैसे कमावतात; परंतु अधिक श्रीमंत मात्र बनत नाहीत. विरोधाभास म्हणजे, अनेक जण कमावलेल्या प्रत्येक डॉलरसोबत अधिकाधिक कर्जात रुतत जातात. आपण सर्वांनीच लॉटरी जिंकलेल्यांच्या, एका रात्रीत कोट्यधीश झालेल्यांच्या आणि तितक्याच वेगाने पुन्हा गरीब बनलेल्यांच्या कथा ऐकलेल्या आहेत. स्थावर मालमत्तेवरील कर्जाची रक्कम न भरल्याने या मालमत्ता ताब्यात घेऊन विक्रीला काढल्याच्या कथाही आपण ऐकल्या आहेत. या स्थावर मालमत्ता घरमालकांना अधिक श्रीमंत, आर्थिकदृष्ट्या अधिक सुरक्षित बनवण्याऐवजी त्यांना आपल्याच घरातून बाहेर काढून अधिक गरीब घरांमध्ये राहायला भाग पाडतात. शेअर बाजारामध्ये पैसे गुंतवून गमावून बसलेले लोक आपल्यापैकी अनेकांना माहीत असतात. कदाचित तुम्हीही त्यांच्यापैकी एक असाल. अगदी 'जगातील एकमेव खरेखुरे धन' मानल्या जाणाऱ्या सोन्यामधील गुंतवणूकही गुंतवणूकदारांना महागात पडू शकते.

सोनेखरेदी ही मी तरुणपणी केलेली पहिली खरीखुरी गुंतवणूक होती. स्थावर मालमत्तेमध्ये गुंतवणूक करण्यापूर्वी मी सोन्यामध्ये गुंतवणुकीला सुरुवात केली होती. १९७२ साली, वयाच्या पंचविसाव्या वर्षी मी सोन्याची नाणी खरेदी करणे सुरू केले. त्या वेळी सोन्याचे दर साधारणतः एका औंसाला (२८.३५ ग्रॅम) ७० डॉलर्स इतके होते. १९८० पर्यंत सोन्याचे दर प्रतिऔंस ८०० डॉलर्सपर्यंत पोहोचले होते. हा नफा कमावण्याचा कैफ चढला

होता. आणि लोभीपणा सावधानतेवर वरचढ ठरला. सोने प्रतिऔंस २५०० डॉलर्सपर्यंत पोहोचेल, अशा अफवा होता. लोभी गुंतवणूकदारांनी गुंतवणूक वाढवत नेली, अधिकाधिक सोने खरेदी केले. खरे तर, त्यांनी यापूर्वी कधीही असे केले नव्हते. परंतु माझ्याकडची सोन्याची काही नाणी विकून थोडा नफा कमावण्याऐवजी मी थांबून राहिलो आणि सोन्याचे दर आणखी वाढतील, अशी आशाही करत राहिलो. त्यानंतर वर्षभरातच सोन्याचे दर प्रतिऔंस ५०० डॉलर्सपर्यंत खाली घसरले. अखेर मी स्वत:कडचे शेवटचे सोन्याचे नाणे विकून टाकले. १९८० पासून मी सोन्याचे दर अधिकाधिक घसरताना पाहत असून अखेरीस १९९९ मध्ये ते प्रतिऔंस २५० डॉलर्सपर्यंत खाली गेले होते.

या गुंतवणुकीतून मी फारसा पैसा कमावला नसला, तरी सोन्याने मला पैशांविषयी बरेच मौल्यवान धडे शिकवले. खरे धन असलेल्या सोन्यातील गुंतवणुकीमध्येही मी पैसे गमावू शकतो, याची जाणीव झाल्यानंतर, सोने ही संपत्ती म्हणून मौल्यवान नसल्याचे माझ्या लक्षात आले. प्रत्यक्षात, संपत्तीविषयीची माहिती शेवटी माणसाला गरीब किंवा श्रीमंत बनवत होती. दुसऱ्या शब्दांत सांगायचे झाल्यास, स्थावर मालमत्ता, शेअर्स, म्यूच्युअल फंड्स, व्यवसाय किंवा पैसा हे माणसाला श्रीमंत बनवत नसतात; तर माहिती, ज्ञान, सुज्ञता आणि कसब, म्हणजेच आर्थिक बुद्धिमत्ता ही माणसाला श्रीमंत बनवत असते.

गोल्फचे धडे किंवा गोल्फ क्लब

माझ्या एका मित्राला गोल्फचे वेड आहे. दरवर्षी हा मित्र गोल्फचे नवे क्लब आणि बाजारात येणारे गोल्फचे प्रत्येक नवे उपकरण यांच्यावर हजारो डॉलर्स खर्च करतो. अडचण ही आहे, की तो गोल्फचे धडे गिरवण्यावर एक पैसाही खर्च करत नाही. त्यामुळे त्याच्याकडे सर्वांत अद्ययावत आणि दर्जेदार गोल्फसाहित्य असले, तरी त्याचे या खेळातील कौशल्य आहे तसेच आहे. जर त्याने गोल्फचे धडे गिरवण्यासाठी आपले पैसे गुंतवले आणि मागील वर्षीचेच क्लब वापरले, तरी तो बहुधा बराच चांगला गोल्फपटू बनू शकेल.

पैशांच्या खेळामध्येही अशाच प्रकारच्या मूर्ख घटना घडतात. कोट्यवधी लोक त्यांचा कष्टाने कमावलेला पैसा शेअर्स आणि स्थावर मालमत्ता यांसारख्या गोष्टींमध्ये गुंतवतात, परंतु माहिती मिळवण्यामधील त्यांची गुंतवणूक जवळपास नगण्य असते. म्हणूनच, त्यांचे वित्तीय आकडे जवळपास तसेच राहतात.

हे काही जादूई सूत्र नाही

हे पुस्तक म्हणजे झटपट श्रीमंत व्हायचा मंत्र देणारे किंवा कोणतेतरी जादूई सूत्र सांगणारे पुस्तक नव्हे. हे पुस्तक तुमची वित्तीय बुद्धिमत्ता, तुमचा वित्तीय बुद्ध्यंक वाढवण्यासंबंधी आहे. हे पुस्तक अधिक सुज्ञ बनून श्रीमंत होण्याविषयी आहे. अर्थव्यवस्था, शेअर बाजार किंवा बांधकाम क्षेत्राच्या बाजारपेठेची कामगिरी कशीही असली, तरी अधिक श्रीमंत होण्यासाठी आवश्यक असणाऱ्या पाच मूलभूत वित्तीय बुद्धिकौशल्ये विकसित करण्यासंबंधी हे पुस्तक आहे.

पैशांविषयीचे नवे नियम

हे पुस्तक पैशांसंबंधीच्या नव्या नियमांबाबतही आहे. हे नियम १९७१ मध्ये बदलले. नियमांतील या बदलांमुळेच जुने नियम कालबाह्य ठरले आहेत. इतके सारे लोक आर्थिकदृष्ट्या संघर्ष करत असल्याचे एक कारण म्हणजे, ते अद्यापही 'खूप परिश्रम करा, पैशांची बचत करा, कर्जमुक्त व्हा, दीर्घकालीन विचार करून शेअर्स, बाँड आणि म्यूच्युअल फंडमध्ये विविधांगी गुंतवणूक करा' इत्यादी पैशांसंबंधीच्या जुन्या नियमांना अनुसरून वाटचाल करत आहेत. हे पुस्तक पैशांच्या नव्या नियमांनुसार खेळण्यासंबंधी आहे. परंतु असे करण्यासाठी तुमची वित्तीय बुद्धिमत्ता आणि तुमचा वित्तीय बुद्ध्यंक वाढणे गरजेचे आहे.

हे पुस्तक वाचल्यानंतर, तुमच्यासाठी पैशांच्या जुन्या नियमांनुसार खेळणे चांगले आहे की नव्या नियमांनुसार, हे तुम्ही अधिक चांगल्या पद्धतीने ठरवू शकाल.

तुमची वित्तीय प्रतिभा शोधा

या पुस्तकातील नववे प्रकरण हे तुमच्या मेंदूचे तिन्ही भाग वापरून तुमची वित्तीय प्रतिभा शोधण्यासंबंधी आहे. आपल्या मेंदूचे डावा, उजवा आणि सुप्तावस्थेतील मेंदू असे तीन भाग असतात, हे आपल्यापैकी बहुतेकांना माहीत असेलच.

बहुतांश लोक श्रीमंत बनत नाहीत, याचे कारण सुप्त मेंदू हा या तीन भागांपैकी सर्वांत प्रभावशाली असतो. उदाहरणार्थ, लोक बांधकाम क्षेत्राचा अभ्यास करतात आणि त्यांना नेमके काय करायचे आहे, हे डाव्या व उजव्या मेंदूद्वारे समजते. परंतु त्यांच्या मेंदूचा प्रभावशाली सुप्त भाग ''अरे, हे तर खूपच धोकादायक आहे. तू यामध्ये पैसे गमावलेस, तर? किंवा तुझ्याकडून चूक झाली तर?'' असे सांगत त्यांच्या मेंदूचा ताबा घेऊ शकतो. या उदाहरणामध्ये भीतीची भावना ही सुप्त मेंदूला डाव्या व उजव्या मेंदूंच्या इच्छांविरोधात काम करण्यासाठी भाग पाडते. सोप्या शब्दांत सांगायचे झाल्यास, तुमची वित्तीय प्रतिभा विकसित करण्यासाठी सर्वप्रथम तुमच्या मेंदूचे तिन्ही भाग परस्परांविरोधात नाही, तर परस्परांशी ताळमेळ राखून कसे काम करतील, हे माहीत करून घेणे महत्त्वाचे आहे. या पुस्तकामध्ये तुम्ही हे कसे साध्य करू शकाल, याचे स्पष्टीकरण दिले आहे.

थोडक्यात

पैसा बनवण्यासाठी पैसा लागतो, असे अनेक लोकांना वाटते. हे खरे नाही. जर तुम्ही सोन्यामध्ये गुंतवणूक करून पैसे गमावू शकता, तर तुम्ही कोणत्याही गुंतवणुकीमध्ये पैसे गमावू शकता, हे नेहमी लक्षात ठेवा. शेवटी, सुवर्ण, शेअर्स, स्थावर मालमत्ता, परिश्रम, किंवा पैसा या गोष्टी तुम्हांला श्रीमंत बनवत नसतात, तर तुम्हांला सुवर्ण, शेअर्स, स्थावर मालमत्ता, परिश्रम आणि पैशांविषयी काय माहीत आहे, ही बाब तुम्हांला श्रीमंत बनवते. अखेरीस, तुमची वित्तीय बुद्धिमत्ता, तुमचा वित्तीय बुद्ध्यंक तुम्हांला श्रीमंत बनवतो.

कृपया पुढे वाचा आणि अधिक सुज्ञ बनून त्याद्वारे अधिक श्रीमंत बना.

प्रकरण एक

वित्तीय बुद्धिमत्ता म्हणजे काय?

मी पाच वर्षांचा असताना, मला एका तातडीच्या शस्त्रक्रियेसाठी रुग्णालयामध्ये दाखल करण्यात आले होते. माझ्या समजुतीप्रमाणे, कांजिण्यांमधून गुंतागुंत वाढून माझ्या कानाला गंभीर संसर्ग झाला होता. तो अनुभव खूप भयावह असला, तरी मी रुग्णालयाच्या खाटेवर उपचार घेत असताना रुग्णालयाच्या खिडकीबाहेरील हिरवळीवरून माझे वडील, माझा लहान भाऊ आणि माझ्या दोन बहिणी माझ्या दिशेने हात हलवत असल्याची आठवण मी जपून ठेवली आहे. माझी आई तिथे नव्हती. तिच्या हृदयाची स्थिती नाजूक असल्याने ती घरी अंथरुणाला खिळलेली होती.

त्यानंतर वर्षभरातच, गॅरेजमधील माळ्यावरून पडून डोक्याला मार लागल्याने माझ्या लहान भावास हॉस्पिटलमध्ये न्यावे लागले. त्यानंतर, माझ्या लहान बहिणीलाही हॉस्पिटलमध्ये दाखल केले. तिच्या गुडघ्याची शस्त्रक्रिया करणे गरजेचे होते. माझी सर्वांत लहान बहीण बेथ हिला अगदी नवजात बाळ असतानाच त्वचेचा गंभीर विकार झाला होता आणि त्या विकाराने डॉक्टरांनाही सातत्याने गोंधळात टाकले होते.

माझ्या वडिलांसाठी ती वर्षे कठीण होती आणि आम्हां सहा जणांच्या कुटुंबामध्ये कोणत्याही वैद्यकीय समस्येचा सामना न करावा लागलेले ते एकमेव होते. चांगली बातमी म्हणजे, आम्ही सर्व जण बरे झालो आणि निरोगी आयुष्य जगलो. पण, यातली वाईट बातमी म्हणजे वैद्यकीय उपचारांची बिले सातत्याने येत राहिली होती. माझे वडील हे त्या वर्षी आजारी पडले नसतील, परंतु त्यांच्यामागे एक पांगळे बनवणारे शुक्लकाष्ठ लागले होते - डोईजड होणारे वैद्यकीय कर्ज.

त्या काळी, माझे वडील हवाई विद्यापीठामध्ये पदवी अभ्यासक्रमाचे विद्यार्थी होते. ते शालेय स्तरावर खूप हुशार विद्यार्थी होते, त्यांनी त्यांची बॅचलर्स पदवी अवघ्या दोन वर्षांमध्ये मिळवली होती आणि एक दिवस महाविद्यालयामध्ये प्राध्यापक होण्याचे त्यांचे स्वप्न होते. आता सहा जणांचे कुटुंब, त्यात गोष्टी गहाण असल्याने, तसेच वैद्यकीय बिले द्यायची असल्याने त्यांनी ते स्वप्न सोडून दिले आणि बिग आयलंड ऑफ हवाईमधील

हिलो या छोट्याशा शहरातील शाळेमध्ये असिस्टंट सुप्रिंटेंडंटची (सहायक पर्यवेक्षक) नोकरी धरली. आमच्या कुटुंबाला एका बेटावरून दुसऱ्या बेटावर हलवणे शक्य व्हावे, यासाठी त्यांना त्यांच्या वडिलांकडून कर्ज घ्यावे लागले होते. तो त्यांच्यासाठी आणि आमच्या कुटुंबासाठी कठीण काळ होता.

त्यांनी त्यांच्या कारकिर्दीत प्रचंड व्यावसायिक यश मिळवले असले, आणि अखेर त्यांना डॉक्टरेट पदवीने सन्मानित करण्यात आले असले, तरी महाविद्यालयामध्ये प्राध्यापक बनण्याचे आपले स्वप्न पूर्णत्वास न आल्याची खंत माझ्या वडिलांना आयुष्याच्या अखेरीपर्यंत होती, असा मला संशय आहे. ते नेहमी म्हणायचे, ''तुम्ही मुलं जेव्हा घराबाहेर पडाल, तेव्हा मी पुन्हा शाळेत जाईन आणि मला आवडणारी गोष्ट करेन, ती म्हणजे अध्यापन.''

परंतु ते होणार नव्हते. माझे वडील पुढे जाऊन हवाई राज्याचे शिक्षण विभागाचे सुप्रिंटेंडंट बनले. ते प्रशासकीय पद होते. त्यानंतर ते लेफ्टनंट गव्हर्नर पदासाठी निवडणूक लढले आणि पराभूत झाले. वयाच्या पन्नाशीमध्ये ते अचानक बेरोजगार झाले. त्या निवडणुकीनंतर, माझ्या आईचे वयाच्या ४८व्या वर्षी हृदय अशक्त असल्याने अकस्मात निधन झाले. तिच्या जाण्याच्या दुःखातून माझे वडील कधीच सावरू शकले नाहीत.

पुन्हा एकदा आर्थिक समस्या वाढत गेल्या. नोकरी नसल्याने त्यांनी त्यांची निवृत्तीसाठीची बचत काढण्याचा निर्णय घेतला आणि एका राष्ट्रीय स्तरावरील आइसक्रीमच्या फ्रेंचायझीमध्ये गुंतवणूक केली. त्यामध्ये त्यांनी सर्व पैसे गमावले.

माझ्या वडिलांचे वय वाढत गेले, तसेच आपले सहकारी आपल्याला मागे सोडून पुढे निघून गेल्याचे त्यांना वाटू लागले. त्यांच्या आयुष्याची कारकिर्द संपुष्टात आली होती. शिक्षण विभागप्रमुख म्हणून असलेल्या नोकरीविना त्यांची ओळखच हरपली होती. आपल्याप्रमाणे शिक्षणक्षेत्रात न येता व्यवसायक्षेत्रात शिरलेल्या आपल्या श्रीमंत वर्गमित्रांबाबत त्यांची चिडचिड होऊ लागली. आपल्या रागाला वाट मोकळी करून देताना ते नेहमी म्हणायचे की, मी माझे आयुष्य हवाईतील मुलांना शिक्षण देण्यासाठी समर्पित केले आणि त्याबदल्यात मला काय मिळते? काहीच नाही. माझे धनाढ्य वर्गमित्र आणखी श्रीमंत बनतात आणि मला काय मिळते? काहीच नाही.

ते अध्यापनासाठी पुन्हा विद्यापीठामध्ये का गेले नाहीत, हे मला कधीच समजणार नाही. बहुधा, गमावलेला काळ भरून काढण्यासाठी ते तातडीने श्रीमंत बनण्याकरिता खूपच कसोशीने प्रयत्न करत असल्यामुळे त्यांनी तसे केले नसावे, असे मला वाटते. याची परिणती त्यांनी विचित्र व्यवहारांच्या मागे लागण्यामध्ये आणि प्रभावी बोलून छाप पाडणाऱ्या ठग लोकांसोबत ऊठबस करण्यामध्ये झाली. तातडीने श्रीमंत बनण्याचे त्यांचे कोणतेच उपक्रम यशस्वी ठरले नाहीत.

जर त्यांनी केलेल्या काही छोट्या-मोठ्या नोकऱ्या आणि त्यांना मिळालेले सोशल सिक्युरिटी योजनेचे लाभ नसते, तर बहुधा त्यांना आपल्या मुलांपैकी एकासोबत जाऊन राहावे लागले असते. वयाच्या ७२व्या वर्षी त्यांचे कर्करोगाने निधन झाले, त्याआधी काही महिने माझ्या वडिलांनी मला त्यांच्या रुग्णशय्येजवळ बसवले आणि आपल्या अपत्यांसाठी फारसे काही मागे ठेवण्यासारखे नसल्याबद्दल दिलगिरी व्यक्त केली. त्यांचा हात हातात घेऊन मी त्यावर डोके ठेवले आणि आम्ही दोघांनीही अश्रूंना वाट मोकळी करून दिली.

पुरेसा पैसा नसणे

माझ्या गरीब वडिलांना त्यांच्या संपूर्ण आयुष्यभर आर्थिक अडचणी होत्या. त्यांनी कितीही पैसा मिळवला, तरी 'पुरेसे पैसे नाहीत' ही त्यांची समस्या असायची. ही समस्या सोडवण्याच्या त्यांच्या असमर्थतेमुळे त्यांना आयुष्यभर यातना सोसाव्या लागल्या. यातील दुःखद बाब म्हणजे त्यांना व्यावसायिकदृष्ट्या आणि वडील म्हणूनही अपूर्ण असल्यासारखे वाटत होते.

ते शैक्षणिक क्षेत्रातील असल्याने त्यांनी त्यांच्या आर्थिक अडचणी बाजूला ठेवण्याचा सर्वतोपरी प्रयत्न केला आणि आपले जीवन पैशांपेक्षा अधिक उदात्त ध्येयासाठी समर्पित केले. अगदी पैसा महत्त्वाचा होता, अशा वेळीही पैशाला महत्त्व नसल्याचे ठामपणे मांडण्यासाठी ते कसोशीने प्रयत्न करत राहिले. ते खूप चांगले गृहस्थ होते, चांगले पती आणि पिता होते, त्याचप्रमाणे निष्णात शिक्षणतज्ज्ञही होते. तरीही पैसा नावाच्या गोष्टीने नेहमीच त्यांच्या आयुष्यातील निर्णय ठरवले, दबक्या पावलांनी त्यांचा पिच्छा पुरवला आणि दुःखाची बाब म्हणजे आयुष्याच्या अखेरीस पैसा हाच त्यांचा स्वतःच्या आयुष्याचे मूल्यमापन करण्यासाठीचा निकष होता. ते कितीही चाणाक्ष असले, तरी ते कधीच त्यांच्या पैशांविषयीच्या समस्या सोडवू शकले नव्हते.

खूप पैसा असणे

मला वयाच्या नवव्या वर्षापासून पैशांविषयी शिकवण्यास सुरुवात करणाऱ्या माझ्या श्रीमंत वडिलांनाही पैशांबाबत अडचणी होत्या. माझ्या गरीब वडिलांपेक्षा माझ्या श्रीमंत वडिलांनी पैशांविषयीच्या अडचणी वेगळ्या प्रकारे सोडवल्या. पैसा महत्त्वाचा आहे, याची त्यांनी दखल घेतली आणि त्यांना याची जाणीव असल्याकारणाने मिळणाऱ्या प्रत्येक संधीगणिक आपली वित्तीय बुद्धिमत्ता वाढवण्याचा त्यांचा प्रयत्न होता. त्यांच्यासाठी याचा अर्थ पैशांविषयीच्या प्रत्येक समस्येला सामोरे जाणे आणि त्या प्रक्रियेतून शिकत राहणे, असा होता. माझे श्रीमंत वडील हे शैक्षणिकदृष्ट्या माझ्या गरीब वडिलांच्या जवळपास जाण्याइतकेही चाणाक्ष नव्हते, परंतु त्यांनी त्यांच्या पैशांबाबतच्या समस्या वेगळ्या पद्धतीने सोडवल्यामुळे आणि आपली वित्तीय बुद्धिमत्ता वाढवल्यामुळे माझ्या श्रीमंत वडिलांपुढील पैशांची समस्या ही 'खूप सारा पैसा असण्याची' होती.

दोन वडील, त्यांपैकी एक श्रीमंत आणि एक गरीब असल्याने, आपल्या सर्वांना मग श्रीमंत असो वा गरीब, पैशांविषयी अडचणी असल्याचे मी शिकलो.

गरिबांच्या पैशांविषयीच्या अडचणी या खालीलप्रमाणे आहेत.

१. पुरेसा पैसा नसणे.
२. पैशांची तूट भरून काढण्यासाठी उधारीचा वापर करणे.
३. जीवनावश्यक खर्च वाढत जाणे.
४. अधिक पैसा कमावताच अधिक कर भरावा लागणे.

५. आणीबाणीच्या परिस्थितीची भीती.
६. वाईट आणि चुकीचे वित्तीय सल्ले.
७. निवृत्तीसाठी पुरेसा पैसा न जमणे.

श्रीमंतांच्या पैशांविषयीच्या अडचणी या खालीलप्रमाणे आहेत.

१. खूप सारा पैसा असणे.
२. हा पैसा सुरक्षित आणि गुंतवणुकीच्या स्वरूपात ठेवण्याची गरज.
३. लोकांना आपण आवडतो की आपला पैसा, हे माहीत नसणे.
४. निष्णात वित्तीय सल्लागारांची गरज.
५. चांगले वळण नसणाऱ्या अपत्यांना वाढवणे.
६. मालमत्ता आणि वारशाबाबतचे नियोजन.
७. अतिरिक्त सरकारी कर.

माझ्या गरीब वडिलांना संपूर्ण आयुष्य पैशांविषयीच्या समस्या भेडसावत होत्या. त्यांनी कितीही पैसा मिळवला असला, तरी 'पुरेसे पैसे नाहीत' ही त्यांची समस्या होती. माझ्या श्रीमंत वडिलांनाही पैशांविषयीच्या अडचणी होत्या. त्यांची समस्या 'खूप सारा पैसा असणे' ही होती. यांपैकी तुम्हांला कोणती समस्या हवी आहे?

पैशांविषयीच्या समस्यांवरील सुमार उपाययोजना

आपण कितीही गरीब किंवा श्रीमंत असलो, तरी आपल्या सर्वांना पैशांविषयीच्या समस्या भेडसावतात, हे खूप कमी वयात शिकायला मिळणे, हा माझ्यासाठी फार महत्त्वाचा धडा होता. आपल्याकडे खूप पैसा असेल, तर आपल्या पैशांविषयीच्या समस्या संपून जातील, असे अनेक लोकांना वाटते. खूप पैसा असण्यामुळे उलट अधिकच समस्या निर्माण होतात, याची मात्र त्यांना क्वचितच माहिती असते.

एका वित्तीय सेवा पुरवणाऱ्या कंपनीची जाहिरात ही माझ्या आवडत्या जाहिरातींपैकी एक आहे. त्या जाहिरातीच्या सुरुवातीसच एमसी हॅमर हा रॅपर सुंदर ललनांसोबत नृत्य करत असलेला आणि त्यांच्या पार्श्वभूमीवर बेंटले, फेरारीसारख्या कार आणि एक भलामोठा बंगला दिसतो. त्याच पार्श्वभूमीवर एकाहून एक श्रीमंत वस्तू त्या बंगल्यामध्ये हलवण्यात येत आहेत. हे सर्व घडत असताना एमसी हॅमरचे 'यू कान्ट टच धिस' (तुम्ही याला स्पर्श करू शकत नाही) हे गीत वाजत असते. त्यानंतर स्क्रीनवर अंधार होतो आणि १५ मिनिटांनंतर हे शब्द उमटतात. त्याच्या पुढील दृश्यात एमसी हॅमर त्याच भव्यदिव्य बंगल्यासमोरच्या एका कठड्यावर बसलेला आहे, त्याने आपल्या हातांनी डोके धरले आहे आणि त्याच्या शेजारील पाटीवर लिहिले आहे, 'फोअरक्लोज्ड' (घर विकून कर्जदाराकडून

हप्तेवसुली करण्याची प्रक्रिया). त्यानंतर जाहिरातीतील घोषणाकर्ता सांगतो, जीवनात वेगाने उलथापालथ घडू शकते. त्यासाठी मदत करण्यास आम्ही आहोत.

हे जग या जाहिरातीतील एमसी हॅमरसारख्या लोकांनी भरलेले आहे. आपण सर्वांनी लॉटरीमध्ये लाखोंच्या राशी जिंकलेल्या आणि त्यानंतर काही वर्षांमध्ये कर्जाच्या खोल गर्तेत अडकलेल्या लोकांची गोष्ट ऐकली आहे. किंवा युवा व्यावसायिक खेळाडू जे कारकिर्द सुरू असताना मोठ्या बंगल्यामध्ये वास्तव्यास असतात आणि त्यांचे खेळण्याचे दिवस संपले की त्यांना एखाद्या पुलाखाली राहावे लागते. किंवा युवा रॉकस्टार जे वयाच्या विशीमध्ये कोट्यधीश असतात आणि तिशीमध्ये मात्र काम मिळवण्यासाठी धडपडत असतात. (किंवा असे वित्तीय सेवा विकणारे रॅपर, जे बहुधा अगोदरच आपल्याकडचे सर्व पैसे गमावल्यानंतर या सेवांचा लाभ घेत असतात.)

केवळ पैसा हा पैशांविषयीच्या समस्या सोडवू शकत नाही. त्यामुळेच, गरिबांना पैसा दिल्याने त्यांच्या पैशांविषयीच्या समस्या सुटत नाहीत. अनेकदा यामुळे केवळ या समस्या लांबल्या जातात आणि त्यामुळे अधिक गरीब लोक तयार होतात. याचे उदाहरण म्हणून 'वेल्फेअर' म्हणजे 'कल्याणकारी' या संकल्पनेकडे पाहू या. आर्थिक मंदीच्या काळापासून ते १९९६ पर्यंत अमेरिकन सरकार देशातील गरिबांना त्यांची वैयक्तिक परिस्थिती न पाहता एक निश्चित रक्कम देत होते. सरकारचा नित्यनेमाने धनादेश मिळवण्यासाठी तुम्हांला केवळ सरकारच्या दारिद्र्यासंबंधीच्या निकषांनुसार पात्र ठरणे, इतकेच करावे लागत होते. जर तुम्ही पुढाकार घेतला, नोकरी मिळवली आणि दारिद्र्यविषयक निकषांपेक्षा अधिक कमाई केली, तर सरकार तुम्हांला मिळणारे लाभ काढून घ्यायचे. अर्थातच, गरिबांना काम करायला लागल्यानंतर गणवेश, मुलांसाठी पाळणाघर, प्रवास इत्यादी पूर्वी नसणारे अन्य खर्च करावे लागत होते. अनेकदा या लोकांकडे 'काम करूनही' सरकारकडून मिळणाऱ्या पैशांपेक्षा कमी पैसे राहत होते आणि हाताशी वेळही कमी उरत होता. व्यवस्थेमुळे आळशी माणसांना लाभ मिळत होता आणि पुढाकार घेणाऱ्या लोकांना शिक्षा मिळत होती. या व्यवस्थेने अधिक गरीब लोक तयार केले.

परिश्रमांमुळेही पैशांविषयीच्या समस्या सुटत नाहीत. या जगामध्ये असे अनेक कष्टाळू लोक आहेत, ज्यांच्याकडे त्या कष्टाच्या तुलनेत दाखवण्याइतके पैसे नाहीत. पैसे कमावूनही कर्जाच्या गर्तेत अधिकाधिक खोल जाणाऱ्या कष्टाळू लोकांना अधिक पैसा कमावण्यासाठी त्याहूनही अधिक श्रम करण्याची गरज भासते.

शिक्षणामुळेही पैशांविषयीच्या समस्या सुटत नाहीत. हे जग उच्च शिक्षित गरीब लोकांनी भरलेले आहे. त्यांना 'समाजवादी' असे म्हणतात.

नोकरीमुळेही पैशांविषयीच्या समस्या सुटत नाहीत. अनेकांसाठी 'जॉब' या इंग्रजी शब्दातील J.O.B. या तीन अक्षरांचा अर्थ 'जस्ट ओव्हर ब्रोक', म्हणजेच कफल्लक होण्यापेक्षा थोडी बरी स्थिती, असा असतो. असे लाखो लोक आहेत, जे केवळ जिवंत राहण्याइतकेच कमावतात; परंतु त्यांना दर्जेदार जगणे परवडू शकत नाही. नोकरी करणाऱ्या अनेक लोकांना स्वत:चे घर, पुरेशी आरोग्यसेवा किंवा शिक्षण परवडू शकत नाही. मग निवृत्तीकरीता पुरेसा पैसा बाजूला काढून ठेवणे तर दूरच राहिले.

पैशांविषयीच्या समस्या कशामुळे सुटतात?

वित्तीय बुद्धिमत्ता ही पैशांविषयीच्या समस्या सोडवते. सोप्या शब्दांत सांगायचे झाल्यास वित्तीय बुद्धिमत्ता म्हणजे आपल्या एकूण बुद्धिमत्तेपैकी वित्तीय समस्या सोडवण्यासाठी आपण वापरत असलेला एक भाग आहे. अतिशय सर्वसामान्य असणाऱ्या पैशांविषयीच्या समस्यांची काही उदाहरणे खालीलप्रमाणे आहेत :

१. मी पुरेसा पैसा कमावत नाही.
२. मी खूप कर्जाखाली आहे.
३. मला घर घेणे परवडू शकत नाही.
४. माझी कार नादुरुस्त झाली आहे. ती दुरुस्त करण्यासाठी पैसे कुठून आणू?
५. माझ्याकडे १०,००० डॉलर्स आहेत. ते मी कशात गुंतवले पाहिजेत?
६. माझ्या मुलाला महाविद्यालयात शिक्षण घ्यायचेय. परंतु आमच्याकडे त्यासाठी पुरेसे पैसे नाहीत.
७. माझ्याकडे निवृत्तीसाठी पुरेसे पैसे नाहीत.
८. मला माझी नोकरी आवडत नाही. परंतु नोकरी सोडणे मला परवडू शकत नाही.
९. मी निवृत्त झालो आहे आणि माझ्याकडचे पैसे संपत आले आहेत.
१०. मला शस्त्रक्रिया करून घेणे परवडू शकत नाही.

वित्तीय बुद्धिमत्तेमुळे पैशांविषयीच्या या व अन्य समस्या सुटतात. दुर्दैवाने जर आपली वित्तीय बुद्धिमत्ता आपल्या समस्या सोडवण्याकरीता पुरेशी विकसित झाली नसेल, तर या समस्या कायम राहतात. त्या दूर होत नाहीत. अनेकदा त्या अधिक गंभीर होत जातात, तसेच पैशांविषयीच्या अन्य समस्यांसाठीही कारणीभूत ठरतात. उदाहरणार्थ, निवृत्तीकरिता शिल्लक ठेवण्यासाठी पुरेसा पैसा नसणारे लाखो लोक आहेत. ही समस्या सोडवण्यात जर ते अपयशी ठरले, तर त्यांच्या वाढत्या वयासोबत आणि त्यांना वैद्यकीय शुश्रूषेसाठी लागणाऱ्या अधिक पैशांमुळे ही समस्या जास्तच गंभीर बनत जाते. तुम्हांला आवडो किंवा न आवडो - पैशांमुळे तुमची जीवनशैली आणि जीवनाच्या दर्जावर परिणाम होतोच. त्याचप्रमाणे सोयीसुविधा परवडणे आणि विनासायास निवड करता येणे आदींवरही त्याचा परिणाम होतो. लोकांकडे लिफ्ट मागून प्रवास करणे किंवा बसमधून प्रवास करणे किंवा खासगी विमानातून प्रवास करणे यांतील फरक हा पैशांमुळे येणाऱ्या निवडस्वातंत्र्याचा अर्थ ठरू शकतो.

पैशांविषयीच्या समस्या सोडवणे तुम्हांला चाणाक्ष बनवते

मी लहान होतो, तेव्हा माझ्या श्रीमंत वडिलांनी मला सांगितले होते, पैशांविषयीच्या समस्या तुम्हांला चाणाक्ष बनवतात. जर तुम्ही ती समस्या सोडवली तर. ते असेही म्हणाले होते की

जर तुम्ही तुमची पैशांविषयीची समस्या सोडवली, तर तुमची वित्तीय बुद्धिमत्ता वाढते. तुमची वित्तीय बुद्धिमत्ता वाढते, तेव्हा तुम्ही अधिक श्रीमंत बनता. जर तुम्ही तुमची पैशांविषयीची समस्या सोडवली नाही, तर तुम्ही अधिक गरीब बनता. जर तुम्ही तुमच्या पैशांविषयीची समस्या सोडवली नाही, तर ती नेहमीच वाढत जाऊन अधिक समस्या निर्माण करते. जर तुम्हांला तुमची वित्तीय बुद्धिमत्ता वाढवायची असेल, तर तुम्हांला 'समस्या सोडवणारे' बनणे गरजेचे आहे. जर तुम्ही पैशांविषयीच्या समस्या सोडवल्या नाहीत, तर तुम्ही कधीच श्रीमंत बनणार नाही. किंबहुना, जितका अधिक काळ तुमची समस्या राहील, तितके तुम्ही अधिक गरीब बनत जाण्याची शक्यता आहे.

एका समस्येमधून अधिक समस्या निर्माण होतात, म्हणजे काय हे दर्शवण्यासाठी श्रीमंत वडील दातदुखीचे उदाहरण द्यायचे. ते म्हणायचे, ''पैशांविषयीची समस्या असणे हे दातदुखी असण्याप्रमाणे आहे. जर तुम्ही दातदुखी योग्यरीत्या हाताळली नाही, तर तुम्हांला त्याचा त्रास होऊ लागतो. जर तुम्हांला त्याचा त्रास होत असेल, तर तुम्ही तुमचे काम नीट करू शकत नाही; कारण तुम्ही चिड़चिडे बनता. दातदुखी दूर न केल्यामुळे पुढे वैद्यकीय गुंतागुंत निर्माण होऊ शकते, कारण तुमच्या तोंडामध्ये जंतूंना पैदास करणे आणि फैलाव करणे सोपे असते. तुमच्या या जुन्या दुखण्यामुळे तुम्ही कामावर जाऊ न शकल्याने एक दिवस तुमची नोकरीही जाईल. नोकरीशिवाय तुम्ही भाडे भरू शकत नाही. तुम्ही भाड्याच्या पैशांचा प्रश्न सोडवला नाही, तर तुम्ही रस्त्यावर याल, बेघर व्हाल, तुमचे आरोग्य चांगले राहणार नाही, तुम्हांला कचराकुंडीतून अन्न वेचावे लागेल आणि तरीही तुमची दातदुखी कायम असेलच.''

हे अगदीच टोकाचे उदाहरण असले, तरी ही कथा माझ्या लक्षात राहिली. लहान वयातच मला समस्या सोडवण्याचे महत्त्व आणि समस्या न सोडवल्याने होणाऱ्या परिणामांची साखळी यांविषयी समजले.

अनेक लोक त्यांच्या वित्तीय समस्या त्या लहान असताना आणि दातदुखीच्या स्तरावर असताना सोडवत नाहीत. या समस्या सोडवण्याऐवजी ते त्याकडे दुर्लक्ष करून अथवा संबंधित समस्या मुळापासून न सोडवून त्या अधिक गंभीर बनवतात. उदाहरणार्थ, लोकांना पैशांची कमतरता भासते, तेव्हा अनेक लोक ती तूट भरून काढण्यासाठी क्रेडिट कार्डचा वापर करतात. लवकरच त्यांची क्रेडिट कार्डांची बिले वाढत जातात आणि देणेकरी पैशांसाठी त्यांचा पिच्छा पुरवू लागतात. ही समस्या सोडवण्यासाठी ते क्रेडिट कार्डांची बिले भरण्याकरिता घर तारण ठेवून कर्ज घेतात. यातील अडचण म्हणजे ते क्रेडिट कार्डांचा वापर तरीही सुरू ठेवतात. आता त्यांना घरावरचेही कर्ज भरायचे असते आणि त्यांच्याकडे जास्त क्रेडिट कार्डंही असतात.

ही थकबाकीची समस्या सोडवण्याच्या नादात ते जुन्या क्रेडिट कार्डची रक्कम भरण्यासाठी नवी क्रेडिट कार्डं घेतात. पैशांच्या वाढत जाणाऱ्या समस्यांमुळे त्यांना नैराश्य येऊ लागते आणि ते सुट्टीवर जाण्यासाठी त्यांचे नवे क्रेडिट कार्ड वापरतात. लवकरच ते ना आपल्या घरावरचे कर्ज फेडू शकत, ना त्यांच्या क्रेडिट कार्डांची बिले. आणि ते दिवाळखोरी जाहीर करण्याचा निर्णय घेतात. दिवाळखोरी जाहीर करण्यातील अडचण

म्हणजे दातदुखीप्रमाणेच समस्येचे मूळ अद्यापही कायम असते. वित्तीय बुद्धिमत्तेचा अभाव हे या समस्येचे मूळ असते आणि साध्या वित्तीय समस्या सोडवण्यातील असमर्थता ही या वित्तीय बुद्धिमत्तेच्या अभावामुळे निर्माण झालेली समस्या असते. समस्येचे मूळ जाणून घेण्याऐवजी – या प्रकरणामध्ये खर्च करण्याच्या सवयी ही मूळ समस्या आहे – अनेक जण समस्येकडे दुर्लक्ष करतात. जर तुम्ही मुळापासून तण उपटून काढले नाही, आणि केवळ वरवर कापले, तर तर ते पुन्हा वेगाने आणि पूर्वीपेक्षा अधिक येते. तुमच्या वित्तीय समस्यांबाबतही हे खरे आहे.

या उदाहरणांकडे पराकोटीची म्हणून पाहिले जाऊ शकत असले, तरी ती असामान्य नाहीत. मुद्दा हा आहे की, वित्तीय समस्या या समस्या आहेत, परंतु त्यांवर उपायही आहे. जर लोकांनी या समस्या सोडवल्या, तर ते अधिक चाणाक्ष बनतात. त्यांचा वित्तीय बुद्ध्यंक वाढतो. जर ते मोठ्या वित्तीय समस्या सोडवू शकत असतील, तर ते अधिक श्रीमंत बनतात.

मला याकरिता गणिताचे उदाहरण वापरायला आवडते. अनेक लोकांना गणिताचा तिटकारा असतो. तुम्हांला माहीत आहेच त्याप्रमाणे, जर तुम्ही गणिताचा गृहपाठ केला नाही (गणिते सोडवण्याचा सराव केला नाही), तर तुम्ही गणिते सोडवू शकत नाही. जर तुम्ही गणिते सोडवू शकला नाहीत, तर तुम्ही गणिताच्या परीक्षेत उत्तीर्ण होऊ शकत नाही. जर तुम्ही गणिताच्या परीक्षेत उत्तीर्ण होऊ शकला नाहीत, तर तुम्हांला गणिताच्या अभ्यासक्रमासाठी 'एफ' शेरा मिळतो. गणिताच्या अभ्यासक्रमासाठी 'एफ' शेरा मिळण्याचा अर्थ तुम्ही हायस्कूलमधून पदवी मिळवू शकत नाही. आता तुम्हांला मिळू शकणारी एकमेव नोकरी म्हणजे मॅक्डोनाल्ड्समधील असते, आणि त्याद्वारे तुम्ही किमान वेतनच कमावू शकता. एखादी लहानशी समस्या कशा प्रकारे मोठी समस्या बनू शकते, याचे हे उदाहरण आहे.

याउलट, जर तुम्ही दक्षपणे गणिते सोडवण्याचा सराव केला, तर तुम्ही अधिकाधिक हुशार बनता आणि गणिताची अधिक गुंतागुंतीची समीकरणे सोडवू शकता. वर्षानुवर्षांच्या परिश्रमांनंतर तुम्ही गणितात निष्णात होता आणि पूर्वी कठीण वाटणाऱ्या गोष्टी आता सोप्या बनतात. आपल्या सर्वांना २+२ पासून सुरुवात करावी लागते. जे यामध्ये यशस्वी होतात, ते एवढ्यावर थांबत नाहीत.

दारिद्र्याचे कारण

सोप्या भाषेत दारिद्र्य म्हणजे उपायांपेक्षा अधिक समस्या असणे. एखादी व्यक्ती त्याला किंवा तिला सोडवता न येणाऱ्या समस्यांखाली दबून गेल्याने दारिद्र्य येते. दारिद्र्याची सर्व कारणे ही वित्तीय समस्या नसतात. अमली पदार्थांचे सेवन, चुकीच्या व्यक्तीसोबतचा विवाह, गुन्हेगारीने बरबटलेल्या परिसरात राहणे, मर्यादित रोजगार-कौशल्ये असणे, कामावर जाण्यासाठी वाहतूकव्यवस्था उपलब्ध नसणे, आरोग्यसुविधा न परवडणे आदी समस्याही असू शकतात.

अतिरिक्त कर्ज आणि कमी वेतन यांसारख्या आजच्या काळातील काही वित्तीय समस्या या परिस्थितिजन्य असून त्या एकट्या व्यक्तीच्या सोडवण्याच्या क्षमतेपलीकडील

आहेत. या समस्यांचा जास्तकरून संबंध आपल्या सरकारशी आणि भासमान व फसव्या अर्थव्यवस्थेशी आहे.

उदाहरणार्थ, अधिक उत्पन्न मिळवून देणाऱ्या उत्पादन क्षेत्रातील नोकऱ्या देशाबाहेर जाणे हे वेतन व मजुरी कमी असण्यामागील कारणांपैकी एक आहे. आजघडीला खूप नोकऱ्या उपलब्ध आहेत, परंतु त्या उत्पादन क्षेत्रातील नसून सेवा क्षेत्रामध्ये आहेत. मी लहान असताना, जनरल मोटर्स ही कंपनी अमेरिकेतील सर्वाधिक नोकरदार असणारी कंपनी होती. आज वॉलमार्ट ही देशातील सर्वाधिक नोकरदार असणारी कंपनी आहे. वॉलमार्ट ही कंपनी काही तिच्या चांगल्या वेतनासाठी किंवा सढळ हस्ते देण्यात येणाऱ्या निवृत्तिवेतनासाठी ओळखली जात नाही, हे आपल्या सर्वांनाच माहीत आहे.

पन्नास वर्षांपूर्वी पुरेसे शिक्षण नसणाऱ्या व्यक्तीला आर्थिकदृष्ट्या सुखवस्तू राहणे शक्य होते. तुमच्याकडे केवळ हायस्कूल उत्तीर्ण झाल्याची पदवी असेल, तरीही त्या युवा व्यक्तीला वाहन किंवा पोलाद उत्पादन उद्योगामध्ये तुलनेने चांगले उत्पन्न देणारी नोकरी मिळणे शक्य होते. आज केवळ बर्गर उत्पादनामध्येच नोकरी मिळू शकते.

पन्नास वर्षांपूर्वी, उत्पादन क्षेत्रातील कंपन्या नोकरदारांना आरोग्यसुविधा आणि निवृत्तिवेतनाचे लाभ द्यायच्या. आज लाखो कामगार आणि नोकरदार हे कमी पैसे कमावत आहेत आणि त्याच वेळी आपल्या वैद्यकीय खर्चांची तजवीज करण्यासाठी, तसेच निवृत्तीकरिता बचत करण्यासाठी त्यांना अधिक पैशांची गरज आहे. दिवसागणिक या वित्तीय समस्या सुटत तर नाहीतच, उलट त्या अधिक मोठ्या बनत आहेत. आणि त्या अशा मोठ्या राष्ट्रीय समस्येतून निर्माण झाल्या आहेत, जी सोडवणे किंवा बदलणे हे एकट्यादुकट्या व्यक्तीच्या क्षमतेपलीकडचे आहे. सुमार आर्थिक धोरणे आणि महत्त्वाच्या पदांवर निकटवर्तीयांचा भरणा आदींमुळे त्या समस्या निर्माण झाल्या आहेत.

पैशांविषयीचे नियम बदलले आहेत

१९७१ साली, तत्कालीन अध्यक्ष रिचर्ड निक्सन यांनी अमेरिकेतील डॉलरचे सुवर्णाधारित मूल्य (गोल्ड स्टँडर्ड) रद्द केले. हे सुमार आर्थिक धोरण होते व त्यामुळे पैशांविषयीचे नियम बदलले. जगाच्या इतिहासातील सर्वांत मोठ्या वित्तीय बदलांपैकी हा एक होता, आणि तरीही खूप कमी लोकांना या बदलाविषयी आणि आजच्या जागतिक अर्थव्यवस्थेवर त्याच्या झालेल्या परिणामाविषयी माहिती आहे. निक्सन यांच्या कृती हे आज अनेक लोक वित्तीयदृष्ट्या संघर्ष करताहेत, त्यामागील कारणांपैकी एक आहे.

१९७१ साली अमेरिकन डॉलर कोसळला, कारण तो त्यानंतर पैसा राहिला नाही, तर चलन बनला. आणि पैसा व चलन यांमध्ये खूप मोठा फरक असतो.

चलनसाठी इंग्रजीत वापरला जाणारा 'करन्सी' हा शब्द 'करंट' या शब्दावरून आला असून इलेक्ट्रिक करंट किंवा महासागरातील करंट (प्रवाह) या अर्थी तो वापरतात. या शब्दाचा अर्थ हालचाल किंवा गतिमान असा आहे. अगदी सोप्या शब्दांत सांगायचे झाल्यास, करन्सी ही सातत्याने गतिमान राहणे गरजेचे असते. जर तिची हालचाल थांबली, तर तिचे

मूल्य वेगाने कमी होते. जर ही मूल्यातील घट खूपच जास्त असली, तर लोक ते चलन स्वीकारणे थांबवतात. जर लोकांनी चलन स्वीकारणे थांबवले, तर त्याचे मूल्य शून्यापर्यंत खाली येते. १९७१ नंतर अमेरिकन डॉलर हा शून्याच्या दिशेने घसरण्यास सुरुवात झाली.

इतिहासामध्ये डोकावल्यास, सर्व चलने ही अखेरीस शून्यावर येतात. संपूर्ण इतिहासकाळात विविध सरकारांनी चलनांची छपाई केली आहे. क्रांतिकाऱ्यांच्या युद्धादरम्यान अमेरिकन सरकारनेही 'कॉंटिनेंटल' म्हणून ओळखले जाणारे चलन छापले होते. या चलनाचे मूल्य शून्यावर येऊन ठेपले, ही काही फार जुनी गोष्ट नाही.

पहिल्या महायुद्धानंतर जर्मन सरकारने त्यांची देयके देण्याच्या आशेने चलनाची छपाई केली होती. तेथे महागाईचा उद्रेक झाला आणि जर्मन मध्यम वर्गाची सर्व बचत त्यामध्ये खर्ची पडली. त्यामुळे निराश आणि कफल्लक झालेल्या जर्मन जनतेने १९३३ मध्ये ॲडॉल्फ हिटलरला तो आपल्या वित्तीय समस्या सोडवेल, या आशेने सत्तेवर निवडून दिले.

त्याचप्रमाणे १९३३ मध्ये फ्रँकलिन रूझवेल्ट यांनी अमेरिकन लोकांच्या पैशांविषयीच्या समस्या सोडवण्यासाठी सामाजिक सुरक्षा (सोशल सिक्युरिटी) कार्यक्रम तयार केला. हा कार्यक्रम खूप लोकप्रिय झाला असला, तरी सोशल सिक्युरिटी आणि मेडिकेअर या योजना म्हणजे वित्तीय संकटे आहेत आणि त्यातून अधिक अक्राळविक्राळ वित्तीय समस्या निर्माण झाल्या. जर अमेरिकन सरकारने या दोन प्रचंड मोठ्या वित्तीय समस्या सोडवण्यासाठी अधिक मूल्यहीन पैशाची, म्हणजेच चलनाची छपाई केली, तर अमेरिकन डॉलरचे मूल्य वेगाने संपून जाईल आणि समस्या आणखीच मोठ्या होतील. ही काही भविष्यात येणारी समस्या नाही. ती सध्याही भेडसावतच आहे. ब्लूमबर्गने नुकत्याच जाहीर केलेल्या एका अहवालानुसार जॉर्ज डब्ल्यू. बुश यांनी जानेवारी २००१ मध्ये अध्यक्षपदाचा कार्यभार स्वीकारल्यापासून अमेरिकन डॉलरची खरेदीक्षमता १३.२ टक्क्यांनी कमी झाली आहे.

निक्सन यांनी १९७१ साली अमेरिकन डॉलरचे सुवर्णाधारित मूल्य रद्द करणे हे जसे इतके सारे लोक कर्जाच्या ओझ्याखाली असण्यामागील एक कारण आहे, तसेच ते अमेरिकन सरकारही कर्जाखाली असण्याचेही एक कारण आहे. १९७१ साली पैशाचे नियम बदलल्याने बचत करणारे पराभूत ठरले आणि कर्ज घेणारे विजेते. भांडवलवादाचे नवे स्वरूप उदयास आले. आज मी लोकांना, 'तुम्ही अधिक पैशांची बचत केली पाहिजे, किंवा निवृत्तीकरिता बचत करा,' असे सांगताना ऐकतो, तेव्हा लोकांना पैशांविषयीचे नियम बदलल्याची जाणीव आहे का, असा प्रश्न मला पडतो.

भांडवलवादाच्या जुन्या नियमांनुसार पैशांची बचत करणे हे वित्तीयदृष्ट्या चाणाक्षपणाचे होते. परंतु नव्या भांडवलवादामध्ये चलनाची बचत करणे हा वित्तीय मूर्खपणा आहे. तुमचे चलन साठवून ठेवण्यात काहीच अर्थ नाही. नव्या भांडवलवादामध्ये चलन हे गतिमान असलेच पाहिजे. जर चलन प्रवाही असणे थांबले, तर त्याचे मूल्य अधिकाधिक कमी होत जाते. इलेक्ट्रिक करंटप्रमाणेच चलनही एका मालमत्तेहून दुसऱ्या मालमत्तेकडे शक्य तितक्या वेगाने हलते राहिले पाहिजे. चलनाचा उद्देश मालमत्ता मिळवणे हा आहे, अशा मालमत्ता ज्यांचे मूल्य एक तर वधारेल तरी, किंवा त्या खेळता पैसा निर्माण तरी करतील. चलन हे शक्य तितक्या वेगाने खऱ्याखुऱ्या मालमत्ता मिळवण्यासाठी खेळवले पाहिजे, कारण मुळात

चलनाचे मूल्य हे वेगाने घसरत असते. सुवर्ण, खनिज तेल, चांदी, घरे आणि शेअर्स आदी खऱ्याखुऱ्या मालमत्तेच्या किमती वाढत असतात, कारण चलनाचे मूल्य कमी होत आहे. या मालमत्तांचे उपजत मूल्य बदलत नाही, केवळ त्या मिळवण्यासाठी लागणाऱ्या चलनाची राशी बदलते.

ग्रेशम यांचा नियम सांगतो, जेव्हा वाईट पैसा व्यवहारात खेळू लागतो, तेव्हा चांगला पैसा लुप्त होतो. १९७१ मध्ये अमेरिकेने जगात मूल्यहीन पैसा, म्हणजेच वाईट पैसा ओतण्यास सुरुवात केली. नव्या भांडवलवादानुसार, प्रत्यक्षात आज पैसे उधार घेण्यात आणि उद्या डॉलरची किंमत कमी झाल्यानंतर ते पैसे चुकते करण्यात अधिक अर्थ आहे. अमेरिकन सरकारने हेच करते. आपण का करू नये? अमेरिकन सरकार कर्जामध्ये आहे. आपण का असू नये? जेव्हा तुम्ही व्यवस्था बदलू शकत नाही, तेव्हा यशस्वी होण्याचा एकमेव मार्ग हा आपल्या फायद्यासाठी व्यवस्था वापरणे हा असतो.

१९७१ साली पैशांबाबत झालेल्या बदलामुळे, घरांच्या किमती वाढल्या आहेत, कारण डॉलरची खरेदीक्षमता घटली आहे. शेअर बाजार वधारतो आहे, कारण गुंतवणूकदार त्यांच्या डॉलर्ससाठी सुरक्षित गुंतवणुकीच्या शोधात आहेत. अर्थतज्ज्ञ याला महागाई म्हणत असले, तरी प्रत्यक्षात हे अवमूल्यन आहे. यामुळे घरमालकांना अधिक सुरक्षित वाटते, कारण त्यांच्या घराचे मूल्य वाढत असल्याप्रमाणे दिसते. वास्तवात, घरमालकांची मूळ संपत्ती वाढत असल्याचे दिसत असताना, डॉलरची खरेदीक्षमता मात्र कमीकमी होत असते. घरांच्या वाढत्या किमती आणि कमी होत जाणारे वेतन यांमुळे खरे तर तरुण लोकांना त्यांचे पहिले घर खरेदी करणे अधिक कठीण बनते. युवावर्गाने जर पैशांचे नियम बदलले आहेत हे ओळखले नाही, तर त्यांची स्थिती त्यांच्या पालकांपेक्षा खूपच वाईट असेल, कारण अमेरिकन चलनाचे अवमूल्यन होतच राहणार आहे.

पैशांविषयीच्या नियमांमध्ये झालेला आणखी एक बदल

पैशांविषयीच्या नियमांमध्ये आणखी एक बदल १९७४ साली झाला. १९७४ पूर्वी उद्योग-व्यवसाय हे तेथील कर्मचाऱ्यांच्या निवृत्तीची काळजी घेत होते. निवृत्तिधारक हयात असेपर्यंत त्याला नियमितपणे निवृत्तिवेतनाचा धनादेश मिळण्याची हमी हे उद्योग-व्यवसाय घेत होते. तुम्हांला आता हे माहीत असेलच, की यासारखी स्थिती आता राहिलेली नाही.

कर्मचाऱ्यास हयात असेपर्यंत उत्पन्न देणाऱ्या निवृत्तिवेतन योजनांना डिफाइन्ड बेनिफिट (निश्चित लाभ) किंवा डीबी निवृत्तिवेतन योजना म्हणतात. आजघडीला खूप कमी कंपन्या अशा प्रकारच्या योजना देऊ करतात. त्या खूपच खर्चीक आहेत. १९७४ नंतर नव्या प्रकारच्या निवृत्तिवेतन योजना उदयास आल्या. त्यांना डिफाइन्ड काँट्रिब्युशन (निश्चित योगदान) किंवा डीसी योजना म्हणतात. आज ४०१(के)ज्, आयआरएज्, किओज् इत्यादी नावांनी या प्रकारच्या योजना ओळखल्या जातात. सोप्या भाषेत सांगायचे, तर डीसी योजनांमध्ये आयुष्यभर उत्पन मिळण्याची हमी नसते. तुम्हांला केवळ तुम्ही आणि तुमची कंपनी जितके योगदान देते, तितके परत मिळते- तेही जर तुमची कंपनी अशा प्रकारच्या योजनेसाठी काही योगदान देत असेल तर!

'यूएसए टुडे' या वृत्तपत्राने केलेल्या सर्वेक्षणानुसार अमेरिकेमध्ये आजघडीला सर्वांत मोठी भीती ही दहशतवादाची नसून निवृत्तीच्या काळात जवळचे पैसे संपून जाण्याची असल्याचे आढळून आले. या वाढत जाणाऱ्या भीतीमागील कारणांपैकी एकाचा माग हा १९७४ साली बदललेल्या पैशांविषयीच्या नियमांमध्ये घेता येऊ शकतो. आणि ही भीती वाजवी आहे. अमेरिकन शिक्षणसंस्था ही आपल्या नागरिकांना त्यांच्या निवृत्तीसाठी यशस्वीपणे गुंतवणूक करण्यासाठी आवश्यक असणारे वित्तीय ज्ञान देत नाही. जर शाळा पैशांबाबत काही शिकवत असतीलच, तर त्या मुलांना चेकबुक व्यवहारांची नोंद करणे, काही म्यूच्युअल फंड्स निवडणे आणि वेळेवर बिले भरणे आदी गोष्टी शिकवतात. आपल्याला सामोऱ्या जावे लागणाऱ्या वित्तीय समस्या हाताळण्यासाठी हे फारच तुटपुंजे वित्तीय शिक्षण आहे. याही पलीकडे जाऊन पैशांविषयीचे नियम बदलले आहेत आणि आपण जर पैशांची बचत करत असू, तर आपले नुकसान होत आहे हेच बहुतांश लोकांच्या लक्षात येत नाही. अपुरा निधी असणाऱ्या निवृत्तिवेतन योजना या अमेरिकेचे पुढचे मोठे आर्थिक संकट ठरणार आहेत.

सरकारची सुरक्षा जाळी?

सुरक्षित वित्तीय भविष्याच्या अभावामुळे सोशल सिक्युरिटी (सामाजिक सुरक्षा) आणि मेडिकेअर (आरोग्यसुविधा) या सरकारच्या सुरक्षित जाळ्या निर्माण करण्यात आल्या. ज्या लोकांना आपल्या स्वत:च्या वित्तीय समस्या कशा सोडवायच्या हे माहीत नाही, त्यांच्या समस्या सोडवण्यासाठी या जाळ्या होत्या. या दोन्ही योजना दिवाळखोर आहेत. मेडिकेअर ही अगोदरच गंभीर तोट्यात चालवली जात आहे. सोशल सिक्युरिटी ही लवकरच तोट्यात चालवली जाणार आहे. 'बेबी बुमर्स' म्हणून ओळखल्या जाणाऱ्या दुसऱ्या महायुद्धानंतरच्या पहिल्या पिढीतील सुरुवातीचे ७.८ कोटी लोक हे २००८ मध्ये निवृत्त होण्यास सुरुवात झाली आणि त्यांच्यापैकी अनेकांकडे निवृत्तीच्या काळात जगण्याकरिता पुरेसे उत्पन्न नव्हते. अमेरिकन सरकारच्या माहितीअनुसार सोशल सिक्युरिटी योजनेचे दायित्व सुमारे १० लाख कोटी डॉलर्सचे असून मेडिकेअर योजनेचे दायित्व तब्बल ६४ लाख कोटी डॉलर्स इतके आहे. हे आकडे जर तंतोतंत असतील, तर याचा अर्थ अमेरिकन सरकार निवृत्तिधारकांचे ७४ लाख कोटी डॉलर्स इतके देणे लागते आणि ही रक्कम जगातील सर्व शेअर बाजारांमध्ये उपलब्ध असलेल्या पैशांपेक्षा अधिक आहे. ही प्रचंड मोठी समस्या असून ती सोडवण्यासाठी वित्तीय बुद्धिमत्तेची आवश्यकता आहे. या समस्येमध्ये अधिक पैसा ओतल्याने ती अधिकच वाईट बनणार आहे. यांमुळे कदाचित मूल्यहीन पैशांची संपूर्ण व्यवस्था कोलमडून डॉलरचे मूल्य शून्याच्या आसपास येऊ शकते.

श्रीमंत हे अधिक श्रीमंत का बनतात?

पैशांविषयीचे नियम बदलले, ते बदल तुम्हांला अधिक गरीब बनवतात, आणि ते तुमच्या नियंत्रणाबाहेर असतात, हे कदाचित अन्यायकारक वाटू शकेल. ते तसे आहेही. ही व्यवस्था

अन्याय्य आहे याची दखल घेणे, ते नियम आत्मसात करणे आणि तुमच्या फायद्यासाठी त्यांचा वापर करणे ही श्रीमंत बनण्याची गुरुकिल्ली आहे. यासाठी वित्तीय बुद्धिमत्तेची आवश्यकता असते आणि वित्तीय बुद्धिमत्ता केवळ वित्तीय समस्या सोडवूनच मिळवता येऊ शकते.

श्रीमंत वडील म्हणायचे, ''श्रीमंत लोक अधिक श्रीमंत बनतात, कारण ते वित्तीय समस्या सोडवायला शिकतात. श्रीमंत लोक वित्तीय समस्यांकडे शिकण्याची, वाढण्याची, अधिक चाणाक्ष बनण्याची आणि अधिक श्रीमंत बनण्याची संधी म्हणून पाहतात. वित्तीय बुद्ध्यंक जितका अधिक असेल, तितक्या मोठ्या समस्या आपण हाताळू शकतो आणि त्याद्वारे अधिक पैसा मिळवू शकतो, हे श्रीमंत लोकांना माहीत असते. वित्तीय समस्यांपासून दूर पळण्याऐवजी, त्या टाळण्याऐवजी आणि त्या अस्तित्वातच नाहीत अशी समजूत करून घेण्याऐवजी श्रीमंत लोक वित्तीय समस्यांचे स्वागत करतात, कारण या समस्या ही चाणाक्ष बनण्याची संधी आहे, हे त्यांना माहीत असते. त्यामुळेच श्रीमंत हे अधिक श्रीमंत बनतात.''

गरीब लोक पैशांविषयीच्या समस्या कसे हाताळतात?

गरिबांचे वर्णन करताना श्रीमंत वडील म्हणायचे, ''गरीब लोक पैशांविषयीच्या समस्यांकडे केवळ समस्या म्हणून पाहतात. यांपैकी अनेकांना आपण पैशांचे बळी आहोत, असे वाटते. अनेकांना केवळ आपल्यालाच पैशांविषयीच्या समस्या आहेत, असे वाटते. आपल्याकडे अधिक पैसा असेल, तर आपल्या पैशांविषयीच्या समस्या संपून जातील, असा विचार ते करतात. पैशांविषयीच्या समस्येकडे पाहण्याचा त्यांचा दृष्टिकोन हीच एक समस्या आहे, याची मात्र त्यांना कल्पना नसते. त्यांच्या दृष्टिकोनामुळे पैशांविषयीच्या समस्या निर्माण होतात. पैशांविषयीच्या समस्या सोडवण्याप्रति त्यांची असमर्थता, किंवा टाळाटाळ यांमुळे त्या समस्या केवळ दीर्घकालीन आणि अधिक मोठ्या बनतात. परिणामी, श्रीमंत बनण्याऐवजी ते अधिक गरीब बनतात. त्यांचा वित्तीय बुद्ध्यंक वाढण्याऐवजी गरीब लोकांच्या केवळ वित्तीय समस्या वाढत राहतात.''

मध्यम वर्गीय पैशांविषयीच्या समस्या कसे हाताळतात?

गरीब लोक हे पैशांचे बळी असतात, तर मध्यम वर्गीय हे पैशांचे कैदी असतात. मध्यम वर्गाचे वर्णन करताना श्रीमंत वडील म्हणाले होते, ''मध्यम वर्गीय लोक वेगळ्या पद्धतीने त्यांच्या पैशांविषयीच्या समस्या सोडवतात. पैशांविषयीच्या समस्या सोडवण्याऐवजी आपण शिताफीने पैशांविषयीच्या समस्या मिटवू, असा विचार ते करतात. मध्यम वर्गीय हे शाळेत जाण्यासाठी पैसे खर्च करतात, जेणेकरून ते सुरक्षित नोकरी मिळवू शकतील. त्यांच्यापैकी बहुतांश जण हे पैसा कमावण्याइतके, तसेच पैशांविषयीच्या समस्या आणि ते स्वत: – यांच्या दरम्यान एक सुरक्षा भिंत, एक राखीव क्षेत्र उभारण्याइतके चाणाक्ष असतात. ते घर खरेदी करतात, कामावर जातात, प्रत्येक बाबतीत सुरक्षित राहतात, कॉर्पोरेटविश्वातील शिडी चढत जातात आणि शेअर्स, कर्जरोखे (बाँड्स) आणि म्यूच्युअल फंड्स विकत घेऊन

निवृत्तीसाठी बचत करतात. आपले शैक्षणिक आणि व्यावसायिक शिक्षण हे पैशांच्या क्रूर व कठोर विश्वाचा प्रतिरोध करण्यासाठी पुरेसे आहे, अशी त्यांची धारणा असते.''

श्रीमंत वडील सांगायचे की, वयाच्या पन्नाशीमध्ये, अनेक मध्यमवयीन लोकांना आपण आपल्याच कार्यालयामध्ये कैदी बनलो असल्याचा शोध लागतो. त्यांपैकी अनेक जण हे मौल्यवान नोकरदार असतात. त्यांच्याकडे अनुभव असतो. ते पुरेसा पैसा कमावत असतात आणि त्यांच्याकडे नोकरीबाबत पुरेशी सुरक्षितता असते. असे असूनही आपण वित्तीयदृष्ट्या जाळ्यात अडकलेलो आहोत, हे खोलवर कुठेतरी त्यांना माहीत असते आणि त्यांच्या कार्यालयीन तुरुंगातून पळून जाण्यासाठीच्या वित्तीय बुद्धिमत्तेचा त्यांच्याकडे अभाव असतो. ते आणखी पंधरा वर्षे असेच जगत राहण्याकडे आशेने पाहत असतात, जेव्हा वयाच्या पासष्टाव्या वर्षी ते निवृत्त होऊ शकतील आणि त्यापुढे खरे आयुष्य जगण्यास सुरुवात करू शकतील. अर्थात, सध्याच्या तुलनेत कमी पैशांमध्येच त्यांना ते जगावे लागणार असते.

श्रीमंत वडील सांगायचे की, शैक्षणिकदृष्ट्या आणि व्यावसायिकदृष्ट्या चाणाक्ष बनून आपण शिताफीने पैशांविषयीच्या समस्या मिटवू, असा विचार मध्यम वर्गीय लोक करतात. यांपैकी बहुतांश लोकांमध्ये वित्तीय शिक्षणाचा अभाव असतो, म्हणूनच वित्तीय आव्हाने स्वीकारण्याऐवजी वित्तीय सुरक्षा जपण्याकडे बहुतांश लोकांचा कल असतो. उद्योजक बनण्याऐवजी ते उद्योजकांसाठी काम करतात. स्वत: गुंतवणूक करण्याऐवजी ते आपला पैसा वित्तीय तज्ज्ञांकडे सोपवतात आणि हे तज्ज्ञ त्यांच्या पैशांचे व्यवस्थापन करतात. वित्तीय बुद्ध्यंक वाढवण्याऐवजी हे लोक आपल्या कार्यालयांमध्ये लपून व्यग्र राहतात.

श्रीमंत लोक पैशांविषयीच्या समस्या कसे हाताळतात?

वित्तीय बुद्धिमत्तेकडे पाहिल्यास, श्रीमंत बनण्यासाठी प्रत्येक व्यक्तीने पाच मूलभूत बुद्धिमत्ता विकसित केल्या पाहिजेत, हे सहजपणे दिसू शकते. हे पुस्तक या पाच प्रकारच्या बुद्धिमत्ता वाढवण्याविषयी आहे.

हे पुस्तक इंटेग्रिटीविषयीही आहे. इंग्रजीमधील 'इंटेग्रिटी' या शब्दाबाबत विचार करताना बहुतांश लोक तात्त्विक संकल्पना म्हणून त्याचा विचार करतात. मी हा शब्द वापरतो, तेव्हा मला हा अर्थ अभिप्रेत नाही. इंटेग्रिटी म्हणजे अखंडता किंवा एकात्मता. वेबस्टर शब्दकोशानुसार त्याचा अर्थ 'संपूर्णता किंवा अखंडत्वाची अवस्था किंवा मूल्य' असा विशद केला आहे. मी या पुस्तकात लिहिलेल्या पाच प्रकारच्या बुद्धिमत्तांमध्ये जी व्यक्ती निष्णात बनली आहे, त्या व्यक्तीने वित्तीयदृष्ट्या अखंडत्व प्राप्त केले आहे.

जेव्हा श्रीमंत लोकांसमोर पैशांविषयीच्या समस्या येतात, तेव्हा अनेक वर्षे पाच बुद्धिमत्तांच्या मदतीने समस्यांना सामोरे जाण्यातून आणि त्या सोडवण्यातून विकसित झालेल्या त्यांच्या वित्तीय अखंडत्वाचा वापर ते या समस्या सोडवण्यासाठी करतात. जर श्रीमंत लोकांना त्यांच्या पैशांविषयीच्या समस्यांचे उत्तर माहीत नसेल, तर ते त्यापासून दूर पळत नाहीत आणि त्यावर पांघरूणही घालत नाहीत. त्या समस्या सोडवण्यासाठी त्यांना

मदत करू शकतील, अशा तज्ज्ञांची मदत ते घेतात. या प्रक्रियेमध्ये ते वित्तीयदृष्ट्या अधिक बुद्धिमान बनतात आणि जेव्हा नवीन समस्या समोर येते, तेव्हा ती सोडवण्यासाठी अधिक सक्षम बनतात. श्रीमंत लोक हार मानत नाहीत. ते शिकत राहतात. आणि शिकण्याद्वारे ते अधिक श्रीमंत होतात.

इतर लोकांच्या वित्तीय समस्या सोडवणे

श्रीमंत वडील असेही सांगायचे की, अनेक लोक श्रीमंत लोकांसाठी काम करतात आणि श्रीमंत लोकांच्या पैशांविषयीच्या समस्या सोडवतात. उदाहरणार्थ, एखादा अकौंटंट हा श्रीमंत माणसाचे पैसे मोजण्यासाठी नोकरीवर जात असतो. सेल्समन हा श्रीमंत लोकांची उत्पादने विकत असतो. कार्यालयाचे व्यवस्थापक हे श्रीमंत लोकांच्या व्यवसायाचे व्यवस्थापन करत असतात. सेक्रेटरी हे श्रीमंत व्यक्तींचे फोन्स घेतात आणि श्रीमंत व्यक्तींच्या ग्राहकांना आदराने वागवतात. देखभालीचे काम करणाऱ्या व्यक्ती श्रीमंत लोकांच्या इमारती आणि यंत्रे व्यवस्थित राहतील, याची काळजी घेतात. वकील हा श्रीमंत लोकांचे खटल्यांपासून आणि अन्य वकिलांपासून संरक्षण करतो. सीपीए हा श्रीमंत लोकांचे पैसे करांपासून वाचवतो. आणि बँकिंग क्षेत्रातील व्यक्ती श्रीमंत लोकांचे पैसे सुरक्षित ठेवते.

बहुतांश लोक हे अन्य लोकांच्या पैशांविषयीच्या समस्या सोडवण्यासाठी काम करतात, हा मुद्दा मांडण्याचा प्रयत्न श्रीमंत वडील करत होते. परंतु कामगारांच्या पैशांविषयीच्या समस्या कोण सोडवते? बरेच लोक घरी परततात आणि त्यांना तेथे अनेक समस्यांचा सामना करावा लागतो. पैशांविषयीच्या समस्या या त्यांपैकी एक असतात. जर एखादी व्यक्ती त्याच्या किंवा तिच्या पैशांविषयीच्या समस्या हाताळण्यात अपयशी ठरली, तर दातदुखीप्रमाणेच त्या एका समस्येतून अन्य समस्या निर्माण होतात.

गरीब आणि मध्यम वर्गीय लोकांपैकी अनेक जण श्रीमंतांसाठी काम करतात आणि त्यानंतर घरी आपल्या स्वतःच्या पैशांविषयीच्या समस्या सोडवण्यात अपयशी ठरतात. पैशांविषयीच्या समस्यांकडे चाणाक्ष बनण्यासाठीच्या संधी म्हणून पाहण्याऐवजी ते घरी जातात, त्यांच्या अंगणातील खुर्चीत बसतात, एखादे ड्रिंक घेतात, आपल्यासाठी पदार्थ ग्रील करतात आणि टीव्ही पाहतात. दुसऱ्या दिवशी सकाळी पुन्हा एकदा ते दुसऱ्या कोणाच्यातरी पैशांविषयीच्या समस्या सोडवण्यासाठी आणि दुसऱ्या कोणालातरी अधिक श्रीमंत बनवण्यासाठी कामावर परततात.

गरीब वडिलांचे उपाय

माझ्या गरीब वडिलांनी शाळेत परतण्याद्वारे त्यांच्या पैशांविषयीच्या समस्या सोडवण्याचा प्रयत्न केला होता. त्यांना शाळा आवडायची. त्यांनी शाळेमध्ये चांगली कामगिरी केली होती आणि तिथे त्यांना सुरक्षित वाटायचे. त्यांनी उच्च पदवी मिळवली आणि ते पीएच.डी. झाले. अधिक प्रगत पदवीसह त्यांनी अधिक वेतनाची नोकरी शोधली. त्यांनी शैक्षणिकदृष्ट्या आणि व्यावसायिकदृष्ट्या अधिक चाणाक्ष बनून त्यांच्या पैशांविषयीच्या समस्या शिताफीने

मिटवण्याचा प्रयत्न केला. परंतु ते वित्तीयदृष्ट्या चाणाक्ष बनण्यात अपयशी ठरले. ते उच्च शिक्षित आणि कष्टाळू गृहस्थ होते. दुर्दैवाने उच्च शिक्षित आणि कष्टाळू असण्याने त्यांच्या पैशांविषयीच्या समस्या सुटू शकल्या नाहीत. त्यांचे उत्पन्न वाढत जाण्याबरोबर त्यांच्या पैशांविषयीच्या समस्या केवळ वाढतच गेल्या, कारण त्यांनी वित्तीय समस्यांबाबत टाळाटाळ केली. त्यांनी त्यांच्या वित्तीय समस्या शैक्षणिक आणि व्यावसायिक उपायांद्वारे सोडवण्याचा प्रयत्न केला.

श्रीमंत वडिलांचे उपाय

माझे श्रीमंत वडील वित्तीय आव्हानांचा शोध घेत होते, म्हणूनच त्यांनी व्यवसाय सुरू केला आणि सक्रियपणे गुंतवणूक केली. त्यांनी जे काही केले, ते केवळ अधिक पैसे कमावण्यासाठी केले, असे अनेक लोकांना वाटायचे. वास्तवात, त्यांनी जे काही केले, ते यासाठी केले, कारण त्यांना वित्तीय आव्हाने प्रिय होती. ते केवळ पैशांसाठी नाही, तर स्वत:ला चाणाक्ष बनवण्यासाठी आणि वित्तीय बुद्ध्यंक वाढवण्यासाठी सोडवण्याजोग्या वित्तीय आव्हानांचे शोध घ्यायचे. श्रीमंत वडील आपले पैशांबाबतचे तत्त्वज्ञान स्पष्ट करण्यासाठी नेहमी गोल्फ खेळाची उपमा वापरायचे. ''पैसा हा माझा स्कोअर आहे. माझा वित्तीय अहवाल हे माझे स्कोअरकार्ड आहे. मी किती चाणाक्ष आहे आणि माझा खेळ मी किती चांगल्या पद्धतीने खेळतो आहे, हे पैसा आणि माझा वित्तीय अहवाल मला सांगतो,'' असे ते म्हणायचे. सोप्या भाषेत सांगायचे, तर श्रीमंत वडील अधिक श्रीमंत झाले. कारण पैशांविषयीचा खेळ हा त्यांचा खेळ होता आणि त्यांना त्यांच्या खेळामध्ये शक्य तितके सर्वोत्तम व्हायचे होते. जसे त्यांचे वय वाढत गेले, तसे त्यांच्या खेळात ते अधिक निपुण झाले. त्यांचा वित्तीय बुद्ध्यंक वाढला आणि त्यांच्याकडे येणारा पैसाही.

खेळ खेळणे

जर लोकांना त्यांचा वित्तीय बुद्ध्यंक वाढवायचा असेल आणि वित्तीय संपूर्णता साध्य करायची असेल, तर त्यांनी ज्या पाच वित्तीय बुद्धिमत्ता विकसित करण्याची गरज आहे, त्यांविषयी मी पुढील प्रकरणांमध्ये सांगणार आहे. या पाच वित्तीय बुद्धिमत्ता विकसित करणे कदाचित सोपे नसले आणि त्या विकसित करण्यासाठी कदाचित आयुष्यभराचा कालावधी लागत असला, तरी खूप कमी लोकांना या पाच वित्तीय बुद्धिमत्तांविषयी माहीत आहे आणि त्याहूनही कमी लोकांकडे त्यांचा वित्तीय बुद्ध्यंक विकसित करून त्यांचा स्कोअर वाढवण्याची इच्छाशक्ती असते ही चांगली बातमी आहे. केवळ या बुद्धिमत्तांबाबत माहीत असल्यानेच तुम्ही तुमच्या पैशांविषयीच्या समस्या सोडवण्यासाठी समाजातील ९५ टक्के लोकांपेक्षा अधिक सक्षम बनता.

व्यक्तिश: माझे दिवस हे या पाच वित्तीय बुद्धिमत्ता वाढवण्यासाठी वाहिलेले आहेत. माझ्यासाठी वित्तीय शिक्षण हे कधीही न थांबणारे आहे. सुरुवातीच्या काळात, माझा वित्तीय बुद्ध्यंक वाढवण्याची प्रक्रिया खडतर आणि अस्ताव्यस्त होती– अगदी माझ्या गोल्फ

खेळाप्रमाणे. खूप वेळा मला अपयश आले, खूप सारा पैसा बुडाला, खूपदा नैराश्य आले आणि स्वत:बाबत बरीच साशंकताही वाटली.

पहिल्यांदा, माझ्या सहाध्यायांनी माझ्यापेक्षा अधिक पैसा कमावला. आजघडीला मी माझ्या बहुतांश सहाध्यायांपेक्षा अधिक पैसा मिळवला आहे. मला पैसा असण्याने आनंद मिळत असला, तरी प्राथमिकत: मी आव्हानांसाठी काम करतो. मला शिकायला आवडते. मला पैशांविषयीचा खेळ प्रिय आहे आणि माझ्या खेळामध्ये मला शक्य तितके सर्वोत्तम व्हायचे आहे, म्हणून मी काम करतो. मी खूप काळापूर्वीच निवृत्ती घेऊ शकलो असतो. पुरेसे ठरतील त्यापेक्षा अधिक पैसे माझ्याकडे आहेत. परंतु मी निवृत्त झालो, तर मी काय करेन? गोल्फ खेळेन? गोल्फ हा माझा खेळ नाही. मी केवळ विरंगुळ्यासाठी गोल्फ खेळतो. व्यवसाय, गुंतवणूक आणि पैसे मिळवणे हा माझा खेळ आहे. मला माझा खेळ आवडतो. माझ्या खेळाबाबत मी मनस्वी आहे. त्यामुळे, जर मी निवृत्ती पत्करली, तर मी माझी आवड गमावेन आणि आपल्या आवडीशिवाय आयुष्य तरी काय आहे?

पैशांविषयीचा खेळ कोणी खेळावा?

प्रत्येकाने पैशांविषयीचा खेळ खेळावा, असे मला वाटते का? तुम्हांला आवडो किंवा न आवडो, प्रत्येक जण अगोदरपासूनच पैशांविषयीचा खेळ खेळत आहे, असे माझे उत्तर आहे. श्रीमंत असो किंवा गरीब- आपण सर्व जण पैशांविषयीच्या खेळामध्ये सहभागी आहोत. फरक इतकाच आहे की काही लोक परिश्रमपूर्वक खेळतात, त्यांना नियम माहीत असतात आणि ते स्वत:च्या फायद्यासाठी नियमांचा इतरांपेक्षा चांगला वापर करतात. काही लोक हे शिकण्याप्रति आणि जिंकण्याप्रति अधिक समर्पित, अधिक मनस्वी, अधिक कटिबद्ध असतात. पैशांविषयीच्या खेळाची पाळी येते, तेव्हा खेळणारे बहुतांश लोक – जर त्यांना आपण खेळत आहोत, हे माहीत असलेच तर – हे जिंकण्यापेक्षा हरू नये म्हणून खेळतात.

आपण सर्वच जण तसेही पैशांविषयीच्या खेळामध्ये सहभागी असल्यामुळे या बाबत अधिक चांगले प्रश्न हे खालीलप्रमाणे आहेत :

- पैशांविषयीच्या खेळामध्ये तुम्ही विद्यार्थी आहात का?
- हा खेळ जिंकण्यासाठी तुम्ही स्वत:ला झोकून देता आहात का?
- तुम्हांला शिकण्याची ओढ आहे का?
- तुम्हांला शक्य तितके सर्वोत्तम बनण्याची इच्छा आहे का?
- तुम्हांला शक्य तितके श्रीमंत बनायचे आहे का?

जर या प्रश्नांची उत्तरे होकारार्थी असतील, तर पुढे वाचा. हे पुस्तक तुमच्यासाठी आहे. जर ही उत्तरे नकारार्थी असतील, तर वाचण्यासाठी अधिक सोपी पुस्तके आणि खेळण्यासाठी अधिक सोपे खेळ आहेत. येथेही गोल्फ खेळात आहेत, त्याचप्रमाणे व्यावसायिक गोल्फपटू तर बरेच आहेत, परंतु श्रीमंत व्यावसायिक गोल्फपटू मोजकेच आहेत.

सारांश

१९७१ आणि १९७४ साली पैशांविषयीचे नियम बदलले. या बदलांमुळे अधिक वित्तीय बुद्धिमत्तेची आवश्यकता असणाऱ्या प्रचंड वित्तीय समस्या जगभरात सोडवण्यासाठी निर्माण झाल्या. दुर्दैवाने आपले सरकार आणि शाळांनी हे बदल आणि या समस्यांची दखल घेतली नाही. त्यामुळेच आजघडीच्या वित्तीय समस्या या अक्राळविक्राळ आहेत. माझ्या जीवनकाळात, अमेरिका हा जगातील सर्वांत श्रीमंत देश असण्यापासून ते जगातील सर्वाधिक कर्जाचा डोंगर असणारा देश बनला.

आपल्या वित्तीय समस्या सरकार सोडवेल, अशी अनेक लोकांना आशा वाटते. सरकार स्वतःच्याच पैशांविषयीच्या समस्या सोडवू शकत नसताना, ते तुमच्या समस्या कसे सोडवू शकेल, हे मला माहीत नाही. माझ्या मते, आपल्या स्वतःच्या समस्या सोडवणे हे त्या व्यक्तीवर अवलंबून आहे. चांगली बातमी म्हणजे, जर तुम्ही स्वतःच्या समस्या सोडवल्या, तर तुम्ही चाणाक्ष आणि अधिक श्रीमंत बनत जाता.

या प्रकरणातून लक्षात ठेवण्याजोगा धडा म्हणजे, गरीब असो वा श्रीमंत– आपल्या सर्वांना पैशांविषयीच्या समस्या भेडसावतात. श्रीमंत होण्याचा आणि तुमचा वित्तीय बुद्ध्यंक वाढवण्याचा एकमेव मार्ग हा तुमच्या पैशांविषयीच्या समस्या सक्रियपणे सोडवण्याचा आहे.

गरीब आणि मध्यम वर्गीय लोकांचा कल हा पैशांविषयीच्या समस्यांची दखल घेण्यास टाळाटाळ करण्याचा किंवा आपल्या आयुष्यात या समस्याच नाहीत, असे भासवण्याचा असतो. या दृष्टिकोनाबाबतची अडचण म्हणजे, त्यामुळे या लोकांच्या समस्या कायम राहतात, आणि त्यांचा वित्तीय बुद्ध्यंक जर वाढत असलाच, तर तो खूपच संथ गतीने वाढतो.

श्रीमंत लोक हे वित्तीय समस्यांना सामोरे जातात. वित्तीय समस्या सोडवण्याने आपण चाणाक्ष बनतो आणि आपला वित्तीय बुद्ध्यंक वाढतो, हे त्यांना माहीत असते. शेवटी पैसा नव्हे, तर वित्तीय बुद्ध्यंक तुम्हांला श्रीमंत बनवतो, हे श्रीमंत लोकांना माहीत असते.

गरीब आणि मध्यम वर्गीय लोकांची समस्या म्हणजे त्यांच्याकडे पुरेसा पैसा नसतो. त्याच वेळी खूपच पैसा असणे ही श्रीमंतांची समस्या आहे. या दोन्हीही समस्या वास्तविक आणि न्याय्य आहेत. प्रश्न हा आहे की, यांपैकी कोणती समस्या तुम्हांला हवी आहे? जर तुम्हांला खूप सारा पैसा असण्याची समस्या हवी असेल, तर पुढे वाचा.

प्रकरण दोन

पाच वित्तीय बुद्ध्यंक

पाच मूलभूत वित्तीय बुद्ध्यंक असतात. ते खालीलप्रमाणे :

वित्तीय बुद्ध्यंक १ : अधिक पैसा मिळवणे.

वित्तीय बुद्ध्यंक २ : तुमच्या पैशांचे संरक्षण करणे.

वित्तीय बुद्ध्यंक ३ : तुमच्या पैशांचे अंदाजपत्रक तयार करणे.

वित्तीय बुद्ध्यंक ४ : तुमच्या पैशांचा सर्वाधिक लाभ उठवणे.

वित्तीय बुद्ध्यंक ५ : तुमच्या वित्तीय माहितीत सुधारणा करणे.

वित्तीय बुद्धिमत्ता विरुद्ध वित्तीय बुद्ध्यंक

वैचारिक बुद्ध्यंक १३० असणारी व्यक्ती ही ९५ बुद्ध्यंक असणाऱ्या व्यक्तीपेक्षा अधिक चाणाक्ष असल्याचे मानले जाते, हे आपल्यापैकी बहुतेक जणांना माहीत आहे. वित्तीय बुद्ध्यंकासाठीही हीच परिमाणे लावता येऊ शकतात. तुम्ही शैक्षणिक बुद्धिमत्तेच्या बाबतीत एखाद्या असामान्य बुद्धिमत्ता असणाऱ्या व्यक्तीच्या तोडीचे असलात, तरी वित्तीय बुद्धिमत्तेच्या बाबतीत एखाद्या मूर्ख व्यक्तीसमान असू शकता.

वित्तीय बुद्धिमत्ता आणि वित्तीय बुद्ध्यंक यांमधील फरक काय, असे मला नेहमीच विचारण्यात येते. माझे उत्तर असते, वित्तीय बुद्धिमत्ता म्हणजे आपल्या एकूण बुद्धिमत्तेपैकी आपण वित्तीय समस्या सोडवण्यासाठी वापरत असलेला भाग आहे. वित्तीय बुद्ध्यंक म्हणजे या बुद्धिमत्तेची मोजदाद होय. आपण वित्तीय बुद्धिमत्तेचे मापन कसे करतो, यावर हा बुद्ध्यंक ठरतो. उदाहरणार्थ, जर मी एक लाख डॉलर्स कमावत असेन आणि त्यावर २० टक्के कर भरत असेन, तर एक लाख डॉलर्स कमावून त्यावर ५० टक्के कर भरणाऱ्या व्यक्तीपेक्षा माझा वित्तीय बुद्ध्यंक अधिक आहे. या उदाहरणामध्ये जी व्यक्ती कर वजा करून ८०,००० डॉलर्स कमावते, तिचा वित्तीय बुद्ध्यंक हा कर वजा करून ५०,००० डॉलर्स कमावणाऱ्या

व्यक्तीपेक्षा अधिक आहे. या दोघांकडेही वित्तीय बुद्धिमत्ता आहे. जो स्वत:जवळ जास्त पैसे ठेवतो, त्याचा वित्तीय बुद्ध्यंक अधिक आहे.

वित्तीय बुद्धिमत्ता मोजणे

वित्तीय बुद्ध्यंक १ : अधिक पैसा मिळवणे. – आपल्यापैकी बहुतांश लोकांकडे पैसे कमावण्याइतकी वित्तीय बुद्धिमत्ता आहे. तुम्ही जितका अधिक पैसा कमावता तितका तुमचा बुद्ध्यंक १ अधिक असतो. अन्य शब्दांत सांगायचे, तर जी व्यक्ती एका वर्षामध्ये दहा लाख डॉलर्स कमावते, तिचा वित्तीय बुद्ध्यंक१ हा वर्षाकाठी ३०,००० डॉलर्स कमावणाऱ्या व्यक्तीपेक्षा अधिक गणला जातो. आणि जर वर्षाला प्रत्येकी दहा लाख डॉलर्स कमावणाऱ्या दोन व्यक्ती असतील, तर जो करापोटी दुसऱ्यापेक्षा कमी पैसे भरतो, त्याचा वित्तीय बुद्ध्यंक अधिक आहे, कारण तो किंवा ती 'तुमच्या पैशांचे संरक्षण करणे' या वित्तीय बुद्ध्यंक २ चा वापर करून वित्तीय संपूर्णता प्राप्त करण्याच्या नजीक आहे.

एखाद्या व्यक्तीचा शैक्षणिक बुद्ध्यंक खूप उच्च असूनही आणि ती वर्गामध्ये सर्वांत हुशार असूनही, वास्तव जगामध्ये तिला अधिक पैसे मिळवणे जमत नाही, हे आपल्या सर्वांना माहीत आहे. माझे गरीब वडील हे खूप चांगले शिक्षक होते आणि कष्टाळू गृहस्थ होते, त्यांचा शैक्षणिक बुद्ध्यंक उच्च होता, परंतु वित्तीय बुद्ध्यंक कमी होता, असे मी म्हणेन. त्यांनी शिक्षणाच्या क्षेत्रामध्ये खूप चांगली कामगिरी केली; परंतु व्यवसाय-जगतात त्यांची कामगिरी सुमार होती.

वित्तीय बुद्ध्यंक २ : तुमच्या पैशांचे संरक्षण करणे. – जग हे तुमच्या पैसा उकळण्यासाठी बसले आहे, हे साधे सत्य आहे. परंतु तुमचा पैसा उकळणारे सर्वच जण ठग किंवा डाकू असतात, असे नाही. कर हे आपला पैसा खाणाऱ्या सर्वांत मोठ्या वित्तीय भक्षकांपैकी एक आहेत. सरकार कायदेशीर मार्गाने आपला पैसा घेत असते.

जर एखाद्या व्यक्तीचा बुद्ध्यंक २ कमी असेल, तर तो किंवा ती करांपोटी अधिक पैसे भरेल. करांपोटी उत्पन्नाच्या २० टक्के रक्कम भरणारी व्यक्ती आणि त्या तुलनेत करांपोटी ३५ टक्के रक्कम भरणारी व्यक्ती हे वित्तीय बुद्ध्यंक २चे उदाहरण आहे. जी व्यक्ती करांपोटी कमी रक्कम भरते, तिचा वित्तीय बुद्ध्यंक अधिक गणला जातो.

वित्तीय बुद्ध्यंक ३ : तुमच्या पैशांचे अंदाजपत्रक तयार करणे. – तुमच्या पैशांचे नियोजन करण्यासाठी खूपच वित्तीय बुद्धिमत्तेची आवश्यकता असते. अनेक लोक पैशांचे नियोजन श्रीमंत व्यक्तीप्रमाणे करण्याऐवजी गरीब व्यक्तीप्रमाणे करतात. बरेच लोक खूप पैसे मिळवतात, परंतु निव्वळ सुमार पद्धतीने नियोजन करत असल्यामुळे ते स्वत:जवळ जास्त पैसे ठेवण्यात अपयशी ठरतात. उदाहरणार्थ,

७०,००० डॉलर्स कमावून तितकेच खर्च करणाऱ्या व्यक्तीचा वित्तीय बुद्ध्यंक ३ हा ३०,००० डॉलर्स कमावून त्यांपैकी २५,००० डॉलर्समध्ये व्यवस्थित आयुष्य जगू शकणाऱ्या आणि उर्वरित ५,००० डॉलर्सची गुंतवणूक करणाऱ्या व्यक्तीपेक्षा कमी आहे. तुम्ही कितीही कमी किंवा जास्त पैसे मिळवत असलात, तरी त्यातून चांगल्या प्रकारे आयुष्य जगता येणे आणि तरीही गुंतवणूक करता येणे, यासाठी उच्चतम वित्तीय बुद्धिमत्तेची आवश्यकता असते. मिळवलेल्या पैशांतून शिल्लक ठेवण्यासाठी तुम्हांला सक्रियपणे अर्थनियोजन करावे लागते. शिलकीसाठी नियोजन करणे, या विषयाकडे आपण पुढे सविस्तरपणे पाहणार आहोत.

वित्तीय बुद्ध्यंक ४ : तुमच्या पैशांचा सर्वाधिक लाभ उठवणे. – व्यक्तीने शिलकीसाठी नियोजन केल्यानंतर पुढील वित्तीय आव्हान हे त्या शिल्लक पैशांचा अधिकाधिक लाभ उठवण्याचे असते. बहुतांश लोक त्यांची वित्तीय शिल्लक बँकेत जमा करतात. १९७१ पूर्वीपर्यंत, म्हणजेच डॉलर हे चलन बनण्यापूर्वी असे करणे ही चाणाक्ष कल्पना होती. त्याचप्रमाणे, १९७४ नंतर कर्मचाऱ्यांना त्यांच्या निवृत्तीसाठी स्वतःहून बचत करण्याची आवश्यकता भासली. लाखो कर्मचाऱ्यांना कुठे गुंतवणूक करावी यांविषयी माहिती नव्हती. त्यामुळे त्यांनी म्यूच्युअल फंड्ससारख्या वैविध्यपूर्ण पोर्टफोलिओमध्ये त्यांची वित्तीय शिल्लक गुंतवली. या ठिकाणी त्यांच्या पैशांचा सर्वाधिक लाभ मिळेल, अशी त्यांना आशा होती.

बचत आणि वैविध्यपूर्ण म्यूच्युअल फंड पोर्टफोलिओ हे आर्थिक लाभाचे प्रकार असले, तरी तुमच्या पैशांवर अधिक लाभ मिळवून देणारे याहून चांगले मार्ग आहेत. जर कोणी व्यक्ती सत्यवचनी असेल, तर पैशांची बचत करण्यासाठी आणि म्यूच्युअल फंड्समध्ये गुंतवणूक करण्यासाठी फारशी वित्तीय बुद्धिमत्ता लागत नाही, हे त्याला किंवा तिला मान्य करावेच लागेल. तुम्ही एखाद्या माकडालाही पैशांची बचत करण्याचे आणि म्यूच्युअल फंड्समध्ये गुंतवणूक करण्याचे प्रशिक्षण देऊ शकता. त्यामुळेच या गुंतवणूक प्रकारांमधून मिळणारे परतावे हे ऐतिहासिकरीत्या कमी आहेत.

वित्तीय बुद्ध्यंक ४ : हा गुंतवणुकीवर मिळणाऱ्या परताव्यांद्वारे मोजला जातो. उदाहरणार्थ, आपल्या पैशांवर ५० टक्के परतावा मिळवणाऱ्या व्यक्तीचा वित्तीय बुद्ध्यंक ४ हा ५ टक्के परतावा मिळवणाऱ्या व्यक्तीपेक्षा अधिक असतो. आणि जो माणूस आपल्या पैशांवर ५० टक्के करमुक्त परतावा मिळवतो, त्याचा किंवा तिचा वित्तीय बुद्ध्यंक हा पाच टक्के परतावा मिळवून त्यावर ३५ टक्के कर भरणाऱ्या व्यक्तीपेक्षा अधिक असतो.

येथे आणखी एक मुद्दा नमूद करण्यायोग्य आहे. बऱ्याच लोकांना गुंतवणुकीवर अधिक परतावा म्हणजे अधिक प्रमाणात धोका असे वाटते. हे खरे नाही.

> अतिशय कमी धोका पत्करूनही उल्लेखनीयरीत्या अधिक परतावा कसा मिळवावा, आणि कर भरावा लागलाच, तर तो खूपच कमी कसा भरावा, हे या पुस्तकामध्ये मी पुढे स्पष्ट करेन. मी जे करतो, त्यापेक्षा वैविध्यपूर्ण म्यूच्युअल फंड पोर्टफोलिओ बाळगणे आणि बँकेत बचत जमा करणे हे माझ्यासाठी खूप जास्त धोकादायक आहे. हे सर्व वित्तीय बुद्धिमत्तेशी संबंधित आहे.
>
> ***वित्तीय बुद्ध्यंक ५ :*** तुमच्या वित्तीय माहितीत सुधारणा करणे. – तुम्ही धावू शकण्यापूर्वी तुम्हांला चालायला शिकणे गरजेचे आहे, अशी एक म्हण आहे. वित्तीय बुद्धिमत्तेबाबतही हे खरे आहे. आपल्या पैशांवर उल्लेखनीयरीत्या अधिक परतावे कसे मिळवावेत (वित्तीय बुद्ध्यंक ४ : तुमच्या पैशांचा सर्वाधिक लाभ उठवणे), हे शिकण्यापूर्वी लोकांनी चालायला शिकणे, म्हणजेच वित्तीय बुद्धिमत्तेबाबतच्या प्राथमिक आणि मूलभूत गोष्टी शिकणे गरजेचे आहे.

अनेक लोक हे 'वित्तीय बुद्ध्यंक ४ : तुमच्या पैशांचा सर्वाधिक लाभ उठवणे' या गोष्टीबाबत संघर्ष करताना दिसतात, त्याचे एक कारण म्हणजे त्यांना स्वतःचा पैसा हा बँकिंग क्षेत्रातील व्यक्ती किंवा म्यूच्युअल फंड व्यवस्थापक यांसारख्या वित्तीय तज्ज्ञांकडे सोपवण्यास शिकवण्यात आलेले असते. वित्तीय तज्ज्ञांकडे तुमचा पैसा सोपवण्यामध्ये अडचण ही आहे की तुम्ही शिकण्यामध्ये, स्वतःची वित्तीय बुद्धिमत्ता वाढवण्यामध्ये आणि स्वतः वित्तीय तज्ज्ञ बनण्यात अपयशी ठरता. जर अन्य कोणीतरी तुमच्या पैशांचे व्यवस्थापन करत असेल आणि तुमच्या वित्तीय समस्या सोडवत असेल, तर तुम्ही तुमची वित्तीय बुद्धिमत्ता वाढवू शकत नाही. खरे तर, तुम्ही तुमच्या पैशांनी अन्य लोकांना त्यांची वित्तीय बुद्धिमत्ता वाढवण्याची भेट देत आहात!

जर तुमचा वित्तीय माहितीबाबतचा पाया पक्का असेल, तर वित्तीय बुद्धिमत्ता वाढवणे सोपे असते. परंतु जर तुमचा वित्तीय बुद्ध्यंक कमकुवत असेल, तर नवी वित्तीय माहिती गोंधळाची ठरू शकते आणि तिचे मूल्य खूपच कमी असते. प्रत्येक गणितीला २+२ पासून सुरुवात करणे गरजेचे असते, हे माझे उदाहरण लक्षात आहे का? वित्तीय शिक्षणासाठी तुम्ही स्वतःला झोकून दिल्याच्या फायद्यांपैकी एक म्हणजे ज्याप्रमाणे वर्षानुवर्षे गणिताचा सराव केल्यामुळे गणितज्ञ गुंतागुंतीची समीकरणे सोडवण्यास सक्षम बनतात, त्याचप्रमाणे कालांतराने तुम्ही अधिकाधिक जटिल आणि आधुनिक वित्तीय माहिती आत्मसात करण्यासाठी चांगल्या प्रकारे सक्षम बनता. परंतु पुन्हा एकदा तुम्हांला धावता येण्यापूर्वी चालायला शिकण्याची गरज आहे.

आपल्यापैकी बहुतांश जण अशा वर्गात, अशा व्याख्यानाला किंवा संवादावेळी उपस्थित राहिलेलो असतो, जेथील सर्व माहिती ही आपल्या डोक्यावरून गेलेली असते. किंवा आपण कधीतरी अशा वर्गात बसलेलो असतो, जिथे देण्यात आलेली माहिती इतकी व्यामिश्र असते, की काय बोलले जातेय, हे समजून घेण्याचा प्रयत्न करण्यानेच आपले डोके दुखू लागते. याचा अर्थ एक तर शिक्षक सुमार आहेत किंवा विद्यार्थ्यांना थोडी अधिक प्राथमिक माहिती असणे गरजेचे आहे.

व्यक्तिश: वित्तीय माहितीसंबंधी मी खूप चांगली कामगिरी करतो आहे. अनेक वर्षांच्या अभ्यासानंतर मी एका खोलीत बसून बहुतांश वित्तीय संकल्पना समजून घेऊ शकतो. तरीही जेव्हा तंत्रज्ञानाची वेळ येते, तेव्हा माझी स्थिती ही एखाद्या आदिम काळातील प्राण्याप्रमाणे आहे. त्या बाबतीत मी डायनॉसॉर आहे. मी जेमतेम माझा सेलफोन वापरू शकतो आणि संगणक सुरू करू शकतो. तंत्रज्ञानाशी संबंधित जे जे काही करायचे असेल, त्यांपैकी जवळपास सगळेच माझ्या डोक्यावरून जाते. तांत्रिक बुद्ध्यंकाची स्थिती पाहिल्यास माझा बुद्ध्यंक सर्वांत खालच्या पातळीवर आहे. मुद्दा हा आहे की आपल्या सर्वांना कुठूनतरी सुरुवात करावी लागते. जर मी वेबसाइट डिझाइनच्या वर्गामध्ये प्रवेश घेतला, तर मी खूपच अडचणीत येईन. वेबसाइट डिझाइनचा प्रयत्न करण्यापूर्वी, तुम्हांला कॉम्प्युटर सुरू कसा करावा हे शिकणे गरजेचे आहे! त्या वर्गामध्ये यशस्वी होण्यासाठी आवश्यक असलेली प्राथमिक स्तराची माहितीच माझ्या डोक्यावरून जाईल.

वित्तीय माहिती शक्य तितकी सोपी करून मांडणे, हे या पुस्तकामध्ये माझे काम आहे. काही अतिशय गुंतागुंतीच्या वित्तीय रणनीतींबाबतच्या वित्तीय आकलनाचा प्रसार करणे हे माझे काम आहे. मी तुम्हांला वचन देतो की, या पुस्तकामध्ये मी आजवर ज्या गोष्टी केल्या आहेत, किंवा सध्या करतो आहे, त्याविषयीच लिहिले आहे. तुम्ही काय केले पाहिजे, हे सांगणारे अनेक शिक्षक आणि लेखक आहेत, हे तुम्हांला माहीत असेलच. परंतु ते जे करण्याचा सल्ला देतात, त्या गोष्टी ते स्वतः करत नाहीत. आपण ज्याविषयी बोलतो आणि लिहितो, ते प्रत्यक्षात उपयुक्त ठरते का, हे अनेक वित्तीय तज्ज्ञ आणि शिक्षकांना खरोखरच माहीत नसते. अन्य शब्दांत सांगायचे, तर अनेक लोक सांगतात, त्या मार्गावरून स्वत: मार्गक्रमण करत नाहीत.

उदाहरणार्थ, अनेक वित्तीय तज्ज्ञ पैशांची बचत करण्याचा आणि वैविध्यपूर्ण म्यूच्युअल फंड्सच्या पोर्टफोलिओमध्ये गुंतवणूक करण्याचा सल्ला देतात. या सल्ल्यातील अडचण म्हणजे बहुतांश सल्लागारांना हा सल्ला कालांतराने उपयुक्त ठरेल का, हे माहीत नसते. तो ऐकायला चांगला वाटतो. तो अमलात आणणे सोपे असते. या सल्ल्याचे अनुकरण करण्यासाठी फारशी वित्तीय बुद्धिमत्ता लागत नाही. माझा प्रश्न असा आहे की, हा सल्ला उपयुक्त ठरतो का? ही रणनीती तुम्हांला वित्तीयदृष्ट्या सुरक्षित बनवेल, अशी हमी वित्तीय सल्लागार देतील का? डॉलरचे मूल्य शून्यापर्यंत खाली घसरले आणि त्यामुळे तुमची सर्व बचत बुडाली तर? १९२९ मध्ये कोसळला होता, त्याप्रमाणे शेअर बाजार कोसळला तर? शेअर बाजारातील भीती आणि पडझडीच्या काळामध्ये वैविध्यपूर्ण म्यूच्युअल फंड पोर्टफोलिओ तग धरेल का? डॉलरची खरेदीक्षमता घसरल्यामुळे महागाई गगनाला भिडली आणि एक क्वार्ट (०.९४ लिटर) दूध १०० डॉलर्सना मिळू लागले तर? ते तुम्हांला परवडू शकेल का? अमेरिकन सरकार आपल्या ज्येष्ठ नागरिकांच्या सोशल सिक्युरिटी आणि मेडिकेअरचे खर्च करू शकले नाही तर?

मी ज्या ज्या वेळी वित्तीय तज्ज्ञांनी दिलेला पैशांची बचत करा आणि वैविध्यपूर्ण म्यूच्युअल फंड्सच्या पोर्टफोलिओमध्ये गुंतवणूक करा, असा सल्ला ऐकतो; त्या त्या वेळी मी थोडासा कचरतो. मला त्या तज्ज्ञांना विचारायचे आहे की ही वित्तीय रणनीती उपयुक्त

ठरेल, याची हमी तुम्ही द्याल का? ही वित्तीय रणनीती उर्वरित आयुष्यभर मला आणि माझ्या कुटुंबाला वित्तीयदृष्ट्या सुरक्षित ठेवेल, याची हमी तुम्ही द्याल का? जर तो वित्तीय सल्लागार प्रामाणिक असेल, तर त्याला हे सांगावेच लागेल की, नाही. मी तुम्हांला तुमच्या पैशांबाबत जे करण्याचा सल्ला देतो आहे, ते तुम्हांला वित्तीयदृष्ट्या सुरक्षित ठेवेल, याची हमी मी देऊ शकत नाही.

मी ज्या गोष्टींची शिफारस करतो आहे, त्या तुम्हांला आणि तुमच्या कुटुंबाला भविष्यात वित्तीयदृष्ट्या सुरक्षित ठेवतील, याची हमी मीसुद्धा देऊ शकत नाही. भविष्यात खूप सारे बदल आणि अनपेक्षित गोष्टी वाढून ठेवल्या आहेत. जग हे खूप वेगाने बदलते आहे. नियम बदलले आहेत आणि हे बदलणे सुरूच आहे. तंत्रज्ञानाच्या विस्तारामुळे गरीब देश हे आर्थिक सत्ता बनत असून, त्या प्रक्रियेत अधिक श्रीमंत लोक आणि अधिक गरीब लोक निर्माण होत आहेत, तसेच मोठ्या वित्तीय समस्या आणि संधीही निर्माण होत आहेत.

मी लिहितो, वित्तीय उत्पादने तयार करतो आणि पाच वित्तीय बुद्धिमत्तांच्या महत्त्वावर जोर देतो, कारण अमेरिका आणि हे जग आपण यापूर्वी कधीही न पाहिलेल्या आर्थिक उलथापालथीला सामोरे जाण्याच्या बेतात आहे, असे मला वाटते.

सोडवायच्या राहून गेलेल्या खूप साऱ्या वित्तीय समस्या तशाच आहेत. वित्तीय बुद्धिमत्ता वापरून या समस्या सोडवण्याऐवजी आपण त्यावर मूल्यहीन पैसा फेकला आहे. आधुनिक समस्या सोडवण्यासाठी आपण जुनाट संकल्पना वापरल्या आहेत. नव्या समस्या सोडवण्यासाठी जुन्या कल्पना वापरण्याने केवळ मोठ्या आणि अधिक नव्या समस्या निर्माण होतात. म्हणूनच या पाच वित्तीय बुद्धिमत्ता महत्त्वाच्या आहेत, असे मला वाटते. जर तुम्ही या पाच वित्तीय बुद्धिमत्ता विकसित केल्या, तर वेगाने बदलणाऱ्या जगामध्ये चांगली कामगिरी करण्याची तुम्हांला अधिक चांगली संधी मिळू शकेल. तुम्ही स्वत:च्या समस्या सोडवण्यासाठी आणि तुमची वित्तीय बुद्धिमत्ता वाढवण्यासाठी चांगल्या प्रकारे सक्षम बनाल.

मी सांगतो त्या गोष्टींचे आचरण करतो

मी केवळ स्वत: केलेल्या किंवा करत असलेल्याच गोष्टींबाबत लिहितो, या बाबत मला तुम्हांला आश्वस्त करायचे आहे. त्यामुळेच या पुस्तकाचा बहुतांश भाग वित्तीय सिद्धान्ताऐवजी कथेच्या स्वरूपात लिहिण्यात आला आहे. याचा अर्थ असा नाही की मी जसे करतो, तसेच करण्याची शिफारस मी तुम्हांला करतो आहे. त्याचप्रमाणे, मी जे करतो, तसे करणे तुमच्यासाठी उपयुक्त ठरेल, असेही नाही. मला केवळ माझे अनुभव आणि आजही सुरू असणारा वित्तीय समस्या सोडवण्याचा माझा प्रवास तुम्हांला सांगायचा आहे. तुम्हांला तुमचा वित्तीय बुद्ध्यंक ५ वाढवण्यामध्ये, म्हणजेच तुमची वित्तीय माहिती सुधारण्यामध्ये मदत होईल, या उद्देशाने मी जे काही शिकलो आहे, ते मी तुम्हांला सांगतो आहे.

माझ्याकडे सर्व उत्तरे नाहीत, हेसुद्धा मला माहीत आहे. एखाद्या प्रचंड मोठ्या वित्तीय आपत्तीमध्ये मी तग धरू शकेन का, हे मला माहीत नाही. परंतु भविष्यात ज्या काही समस्या किंवा आव्हाने असतील, त्यांकडे मी अधिक चाणाक्ष बनण्याच्या आणि

माझा वित्तीय बुद्ध्यंक वाढवण्याच्या संधी म्हणून पाहीन, हे मला माहीत आहे. घाबरून जाण्याऐवजी माझ्या वित्तीय बुद्धिमत्तेमुळे मी जुळवून घेऊ शकेन आणि भरभराट करू शकेन, असे मला वाटते. तुमचेही असेच व्हावे, ही माझी इच्छा आहे आणि त्यामुळेच रिच डॅड कंपनी आणि तिची उत्पादने व कार्यक्रम तयार करण्यात आले होते. हे काही वित्तविषयक बरोबर उत्तरे माहीत असण्यासंबंधी नाही; हे योग्य वित्तीय क्षमता असण्यासंबंधी आहे. माझे श्रीमंत वडील म्हणायचे त्याप्रमाणे, उत्तरे ही भूतकाळाविषयी असतात आणि क्षमता या भविष्यकाळासंबंधी असतात.

आपल्याकडे असणारे अन्य बुद्ध्यंक

आपण सर्व जण भिन्न आहोत. आपल्या आवडी आणि नावडी भिन्न आहेत. आपली बलस्थाने आणि उणिवा भिन्न आहेत. आपल्याला लाभलेले वरदान आणि अलौकिक प्रतिभा भिन्न आहेत.

मी हे सांगतो आहे, कारण वित्तीय बुद्धिमत्ता ही सर्वांत महत्त्वाची बुद्धिमत्ता आहे किंवा तीच एकमेव बुद्धिमत्ता आहे, असे मला वाटत नाही. आपण सर्व जण पैशांच्या, किंवा अधिक अचूकपणे सांगायचे तर चलनाच्या जगतात जगत असल्याने वित्तीय बुद्धिमत्ता ही केवळ आपल्या सर्वांसाठी आवश्यक असणारी बुद्धिमत्ता आहे, इतकेच. माझे श्रीमंत वडील सांगायचे त्यानुसार, श्रीमंत असो वा गरीब, हुशार असो किंवा नसो, आपण सर्व जण पैसा वापरतो.

वैद्यकीय बुद्धिमत्तेसारखे बुद्धिमत्तेचे अनेक महत्त्वाचे प्रकार आहेत. मी प्रत्येक वेळी माझ्या डॉक्टरांना भेटतो, तेव्हा त्यांनी त्यांचे संपूर्ण आयुष्य त्यांची बुद्धिमत्ता आणि त्यांना मिळालेले वरदान विकसित करण्यासाठी समर्पित केले, याविषयी मला कृतज्ञता वाटते. माझ्या समोर वैद्यकीयदृष्ट्या जी काही आव्हाने येतील, त्यासाठी खर्च करण्याकरिता माझ्याकडे पुरेसा पैसा आणि विमा असल्याबद्दल मला आनंद आहे. या बाबत श्रीमंत वडील सांगायचे की, पैसा ही आयुष्यातील सर्वांत महत्त्वाची गोष्ट नसली, तरी आयुष्यात महत्त्वाच्या असलेल्या सर्व गोष्टींवर पैसा परिणाम करतो. जेव्हा तुम्ही या बाबत विचार करता, तेव्हा पैसा आपली जीवनशैली, आरोग्य आणि शिक्षण यांवर परिणाम करत असल्याचे लक्षात येते. गरीब लोकांचे आरोग्य क्षीण असते, शिक्षण कमी असते आणि आयुर्मर्यादाही कमी असल्याचे अभ्यास दर्शवतात.

या पाच बुद्धिमत्ता विकसित करण्याविषयी सांगण्यापूर्वी मला हे स्पष्ट करायचे आहे की, ही सर्व बुद्धिमत्तांमध्ये सर्वांत महत्त्वाची आहे, असे मला वाटत नाही. पैसा ही जीवनातील सर्वांत महत्त्वाची गोष्ट नाही. तरीही तुम्ही जर थोडे थांबून विचार केला, तर वित्तीय बुद्धिमत्ता तुमच्यासाठी आणि तुमच्या आयुष्यामध्ये महत्त्वाच्या असणाऱ्या अनेक गोष्टींवर परिणाम करते.

अन्य प्रकारच्या बुद्धिमत्ता

आजच्या काळात आपल्या समाजात जगण्यासाठी आणि यशस्वी होण्यासाठी बऱ्याच भिन्न प्रकारच्या बुद्धिमत्तांची गरज असते. तीन महत्त्वाच्या बुद्धिमत्ता या खालीलप्रमाणे :

१. ***शैक्षणिक बुद्धिमत्ता :*** शैक्षणिक बुद्धिमत्ता म्हणजे आपली वाचण्याची, लिहिण्याची, गणिते सोडवण्याची आणि माहितीचे संगणन करण्याची क्षमता. ही खूप महत्त्वाची बुद्धिमत्ता आहे. चक्रीवादळ कुठे आणि कधी धडकण्याची शक्यता आहे आणि त्यामुळे होणारे नुकसान किती असू शकेल, हे जाणून घेण्यासारखे प्रश्न सोडवण्यासाठी आपण ही बुद्धिमत्ता वापरतो.

२. ***व्यावसायिक बुद्धिमत्ता :*** कौशल्ये आत्मसात करून पैसा कमावण्यासाठी आपण ही बुद्धिमत्ता वापरतो. उदाहरणार्थ, डॉक्टर अतिशय महत्त्वाची असणारी ही बुद्धिमत्ता विकसित करण्यासाठी वर्षानुवर्षे खर्ची घालतील. डॉक्टरांची कौशल्ये त्यांना बऱ्यापैकी उत्पन्न मिळवून देतील आणि अनेक लोकांच्या समस्या सोडवतील.

   सोप्या शब्दांत सांगायचे, तर आपण लोकांच्या समस्यांवरील उपाययोजनांसाठी जी बुद्धिमत्ता वापरतो आणि त्या उपाययोजनांकरिता लोकांची पैसे देण्याची तयारी असते ती म्हणजे, व्यावसायिक बुद्धिमत्ता. जर माझी कार नादुरुस्त झाली असेल, तर ती कार दुरुस्त करणाऱ्या मेस्त्रीला मी आनंदाने पैसे देण्यास तयार असतो. त्याचप्रमाणे, माझ्या घराची देखभाल करणाऱ्या बाईंनाही पैसे देण्याची माझी तयारी असते. माझी पत्नी आणि माझ्यापुढील खूप मोठा प्रश्न त्या बाई सोडवतात. आमच्या आयुष्यामध्ये त्या महत्त्वाच्या आहेत.

   माझ्या विविध व्यवसायांमधील भिन्न पैलूंचे व्यवस्थापन करणारे भिन्न प्रकारचे लोक माझ्याकडे आहेत. या व्यक्तींकडे उत्तमरीत्या लोकांना हाताळण्याची, तसेच खूप चांगली तांत्रिक कौशल्ये आहेत. हे लोक आणि त्यांच्या बहुविध बुद्धिमत्ता या माझ्या व्यवसायांसाठी आवश्यक आहेत. विविध व्यवसायांसाठी विविध प्रकारच्या तांत्रिक बुद्धिमत्तांची आवश्यकता असते. उदाहरणार्थ, रिच डॅड कंपनीमध्ये मला उत्कृष्ट व्यवसाय-कौशल्य आणि लोकांना हाताळण्याची कौशल्ये असणाऱ्या लोकांची गरज असते. माझ्या बांधकाम व्यवसायामध्ये मला प्लम्बिंग आणि इलेक्ट्रिकलसारख्या कामांसाठी तांत्रिक कौशल्ये असणाऱ्या परवानाधारक लोकांची गरज असते.

३. ***आरोग्यविषयक बुद्धिमत्ता :*** आरोग्य आणि संपत्ती या गोष्टी परस्परांशी संबंधित आहेत. आरोग्यसुविधा आणि परिणामत: आरोग्य ही वेगाने आपल्या जगाला भेडसावत असणारी सर्वांत मोठी समस्या बनत आहे. सोशल सिक्युरिटी हा केवळ १० ट्रिलियन (लाख कोटी) डॉलर्स इतकी मोठी समस्या आहे. मेडिकेअर ही तब्बल ६४ ट्रिलियन डॉलर्स इतकी मोठी समस्या आहे. अन्य लोकांना आजारी पाडून बरेच लोक श्रीमंत बनत असल्याचे तुम्हांला माहीत आहेच. जंक फूड,

सॉफ्ट ड्रिंक, सिगरेट, अल्कोहोल आणि औषधोद्योग ही याची काही उदाहरणे आहेत. आणि या आरोग्यविषयक समस्यांचा खर्च हा करांच्या रूपाने तुमच्या आणि माझ्यावर लादला जात आहे.

काही महिन्यांपूर्वी मी बॉइज अँड गर्ल्स क्लब या स्वयंसेवी संस्थेमध्ये त्यांच्या वित्तीय शिक्षण कार्यक्रमाबाबत साहाय्य करण्यासाठी गेलो होतो. तो डोळ्यांत अंजन घालणारा अनुभव होता. तेथे काम करणाऱ्या डेंटिस्टशी (दंतविकार तज्ज्ञ) बोलताना मला असे समजले, की दातदुखी हे शहराच्या निम्न वर्गीय भागांतील अनेक मुले शाळेला येऊ न शकण्याचे प्रमुख कारण आहे. शर्करायुक्त सॉफ्ट ड्रिंक्स आणि डेंटिस्टचा अभाव ही त्यांच्या दातदुखीची कारणे असतात. याचा परिणाम त्यांच्या आरोग्याचा स्तर खालावण्यावर आणि स्थूलता वाढण्यावर होतो व त्यामुळे मधुमेहालाही आमंत्रण मिळू शकते. मला व्यक्तिशः हे खूप दुःखद वाटते, कारण अमेरिका हा देश युद्ध लढण्यासाठी अब्जावधी डॉलर्स खर्च करतो आणि तरीही देशातील सर्व मुलांना आरोग्यविषयक शिक्षण आणि आरोग्यसुविधा पुरवत नाही.

माझा मुद्दा हा आहे की, आपण जगत असलेल्या या नव्या धीरोदात्त जगामध्ये यशस्वी ठरण्यासाठी आपल्याला भिन्न प्रकारच्या शिक्षणाची आणि बुद्धिमत्तांची गरज असते. वित्तीय बुद्धिमत्ता ही सर्वांत महत्त्वाची बुद्धिमत्ता आहे, असे मला वाटत नसले तरी महत्त्वाच्या असणाऱ्या सर्व गोष्टींवर त्यामुळे परिणाम होतो, एवढे मात्र नक्की.

प्रत्येकाला वित्तीय बुद्धिमत्तेची गरज नसते

जर तुम्ही वारसाहक्काने ऐश्वर्य लाभण्याइतके सुदैवी असाल, तर तुम्ही जोपर्यंत वित्तीय बुद्धिमत्ता असणाऱ्या लोकांना कामावर ठेवू शकता, तोपर्यंत तुमच्याकडे फारशी वित्तीय बुद्धिमत्ता असण्याची गरज नाही. त्याचप्रमाणे, जर पैशांसाठी विवाह करण्याची तुमची योजना असेल, तरीसुद्धा तुम्हांला फारशा वित्तीय बुद्धिमत्तेची गरज नाही. किंवा जर तुम्ही जन्मजात गुणवान असाल आणि लहान वयापासूनच जग तुमच्यावर पैशांचा वर्षाव करत असेल, तरीही तुम्हांला फारशा वित्तीय बुद्धिमत्तेची गरज भासणार नाही – अर्थात, जर तुम्ही एमसी हॅमर नसाल तर.

त्याचप्रमाणे, जर तुम्ही सरकारसाठी काम करण्याचे आणि जीवनभर निवृत्तिवेतन घेण्याचे ठरवले असेल, किंवा जर तुम्ही अद्यापही आपल्या कर्मचाऱ्यांसाठी निश्चित लाभाची पेन्शन योजना देणाऱ्या जनरल मोटर्ससारख्या औद्योगिक युगातील कंपनीमध्ये काम करत असाल आणि ती कंपनी तुम्हांला आयुष्यभरासाठी नियमित उत्पन्न आणि वैद्यकीय लाभ देणार असेल, तरीही तुम्हांला फारशा वित्तीय बुद्धिमत्तेची गरज नाही.

जर तुम्ही इतर बहुतांश लोकांप्रमाणे असाल, तर सोशल सिक्युरिटी आणि मेडिकेअरसारख्या योजनांवर जगण्याचा तुमचा मनसुबा असला, तरीही आजच्या जगामध्ये

तग धरण्यासाठी तुम्हांला काही प्रमाणात वित्तीय बुद्धिमत्ता गरजेची आहे. किंबहुना, अशा प्रकारे तुटपुंज्या रकमेवर जगण्याची तुमची योजना असेल, तर तुम्हांला वित्तीयदृष्ट्या खूपच धूर्त असण्याची गरज भासू शकते.

वित्तीय बुद्ध्यंकाची सर्वाधिक गरज कोणास?

आपण जेव्हा खाली दिलेल्या आकृतीतील कॅशफ्लोच्या क्वाड्रंटचा (चतुष्कोन) अभ्यास करतो, तेव्हा वित्तीय बुद्ध्यंकाची सर्वाधिक गरज कोणाला आहे, हे समजून घेणे अधिक सोपे बनते.

रिच डॅड मालिकेतील 'रिच डॅड्स कॅशफ्लो क्वाड्रंट' हे माझे दुसरे पुस्तक ज्यांनी वाचले नसेल, त्यांच्यासाठी मी थोडक्यात स्पष्टीकरण देतो. कॅशफ्लो क्वाड्रंट हा ज्यांचे मिळून पैशांचे जग निर्माण होते, अशा चार भिन्न प्रकारच्या लोकांच्या गटांविषयी आहे.

> यातील 'ई' हा एम्प्लॉयी, म्हणजेच नोकरदारांसाठी आहे.
>
> 'एस' हा स्मॉल बिझनेस, सेल्फ-एम्प्लॉइड किंवा स्पेशालिस्ट, म्हणजेच लघुउद्योग, स्वयं-रोजगारधारक आणि विशेषज्ञांसाठी आहे.
>
> 'बी' हा बिग बिझनेस, म्हणजेच ५०० किंवा त्याहून अधिक कर्मचारी काम करत असणाऱ्या व्यवसायांसाठी आहे.
>
> 'आय' हा इन्व्हेस्टर, म्हणजेच गुंतवणूकदारांसाठी आहे.

या क्वाड्रंटपैकी 'ई' भागातून ज्यांच्या करिअरचे मार्ग जातात, त्यांना कदाचित वित्तीय बुद्धिमत्तेच्या गरजेविषयी फारसा विचार करावा लागणार नाही. 'एस' भागामध्ये असलेल्या लोकांसाठीही हे लागू होईल.

शाळामास्तर म्हणून जीवनाचा बहुतांश काळ 'ई' भागामध्ये असणाऱ्या माझ्या गरीब वडिलांनी वित्तीय बुद्धिमत्तेला फारसे मूल्य दिले नव्हते. म्हणजेच त्यांनी आपली

नोकरी गमावेपर्यंत आणि व्यवसाय-विश्वामध्ये प्रवेश करेपर्यंत हे कायम राहिले. त्यानंतर वर्षभराच्या आतच त्यांची बचत आणि निवृत्तीसाठी ठेवलेली रक्कम खर्ची पडली. सोशल सिक्युरिटी आणि मेडिकेअर या योजना नसत्या, तर ते वित्तीयदृष्ट्या गंभीर संकटात सापडले असते.

परिचारिका असणाऱ्या माझ्या आईची, मी डॉक्टर बनावे, अशी इच्छा होती. मला श्रीमंत व्हायचे आहे, हे तिला माहीत होते आणि तिच्या माहितीत असलेले सर्वांत श्रीमंत लोक हे डॉक्टर होते. मी वरील आकृतीतील 'एस' भागामध्ये माझे स्थान पक्के करावे, अशी तिची इच्छा होती. अर्थातच, तो काळ गैरप्रकारांद्वारे विम्याचा खर्च गगनाला भिडण्याच्या खूप आधीचा होता. पुन्हा, परिचारिका असल्याने तिला वित्तीय बुद्धिमत्तेची फारशी गरज दिसत नव्हती. माझ्याकरिता तिची उपाययोजना ही केवळ उच्च वेतन मिळवून देणारी नोकरी ही होती. अर्थात, अनेक उच्च वेतन असणाऱ्या लोकांकडेही पैसे नसल्याचे तुम्हांला माहीतच आहे.

जर तुम्हांला क्वाड्रंटमधील 'बी' भागात येणारे उद्योजक किंवा 'आय' भागातील व्यावसायिक गुंतवणूकदार व्हायचे असेल, तर वित्तीय बुद्धिमत्ता तुमच्यासाठी सर्व काही आहे. 'बी' आणि 'आय' या भागांमध्ये असणाऱ्यांसाठी वित्तीय बुद्धिमत्ता ही आवश्यक आहे, कारण या बुद्धिमत्तेमुळेच तुम्हांला उत्पन्न मिळते. 'बी' आणि 'आय' या भागांमध्ये असल्यास, जितकी तुमची वित्तीय बुद्धिमत्ता अधिक, तितके तुमचे उत्पन्न जास्त असेल.

श्रीमंत वडील मला म्हणायचे की, तू खूप यशस्वी डॉक्टर बनू शकतोस आणि तरीही गरीब असू शकतोस. त्याचप्रमाणे, तू यशस्वी शाळामास्तर होऊनही गरीब असू शकतोस. परंतु तू यशस्वी उद्योजक किंवा गुंतवणूकदार बनल्यास गरीब राहू शकत नाहीस. 'बी' आणि 'आय' या भागांतील यश पैशांमध्येच मोजले जाते. म्हणूनच या ठिकाणी वित्तीय बुद्धिमत्ता इतकी महत्त्वाची आहे.

सारांश

१९७१ नंतर डॉलर हा केवळ चलन बनला. १९७४ पासून व्यवसायांनी त्यांच्या कर्मचाऱ्यांना आजन्म उत्पन्न देणे थांबवले. या दोन बदलांचा परिणाम म्हणून, पूर्वी कधीही नव्हती इतकी वित्तीय बुद्धिमत्ता महत्त्वाची बनली. वित्तीय बुद्धिमत्ता ही सर्वांसाठीच महत्त्वाची असली, तरी काही विशिष्ट लोकांसाठी ती अधिकच महत्त्वाची आहे, विशेषत: कॅशफ्लो चतुष्कोनातील 'बी' आणि 'आय' भागांमध्ये ज्यांनी व्यावसायिक हित गुंतवण्याचे मनसुबे आखले आहेत, त्यांच्यासाठी.

आपली शालेय व्यवस्था विद्यार्थ्यांना पैशांविषयी फारसे शिकवत नाही, याचे एक कारण म्हणजे बहुतांश शालेय शिक्षक हे 'ई' भागामध्ये कार्यरत असतात आणि म्हणूनच आपल्या शाळा विद्यार्थ्यांना 'ई' आणि 'एस' भागांसाठी तयार करतात. जर तुम्ही 'बी' आणि 'आय' भागामध्ये कार्यरत राहण्याचा विचार करत असाल, तर पाच प्रकारच्या वित्तीय बुद्धिमत्ता या आवश्यक आहेत आणि तुम्हांला त्या शाळेत शिकता येणार नाहीत.

गोषवारा सांगायचा झाल्यास, पाच वित्तीय बुद्ध्यंक हे खालीलप्रमाणे आहेत.

१. वित्तीय बुद्ध्यंक १ : अधिक पैसा मिळवणे.

२. वित्तीय बुद्ध्यंक २ : तुमच्या पैशांचे संरक्षण करणे.

३. वित्तीय बुद्ध्यंक ३ : तुमच्या पैशांचे अंदाजपत्रक तयार करणे.

४. वित्तीय बुद्ध्यंक ४ : तुमच्या पैशांचा सर्वाधिक लाभ उठवणे.

५. वित्तीय बुद्ध्यंक ५ : तुमच्या वित्तीय माहितीत सुधारणा करणे.

आपल्या विशिष्ट वित्तविषयक समस्या सोडवण्यासाठी आपण वापरत असलेली बुद्धिमत्ता म्हणजे वित्तीय बुद्धिमत्ता. वित्तीय बुद्ध्यंक हा आपले निकाल मोजतो किंवा त्यांचे मापन करतो. आणि आता पाहू या वित्तीय बुद्ध्यंक १ : अधिक पैसा मिळवणे.

प्रकरण तीन

वित्तीय बुद्ध्यंक १ : अधिक पैसा मिळवणे

न्यू यॉर्कमधील किंग्ज पॉइंट येथे असलेल्या यू. एस. मर्चंट मरिन अकादमीमध्ये चार वर्षे शिक्षण घेतल्यानंतर मी १९६९ साली पदवीधर झालो. मला मिळालेली पहिली नोकरी स्टँडर्ड ऑइल ऑफ कॅलिफोर्निया कंपनीमध्ये त्यांच्या तेलसाठ्याच्या जहाजांसोबत प्रवास करण्याची होती. मी तेथे तृतीयश्रेणी अधिकारी होतो आणि कॅलिफोर्निया, हवाई, अलास्का आणि ताहितीदरम्यान सागरी प्रवास करत होतो. ती खूप चांगल्या कंपनीतील चांगली नोकरी होती. मी तेथे केवळ सात महिने काम केले आणि त्यानंतर मला पाच महिन्यांची सुट्टी मिळाली. मला जग पाहण्याचीही संधी मिळाली. त्याचबरोबर, माझे वेतनही खूपच चांगले होते. त्या काळी मला साधारणत: ४७,००० डॉलर्स इतके वार्षिक वेतन होते. म्हणजे, आजच्या काळातील एक लाख ४० हजार डॉलर्स.

नुकत्याच कॉलेजमधून बाहेर पडलेल्या युवकासाठी १९६९ साली ४७,००० डॉलर्स इतके वेतन म्हणजे खूपच पैसे मानले जात होते. आजच्या काळातही ते खूपच आहेत. तरीही, माझ्या काही वर्गमित्रांशी तुलना केल्यास माझे वेतन कमी होते. माझ्या काही वर्गमित्रांनी तृतीयश्रेणी अधिकारी म्हणून ७०,००० ते १,५०,००० डॉलर्स इतक्या वार्षिक वेतनावर त्यांच्या कारकिर्दीला सुरुवात केली होती. हे म्हणजे आजच्या काळामध्ये नोकरीच्या सुरुवातीलाच २.५ लाख ते ५ लाख डॉलर्स इतके वेतन मिळण्यासारखे असते. नुकत्याच अकादमीतून बाहेर पडलेल्या २२ वर्षांच्या युवकांसाठी तर हे बऱ्यापैकीच होते.

माझे वेतन तुलनेने कमी असण्याचे कारण म्हणजे स्टँडर्ड ऑइल ही असंघटित जहाज कंपनी होती. अधिक वेतन असणारे माझे वर्गमित्र हे संघटित वेतनश्रेणीवर काम करत होते.

तृतीयश्रेणी अधिकारी म्हणून केवळ चार महिने काम केल्यानंतर मी स्टँडर्ड ऑइल कंपनीतील चांगले वेतन असलेल्या त्या नोकरीचा राजीनामा दिला आणि व्हिएतनाम युद्धामध्ये लढण्यासाठी सैन्यातील मरिन कॉर्प्स या विभागामध्ये सहभागी झालो. माझ्या

देशाची सेवा करणे हे मला कर्तव्य वाटत होते. त्या वेळी माझे अनेक मित्र सक्तीची सैन्यभरती टाळण्यासाठी शक्य ते सर्व काही करत होते. त्यांपैकी अनेकांनी पुन्हा पदवी शिक्षणासाठी प्रवेश घेतला. एक जण कॅनडाला पळून जाऊन लपून बसला. इतर काही जण विचित्र आजार असल्याचे दाखवत होते आणि आपल्याला '४-एफ' म्हणजेच, सैन्यभरतीसाठी वैद्यकीयदृष्ट्या अयोग्य असल्याच्या यादीत टाकले जाईल, या आशेवर होते.

मी संरक्षणेतर अत्यावश्यक उद्योग या वर्गवारीत येत असल्याने मला सक्तीच्या सैन्यभरतीतून सूट मिळाली होती. कारण, तेल हे युद्धासाठी आवश्यक होते आणि मी तेल कंपनीमध्ये काम करत होतो, त्यामुळे सैन्यभरती मंडळ माझ्यापर्यंत पोहोचू शकत नव्हते. माझे मित्र टाळत होते, तशा प्रकारे मला युद्ध टाळण्याची गरज नव्हती. मी जेव्हा स्वेच्छेने युद्धभूमीवर जाऊन लढण्याचे ठरवले, तेव्हा अनेक मित्रांना आश्चर्य वाटले. मला तसे करणे भाग नव्हते; परंतु मला करायचे होते.

माझ्यासाठी युद्धभूमीवर जाऊन लढणे हा माझ्या निर्णयातील सर्वांत कठीण भाग नव्हता. मी त्यापूर्वीच, १९६६ मध्ये कॅम रान्ह बे या बंदरामध्ये कार्गो ऑपरेशन्स (जहाजामध्ये माल चढवणे व उतरवणे) शिकणारा विद्यार्थी म्हणून व्हिएतनामला गेलो होतो. माझ्या भाबड्या दृष्टिकोनातून युद्ध हे प्रत्यक्षात उत्कंठावर्धक असल्याप्रमाणे वाटत होते. मी लढण्याविषयी, मारण्याविषयी किंवा मारले जाण्याच्या शक्यतेविषयी फारसा चिंतित नव्हतो.

माझ्यासाठी युद्धावर जाण्याच्या निर्णयातील सर्वांत कठीण भाग म्हणजे त्यासाठी सहन करावी लागणारी वेतनकपात हा होता. मरिन कॉर्प्सच्या द्वितीय श्रेणीच्या लेफ्टनंटना वार्षिक २,४०० डॉलर्स इतके वेतन मिळत होते. स्टँडर्ड ऑइल कंपनीमध्ये मी इतकी रक्कम दोन आठवड्यांमध्ये कमावत होतो. त्यावर कडी म्हणजे, वर्षामध्ये मी केवळ सात महिने काम व पाच महिने सुट्टीवर असल्याचा हिशेब तुम्ही मांडलात, तर खूपच त्याग करत होतो. सात महिने मी जवळपास प्रतिमहिना ७,००० डॉलर्स कमावत होतो आणि त्यानंतर वेतनाशिवाय आणि नोकरी जाण्याच्या भीतीविना पाच महिने सुट्टी घेत होतो. हा काही वाईट सौदा नव्हता. आजही अनेक लोक अशी नोकरी स्वीकारतील.

स्टँडर्ड ऑइल ही देशप्रेमी कंपनी असल्यामुळे मी देशाची सेवा करण्यासाठी नोकरी सोडत असल्याचे जेव्हा त्यांना सांगितले, तेव्हा त्यांनी खूप समजूतदारपणा दाखवला. जर मी जिवंत परतलो, तर मला पुन्हा ती नोकरी मिळेल, असे त्यांनी सांगितले. माझा देशसेवेचा कालावधीही कंपनीतील माझ्या वरिष्ठपदासाठी मोजला जाणार होता.

आज, या दिवसापर्यंत मला सॅनफ्रान्सिस्कोमधील मार्केट स्ट्रीटवर असलेल्या त्या कार्यालयातून मनात चित्रविचित्र भावना घेऊन बाहेर पडतानाचा मी आठवतो. 'हे तू काय करतोयस? तू मूर्ख आहेस का? तुला जायची आवश्यकता नाहीय. तुला लढायची आवश्यकता नाहीय. तुला सक्तीच्या सैन्यभरतीतून सूट मिळाली आहे. चार वर्षे अकादमीत घालवल्यानंतर कुठे तुला इतका पैसा मिळू लागला आहे,' आदी गोष्टी मी सतत स्वत:ला सांगत, विचारत होतो. ४,००० डॉलर्स इतक्या मासिक वेतनावरून २०० डॉलर्स इतक्या मासिक वेतनावर येण्याचा विचार माझ्या मनात भुणभुणत होता आणि मी माझी नोकरी परत मिळवण्याच्या विचाराने जवळपास उलट फिरलोही होतो.

स्टँडर्ड ऑइल कंपनीच्या इमारतीकडे एकदा शेवटचे पाहत मी कारने घायरॅर्डेली स्क्वेअर येथे ब्युना व्हिस्टा या माझ्या आवडत्या बारमध्ये श्रीमंत माणसाप्रमाणे पैसे उडवण्यासाठी आलो. मरिन सैनिक म्हणून आता मी प्रतिमहिना केवळ २०० डॉलर्स कमावणार असल्याची जाणीव झाल्यामुळे श्रीमंत असल्यासारखे वाटून घेण्याची आणि श्रीमंतांप्रमाणे खर्च करण्याची ही बहुधा माझी अखेरची संधी असल्याचे मला माहीत होते. माझ्या खिशामध्ये खूप पैसे होते आणि मला त्याचा आनंद लुटायचा होता.

तिथे गेल्यानंतर मी केलेली पहिली गोष्ट म्हणजे बारमधील लोकांसाठी एकदा ड्रिंक्स मागवली. यामुळे पार्टीत रंगत आली. त्यानंतर थोड्याच वेळात, माझ्या पाकिटातून वाहणाऱ्या पैशांकडे आकृष्ट झालेल्या एका सुंदर तरुणीला मी भेटलो. आम्ही बारमधून बाहेर पडलो. नंतर आम्ही वाइन घेतली आणि एकत्र जेवलो. आम्ही खूप खिदळलो आणि मोठ्याने आरोळ्या ठोकल्या. माझ्या मनात खरेच, 'खा, प्या आणि मजा करा, उद्या कदाचित मी मरून जाईन,' हा विचार घोळत होता.

त्या सायंकाळच्या अखेरीस त्या सुंदर तरुणीने माझ्याशी हस्तांदोलन केले, माझ्या गालांवर ओठ टेकवले आणि टॅक्सी पकडून ती निघून गेली. मला आणखीही काही हवे होते, मात्र तिला केवळ माझा पैसा हवा होता. दुसऱ्या दिवशी सकाळी मी कारने सॅनफ्रान्सिस्कोहून पेन्साकोलाला यायला निघालो. पेन्साकोलाला माझे विमानाचे प्रशिक्षण सुरू होणार होते आणि ऑक्टोबर १९६९ मध्ये मी फ्लाइट स्कूलमध्ये दाखल झालो. त्यानंतर, दोन आठवड्यांनी जेव्हा मी सर्वप्रथम करकपात झाल्यानंतरचा २०० डॉलर्सच्या वेतनाचा चेक कसा दिसतो हे पाहिले, तेव्हा केवळ माझे प्राण जायचेच बाकी राहिले होते.

त्यानंतर पाच वर्षांनी – त्यांपैकी एक वर्ष मी व्हिएतनाममध्येही काढले होते – मला मरिन कॉर्प्समधून सन्मानाने सेवामुक्त करण्यात आले. त्या वेळी माझ्यासमोरील पहिले आणि सर्वांत तातडीचे आव्हान होते, वित्तीय बुद्ध्यंक १ : अधिक पैसा मिळवणे. मी सत्तावीस वर्षांचा होतो आणि कारकिर्दीसाठी अवलंबून राहता येतील, असे दोन चांगल्या पेशांचे पर्याय माझ्या समोर होते, एक म्हणजे नाविक अधिकारी आणि दुसरा म्हणजे वैमानिक.

काही काळासाठी स्टँडर्ड ऑइल कंपनीत परतून माझी नोकरी पुन्हा मागण्याचा विचार मी केला. स्टँडर्ड ऑइल मला आवडली होती आणि सॅनफ्रान्सिस्कोही मला पसंत होते. तिथे मिळणाऱ्या वेतनावरही मी खूश होतो. स्टँडर्ड ऑइल कंपनी मरिन कॉर्प्समधील माझा कार्यकाळ वरिष्ठतेसाठी ग्राह्य धरणार असल्याने मी सुमारे ६०,००० डॉलर्स इतक्या वार्षिक वेतनावर सुरुवात करू शकणार होतो.

माझ्या समोरील दुसरा पर्याय हा विमानसेवा कंपनीमध्ये वैमानिकाची नोकरी मिळवण्याचा होता. माझे सहकारी असलेल्या बहुतांश मरिन वैमानिकांना खूप चांगल्या नोकऱ्या मिळाल्या होत्या आणि त्यांना सुरुवातीलाच वार्षिक ३२,००० डॉलर्स इतके चांगले वेतनही होते. हे वेतन स्टँडर्ड ऑइलइतके चांगले नसले, तरी वैमानिक होण्याचा विचार मला भावला होता. त्यावर कडी म्हणजे, विमानसेवा कंपनीने मला कितीही वेतन दिले, तरी मरिन कॉर्प्समध्ये वैमानिक म्हणून पाच वर्षांच्या सेवेनंतर मिळणाऱ्या ९८५ डॉलर्स इतक्या मासिक वेतनापेक्षा ते अधिकच असणार होते.

स्टँडर्ड ऑइलमध्ये परतण्याऐवजी किंवा विमानसेवा कंपनीसाठी वैमानिक म्हणून काम करण्याऐवजी मी होनालुलू शहरातील व्यापार केंद्रामध्ये झेरॉक्स कॉर्पोरेशन्स या कंपनीतील नोकरी स्वीकारली. तिथे माझे सुरुवातीचे मासिक वेतन ७२० डॉलर्स इतके होते. पुन्हा एकदा मी वेतनकपात स्वीकारली. युद्धामुळे माझ्या डोक्यावर परिणाम झालाय, असे माझ्या मित्र व कुटुंबीयांना वाटले.

आता तुम्ही विचाराल की, होनालुलूसारख्या अतिशय महागड्या शहरामध्ये केवळ ७२० डॉलर्स इतके मासिक वेतन देणारी नोकरी मी का स्वीकारली असेल? या पुस्तकाच्या विषयसूत्रामध्ये त्याचे उत्तर सापडते : वित्तीय बुद्ध्यंक वाढवणे. झेरॉक्समधील नोकरी मी वेतनासाठी नाही, तर माझी वित्तीय बुद्धिमत्ता, विशेषत: 'वित्तीय बुद्धिमत्ता १ : अधिक पैसा मिळवणे' ही वाढवण्यासाठी स्वीकारली होती. माझ्यासाठी पैसा मिळवण्याचा सर्वोत्तम मार्ग हा वैमानिक किंवा नाविक अधिकारी असण्याचा नाही, तर उद्योजक होण्याचा आहे, हे मी ठरवले होते. मी जर उद्योजक बनणार असेन, तर मला विक्री-कौशल्ये आत्मसात करणे गरजेचे आहे, हे मला माहीत होते. यामध्ये केवळ एकच अडचण होती आणि ती म्हणजे मी खूपच भिडस्त आणि नकाराला घाबरणारा माणूस होतो.

भिडस्तपणा आणि विक्री-कौशल्यांचा अभाव या माझ्या अडचणी होत्या. झेरॉक्स कंपनी विक्रीसाठी व्यावसायिक प्रशिक्षण उपलब्ध करून देत होती. सेल्सपर्सनची गरज ही त्यांची समस्या होती. मी सेल्सपर्सन बनण्याच्या प्रयत्नात होतो. त्यामुळे हा चांगला सौदा होता. आम्ही एकमेकांच्या समस्या सोडवल्या. नोकरी दिल्यानंतर अल्पावधीतच मला कंपनीने व्हर्जिनियातील लीसबर्ग येथे असलेल्या त्यांच्या कॉर्पोरेट प्रशिक्षण मुख्यालयामध्ये पाठवले. माझे विक्रीविषयक प्रशिक्षण औपचारिकरीत्या सुरू झाले.

मी झेरॉक्ससाठी काम केले, तो १९७४ ते १९७८ हा चार वर्षांचा काळ खूप कठीण होता. सुरुवातीच्या दोन वर्षांमध्ये तर मी पुरेशी विक्री करू न शकल्यामुळे मला अनेकदा नोकरीवरून काढून टाकण्याइतपत वेळ आली होती. मी विक्री करू शकत नव्हतो आणि नोकरी गमावण्याच्या टांगत्या तलवारीखाली होतो, इतकेच नव्हे तर मी पुरेसे पैसेही मिळवत नव्हतो. परंतु होनालुलू शाखा कार्यालयातील आघाडीचा सेल्समन बनण्याचे लक्ष्य मी बाळगले होते आणि मी निर्धाराने माझ्या समोरील आव्हानांचा सामना केला.

पहिल्या दोन वर्षांनंतर, विक्रीविषयक प्रशिक्षण व प्रत्यक्षात रस्त्यावर विक्री करताना आलेले अनुभव यांचे फलित मिळण्यास सुरुवात झाली आणि अखेरीस मी होनालुलू शाखा कार्यालयामध्ये विक्रीतील पहिला क्रमांक पटकावण्याच्या माझ्या लक्ष्यापर्यंत पोहोचलो. भिडस्त असणे आणि नकार न पचवणे या समस्या मी सोडवल्या होत्या आणि विक्री करण्यास मी शिकलो होतो. त्याहूनही चांगली बाब म्हणजे, नाविक अधिकारी किंवा वैमानिक म्हणून मिळवले असते, त्यांपेक्षा कितीतरी अधिक पैसे मी मिळवत होतो. युद्धानंतर जर मी केवळ नोकरी करण्यावर थांबलो असतो, तर माझी नकाराप्रति असणारी भीती आणि माझा भिडस्तपणा यांवर मी कधीच मात केली नसती, आणि या आव्हानांचा

सामना करण्याची आणि ती पादाक्रांत करण्याची फळे मला कधीच मिळाली नसती. झेरॉक्समधील माझ्या अनुभवातून मी एक मौल्यवान धडा शिकलो : 'समस्या सोडवणे हा संपत्तीकडे नेणारा मार्ग असतो.'

एकदा माझे लक्ष्य पार करून झाले आणि विक्रीमध्ये पहिला क्रमांक मिळवून झाला, त्यानंतर माझ्या पुढच्या आव्हानाला सामोरे जाण्यासाठी मी राजीनामा दिला. ते आव्हान होते व्यवसाय उभा करण्याचे. आपला स्वत:चा व्यवसाय उभा करणाऱ्या कोणालाही यातील पहिली समस्या माहीत असते. पुन्हा एकदा ती 'वित्तीय बुद्ध्यंक १ : अधिक पैसा कमावणे' हीच होती. माझ्याकडे येणारा पैसा अजिबात बंद झाल्यामुळे मला तातडीने वित्तीय 'बुद्ध्यंक १' ही समस्या सोडवावी लागणार होती.

तुम्ही नोकरी सोडण्यापूर्वी

माझ्या यापूर्वीच्या 'बिफोर यू क्विट युअर जॉब' या पुस्तकामध्ये मी माझा पहिला मोठा व्यवसाय उभा करण्याच्या प्रक्रियेविषयी लिहिले होते. या व्यवसायाद्वारे प्रथमच बाजारात नायलॉन आणि वेलक्रोची पाकिटे आणली गेली. मी त्या पुस्तकामध्ये कोणताही व्यवसाय उभा करणाऱ्या आठ घटक किंवा सचोटींविषयी, तसेच सर्व आठ व्यवसाय-घटक नसणे हे इतके सारे व्यवसाय धडपडत असण्यामागील किंवा अयशस्वी ठरण्यामागील कारण कसे असते, यांविषयी लिहिले होते. उद्योजक होऊ इच्छिणाऱ्या आणि आपला स्वत:चा व्यवसाय सुरू करू इच्छिणाऱ्या कोणाहीसाठी ते अतिशय महत्त्वाचे पुस्तक आहे, असे मला वाटते. तुम्ही तुमची नोकरी सोडण्यापूर्वी ते पुस्तक वाचणे महत्त्वाचे आहे.

माझा व्यवसाय साधारणत: एका वर्षाच्या कालावधीत प्रचंड यशस्वी कसा झाला, त्याने मला कोट्यधीश कसे बनवले आणि त्यानंतर अचानकपणे तो कसा अयशस्वी ठरला, यांविषयी मी त्या पुस्तकामध्ये लिहिले होते. व्यवसाय कोसळल्यानंतर मला जाणवणाऱ्या नैराश्याच्या आणि सर्व काही गमावल्याच्या भावनांचे, तसेच कुठेतरी पळून जाण्याच्या आणि लपून बसण्याच्या तीव्र इच्छांचे वर्णनही मी केले होते. मी खूप खोलवर कर्जात रुतलो होतो आणि त्या वेळेपर्यंतच्या माझ्या आयुष्यातील सर्वांत मोठ्या वित्तीय समस्येचा सामना करत होतो.

श्रीमंत वडिलांनी मात्र, मी पळून जाण्याऐवजी आणि आणि दिवाळखोरी जाहीर करण्याऐवजी माझ्या समस्यांचा सामना करावा व पुन्हा व्यवसाय उभा करून तो चालवावा, यासाठी मला प्रोत्साहन दिले. ही गुंतागुंतीची समस्या सोडवल्याने माझी वित्तीय बुद्धिमत्ता वाढेल, याची त्यांनी मला आठवण करून दिली. मला मिळालेल्या काही सर्वोत्तम सल्ल्यांपैकी तो एक होता. माझ्या समस्यांचा सामना करण्याची आणि व्यवसाय पुन्हा उभा करण्याची प्रक्रिया ही वेदनादायक असली, तरी मला मिळू शकणारे ते सर्वोत्तम शिक्षण होते. ही समस्या सोडवण्यासाठी आणि व्यवसाय पुन्हा उभारण्यासाठी बरीच वर्षे लागली; परंतु या प्रक्रियेने वित्तीय बुद्ध्यंक ५ द्वारे माझा वित्तीय बुद्ध्यंक १ वाढवला आणि मला वित्तीयदृष्ट्या अधिक चाणाक्ष उद्योजक बनवले.

माझ्या व्यवसायाचे अवशेष पुन्हा उभे करणे ही माझी व्यवसायशिक्षण शाळा होती. त्यासाठी मला करावी लागणारी पहिली गोष्ट म्हणजे, माझ्या व्यवसायाचे आठ भाग, म्हणजेच 'बी-आय' त्रिकोण एकत्र जोडावा लागणार होता. दुसरी गोष्ट म्हणजे, मला स्पर्धात्मक विशेष स्थान शोधून त्याद्वारे माझ्या व्यवसायाची पुनर्मांडणी करावी लागणार होती. तुम्ही असे पाहा की, १९८१ पर्यंत, म्हणजे मी व्यवसाय पुन्हा उभारत होतो त्या वर्षीपर्यंत पाकिटे बनवणाऱ्या इतर उद्योजकांनी बाजारपेठेत गर्दी केली होती. कोरिया, तैवान आणि इंडोनेशिया यांसारख्या देशांमधील नायलॉन पाकिटांनी जागतिक बाजारपेठ भरली होती. किरकोळ बाजारात मी एका पाकिटाची किंमत १० डॉलर्स इतकी प्रस्थापित केली होती, ती वायकिकीच्या रस्त्यांवर, तसेच जगामध्येही १ डॉलरपर्यंत खाली घसरली होती. नायलॉनची पाकिटे ही वस्तू बनली होती आणि वस्तूंची बाजारपेठ ही नेहमी कमी किमतीत उत्पादन करणाऱ्या उत्पादकाकडे जाते, हे तुम्हांला माहीत आहेच. वस्तू म्हणून स्पर्धा करण्यासाठी मला बाजारपेठेत विशेष स्थान मिळवणे गरजेचे होते. त्यासाठी मला ब्रँड बनवावा लागणार होता. आणि रॉक अँड रोलच्या रूपाने ती संधी मिळाली.

'बिफोर यू क्विट युअर जॉब' या पुस्तकात सांगितल्याप्रमाणे, मी 'रॉक अँड रोल' व्यवसायापाशी येऊन थबकलो आणि रॉक बँडमधील दिग्गज नावे माझ्या वॉलेटसाठी वापरण्याच्या अधिकारांचा परवाना मिळवून मी माझा व्यवसाय वाचवला. अल्पावधीतच मी व्हॅन हॅलेन, जुदास प्रिस्ट, ड्युरन ड्युरन, आयर्न मेडन, बॉय जॉर्ज आणि अन्य बँड्ससाठी वॉलेटचे उत्पादन करू लागलो. माझे उत्पादन कायदेशीर परवाना असलेले असल्यामुळे मला पुन्हा एकदा एका वॉलेटसाठी १० डॉलर्स इतकी किंमत मिळू लागली. आता मला बँडना रॉयल्टी (बौद्धिक संपदा मानधन) द्यावी लागत असली, तरी कायदेशीर परवानाधारक रॉक अँड रोल उत्पादन असल्यामुळे या वॉलेटने संपूर्ण अमेरिकाभर आणि त्याचबरोबर जगातही सर्वत्र किरकोळ विक्रेत्यांसाठी विक्रीची कवाडे खुली केली. माझ्या व्यवसायाची भरभराट झाली आणि पैसा पुन्हा येऊ लागला.

मी आधीच सांगितल्याप्रमाणे, एखाद्याची वित्तीय बुद्धिमत्ता वाढवण्याचा मार्ग हा तुमच्या समोर असणारी समस्या सोडवण्यातून जातो. १९८१ साली मी माझा व्यवसाय पुन्हा उभा करण्याची समस्या सोडवली. त्यानंतर, पुढची समस्या समोर आली; ती म्हणजे उत्पादनाची किंमत कमी असणाऱ्या माझ्या स्पर्धकांना, तसेच माझ्या उत्पादनाची नक्कल करणाऱ्यांना मागे टाकणे. हे उत्पादक माझे उत्पादन उचलून पैसा कमावत होते आणि मी मात्र पैसा गमावत होतो.

उचलेगिरी करणाऱ्यांच्या रूपाने नवी समस्या समोर आली. ज्या लोकांनी अस्सल नायलॉन वॉलेट या माझ्या पहिल्या उत्पादनाची नक्कल केली होती, तेच लोक आता माझ्या स्पर्धात्मक वैशिष्ट्याचीही नक्कल करत होते. या लोकांनी मी उत्पादित करत असलेलेच परवानाधारक उत्पादन बनवण्यास व कमी किमतीमध्ये विकण्यास सुरुवात केली, मात्र ते संबंधित बँड्सना रॉयल्टी देत नव्हते.

या नक्कलखोरांशी काही महिने कायदेशीररीत्या लढल्यानंतर, या प्रक्रियेत केवळ माझे वकील श्रीमंत होत असल्याची जाणीव मला झाली. ते कोर्टात जिंकण्यासाठी नाही, तर माझ्या

बाजूने लढण्यासाठी पैसे घेत होते. नक्कलखोर हे माझ्या वकिलांपेक्षा अधिक चतुर आणि वेगवान होते. माझे वकील केवळ मला, 'आपल्याला लढण्यासाठी अधिक पैसे लागतील,' इतकेच सांगू शकत होते. मी केवळ आणखी एका चोरांच्या टोळीला पैसे देतो आहे, हे लवकरच मला समजून चुकले आणि हे चोर (माझे वकील) तर माझ्या बाजूने असणे अपेक्षित होते. व्यवसाय आणि पैशांसंबंधी मी आणखी एक मौल्यवान धडा शिकत होतो. हा धडा 'वित्तीय बुद्ध्यंक २ : तुमच्या पैशांचे संरक्षण करणे' या पुढील प्रकरणामध्ये विस्ताराने मांडण्यात आला आहे.

'तुम्ही जर त्यांना हरवू शकत नसाल, तर त्यांच्या सोबत सहभागी व्हा,' अशी एक म्हण आहे. हरणाऱ्या लढाईमध्ये पैसा ओतून थकल्यानंतर मी माझ्या सर्व वकिलांना घरी पाठवले आणि नक्कलखोरांशी हातमिळवणी करण्यासाठी कोरिया, तैवान आणि इंडोनेशियाचा दौरा केला. मी कमावत होतो त्यापेक्षा अधिक पैसा मला त्यांच्याशी न्यायालयात लढण्यासाठी खर्च करावा लागत होता. त्याऐवजी, मी माझ्या स्पर्धकांना माझ्यासाठी वॉलेट्स बनवण्याचा परवाना दिला. त्यामुळे माझा उत्पादन खर्च कमी झाला, माझे कायदेशुल्क शून्यावर आले आणि माझ्या पाठीशी चांगले कारखाने उभे राहिले. मी जे सर्वोत्तमरीत्या केले होते, ते मी आता करू शकत होतो- विक्री. माझा व्यवसाय पुन्हा भरभराटीला आला. लवकरच आमची उत्पादने डिपार्टमेंटल स्टोअर्स (वस्तू भांडार) आणि रॉक कॉन्सर्ट्समध्ये दिसू लागली. १९८२ साली, नवी टेलिव्हिजन वाहिनी उदयास आली : एम टीव्ही. त्यामुळे आमचा विक्रमी व्यवसाय झाला आणि पुन्हा एकदा पैसा येऊ लागला.

जानेवारी १९८४ मध्ये, मी रॉक अँड रोल नायलॉन वॉलेट व्यवसायातील माझा वाटा माझ्या दोन भागीदारांना विकला. माझी पत्नी किमने आणि मी हवाईतून बस्तान हलवले आणि आमची व्यवसाय-शिक्षण कंपनी सुरू करण्यासाठी आम्ही कॅलिफोर्नियाला स्थलांतरित झालो. उत्पादन विकणे आणि शिक्षणाची विक्री करणे यांमध्ये इतका फरक असेल, याची मला त्या वेळी जराही कल्पना नव्हती. एकोणीसशे पंचाऐंशी हे आमच्या आयुष्यातील सर्वांत वाईट वर्ष होते. आम्ही केलेली सर्व बचत संपुष्टात आली आणि लवकरच पुरेसा पैसा नसणे ही मोठी समस्या बनली. मी यापूर्वीही कफल्लक झालो होतो; परंतु किम कधीही झाली नव्हती. ती माझ्या सोबत कायम राहिली, ही बाब माझ्या देखणेपणाची नाही, तर तिच्या चारित्र्यवान व्यक्तिमत्त्वाची साक्ष पटवणारी आहे. तरीही आम्ही एकत्र काम केले आणि उद्योजकतेचे शिक्षण देणारा आंतरराष्ट्रीय व्यवसाय उभारला; तसेच अमेरिका, ऑस्ट्रेलिया, न्यूझीलंड, सिंगापूर आणि कॅनडा या देशांमधील कार्यालयांमध्ये गुंतवणूक केली. १९९४ मध्ये, किमने आणि मी हा व्यवसाय विकून टाकला आणि आमच्या उर्वरित आयुष्याचे खर्च भागवण्यासाठी पुरेसे असलेल्या आमच्या बांधकाम क्षेत्रातील गुंतवणुकीतून येणाऱ्या अप्रत्यक्ष उत्पन्नासह आम्ही निवृत्त झालो.

परंतु आम्हांला कंटाळा आला. थोडा काळ निवृत्तीत घालवल्यानंतर किमने आणि मी १९९६ मध्ये 'कॅशफ्लो १०१' या बोर्ड गेमचे उत्पादन केले आणि त्यानंतर वर्षभराने १९९७ मध्ये 'रिच डॅड पुअर डॅड' हे स्वयंप्रकाशित पुस्तक प्रसिद्ध झाले. २००० सालाच्या मध्यात ऑपरा विन्फ्रेने तिच्या कार्यक्रमामध्ये अतिथी म्हणून मला तासाभरासाठी बोलावले आणि त्यानंतर घडलेला इतिहास सर्वांसमोर आहे. आज, रिच डॅड पुअर डॅड हा आंतरराष्ट्रीय

व्यवसाय आहे. त्याचे बरेचसे यश हे माझ्या आधीच्या व्यवसायांमधील यशापयशांतून शिकलेल्या धड्यांमुळे आहे. जर मी समस्या सोडवण्यातून शिकलो नसतो, तर इतक्या दूरपर्यंत पोहोचलोच नसतो. जर मी प्रयत्न करणे थांबवले असते आणि परिस्थितीला माझ्यापेक्षा वरचढ होऊ दिले असते, तर तुम्ही आज हे पुस्तक वाचत नसता.

प्रत्येक लक्ष्याची प्रक्रिया असते

तुम्हांला हे माहीतच असेल की, प्रत्येक उपयुक्त लक्ष्यासाठी एक प्रक्रिया असते आणि त्यासाठी काम करावे लागते. उदाहरणार्थ, वैद्यकीय डॉक्टर बनण्यासाठी शिक्षण आणि प्रशिक्षणाची परिश्रमपूर्वक प्रक्रिया असते. बरेच लोक डॉक्टर बनण्याचे स्वप्न पाहतात, परंतु ही प्रक्रिया त्यांच्या मार्गात आड येते. मागील काही पानांमध्ये तुम्ही माझ्या प्रक्रियेविषयी वाचले आहे आणि मला तुम्हांला हे सांगायचे आहे की, ते परिश्रम होते.

अधिक पैसा मिळवणे या वित्तीय बुद्ध्यंक १चा लोकांमध्ये अभाव असण्याचे एक कारण म्हणजे, त्यांना पैसा हवा असतो; परंतु प्रक्रिया नको असते. मात्र अनेक लोकांना या गोष्टीची जाणीव होत नाही की, पैसा नव्हे तर प्रक्रिया त्यांना श्रीमंत बनवत असते. लॉटरी जिंकणारे अनेक लोक किंवा वारसाहक्काने कुटुंबाची संपत्ती मिळालेली मुले ही अल्पावधीतच कफल्लक होतात, याचे एक कारण म्हणजे त्यांना पैसा मिळतो. परंतु त्यांना त्यासाठीच्या प्रक्रियेतून जावे लागत नाही. अन्य बरेच लोक श्रीमंत बनण्यात अपयशी ठरतात, कारण अधिक चाणाक्ष आणि अधिक श्रीमंत बनण्याची प्रक्रिया शिकण्यापेक्षा ते नोकरीतून मिळणाऱ्या नियमित वेतनाला अधिक महत्त्व देतात. गरीब होण्याची भीती त्यांना मागे खेचते. हीच भीती त्यांना संधीवर स्वार होण्यापासून आणि श्रीमंत बनण्यासाठी आवश्यक असणाऱ्या समस्यांच्या सोडवणुकीपासून दूर ठेवते.

आपण सर्व जण भिन्न आहोत

आपण सर्व जण भिन्न आहोत आणि आपली बलस्थाने व उणिवा वेगवेगळ्या आहेत. आपल्या सर्वांच्या प्रक्रिया भिन्न आहेत, आव्हाने भिन्न आहेत आणि समस्याही भिन्न आहेत. काही लोक हे नैसर्गिकरीत्याच विक्री-कौशल्य असणारे असतात. मी नव्हतो. विक्रीबाबत वाटणारी भीती आणि नकाराचे भय यांच्यावर मात करण्याची असमर्थता ही माझी पहिली समस्या होती. काही लोक हे निसर्गतःच जन्मजात उद्योजक असतात. मी नव्हतो. मला उद्योजक बनण्यासाठी शिकावे लागले.

मी हा मुद्दा मांडतो आहे, कारण तुम्हांला विक्री-कौशल्य शिकणे गरजेचे आहे किंवा तुम्हांला उद्योजक होण्यासाठी शिकणे गरजेचे आहे, असे मी म्हणत नाही. ती माझी प्रक्रिया होती. कदाचित ती तुमची नसेल. तुमच्यासाठी अधिक पैसा मिळवण्याचा सर्वोत्तम मार्ग कोणता, हे ठरवणे ही तुमची 'वित्तीय बुद्ध्यंक १ : अधिक पैसा मिळवणे'ची पहिली पायरी आहे. जर तो मार्ग वैद्यकीय डॉक्टर बनण्याचा असेल, तर वैद्यकीय शिक्षण घेण्याची तयारी करा. जर तो मार्ग व्यावसायिक गोल्फपटू बनण्याचा असेल, तर त्याच्या

सरावाला सुरुवात करा. अन्य शब्दांत सांगायचे झाल्यास, तुमचे ध्येय ठरवा आणि त्यानंतर तुमच्या प्रक्रियेची निवड करा. लक्ष्यापेक्षा प्रक्रिया अधिक महत्त्वाची असते, हे सदैव लक्षात ठेवा.

भावनिक बुद्धिमत्ता

वित्तीय बुद्धिमत्ता ही भावनिक बुद्धिमत्ताही असते, हा मुद्दा या टप्प्यावर मांडणे महत्त्वाचे आहे. जगातील सर्वांत श्रीमंत गुंतवणूकदार वॉरेन बफे म्हणतात, ''जर तुम्ही तुमच्या भावना नियंत्रित करू शकत नसाल, तर तुम्ही तुमचा पैसा नियंत्रित करू शकत नाही.'' ही गोष्ट तुमच्या प्रक्रियेबाबतही खरी आहे. मी निराश होतो, तेव्हा प्रयत्न न थांबवणे, मी वैतागलेलो असताना रागावर ताबा ठेवणे आणि धावायची इच्छा असतानाही अभ्यास सुरू ठेवणे, हे माझ्या प्रक्रियेतील सर्वांत कठीण भाग होते.

अनेक लोक आपल्या प्रक्रियेमध्ये अपयशी ठरतात, त्याचे आणखी एक कारण म्हणजे, तातडीच्या समाधानाशिवाय ते लोक जगू शकत नाहीत. माझ्या आयुष्याच्या सुरुवातीस मला मिळालेल्या कमी वेतनाचा उल्लेख करण्यामागचे प्रमुख कारण, उशिरा मिळणाऱ्या समाधानाचे महत्त्व विशद करणे हे होते. आज काही पैसे मिळवण्याच्या बदल्यात अनेक जण उद्या अधिक श्रीमंत होण्याचा त्याग करतील. मी माझ्या वयाच्या विशीत आणि तिशीत फारसा पैसा कमावला नव्हता; परंतु आज मी कोट्यवधी कमावतो.

माझ्या भावनांच्या चढउतारावर नियंत्रण मिळवणे आणि अल्पकालीन समाधानाला लांबणीवर ढकलणे या गोष्टी माझी वित्तीय बुद्धिमत्ता विकसित करण्यासाठी आवश्यक होत्या. अन्य शब्दांत सांगायचे, तर भावनिक बुद्धिमत्ता ही वित्तीय बुद्धिमत्तेसाठी आवश्यक असते. किंबहुना, पैशांचा विषय येतो तेव्हा भावनिक बुद्धिमत्ता ही सर्वांत महत्त्वाची बुद्धिमत्ता आहे. ती शैक्षणिक किंवा व्यावसायिक बुद्धिमत्तेपेक्षा अधिक महत्त्वाची आहे. उदाहरणार्थ, अनेक लोक भीतीमुळे त्यांच्या स्वप्नांचा पाठलाग करण्यात अपयशी ठरतात. जर, त्यांनी सुरुवात केलीच, तर अपयशी ठरल्यावर ते प्रयत्न सोडून देतात आणि त्यांच्या अपयशाची जबाबदारी त्यांनीच घ्यायला हवी असताना ते इतरांना दोष देतात.

प्रयत्न सोडून देणारे अभावानेच जिंकतात

काही वर्षांपूर्वी माझ्यासाठी काम करणारा एक तरुण होता. तो हुशार होता, प्रभावी होता, त्याने एमबीएचे शिक्षण पूर्ण केले होते आणि बराच पैसा कमावला होता. त्याच्याकडे असणाऱ्या अतिरिक्त वेळात त्याने आणि त्याच्या पत्नीने अनेक व्यवसाय-उदिमांचे प्रयत्न केले. त्यांनी बांधकाम क्षेत्रात प्रयत्न केले आणि ते अपयशी ठरले. त्यांनी एक लहान फ्रँचाइझी खरेदी केली आणि त्यातही अपयश आले. त्यानंतर त्यांनी एक नर्सिंग होम विकत घेतले आणि जेव्हा तेथे अनपेक्षितपणे काही रुग्ण दगावले, तेव्हा या दोघांनी जवळपास सर्व काही गमावले होते. आज ते दोघेही त्यांच्या उच्च वेतनाच्या नोकऱ्यांमध्ये परतले आहेत, परंतु त्यांच्यामध्ये अपुरेपणाची अस्वस्थ करणारी भावना आहे.

मी या तरुण जोडप्याचा उल्लेख केला, कारण ते दोघेही शिकण्यात अपयशी ठरले. त्यांनी शिकण्याच्या प्रक्रियेला आपल्यावर मात करू दिली. जेव्हा गोष्टी कठीण बनत चालल्या, तेव्हा त्यांनी प्रयत्न सोडून दिले. त्यांनी नवे धाडस करणे हे प्रशंसनीय असले, तरी त्यांच्या समस्या या सोडवण्यासाठी खूपच मोठ्या आहेत, असे वाटले तेव्हा ते थांबले. आपल्या अपयशांमधून मार्ग काढण्यात आणि आपल्या चुकांमधून शिकण्यात ते अपयशी ठरले. पैसा नाही तर ही प्रक्रिया आपल्याला श्रीमंत बनवते, हे समजून घेण्यात ते अपयशी ठरले.

जिंकेपर्यंत त्या प्रक्रियेला चिकटून राहणे, हा मला माझ्या श्रीमंत वडिलांकडून शिकावा लागलेल्या सर्वांत कठीण धड्यांपैकी एक होता. जेव्हा मी झेरॉक्स कंपनीमध्ये विक्री करू शकत नसल्याने अडचणीत आलो होतो, तेव्हा मला ते सोडून द्यायचे होते. मी विक्री करू शकत नसल्याने मी पैसा मिळवत नव्हतो. किंबहुना, मी कमावत असलेल्या पैशांपेक्षा होनालुलूमध्ये राहण्याचा माझा खर्च अधिक होता. श्रीमंत वडील म्हणाले की, तू जिंकशील तेव्हा तू सोडू शकतोस. परंतु तू हरतो आहेस म्हणून कधीच सोडून देऊ नको. त्यानुसार, १९७८ मध्ये मी आघाडीचा सेल्सपर्सन बनेपर्यंत मी ते काम सोडले नाही. त्या प्रक्रियेने मला मानसिकदृष्ट्या आणि वित्तीयदृष्ट्या अशा दोन्ही प्रकारे अधिक श्रीमंत बनवले. विक्री करू न शकण्याच्या माझ्या समस्येवर मात केल्याने मी पैसा न मिळवण्याच्या माझ्या समस्येवर मात केली.

झेरॉक्स कंपनीत काम करत असतानाच मी फावल्या वेळामध्ये माझा नायलॉन वॉलेटचा व्यवसाय सुरू केला. १९७८ मध्ये मी माझ्या वॉलेट व्यवसायासाठी पूर्ण वेळ काम करू लागलो. हा व्यवसाय यशस्वी झाला आणि नंतर अयशस्वी ठरला. त्या वेळी पुन्हा मला सोडून द्यायचे होते आणि पुन्हा एकदा, श्रीमंत वडिलांनी लक्ष्यापेक्षा प्रक्रिया अधिक महत्त्वाची असल्याची आठवण करून दिली. मी कर्जात खोलवर बुडालेलो असताना, माझ्याकडे फारसा पैसा नसताना त्यांनी अनेक वेळा मला याची आठवण करून दिली की, जर आणि जेव्हा मी ही समस्या सोडवेन, तेव्हा मला पुन्हा कधीच पैशांची गरज भासणार नाही. व्यवसाय कसा उभारावा, हे मला माहीत होईल आणि मी वित्तीयदृष्ट्या थोडा जास्त बुद्धिमान होईन. परंतु प्रथमतः मला माझ्या समोर असलेली समस्या सोडवावी लागेल.

खूप सारा पैसा

पैशांविषयीच्या समस्या दोन प्रकारच्या असतात, हे मी या पुस्तकाच्या सुरुवातीलाच लिहिले होते. पहिली समस्या पुरेसा पैसा नसणे ही आहे आणि दुसरी खूप सारा पैसा असणे ही. १९७४ मध्ये, मरिन कॉर्प्स सोडत असताना मला यांपैकी कोणती समस्या हवी आहे, हे मी मनोमन ठरवले होते. जर पुरेसा पैसा नसण्याची समस्या मला हवी असती, तर मी एक तर स्टँडर्ड ऑइलमधील किंवा विमानसेवा कंपनीतील नोकरी पत्करणार होतो. जर मला खूप सारा पैसा असण्याची समस्या हवी असती, तर मी सर्वांत कमी वेतन असले तरी झेरॉक्समधील नोकरी घेणार होतो. तुम्हांला माहीत आहेच की मी खूप सारा पैसा असण्याची समस्या स्वीकारली.

मला केवळ पैसा नाही, तर शिक्षण हवे होते. मी झेरॉक्सची निवड केली, कारण मी नाविक अधिकारी बनू शकतो आणि मी वैमानिकही बनू शकतो, हे मला माहीत होते. परंतु मी उद्योजक बनू शकतो का, हे मला माहीत नव्हते. मी अपयशी ठरू शकतो, हे मला माहीत होते. जर अपयशी ठरण्याच्या धोक्याचा सामना केला, तर मी सर्वांत जास्त शिकेन, हेसुद्धा मला माहीत होते. जर मी अपयशाविषयीच्या, गरीब राहण्याविषयीच्या भीतीला जिंकू दिले असते, तर मी कधीच सुरुवात करू शकलो नसतो.

लोकांचा वित्तीय बुद्ध्यंक १ ने वाढण्याचे आणखी एक कारण म्हणजे, ते त्यांना माहीत असलेल्या गोष्टींनाच चिकटून राहतात. नवी आव्हाने स्वीकारण्याऐवजी आणि त्यातून शिकण्याऐवजी, ते सुरक्षित वाटचाल करतात. आता याचा अर्थ तुम्ही मूर्ख आणि धोकादायक गोष्टी कराव्यात, असा नाही. तुम्ही करू शकता, परंतु न करण्याचे ठरवता अशा अनेक गोष्टी आहेत. उदाहरणार्थ, मी माउंट एव्हरेस्ट शिखर चढण्याचे ठरवू शकलो असतो. किंवा मी नासाच्या अंतराळवीर कार्यक्रमासाठी सहभागी होऊ शकलो असतो. किंवा मी राजकारणात प्रवेश करू शकलो असतो आणि राजकीय पदासाठी निवडणूक लढवू शकलो असतो. माझा मुद्दा हा आहे की, मी माझे पुढील आव्हान घाईगडबडीत नाही, तर काळजीपूर्वक निवडले. मी हे आव्हान स्वीकारले आणि त्यामध्ये यशस्वी झालो, तर माझे आयुष्य कसे असेल, हा प्रश्न मी स्वत:ला विचारला. हाच प्रश्न तुम्ही स्वत:ला विचारावा, असे मी सांगेन.

'दि मिरॅकल वर्कर' या चित्रपटाचा विषय असणाऱ्या हेलन केलर एकदा म्हणाल्या होत्या, ''आयुष्य हे धाडसी साहस आहे किंवा काहीच नाही.'' मी याच्याशी सहमत आहे. माझ्या मते तुमची वित्तीय बुद्धिमत्ता वाढवण्याचा एक मार्ग आयुष्याकडे शिकता येण्याजोगे साहस म्हणून पाहणे, हा आहे. खूप लोकांसाठी आयुष्य म्हणजे सुरक्षित जगणे, योग्य गोष्टी करणे आणि आयुष्यापेक्षा नोकरीच्या सुरक्षिततेची निवड करणे, इतकेच असते. तुमचे आयुष्य हे धोकादायक आणि संकटमय असावेच, असे नाही. आयुष्य हे शिकण्याविषयी असते आणि शिकणे हे साहसाशी संबंधित असते.

याच कारणासाठी, जहाज वाहतूक किंवा विमान उड्डाण ही दोन्ही क्षेत्रे मला आवडत असूनही मी पुन्हा त्यांकडे परतलो नाही. तो काळ नवे साहस करण्याचा होता. जुन्या उत्तरांची घोकंपट्टी करणे आणि चुका टाळणे म्हणजे बुद्धिमत्ता नाही आणि आपली शालेय व्यवस्था याच वर्तनाला बुद्धिमान ठरवते. खरी बुद्धिमत्ता ही समस्या सोडवण्यास शिकण्यात आणि त्याद्वारे अधिक मोठ्या समस्या सोडवण्यासाठी पात्र ठरण्यात आहे. खरी बुद्धिमत्ता ही अपयशाची भीती बाळगण्यात नाही, तर शिकण्याचा आनंद घेण्यात आहे.

अधिक पैसा मिळवणे

वित्तीय अहवाल आणि कॅशफ्लो क्वाड्रंट या दोन्ही आकृती एकत्र मांडल्यानंतर तुम्हांला कदाचित 'वित्तीय बुद्ध्यंक १ : अधिक पैसा मिळवणे' या बाबतच्या तुमच्या निवडींचे चित्र अधिक स्पष्ट होईल.

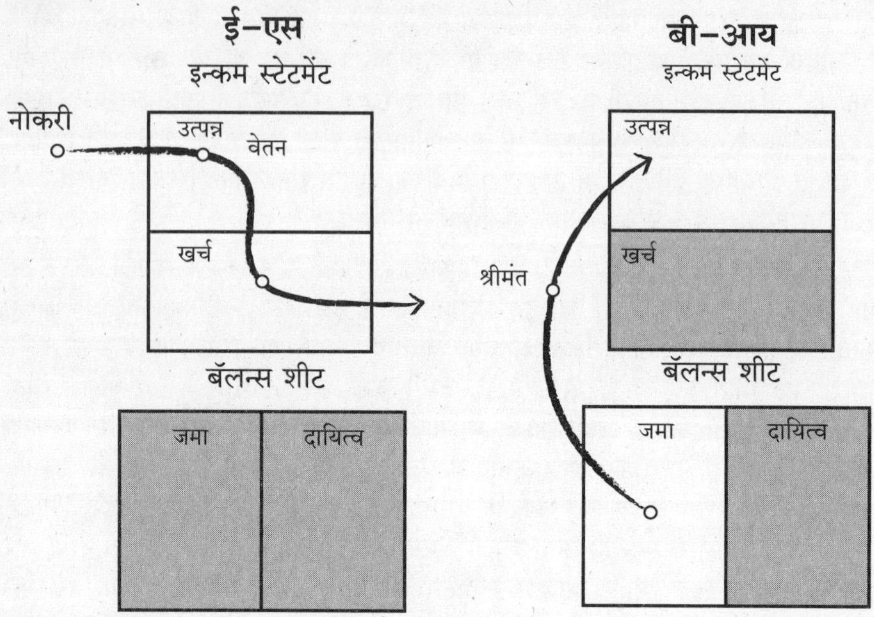

'ई' आणि 'एस' हे लोक पैशांसाठी काम करत असल्याचे वरील आकृती स्पष्ट करते. ते नियमित वेतनासाठी, दलालीसाठी किंवा नियमित तासांपुरते काम करतात. 'बी' आणि 'आय' हे लोक एक तर पैशांची आवक निर्माण करेल किंवा भांडवली मूल्य वाढवेल, अशा मालमत्तांसाठी काम करतात.

नाविक अधिकारी बनलेल्या किंवा वैमानिक बनलेल्या माझ्या वर्गमित्रांपैक्षा मी अधिक पैसा मिळवतो, याचे एक कारण म्हणजे ते वेतनासाठी काम करत होते. दुसरीकडे, मला मात्र उद्योजक म्हणून मालमत्ता उभारायच्या होत्या आणि गुंतवणूकदार म्हणून मालमत्ता ताब्यात घ्यायच्या होत्या. अन्य शब्दांत सांगायचे झाल्यास, 'ई' आणि 'एस' हे त्यांच्या वित्तीय अहवालातील उत्पन्नाच्या रकान्यावर लक्ष केंद्रित करतात आणि 'बी' आणि 'आय' मालमत्तेच्या रकान्यावर.

'ई' किंवा 'एस' लोकांसाठी समजण्यास सर्वांत कठीण गोष्टींपैकी एक म्हणजे, 'बी' किंवा 'आय'मधील लोक हे पैशांसाठी काम करत नाहीत. तांत्रिकदृष्ट्या पाहिले, तर 'बी' किंवा 'आय' हे नि:शुल्क काम करत असतात आणि ही संकल्पना गळी उतरवणे कठीण आहे. 'ई' आणि 'एस' वर्गांतील लोक हे पैसे मिळवण्यासाठी काम करतात आणि त्यांनी काम करण्यापूर्वी त्यांना पैसे मिळायला हवे असतात. नि:शुल्क काम करणे आणि तेही कदाचित बरीच वर्षे, यासाठी त्यांची भावनिक आणि व्यावसायिक तयारी नसते. 'ई' आणि 'एस' वर्गातील लोक हे सेवाभावी कार्यासाठी स्वयंसेवक म्हणून काम करू शकतात किंवा चांगल्या उद्दिष्टासाठी नि:शुल्क काम करू शकतात. मात्र जेव्हा व्यक्तिगत उत्पन्नाचा विषय येतो, तेव्हा ते पैशांसाठी काम करतात. सर्वसाधारण नियमानुसार, ते मालमत्ता उभारण्यासाठी किंवा मिळवण्यासाठी काम करत नाहीत.

अकौंटिंगच्या भाषेत बोलायचे झाल्यास 'ई' किंवा 'एस' हे लोक अर्जित उत्पन्नासाठी काम करतात आणि 'बी' किंवा 'आय' हे लोक अप्रत्यक्ष किंवा पोर्टफोलिओ उत्पन्नासाठी काम करतात. 'वित्तीय बुद्ध्यंक २ : तुमच्या पैशांचे संरक्षण करणे,' या पुढील प्रकरणामध्ये, मनुष्य ज्या प्रकारच्या उत्पन्नासाठी काम करतो, त्याने मोठा वित्तीय फरक का घडून येतो, याचे उत्तर तुम्हांला सापडेल. अर्जित उत्पन्न हे वित्तीय भक्षकांपासून संरक्षण करण्यासाठी सर्वांत कठीण उत्पन्न असते. त्यामुळेच अर्जित उत्पन्नासाठी काम करणे ही वित्तीयदृष्ट्या करण्याजोगी सर्वांत चाणाक्ष गोष्ट नाही.

अनेक स्वयंरोजगार असणाऱ्या लोकांकडे व्यवसायाची मालकी नसते. त्यांच्या मालकीची नोकरी असते. जर स्वयंरोजगार असणाऱ्या लोकांनी काम करायचे थांबवले, तर त्यांचे उत्पन्नही थांबते किंवा घटते. व्याख्येअनुसारच नोकरी ही मालमत्ता नसते. कारण मालमत्ता या तुम्ही काम करा किंवा न करा, तुमच्या खिशात पैसा टाकतात. जर तुम्हांला ई, एस, बी आणि आय यांच्या चतुष्कोनाबाबत अधिक जाणून घ्यायचे असेल, तर मी तुम्हांला रिच डॅड मालिकेतील 'रिच डॅड्स कॅशफ्लो क्वाड्रंट' हे माझे दुसरे पुस्तक वाचण्याची शिफारस करेन.

श्रीमंत हे अधिक श्रीमंत का बनतात?

खालील आकृतीकडे पाहिल्यास श्रीमंत हे अधिक श्रीमंत का बनतात, हे समजणे सोपे जाईल.

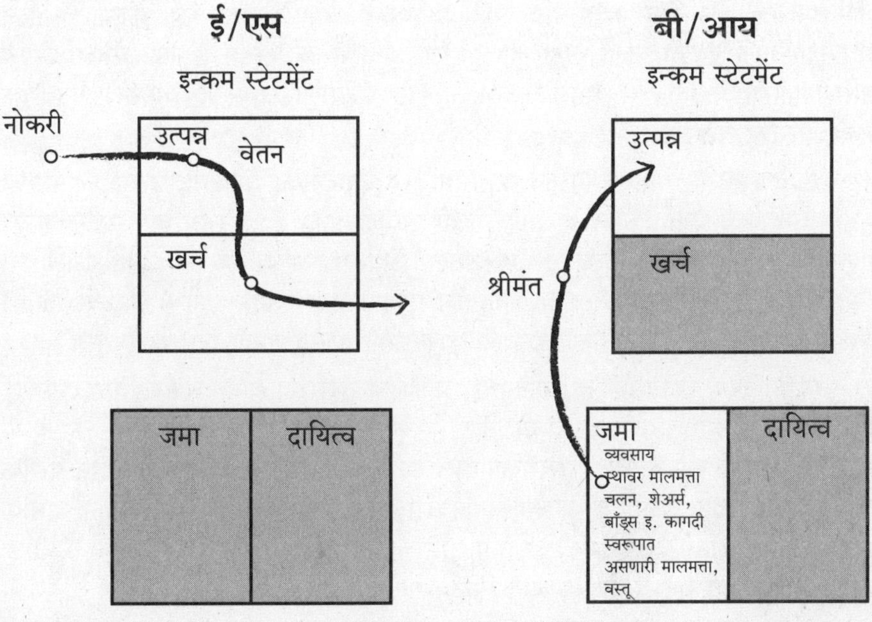

गरीब आणि मध्यम वर्गीय लोक संघर्ष करतात, त्याचे एक कारण म्हणजे ते पैशांसाठी आणि नियमित वेतनासाठी काम करतात. पैशांसाठी काम करण्यातील अडचण ही आहे की, तुम्हांला अधिक पैसे मिळवण्यासाठी अधिक परिश्रम करावे लागतात, दीर्घ काळ काम करावे लागते किंवा कामासाठी अधिक मोबदला मागावा लागतो. अधिक परिश्रम आणि दीर्घ काळ काम करण्यातील अडचण ही आहे की, आपल्या सर्वांकडील वेळ आणि ऊर्जा मर्यादित आहे.

श्रीमंत हे अधिक श्रीमंत का बनतात, त्याचे एक कारण म्हणजे ते दरवर्षी अधिक मालमत्ता उभारण्यासाठी किंवा मिळवण्यासाठी काम करतात. अधिक मालमत्ता जमा करण्यासाठी अधिक परिश्रम किंवा दीर्घ काळ काम करण्याची आवश्यकता नसते. किंबहुना, व्यक्तीचा वित्तीय बुद्ध्यंक जेवढा अधिक असेल, तेवढे त्याला किंवा तिला अधिक आणि चांगल्या दर्जाच्या मालमत्ता मिळवण्यासाठी कमी काम करावे लागते. तुम्ही असे पाहा की, मालमत्ता या अप्रत्यक्ष उत्पन्नाची निर्मिती करण्यायोगे श्रीमंतांसाठी उपयुक्त ठरतात.

प्रत्येक वर्षी किम आणि मी, आम्हांला किती मालमत्ता हव्या आहेत, याचे लक्ष्य निश्चित करतो. आम्ही अधिक पैसा मिळवण्यासाठी लक्ष्य निश्चित करत नाही. किमने १९८९ साली जेव्हा बांधकाम क्षेत्रामध्ये सर्वप्रथम गुंतवणूक करण्यास सुरुवात केली, तेव्हा दहा वर्षांमध्ये वीस रहिवासी मालमत्तांचे लक्ष्य तिने बाळगले होते. त्या काळी ती खूप मोठी कामगिरी वाटली होती. तिने ओरेगॉनमधील पोर्टलँड येथे एका दोन बेडरूम आणि एक बाथरूम असलेल्या घरापासून सुरुवात केली. त्यानंतर दहा वर्षे नाही– तर अवघ्या अठरा महिन्यांमध्येच तिने वीस मालमत्तांचे लक्ष्य पार केले. आपले लक्ष्य पूर्ण केल्यानंतर तिने त्या सदनिकांची विक्री केली, दहा लाख डॉलर्सहून अधिक भांडवली नफा घेतला आणि अरिझोनातील फिऑनिक्स शहरात अधिक मोठ्या आणि चांगल्या घरांमध्ये गुंतवणूक केली, तीसुद्धा करमुक्त.

२००७ मध्ये, भाडेतत्त्वावरील अतिरिक्त ५०० सदनिका आपल्या पोर्टफोलिओमध्ये वाढवण्याचे तिचे वैयक्तिक लक्ष्य आहे. तिची अगोदरच १००० हून अधिक सदनिकांमध्ये गुंतवणूक असून त्याद्वारे तिला दर महिन्याला अप्रत्यक्ष उत्पन्न मिळते आहे आणि या उत्पन्नावरील कर सर्वांत कमी आहे. बहुतांश पुरुषांपेक्षा ती अधिक पैसा मिळवते आणि चतुष्कोनाच्या 'आय' भागातील उद्योजक म्हणून तिने हे सर्व काही प्राप्त केले आहे.

माझे लक्ष्य व्यावसायिक मालमत्ता आणि वस्तूंद्वारे माझा कॅशफ्लो वाढवण्याकडे असते. मी मोठ्या प्रमाणावर कच्चे तेल, सुवर्ण आणि चांदीचा व्यवसाय करणाऱ्या कंपन्यांमध्ये गुंतवणूक करतो. शिक्षणक्षेत्रातील उद्योजक असल्याने प्रत्येक वेळी मी पुस्तक लिहिल्यानंतर पुढील काही वर्षे मला जगाच्या विविध भागांतील सुमारे पन्नासहून अधिक प्रकाशकांकडून रॉयल्टीच्या स्वरूपात उत्पन्न मिळते. मी व्यवसायाला वितरणाच्या फ्रँचाईझ व्यवस्थेचीही जोड देतो आहे. परवाने मिळवण्यापेक्षा परवाने देणे अधिक चांगले, हे मी माझ्या रॉक अँड रोल व्यवसायातून शिकलो. मला बांधकाम क्षेत्र आवडत असले, तरी चतुष्कोनाच्या 'बी' भागातील उद्योजकत्व मला खूप जास्त आनंद देते.

मी फुशारकी मिरवण्यासाठी हे लिहीत नाही आहे. किंबहुना, आमची संपत्ती आणि ती आम्ही कशी मिळवली, या बाबत बोलण्यास मला संकोच वाटतो. खूप पैसा मिळवणाऱ्या लोकांबद्दल अढी असणारेही काही लोक असतात. तुम्हांला वित्तीय भक्षकांबद्दलच्या पुढील प्रकरणामध्ये आढळेल त्याप्रमाणे, तुम्ही श्रीमंत आहात; हे लोकांना समजणे धोकादायक असते.

आम्ही काय करतो आणि बनवतो, हे जाहीर करण्याचा धोका मी पत्करण्याचे एक मोठे कारण म्हणजे, किम आणि मी तुमच्या वित्तीय शिक्षणाप्रति आणि तुमचा वित्तीय बुद्ध्यंक वाढवण्याप्रति कटिबद्ध आहोत. वित्तीय शिक्षणाबाबत एक मोठी अडचण म्हणजे, वित्तीय शिक्षणाची विक्री करणारे किंवा त्या बाबत माहिती देणारे बहुतांश लोक हे 'ई' आणि 'एस' या वर्गांतील आहेत. ते स्वतः नोकरदार आहेत किंवा स्वयंरोजगार असणारे आहेत. त्यांपैकी बहुतांश जण हे खरेखुरे श्रीमंत नाहीत. पैशांविषयी लिहिणाऱ्या अनेक पत्रकारांकडे स्वतःजवळ मात्र खूप कमी पैसा असतो. किंवा ते शेअर्स आणि बांधकाम क्षेत्रातील दलालांप्रमाणे विक्री करणारे असतात. या वित्तीय तज्ज्ञांपैकी अनेकांकडे 'ई' आणि 'एस' वर्गांतील इतर लोकांकडे जे आहे, तेच असते. त्यांच्या निवृत्तीसाठीच्या योजना शेअर्स, बाँड्स आणि म्यूच्युअल फंड्सनी भरलेल्या असतात. वित्तीय गुजराणीसाठी अनेक जण शेअर बाजारावर अवलंबून आहेत आणि त्यांच्या निवृत्तीच्या काळात शेअर बाजारात मोठी उलथापालथ झाली, तर त्यामध्ये बुडून जातील. अमेरिकन डॉलरच्या खरेदीक्षमतेमध्ये घसरण सुरू राहिली आणि महागाई वाढत राहिली, तर यांपैकी अनेकांना संघर्ष करावा लागेल. थोडक्यात, वित्तीय सल्ला सादर करणाऱ्या अनेक वित्तीय तज्ज्ञांना त्यांच्या निवृत्तीसाठीच्या योजना यशस्वी होतील का, यांविषयी माहिती नसते. कारण, जर त्यांना माहीत असते, तर त्यांच्यापैकी अनेक जण निवृत्त झाले असते.

किम आणि मला आमची निवृत्तिविषयक योजना यशस्वी ठरते, हे माहीत आहे. आम्हांला हे माहीत असण्याचे कारण आमच्या मालमत्तांमधून दर महिन्याला अप्रत्यक्ष उत्पन्नाची भर आमच्या खात्यात पडत असते. आम्ही भविष्यासाठी बचत खात्यांत, तसेच बाँड्समध्ये किंवा म्यूच्युअल फंडांमध्ये पैसा घातलेला नाही. आम्ही जर बुडालो, ज्याची नेहमीच शक्यता असते, तर आमचा वित्तीय बुद्ध्यंक ही आमची खरी मालमत्ता असेल. आम्ही पुन्हा उभे राहू शकतो, कारण आम्ही कमावण्यापेक्षा अधिक शिकण्यावर लक्ष केंद्रित केले. आम्ही आमचा पैसा 'ई' किंवा 'एस' वर्गातील लोकांकडे देण्याऐवजी स्वतःच स्वतःच्या पैशांचे व्यवस्थापन करायला शिकलो. श्रीमंत वडील सांगायचे त्याप्रमाणे, केवळ तुम्ही गुंतवणूक करता किंवा तुम्ही स्वयंरोजगार कमावता, याचा अर्थ तुम्ही गुंतवणूकदार किंवा व्यवसायाचे मालक आहात, असा होत नाही.

सारांश

अधिक पैसा मिळवण्याचे गुपित खालील आकृतीमध्ये सापडते.

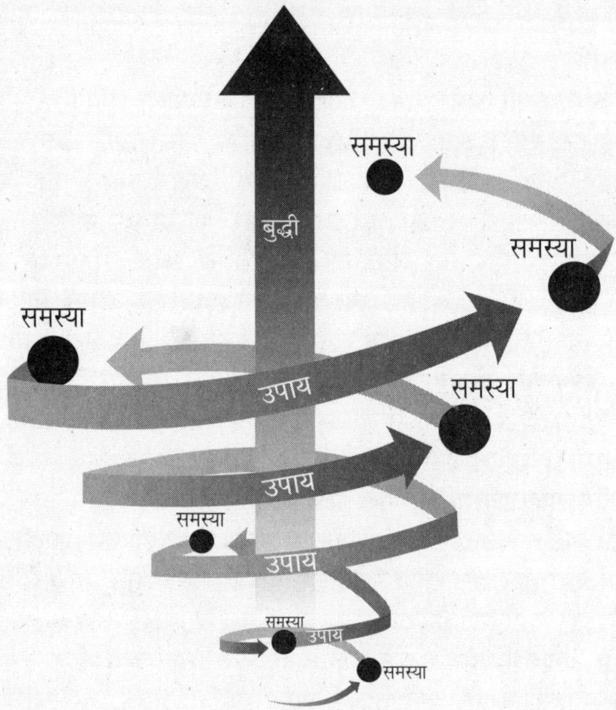

श्रीमंत होण्याकरिता 'समस्या या कधीही निघून जाणार नाहीत,' या वास्तवाशी तुम्हांला जुळवून घ्यावेच लागेल. प्रत्येक वेळी तुम्ही समस्येवर उपाय शोधला की, एक नवी समस्या उभी राहील. या समस्या सोडवण्याची प्रक्रिया तुम्हांला श्रीमंत बनवते, ही बाब समजून घेणे महत्त्वाचे आहे. आणि एकदा का तुम्ही तुमच्या स्वतःच्याच नाही, तर इतरांच्याही समस्या सोडवू लागलात, की मग तुमच्या समोर गगनही ठेंगणे आहे.

लोक तुम्हांला त्यांच्या समस्या सोडवण्यासाठी पैसे देतील. उदाहरणार्थ, मला निरोगी ठेवण्यासाठी मी माझ्या डॉक्टरांना पैसे देतो. माझे घर स्वच्छ व व्यवस्थित ठेवण्यासाठी मी माझ्याकडे घरकाम करणाऱ्या व्यक्तीस पैसे देतो. मी माझ्या स्थानिक सुपर मार्केटमध्ये खरेदी करतो, कारण भूक ही माझी समस्या आहे आणि मी अन्नसेवन केले नाही, तर उपासमार माझी समस्या आहे. मी स्थानिक रेस्टॉरंट चालवणाऱ्या व्यक्तीस, मला रुचकर पदार्थ आणि खूप चांगला जेवणाचा अनुभव दिल्याबद्दल पैसे देतो. चांगल्या प्रकारे चालवले जाणारे सरकार मिळावे, यासाठी मी सरकारी नोकरांकडे करभरणा करतो. मला आध्यात्मिक मार्गदर्शन आणि शिक्षणासाठी साहाय्य व्हावे, यासाठी चर्चच्या दानपेटीत मी पैसे टाकतो.

किम खूप पैसा मिळवते, कारण ती मोठी समस्या, म्हणजेच परवडण्याजोग्या किमतीमध्ये दर्जेदार घरे मिळण्याची समस्या सोडवते. ही समस्या सोडवण्यासाठी ती जितके अधिक काम करते, तितका तिला अधिक पैसा मिळतो. शिक्षणाच्या गरजेची समस्या सोडवण्यासाठी मी खूप कष्टपूर्वक काम करतो.

सोप्या शब्दांत सांगायचे, तर अधिक पैसा मिळवण्याचे अब्जावधी मार्ग आहेत, कारण सोडवण्याजोग्या समस्या अगणित नसल्या, तरी अब्जावधी नक्कीच आहेत. तुम्हांला कोणत्या समस्या सोडवण्याची इच्छा आहे, हा खरा प्रश्न आहे. तुम्ही जितक्या अधिक समस्या सोडवाल, तितके तुम्ही अधिक श्रीमंत बनाल.

अनेक लोकांना काहीही न करता आणि कोणतीही समस्या सोडवण्याची इच्छा नसतानाही, पैसे मिळावेत अशी इच्छा असते किंवा ते सोडवत असतात त्या समस्यांच्या मूल्यापेक्षा अधिक पैसे त्यांना हवे असतात. मी शिपिंग कंपनीच्या कामगार संघटनेमध्ये सहभागी झालो नाही, याचे एक कारण म्हणजे, मी भांडवलवादी आहे, कामगार नाही. किंबहुना, आजच्या काळात खूप कमी अमेरिकन जहाजे आहेत, याचे एक कारण अमेरिकन व्यापारी जहाज चालवण्याचा खर्च खूप जास्त आहे. आणि याच एका कारणामुळे अमेरिकेतील बंदरांवर असणाऱ्या बहुतांश मालवाहू आणि प्रवासी जहाजांमधील कर्मचारी हे अमेरिकन नागरिक नसतात. अमेरिकन जहाज चालवण्याच्या आवाक्याबाहेरील खर्चामुळे, किंग्ज पॉइंट या माझ्या अकादमीतील अनेक पदवीधर हे आज पदवीशिक्षण पूर्ण करतात, तेव्हा त्यांना नोकऱ्या मिळू शकत नाहीत. ही कमी काम आणि अधिक पैसा हवा असण्याची समस्या आहे.

माझे गरीब वडील हे कामगार संघटनेतील गृहस्थ होते. किंबहुना, ते हवाईच्या शिक्षक संघटनेचे प्रमुख होते. एक सामुहिक गट म्हणून शिक्षकांकडे अधिक बळ असल्याचा त्यांचा मुद्दा मला समजतो. संघटनेशिवाय, शिक्षकांना आणखीणच कमी वेतन आणि खूप तुरळक लाभ मिळाले असते. शिक्षकांच्या संघटना नसल्यास, आज शिक्षणाचे जितके नुकसान होत आहे, त्याहूनही अधिक नुकसान झाले असते.

माझे श्रीमंत वडील हे भांडवलवादी होते. भांडवलवाद्यांचा विश्वास अधिक चांगल्या किमतीकरिता अधिक चांगल्या उत्पादनाची निर्मिती करण्यावर असतो. तुम्ही चांगल्या किमतीत अधिकाधिक लोकांना चांगले उत्पादन देऊ शकला नाहीत, तर बाजारपेठ तुम्हांला शिक्षा करते. अन्य शब्दांत सांगायचे, तर भांडवलवाद्यांना समस्या निर्माण करण्यासाठी नाही, तर समस्या सोडवण्यासाठी पैसे मिळत असतात– अर्थात कोडे हेच जर तुमचे उत्पादन नसेल तर!

'भांडवलवादी हे डुक्कर आहेत,' असा विचार अनेक जण करतात. आणि अनेक जण लालची डुक्कर असतातही. तरीसुद्धा, जगाला आरोग्यसुविधा, अन्न, वाहतूकव्यवस्था, ऊर्जा आणि संपर्कमाध्यमे पुरवण्यासारख्या खूप चांगल्या गोष्टी करणारेही भांडवलवादी आहेत. हे जग अधिक चांगले बनवण्यासाठी माझ्या परीने सर्वोत्तम प्रयत्न करणारा एक भांडवलवादी म्हणून, माझी समस्या ही काहीही न करता पैसे हवे असणारे किंवा कमी कामासाठी अधिक पैसा हवे असणारे लोक आहेत. माझ्या मते ज्या व्यक्तीला कमी काम करून अथवा काहीही न करता अधिक पैसे हवे आहेत, ती व्यक्तीसुद्धा लालची डुक्करच आहे.

ज्यांना कमी कामाचे जास्त पैसे हवे असतात, त्यांचे जीवन बदलत्या जगासोबत अधिकाधिक कठीण होत जाणार आहे. उदाहरणार्थ, कमी कामासाठी अधिक वेतन व अन्य लाभ मिळण्याची मागणी करणाऱ्या कामगार संघटना हे अमेरिकेतील नोकऱ्या बाहेरच्या देशांमध्ये जाण्याचे एक प्रमुख कारण आहे. आजघडीला अमेरिकेमध्ये वाहनक्षेत्रातील संघटित कामगाराला एका तासाच्या कामाचे अन्य लाभांसहित ७५ डॉलर्स मिळतात. चीनमध्ये मात्र याच क्षेत्रात काम करणाऱ्या कामगारास तासाचे ७५ सेंट्स (पाऊण डॉलर) मिळतात. मी हे लिहीत असताना ख्रिसलर या कंपनीने आपल्या कारचे उत्पादन चीनमध्ये करण्यासाठी चीनच्या चेरी मोटर्स या कंपनीसोबत करार केला आहे. तेथील उत्पादनाची किंमत प्रतिकार २,५०० डॉलर्सपेक्षा कमी आहे. ही किंमत प्रत्येक अमेरिकन कारसोबत आरोग्यविम्याच्या खर्चाची जितकी भर पडते, तिच्या जवळपास जाणारी आहे.

खरा भांडवलवादी हा समस्या ओळखणारा आणि त्या समस्येला उत्तर म्हणून वस्तू किंवा सेवा निर्माण करणारा असतो. तुमचे उत्पादन किंवा सेवेचे स्वीकारमूल्य अधिक असेल, तर तुम्ही त्यासाठी अधिक किंमत घेऊ शकता, परंतु त्यासाठी त्याचे वर्धित मूल्य असणे गरजेचे आहे. उदाहरणार्थ, मी माझी पुस्तके आणि गेम्ससाठी अधिक पैसा घेतो, कारण काही लोकांना त्या पुस्तके आणि गेम्समध्ये अधिक शैक्षणिक मूल्य आढळते. अन्य बऱ्याच लोकांसाठी माझी पुस्तके आणि गेम्स यांचे मूल्य त्यांच्या किमतींइतके नसते. अनेक जण माझ्या वित्तीय शिक्षणाच्या ब्रँडला किंमत देत नाहीत, कारण माझा वित्तीय शिक्षणाचा ब्रँड त्यांच्या वित्तीय समस्या सोडवत नाही. पैशांविषयीचे नियम १९७१ आणि १९७४ मध्ये बदलले, यावर अनेक जण विश्वास ठेवत नाहीत आणि अनेकांना आपण अधिक परिश्रम, पैशांची बचत, म्यूच्युअल फंड्समध्ये गुंतवणूक आणि कमी कामासाठी अधिक पैशांची अपेक्षा करू शकतो, यावर विश्वास ठेवायचा असतो. त्यांच्या भल्यासाठी आणि त्यांच्या कुटुंबांच्या वित्तीय भविष्यासाठी, त्यांच्या या धारणांनी आणि कृतींनी त्यांच्या वित्तीय समस्या सुटाव्यात, अशी मी आशा करतो.

तुमच्या भल्यासाठी, तुम्ही त्यावर विश्वास ठेवू नये, अशी मी आशा करतो. तुम्ही हे पुस्तक वाचता आहात आणि त्याद्वारे सक्रियपणे तुमची वित्तीय बुद्धिमत्ता वाढवता आहात, म्हणजेच तुम्ही त्यावर विश्वास ठेवत नाही, असा माझा कयास आहे. तुम्हांला कोणत्या समस्या सोडवण्याची गरज आहे, याचा आता विचार करण्यास सुरुवात करा, त्या समस्यांना सामोरे जा आणि त्यामार्गे पैसा तुमच्याकडे येईल. आणि एकदा तुमच्याकडे तो पैसा आला, की तुमच्या त्या पैशांचे संरक्षण करण्यासाठी तुम्हांला वित्तीय बुद्धिमत्ता पणाला लावण्याची गरज भासणार आहे. या पुस्तकातील पुढचे प्रकरणही याचविषयी आहे : 'वित्तीय बुद्ध्यंक २ : तुमच्या पैशांचे संरक्षण करणे.'

प्रकरण चार

वित्तीय बुद्ध्यंक २ : तुमच्या पैशांचे संरक्षण करणे

वित्तीय भक्षकांपासून तुमच्या पैशांचे संरक्षण करणे महत्त्वाचे आहे. हे जग तुमचा पैसा बळकावण्यासाठी संधीची वाट बघत बसलेल्या लोकांनी आणि संस्थांनी भरलेले आहे, हे तुमच्यापैकी बहुतांश जणांना माहीत आहेच. यांपैकी अनेक लोक आणि संस्था या खूप चतुर आणि सामर्थ्यवान आहेत. जर ते तुमच्यापेक्षा अधिक चाणाक्ष असतील, किंवा त्यांच्याकडे तुमच्यापेक्षा अधिक सामर्थ्य असेल, तर ते तुमचा पैसा मिळवतील. म्हणूनच वित्तीय बुद्ध्यंक २ इतका महत्त्वाचा ठरतो.

वित्तीय बुद्ध्यंक २ कसा मोजावा?

वित्तीय बुद्ध्यंक १ हा सामान्यतः डॉलर्सच्या एकूण राशींवरून मोजला जातो. वित्तीय बुद्ध्यंक २ हा टक्केवारीमध्ये मोजतात. मला काय म्हणायचेय, ते सांगतो. पुढे तीन विविध टक्केवारींची तीन उदाहरणे आहेत :

१. अमेरिकेमध्ये जी व्यक्ती १ लाख डॉलर्स इतके वार्षिक वेतन कमावते, ती केंद्रीय, राज्य आणि 'फिका' (विमा कायद्यानुसार योगदान) मिळून एकूण ५० टक्के इतका करभरणा करते. म्हणजेच, या व्यक्तीचे कर वजा जाता निव्वळ उत्पन्न ५०,००० डॉलर्स इतके आहे.

२. दुसरी एखादी व्यक्ती एक लाख डॉलर्सचे उत्पन्न आपल्या गुंतवणुकीद्वारे मिळवत असेल, तर ती १५ टक्के कर भरते. या व्यक्तीचे करानंतरचे निव्वळ उत्पन्न ८५,००० डॉलर्स इतके आहे.

३. तिसरी व्यक्ती एक लाख डॉलर्स उत्पन्न कमावते आणि शून्य टक्के कर भरते. या व्यक्तीचे करानंतरचे निव्वळ उत्पन्न एक लाख डॉलर्स इतके आहे.

वरील उदाहरणांमध्ये जी व्यक्ती सर्वांत कमी टक्के कर भरते, तिचा 'वित्तीय बुद्ध्यंक २ : तुमच्या पैशांचे संरक्षण करणे,' हा सर्वाधिक आहे, कारण तिला वित्तीय भक्षकांमुळे सर्वांत कमी पैसा गमवावा लागतो.

पुढील प्रकरणांमध्ये, मी खूप पैसा कसा कमवावा आणि कायदेशीररीत्या काहीही कर कसा भरू नये, याविषयी सांगणार आहे. परंतु आतापुरते ही साधी संकल्पना ध्यानात ठेवा : एखादी व्यक्ती, वित्तीय भक्षकांकडून बळकावल्या जाणाऱ्या उत्पन्नाच्या टक्केवारीच्या तुलनेत किती उत्पन्न स्वत:जवळ बाळगते, यावर वित्तीय बुद्ध्यंक २ हा मोजला जातो.

ससे, पक्षी आणि कीड

श्रीमंत वडिलांनी त्यांच्या मुलाला आणि मला खूप कोवळ्या वयापासूनच, वित्तीय भक्षकांपासून पैशांचे संरक्षण करण्याच्या महत्त्वाविषयी धडे देण्यास सुरुवात केली होती– अगदी आमच्याकडे अजिबात पैसे नव्हते, तेव्हापासून. आम्ही तेव्हा लहान असल्यामुळे श्रीमंत वडील त्यांचा मुद्दा पटवण्यासाठी शेतकऱ्यांचे अगदी साधे उदाहरण द्यायचे. ते सांगायचे, ''शेतकऱ्याला आपली पिके ससे, पक्षी आणि किडींपासून सुरक्षित ठेवणे गरजेचे असते. ससे, पक्षी आणि कीड हे शेतकऱ्यासाठी लुटारू आहेत.''

ससे चोर असल्याच्या संकल्पनेचा वापर हा लहान मुलगा म्हणून माझ्यासाठी प्रभावशाली धडा होता. ससे हे गोंडस आणि कवेत घेण्याजोगे होते. ते निरुपद्रवी होते. याच गोष्टी पक्ष्यांबाबतही खऱ्या होत्या. किंबहुना, माझ्या घरी एक पाळीव राघूही होता आणि पक्ष्यांना चोर म्हणून संबोधणे ही संकल्पना कठोर होती. तथापि, किडीबाबत मी समजू शकत होतो. त्यांना चोर कसे म्हटले जाऊ शकते, हे मला माहीत होते. माझ्या घरी बाग होती आणि कीड लागल्याने माझ्या बऱ्याच भाज्या वाया गेल्या होत्या.

आमच्या पाठीशी उभे राहणे

श्रीमंत वडिलांचा प्रयत्न आम्हांला घाबरवण्याचा नव्हता. त्यांना केवळ त्यांच्या मुलाने आणि मी वास्तव जगाबद्दल सजग व्हायला हवे होते. त्यांनी ससे आणि पक्षी यांसारख्या गोंडस पशुपक्ष्यांचा वापर करण्याचे कारण म्हणजे, आपल्या वैयक्तिक संपत्तीचे काही सर्वांत मोठे चोर हे केवळ डाकू, गुन्हेगार किंवा गुंडच नसतात; हा मुद्दा त्यांना मांडायचा होता. त्यांनी ससे आणि पक्ष्यांचा वापर केला. कारण ज्यांच्यावर आपले प्रेम असते, विश्वास असतो किंवा ज्यांच्याविषयी आपल्याला आदर असतो, जे आपल्या बाजूने आणि आपल्या पाठीशी उभे असल्याचे आपल्याला वाटते, असे लोक आणि संस्था, या सर्वांत मोठे वित्तीय भक्षक असतात, हे आम्ही लक्षात ठेवावे, अशी त्यांची इच्छा होती. श्रीमंत वडील सांगायचे की, आपल्या पाठीमागे खूप सारे लोक उभे असण्याचे एक कारण म्हणजे, त्या जागेवरून

आपल्या खिशात हात घालणे, अधिक सोपे असते. खूप साऱ्या लोकांना वित्तीय समस्या भेडसावण्याचे एक कारण म्हणजे, त्यांच्या खिशांमध्ये खूप जास्त लोकांचे हात असतात.

श्रीमंत वडिलांची ससे (bunnies), पक्षी (birds) आणि कीड (bugs) या शेतकऱ्यांच्या तीन 'बी' भक्षकांची कथा पुढे सुरू ठेवली, तर श्रीमंत वडिलांच्या वास्तव जगातील वित्तीय भक्षकांच्या यादीमध्ये प्रशासकीय अधिकारी, बँकिंग अधिकारी, दलाल, विविध व्यवसाय, पत्नी/प्रियकर, मेव्हणे आणि वकील यांचाही समावेश होता.

पहिला बी : 'ब्युरोक्रॅट्स' म्हणजेच प्रशासकीय अधिकारी

कर हे एकटेच आपले सर्वांत मोठे खर्च आहेत, हे आपल्या सगळ्यांनाच माहीत आहे. कर विभागाचे कामच तुमचा पैसा मिळवणे आणि तो खर्च करण्यासाठी सरकारी अधिकाऱ्यांकडे सोपवणे हे आहे.

दुर्दैवाने, बहुतांश राजकारणी आणि प्रशासकीय अधिकारी हे पैसा खर्च करण्यात खूप पटाईत असतात, ही अडचण आहे. बहुतांश जनसेवकांना पैसा कसा मिळवायचा हे माहीत नसते, कदाचित म्हणूनच ते प्रशासकीय अधिकारी बनण्याचे ठरवतात. जर त्यांना पैसा मिळवता येऊ शकला असता, तर बहुधा ते प्रशासकीय अधिकारी बनण्याऐवजी व्यावसायिक बनले असते. पैसा कसा मिळवायचा हे त्यांना माहीत नसल्याने, परंतु त्याच वेळी पैसा खर्च करण्यास मात्र आवडत असल्याने प्रशासकीय अधिकारी करांवाटे आपला पैसा काढून घेण्याचे अधिकाधिक आणि नावीन्यपूर्ण मार्ग शोधून काढण्यात खूप वेळ घालवतात.

उदाहरणार्थ, अमेरिकन प्रशासकीय अधिकाऱ्यांनी एएमटी, म्हणजेच अल्टर्नेटिव्ह मिनिमम टॅक्स हा एक चतुर कर-कार्यक्रम तयार केला आहे. १९७० मध्ये एएमटी तयार करण्यात आला. हा वार्षिक ६०,००० डॉलर्स किंवा त्यापेक्षा अधिक पैसे कमावणाऱ्या उच्च उत्पन्न गटातील कर्मचाऱ्यांना लावण्यात येणारा अतिरिक्त कर आहे. एकाच उत्पन्नासाठी एखाद्या व्यक्तीला दोन वेळा कर लावण्याचा हा धूर्त मार्ग आहे. यातील अडचण अशी की, १९७० साली ६०,००० डॉलर्स म्हणजे खूप पैसा होता. आजच्या काळात ६०,००० डॉलर्स हे काही उच्च उत्पन्न नाही. अनेक श्रीमंत लोक हा कर भरत नाहीत. केवळ उच्च उत्पन्न गटातील कर्मचारी मात्र भरतात.

आपण अगोदरच आपले उत्पन्न, गुंतवणूक, घरे, कार, इंधन, प्रवास, वस्त्रे, अन्नपदार्थ, मद्य, सिगरेट्स, व्यवसाय, शिक्षण, परवाने, अनुज्ञप्ती, मृत्यू आणि यांसारख्या अन्य बऱ्याच गोष्टींवर कर भरत असतो, हे तुम्हांला माहीतच आहे. आपण एकावर एक कर भरतो. आपल्याला माहीतही नसतात, अशा करांवरही आपण कर भरतो. समाजाच्या भल्यासाठी म्हणून हे कर आपल्याला विकले जातात आणि त्यांपैकी काही खरेच भल्यासाठी असतातही. तथापि, प्रशासकीय अधिकाऱ्यांना समाजाच्या समस्या कशा सोडवायच्या हे माहीत नसल्याने (आणि परिणामतः पैसा कसा मिळवायचा, हेसुद्धा माहीत नसल्याने) या समस्या केवळ वाढतच जातात; त्यांना केवळ समस्यांवर पैसा कसा फेकावा, इतकेच

माहीत असते. जेव्हा अधिक पैसा खर्च करूनही समस्या सुटत नाही, तेव्हा ते एखाद्या चतुर नावासह नवा कर निर्माण करतात. समस्या या वाढतच जात असल्याने आपण करापोटी भरत असलेल्या रकमेचे प्रमाणही केवळ वाढतच जाते. ज्याप्रमाणे, चक्रवाढ व्याज आपल्याला अधिक श्रीमंत बनवते, त्याचप्रमाणे चक्रवाढ कर आपल्याला अधिक गरीब बनवतात. वित्तीय बुद्ध्यंक २ हा इतका का महत्त्वाचा आहे, याचे हे एक कारण आहे. जर तुम्ही मिळवलेला सर्व पैसा वित्तीय भक्षक काढून घेत असतील, तर तुम्ही श्रीमंत बनू शकत नाही.

कर हे महत्त्वाचे आहेत

याविषयी पुढे चर्चा करण्यापूर्वी, मी सरकार किंवा कर भरण्याच्या विरोधात नाही; हे मला सांगणे गरजेचे आहे. श्रीमंत वडील सांगायचे की, कर म्हणजे सुसंस्कृत समाजामध्ये जगण्याचा खर्च आहे. करांमधून शाळांचा आणि शिक्षकांचा, अग्निशामक दलाचा आणि पोलिस संरक्षणाचा, न्यायव्यवस्थेचा, लष्कराचा, रस्त्यांचा, विमानतळांचा, अन्नपदार्थांच्या सुरक्षिततेचा आणि सरकारच्या सर्वसाधारण कारभाराचा खर्च भागवला जातो, हा मुद्दा ते त्यांच्या मुलापुढे आणि माझ्यापुढे मांडायचे. तथापि, प्रशासकीय अधिकाऱ्यांनी क्वचितच त्यांना भेडसावणाऱ्या समस्या सोडवल्या, याचाच अर्थ कर हे वाढवावेच लागणार होते, ही श्रीमंत वडिलांची करांबाबतची खरी निराशा होती. समस्या सोडवण्याऐवजी प्रशासकीय अधिकारी बऱ्याचदा त्या समस्येचा अभ्यास करण्यासाठी समिती स्थापन करण्याची मागणी करतो, याचा अर्थ काहीच घडणार नसते. आपण केवळ अधिक कर भरत राहणार आहोत, याची जाणीव झालेल्या श्रीमंत वडिलांचे तत्त्वज्ञान होते, तुमच्या खिशात कायदेशीरीत्या अधिक खोलवर हात घालणे, हे एका प्रशासकीय अधिकाऱ्याचे काम असते, आणि त्याला आपल्या खिशातून कायदेशीररीत्या शक्य तितके कमी घेऊ देणे, हे तुमचे काम असते.

दुर्दैवाने बऱ्याचदा जे लोक सर्वांत कमी कमावतात, तेच सर्वाधिक प्रमाणात कर भरत असतात. अलीकडेच एका कार्यक्रमावेळी वॉरेन बफे यांनी अमेरिकेतील करव्यवस्थेविषयी मांडलेले मत पुढीलप्रमाणे होते : येथे उपस्थित असलेले आपण ४०० जण हे आपल्या रिसेप्शनिस्टपेक्षा किंवा अगदी आपल्या स्वच्छता कर्मचाऱ्यांपेक्षाही आपल्या उत्पन्नाचा कमी भाग कर म्हणून भरतो. जर तुम्ही मानवजातीतील सर्वांत भाग्यवान एका टक्क्यामधील असाल, तर अन्य ९९ टक्क्यांविषयी विचार करणे, हे तुमचे उर्वरित मानवजातीप्रति देणे आहे.

कोणता राजकीय पक्ष अधिक चांगला?

केवळ तुमच्या माहितीसाठी म्हणून सांगतो, मी रिपब्लिकन किंवा डेमोक्रॅट, परंपरावादी किंवा उदारमतवादी, समाजवादी किंवा भांडवलवादी यांपैकी कोणीही नाही. मला जेव्हा याविषयी विचारले जाते, तेव्हा 'मी वरील सर्व गटांमध्ये मोडतो,' असे माझे साधे उत्तर असते. उदाहरणार्थ, एक भांडवलवादी म्हणून मला खूप पैसा कमवायचा असतो आणि

शक्य तितके कमी कर भरायचे असतात. एक समाजवादी म्हणून मी सेवाभावी संस्थांना आणि चांगल्या कार्यांसाठी, करसवलतपात्र देणग्या देतो आणि माझ्या करांतून चांगल्या समाजासाठी, तसेच जे स्वत:ची काळजी घेऊ शकत नाहीत, त्यांची काळजी घेण्यासाठी तरतूद केली जावी, अशी माझी इच्छा असते.

पैशांच्या बाबतीत रिपब्लिकन नेते हे डेमोक्रॅटिक पक्षाच्या नेत्यांपेक्षा चांगले, असे अनेक लोकांना वाटते. मात्र वास्तवातील बाबी त्यांच्या या धारणेची पुष्टी करत नाहीत. रिपब्लिकन पक्ष म्हणतो, डेमोक्रॅट्स हे कर लादतात आणि खर्च करतात. दुसरीकडे रिपब्लिकन पक्ष उधार घेतो आणि खर्च करतो. याचा अंतिम परिणाम म्हणजे पक्ष कोणताही असला तर दीर्घकालीन राष्ट्रीय कर्ज वाढत आहे. हेच कर्ज वाढीव करांच्या माध्यमातून आपल्या पुढील पिढ्यांकडे सोपवले जाणार आहे. हे कमी वित्तीय बुद्ध्यंक असण्याचे लक्षण आहे.

सोशल सिक्युरिटी आणि मेडिकेअर हे जगाच्या इतिहासातील दोन सर्वांत खर्चीक आणि संभाव्यत: अनर्थकारी कार्यक्रम तयार करण्याचे श्रेय फ्रँकलिन डेलॅनो रुझवेल्ट आणि लिंडन जॉन्सन या अमेरिकेच्या दोघा डेमोक्रॅटिक पक्षीय अध्यक्षांना दिले जाते.

रिपब्लिकन अध्यक्ष ड्वाइट डी. आयसेनहॉवर यांच्या कार्यकाळामध्ये अमेरिका हा जगातील सर्वांत मोठा कर्जे देणारा (धनको) देश होता. आपण एक श्रीमंत राष्ट्र होतो. जेव्हा रिपब्लिकन पक्षाचे रिचर्ड निक्सन अध्यक्ष बनले, तेव्हा मात्र पैशांविषयीचे नियम बदलले आणि अमेरिकेच्या संपत्तीमध्ये बदल होण्यास सुरुवात झाली. निक्सन यांनी अध्यक्ष म्हणून १९७१ साली आपल्याला सुवर्णाधारित मूल्याच्या डॉलरला पारखे केले. याचा परिणाम म्हणून डॉलरचे रूपांतर पैशांमधून चलनामध्ये झाले.

निक्सन यांनी अमेरिकन सरकारला आपल्या पैशांविषयीच्या समस्या सोडवण्यासाठी गरज लागेल तितक्या पैशांची छपाई करण्याची परवानगी दिली. हे म्हणजे बँकेत पैसे नसताना धनादेश लिहिणाऱ्या व्यक्तीसारखे झाले. आज सरकार जे करत आहे, ते जर आपण केले, तर आपण तुरुंगात असू. श्रीमंत आणि इतर सर्व लोकांमधील दरी वाढण्याचे एक कारण म्हणजे, बहुतांश लोक अद्यापही पैशांविषयीच्या जुन्या नियमांनुसार-जुन्या भांडवलवादानुसार कार्यरत आहेत. १९७१ नंतर पैशांविषयीचे नवे नियम अस्तित्वात आले. श्रीमंत वर्ग अधिक श्रीमंत बनला आणि गरीब व मध्यम वर्ग आपण दुर्लक्षित ठरू नये, या प्रयत्नांत अधिक परिश्रम करत राहिला.

रिपब्लिकन अध्यक्ष रोनाल्ड रेगन यांनी १९८० साली आपल्याला पुरवठाकेंद्री अर्थव्यवस्था, म्हणजेच इंग्रजीत ज्याला 'वुडू इकॉनॉमिक्स' म्हणून ओळखले जाते, ती दिली. अत्यंत प्रभावी वक्ते व संवादक असणाऱ्या, मात्र पेशाने अर्थतज्ज्ञ नाही तर अभिनेते असणाऱ्या रेगन यांनी, ''आपण करकपात करू शकतो आणि पैसा उसना घेऊन सरकारची बिले भरत राहू शकतो,'' असा प्रचार केलेले हे नवे आर्थिक सिद्धान्त भासमान ठरले. हे म्हणजे वेतनकपात स्वीकारणे आणि बिले भरण्यासाठी क्रेडिट कार्डांचा वापर करण्यासारखे आहे.

१९८०च्या दशकाच्या मध्यात अमेरिका धनको/ऋणको यांच्यातील उंबरठा ओलांडत असल्याचे अध्यक्ष रेगन यांच्या आर्थिक सल्लागार मंडळाचे तत्कालीन सदस्य गेल मूर यांच्या जेव्हा निदर्शनास आले, तेव्हा त्यांनी चिंता न करण्यास सांगितले होते : "आपण छापखाने व टांकसाळी सुरू करून कोणाचीही उधारी चुकती करू शकतो." तुम्ही मला वेडा म्हणा, पण सामान्यत: याला बनावट नोटा बनवणे, असे म्हणतात.

आपल्या पैशांमध्ये १९७१ साली झालेले बदल आणि रेगन यांचे पुरवठाकेंद्री अर्थशास्त्र यांमुळे अमेरिकेवरील राष्ट्रीय कर्जाचा उद्रेक झाला. रेगन यांच्या अध्यक्षपदाचा कार्यकाळ संपण्याच्या वेळी अमेरिकेवर २.६ लाख कोटी डॉलर्स इतके कर्ज होते.

अध्यक्ष रेगन यांच्या कार्यकाळात उपाध्यक्ष असणारे व्हाइट हाउसमध्ये विराजमान झालेले पहिले जॉर्ज बुश यांना, रेगन यांच्या करकपातींमुळे सरकारच्या उत्पन्नात घट होत असून त्यामुळे राष्ट्रीय कर्जाचा उद्रेक झाल्याचे लक्षात आले. या बुश यांनी अध्यक्षपदाची निवडणूक लढवताना, "मी वचन देतो : नवे कर लादले जाणार नाहीत," असे आश्वासन दिले होते. निवडून आल्यानंतर त्यांनी कर वाढवले आणि त्यामुळे दुसऱ्यांदा निवडून आले नाहीत.

त्यानंतर डेमोक्रॅटिक पक्षाचे बिल क्लिंटन हे अध्यक्षपदावर आले. आपल्या विवाहबाह्य संबंधांमुळे काहीसे अडचणीत आलेल्या क्लिंटन यांनी, आपण अर्थसंकल्पाचा समतोल साधल्याचा आणि राष्ट्रीय कर्ज न वाढवल्याचा दावा अध्यक्षपद सोडताना केला. अर्थातच, त्यांनी आपल्या लैंगिक जीवनाबद्दल ज्याप्रमाणे खोटी माहिती दिली होती, त्याचप्रमाणे ते अर्थसंकल्पाचा समतोल साधण्याबाबतही खोटे बोलले. सोशल सिक्युरिटी आणि मेडिकेअरसाठीच्या करांचे डॉलर्स उत्पन्नामध्ये मोजून त्यांनी अर्थसंकल्पाचा 'समतोल' साधला होता. तो पैसा सोशल सिक्युरिटी विश्वस्त निधीमध्ये जाण्याऐवजी, त्यांनी तो खर्च केला. हे म्हणजे, त्यांनी मोनिकासाठी नवा पोशाख खरेदी करण्याकरिता, आपल्या मुलीच्या महाविद्यालयीन निधीतून पैसे काढण्यासारखे होते.

तथापि, क्लिंटन यांनी त्यांच्या अध्यक्षपदाच्या कार्यकाळामध्ये एक सत्य सांगितले होते. सोशल सिक्युरिटी विश्वस्त निधी अशी कोणतीही गोष्ट अस्तित्वात नसल्याची कबुली त्यांनी दिली होती. त्यांच्या अध्यक्षपदाच्या कार्यकाळामध्ये मेडिकेअर योजनेने धोक्याची रेषा ओलांडण्यास सुरुवात झाली होती, याचा अर्थ या योजनेसाठी येणाऱ्या पैशांपेक्षा त्याद्वारे खर्च होणारा पैसा अधिक होता. लवकरच सोशल सिक्युरिटी योजनेची दशाही अशीच होणार आहे, कारण 'बेबी बुमर्स' म्हणून ओळखल्या जाणाऱ्या पिढीतील ७.८ कोटी नागरिक २००८ पासून निवृत्त होण्यास सुरुवात झाली आहे.

त्यानंतर येते दुसरे बुश, म्हणजेच जॉर्ज डब्ल्यू. बुश यांच्या अध्यक्षपदाची कारकिर्द. ९/११ च्या हल्ल्यानंतर जगाला एकत्र आणणाऱ्या बुश यांनी नंतर त्यांची लोकप्रियता अप्रमाणित दाव्यांच्या आधारे इराकविरुद्ध युद्ध पुकारण्यासाठी वापरली. आज ते अमेरिकेच्या इतिहासातील सर्वांत नावडत्या अध्यक्षांपैकी एक आहेत. हे युद्ध केवळ प्रलयंकारीच नव्हते, तर अर्थव्यवस्थेवरील अरिष्ट टाळण्यासाठी अमेरिकेच्या मध्यवर्ती फेडरल रिझर्व्ह बँकेने व्याजांचे दर कमी केले आणि बुश यांच्या देखरेखीखाली जगभर मूल्यहीन पैसा ओतला. अध्यक्षपदाच्या अवघ्या पाच वर्षांच्या कार्यकाळानंतर बुश यांनी अमेरिकेच्या इतिहासातील

सर्व अध्यक्षांनी मिळून जितका पैसा उसना घेतला होता, त्यापेक्षा जास्त पैसा उचलला होता. सध्या अमेरिकेला भेडसावणारे सबप्राइम क्रायसिससारखे आर्थिक संकट ही त्यांच्याच आर्थिक धोरणांची फलनिष्पत्ती आहे.

हे सर्व सांगण्याचे कारण इतकेच की, कोणत्या पक्षाचे सरकार आहे, याने काही फरक पडत नाही. जर डेमोक्रॅट्स सत्तेवर असतील, तर बहुधा 'कर लादा आणि खर्च करा,' असे धोरण असेल. जर रिपब्लिकन पक्षाचे नेते सत्तेवर असतील, तर ते बहुधा कर्ज घेतील आणि खर्च करतील. या दोन्हींचा अंतिम परिणाम सारखाच असेल : मोठे कर्ज, मोठ्या वित्तीय समस्या आणि वाढीव कर. तुमचा शक्य तितका अधिक पैसा घेऊन या सर्वांसाठी निधी उभारला जातो.

तुम्ही भांडवलवादी किंवा समाजवादी आहात का?

समाजवादी आणि भांडवलवादी यांच्यातील फरक स्पष्ट करणारा एक विनोद मी काही वर्षांपूर्वी ऐकला होता. एक दिवस एक समाजवादी एका शेतकऱ्याच्या दारावर येतो आणि त्याला स्थानिक समाजवादी पक्षामध्ये सहभागी होण्याबाबत विचारणा करतो. समाजवादी म्हणजे काय, हे माहीत नसल्याने तो शेतकरी समाजवादी वर्तनाचे उदाहरण देण्यास सांगतो. तो समाजवादी सांगतो, ''जर तुझ्याकडे गाय असेल, तर गावातील सर्वांना तिचे दूध मिळू शकेल. याला संपत्तीचे वाटप करणे म्हणतात.''

''हे चांगले वाटतेय,'' शेतकरी म्हणतो.

''आणि जर तुझ्याकडे मेंढी असेल, तर सर्वांमध्ये तिची लोकर वाटली जाईल,'' समाजवादी सांगतो.

''खूपच छान!'' शेतकरी प्रतिसाद देतो. ''हा समाजवाद चांगला वाटतो आहे.''

हे फारच चांगले आहे, आपण एकाला समाजवादाकडे वळवले असे वाटून समाजवादी म्हणतो, ''आणि समजा तुझ्याकडे कोंबडी असेल, तर तिच्या अंड्यांमध्ये सर्वांचा वाटा असेल.''

'काय?' शेतकरी रागाने ओरडतो. ''हे खूपच वाईट आहे. तुम्ही इथून चालते व्हा आणि तुमचे समाजवादी विचारही तुमच्या सोबत घेऊन जा.''

''पण, पण...पण'' समाजवादी अडखळत बोलू लागतो, ''मला समजले नाही. तू दूध आणि लोकर वाटून घेण्याच्या कल्पनेविषयी आनंदी होतास. तर मग अंडी वाटून घेण्याच्या कल्पनेला तुझा विरोध का?''

''कारण माझ्याकडे गाय किंवा मेंढी नाही आहे,'' शेतकरी खेकसतो. ''परंतु माझ्याकडे कोंबडी आहे ना!''

याकरिताच वित्तीय बुद्ध्यंक २ हा इतका महत्त्वाचा आहे. आपण संपत्ती वाटून घेतली पाहिजे, याला सर्वांचीच संमती असते, जोपर्यंत ती संपत्ती तुमची नसून त्यांची असते, तोपर्यंत.

तुमचे उत्पन्न काळजीपूर्वक निवडा

उत्पन्नाचे अर्जित, पोर्टफोलिओ आणि अप्रत्यक्ष असे तीन प्रकार असतात, हे यापूर्वीच्या प्रकरणांवरून तुम्हांला अगोदरच माहीत आहे. यांमधील फरक जाणून घेणे, हे विशेषतः प्रशासकीय अधिकाऱ्यांपासून तुमचा पैसा सुरक्षित ठेवण्याच्या बाबतीत महत्त्वाचे आहे. अर्जित उत्पन्नासाठी काम केल्याने भक्षक करांपासून फारसे संरक्षण मिळत नाही.

अमेरिकेमध्ये अगदी अल्प उत्पन्न गटातील मजूरही उच्च प्रमाणात कर भरतात. कामगार साधारणतः सोशल सिक्युरिटी योजनेसाठी १५ टक्के कर भरतात आणि त्याचबरोबर ते केंद्रीय, राज्य आणि स्थानिक करही भरतात. आता सोशल सिक्युरिटीचा कर १५ टक्के नसतो, असे काही जण म्हणतील. त्यांना असे वाटते की, हा कर ७.४ टक्के असतो आणि उर्वरित ७.४ टक्के वाटा तुमची कंपनी भरते. त्यांचे कदाचित बरोबरही असेल. परंतु हे एकत्रित १५ टक्के 'हा माझा पैसा आहे, असा माझा याकडे बघण्याचा दृष्टिकोन आहे. जर माझ्या मालकाने हे पैसे सरकारकडे भरले नाहीत, तर त्याने ते मला द्यायला हवेत.'

आपली कंपनी आपल्या ४०१ (के) निवृत्ती योजनेअंतर्गत आपल्याइतकेच योगदान देते, असे वाटणाऱ्या कर्मचाऱ्यांबाबतही हे लागू आहे. कंपनीने इन्व्हेस्टमेंट बँकरकडे सुरक्षित ठेवण्यासाठी दिलेला तो पैसा, हासुद्धा तुमचाच पैसा आहे.

व्यक्तिशः, सरकारने माझ्या भविष्यकालीन वित्तीय सुरक्षेचे व्यवस्थापन केलेले मला नको आहे. सरकार फारच दारुण कामगिरी करते. त्याऐवजी मी स्वतःच माझ्या पैशांची काळजी घेईन. सरकारकडे फारशी वित्तीय बुद्धिमत्ता नसते. सरकार केवळ जमा केलेला पैसा खर्च करते. बहुतांश लोक हे वित्तीयदृष्ट्या सुशिक्षित नाहीत, हे सत्ताधारी संस्थांना माहीत असते. म्हणून मग तुमच्या पैशांनी त्यांनी स्वतःला आणि त्यांच्या मित्रांना श्रीमंत का बनवू नये, असा विचार ते करतात.

दुसरा बी : बँकर्स

डाकूंपासून तुमचा पैसा सुरक्षित ठेवण्यासाठी बँकांची निर्मिती करण्यात आली होती. परंतु तुमचे बँकरसुद्धा डाकूच आहेत, असे तुम्हांला आढळून आले तर? बँकरला आपला हात तुमच्या खिशामध्ये घालावा लागत नाही. तुम्ही स्वतःच्या हातांनी तुमच्या खिशातून तुमचा पैसा बाहेर काढता आणि तो बँकरकडे सोपवता. परंतु ज्या लोकांकडे तुम्ही तुमचा पैसा सोपवला होता, त्याच लोकांनी, तुमच्या माहितीपेक्षा अधिक पैसा उकळल्याचे आणि तेही कायदेशीररीत्या, असे तुमच्या लक्षात आले तर?

न्यू यॉर्कचे गव्हर्नर एलियट स्पित्झर यांनी न्यू यॉर्कच्या अॅटर्नी जनरल पदावर असताना, बँकिंग गुंतवणूक क्षेत्रातील बऱ्याच संस्था आणि मोठ्या म्यूच्युअल फंड कंपन्यांचा तपास केला आणि या कंपन्या अनेक अवैध व्यवहारांप्रकरणी दोषी असल्याचे त्यांना आढळून आले. जनता आपला पैसा ज्या लोकांकडे सोपवते, तेच लोक, त्यांच्याकडे असायला हवा, त्यापेक्षा थोडा अधिकच पैसा गडप करत होते. यामध्ये दोषी आढळलेल्या कंपन्यांना, त्यांनी मिळवलेल्या डॉलरच्या रकमेच्या तुलनेत अगदीच माफक दंड ठोठावण्यात आला.

दंडाची मामुली रक्कम ही अस्वस्थ करणारी आहेच, पण त्याहीपेक्षा अस्वस्थ करणारी बाब म्हणजे हे बँकर आजही व्यवसायामध्ये आहेत.

एलियट स्पित्झर यांचा तपास हा न्यू यॉर्क शहरातील गुंतवणूक बँकिंग कंपन्यांपुरता मर्यादित होता, ही यातील अडचण आहे. बँकरनी भाबड्या ग्राहकांकडून पैसा काढण्याची समस्या विश्वव्यापी आहे. अधिकाधिक व्यवसायांनी आजीवन आपल्या कर्मचाऱ्यांची काळजी घेणे थांबवल्यानंतर, अधिकाधिक कर्मचाऱ्यांना आपल्या स्वत:च्या निवृत्तीसाठी बचत करणे भाग पडते आहे. व्यवसायांप्रमाणे व्यावसायिक वित्तीय सेवा नेमण्याइतका पैसा कर्मचाऱ्यांकडे नसतो. यांमुळे वित्तीयदृष्ट्या अजाण पैशांच्या राशी एखाद्या फुग्याप्रमाणे वाढत जातात आणि त्याद्वारे कर्मचाऱ्यांना वित्तीय सेवा विकणारे बँकर आणि अन्य लोक अधिकाधिक श्रीमंत बनत राहतात. आजघडीला कर्मचाऱ्यांचे निवृत्ती योजनांमधील निधी हे जागतिक अर्थकारणाच्या वाढीला चालना देत आहेत. निवृत्ती योजनांमधील निधीने जगाच्या इतिहासात अभूतपूर्व असा पैशांचा सागर तयार केला आहे, मात्र या पैशांची राखण बँकर्स करताहेत, तुम्ही नाही.

तपासाला सुरुवात

अमेरिकेच्या काँग्रेसने २००७ साली, आपण आपल्या पैशांबाबत ज्यांच्यावर विश्वास ठेवतो, अशा बँकर्सकडून उपलब्ध करून दिल्या जाणाऱ्या सध्याच्या ४०१(के) निवृत्तिवेतन योजनांचा आणि म्यूच्युअल फंड्सचा तपास सुरू केला. यापुढील मजकूर हा 'दि वॉल स्ट्रीट जर्नल' या वृत्तपत्राच्या १४ मार्च, २००७ रोजीच्या आवृत्तीमध्ये प्रसिद्ध झालेल्या लेखातील आहे ('व्हॉट इज युअर ४०१(के) कॉस्टिंग यू?' अशा शीर्षकाचा हा लेख इलेनॉर लेझ यांनी लिहिला होता.)

> सहभागधारकांकडून हप्त्यांमधील किती पैसे शुल्क म्हणून आकारले जात आहेत, हे स्पष्ट करणे ४०१(के) योजनांना आवश्यक नसते. आणि त्यामध्ये स्वतंत्र लेखापरीक्षण करण्याचे शुल्क, खात्यांचा लेखाजोखा ठेवण्याचे आणि त्यांची देखभाल करण्याचे शुल्क; सल्लागार सेवा, त्याचप्रमाणे हेल्पलाइन आणि अर्थातच, योजनेतील निधीचे व्यवस्थापन करण्याचा प्राथमिक खर्च आदी बऱ्याच गोष्टींसाठी पैसे आकारलेले असू शकतात.
>
> ४०१(के) खर्चांबाबतच्या वाढत जाणाऱ्या तणावाने मागील आठवड्यामध्ये केंद्रीय लोकप्रतिनिधींना या शुल्कांबाबतची स्पष्टता नसलेली माहिती उघड केल्यामुळे, कर्मचाऱ्यांना आपल्याला चांगला सौदा मिळतो आहे का, हे जाणून घेणे कठीण जाईल का, याविषयीची चौकशी करण्यासाठी उद्युक्त केले आहे.

या शुल्कांबाबतची अडचण अशी की, अगदी तुमच्या कंपनीलाही त्या समजत नाहीत. किंबहुना, तुमच्या कंपनीला त्यांपैकी काहींची माहितीच नसते, कारण त्या दडवण्यात आलेल्या असतात. मग या शुल्कांविषयी जाणून घेण्याची किंवा समजून घेण्याची अपेक्षा तुम्ही कशी धरू शकता? याच लेखामध्ये पुढे म्हटले आहे :

आता काही कंपन्या केवळ या शुल्कांबाबत समजून घेण्यास साहाय्य करण्यासाठी बाहेरील सल्लागारांची नेमणूक करत आहेत.

उच्च शुल्क, जटिलता आणि या तथाकथित महसूल वाटपाच्या करारांशी जोडले गेलेल्या हितसंबंधांमधील संघर्ष हा या योजनांमधील एक चिंतेचा विषय आहे. यांमध्ये बऱ्याचदा म्यूच्युअल फंड कंपनीने ४०१(के) सेवा पुरवठादारांना अकौंटची देखभाल करण्यासारख्या सेवांकरिता मोबदला म्हणून केलेले व्यवहार समाविष्ट आहेत. या रकमा बऱ्याचदा योजनांमध्ये देऊ केल्या जाणाऱ्या निधीच्या खर्चाच्या बाजूला मांडल्या जातात आणि योजनेतील सहभागधारकांची देय रक्कम वाढवण्यासाठी साहाय्यभूत ठरतात.

हे उतारे वाचल्यानंतर, निवृत्ती निधी पुरवठादारांना, म्हणजेच बँकरना तुमच्या पैशांनी श्रीमंत होणे किती सोपे आहे, हे उघड होते. मी यापूर्वीच उल्लेख केल्याप्रमाणे, बँकांची निर्मिती ही तुमचा पैसा सुरक्षित ठेवण्यासाठी झाली होती. आता त्या तुमच्याकडून पैसा काढून घेण्यासाठी कार्यरत आहेत. या परिस्थितीची शोकात्मता अशी की, आपणच त्यांच्यासाठी हे खूप सोपे बनवले आहे. आपल्याला आता बँकेत पाऊल ठेवण्याचीही गरज नाही. (किंबहुना, त्यासाठीही बँका कदाचित तुम्हांला पैसे आकारू शकतात!) त्याऐवजी, तुमच्या वेतनाचा धनादेश तुमच्या हातांमध्ये पडण्यापूर्वीच परस्पर पैसा काढून घेण्यात येतो. बँकरना आपल्या खिशातून पैसा घ्यावा लागत नाही, कारण तो आपल्या खिशांपर्यंत कधी पोहोचतच नाही.

नाणी कातरणे

रोमन साम्राज्याच्या कालखंडात अनेक सम्राट त्यांच्या नाण्यांसह खेळ करायचे. काही जण नाणी कातरायचे आणि त्यांच्या कडांचे थोडेसे सोने आणि चांदी छाटून टाकायचे. याच कारणामुळे आजच्या नाण्यांना कडांवर चर असतात. हे चर कातरणाऱ्यांपासून नाण्यांचे संरक्षण करतात. सम्राटांना जेव्हा नाणी कातरणे शक्य झाले नाही, तेव्हा त्यांनी आपल्या कोषागारांद्वारे सोने आणि चांदीमध्ये अन्य स्वस्त धातूंचे मिश्रण करण्यास सुरुवात केली.

अमेरिकन सरकारने १९६०च्या दशकात आपल्या नाण्यांबाबत हेच केले. अचानक चांदीची नाणी अदृश्य झाली आणि त्यांची जागा खोट्या नाण्यांनी घेतली. त्यानंतर १९७१ मध्ये अमेरिकन डॉलर हा मूल्यहीन पैसा बनला, कारण त्याचे सुवर्णाधारित मूल्य पूर्णपणे रद्द करण्यात आले.

अनेकार्थांनी, बँका या सर्वांत मोठ्या वित्तीय भक्षक असतात. दररोज अधिकाधिक मूल्यहीन पैशांची छपाई करून त्या बचतकर्त्यांची संपत्ती लुटतात. उदाहरणार्थ, बँकर्सचे नियम त्यांना तुमची बचत घेऊन त्यावर तुम्हांला अत्यल्प टक्केवारीने व्याज देण्याची परवानगी देतात. त्यानंतर, तुम्ही बचत केलेल्या प्रत्येक डॉलरच्या बदल्यात बँकेला अतिरिक्त वीस डॉलर्सचे कर्ज देण्याची आणि त्या पैशांवर अधिक टक्के व्याज आकारण्याची परवानगी असते. उदाहरणार्थ, तुम्ही एक डॉलर बँकेत जमा केला, तर बँक तुम्हांला त्या डॉलरवर वार्षिक ५ टक्के इतके व्याज देते. मात्र त्यानंतर लगेचच, बँकेला २० डॉलर्सचे कर्ज देण्याची

आणि तुम्हांला क्रेडिट कार्ड वापरू देण्यासाठी २० टक्के व्याज आकारण्याची परवानगी मिळते. बँक तुम्हांला एका डॉलरवर ५ टक्के व्याज देते आणि त्याबदल्यात २० डॉलर्सवर वीस टक्के मिळवते. अशाच रीतीने बँकर्स श्रीमंत होतात. जर तुम्ही आणि मी असे केले, तर आपण तुरुंगामध्ये जाऊ. याला व्याजखोरी असे म्हणतात.

महागाई वाढण्यासाठीही हे कारणीभूत आहे. आपल्या बँका पैशांसोबत खेळ करत असल्यामुळे श्रीमंत आणि गरीब यांच्यातील दरी वाढत जाते. आजघडीला बचतकर्ते हे पराभूत असून बँकर्स हे विजेते आहेत.

पैशांच्या नव्या नियमांमध्ये मालमत्ता मिळवण्यासाठी चलन उधार कसे घ्यावे, हे आपल्याला माहीत करून घेण्याची गरज आहे, कारण आपण आता पैशांची बचत करत नाही आहोत. अन्य शब्दांत सांगायचे, तर नव्या भांडवलवादामध्ये बँकेच्या बचत खात्यामध्ये पैशांची बचत करणारे नाही, तर चाणाक्ष कर्जदार हे विजेते ठरतात.

तिसरे बी : ब्रोकर्स, म्हणजेच दलाल

'ब्रोकर' म्हणजेच दलाल हा 'सेल्सपर्सन'साठीचा दुसरा शब्द आहे. पैशांच्या जगतामध्ये शेअर्स, बाँड्स, बांधकाम क्षेत्र, तारण, विमा, व्यवसाय इत्यादींसाठी ब्रोकर असतात. आजच्या काळातील समस्यांपैकी एक म्हणजे बहुतांश लोकांना त्यांचे वित्तीय सल्ले हे श्रीमंत लोकांकडून नाही, तर सेल्समधील लोकांकडून मिळत आहेत. जर तुम्ही एखाद्या श्रीमंत दलालास भेटलात, तर तो किंवा ती दलाल स्वतःच्या विक्री क्षमतेमुळे श्रीमंत बनले की वित्तीय क्षमतेमुळे, हे तुम्ही त्यांना विचारण्याची गरज आहे.

वॉरेन बफेंनी एकदा एक निरीक्षण नोंदवले होते, ''वॉल स्ट्रीट ही अशी जागा आहे की जिथे रॉल्स रॉइस कार चालवणारे लोक हे सब वे ट्रेनमधून प्रवास करणाऱ्या लोकांकडून सल्ले घेण्यासाठी येतात.''

श्रीमंत वडील सांगायचे की, या लोकांना ब्रोकर एवढ्यासाठीच म्हणतात, कारण ते तुम्ही सध्या आहात, त्यापेक्षा अधिक कफल्लक (ब्रोकर) असतात.

चांगले दलाल–गरीब दलाल

तुमच्याकडे फारसा पैसा नसण्यामधील एक अडचण म्हणजे, ज्या दलालांना आपण काय करतो आहोत याची माहिती असते, त्यांच्याकडे बरेचदा तुमच्यासाठी वेळ नसतो. ते अधिक संपत्ती असणाऱ्या क्लायंट्ससोबत काम करण्यात व्यग्र असतात.

किम आणि माझ्याकडे जेव्हा खूप थोडा पैसा होता, तेव्हा आम्हांला शिकवण्याची तयारी असणारा दलाल शोधणे हे आमच्यासाठी एक सर्वांत मोठ्या आव्हानांपैकी एक होते. आमच्याकडे फारसा पैसा नसल्याने, बहुतांश दलालांकडे आमच्यासाठी पुरेसा वेळ नसायचा. आम्ही अशाही बऱ्याच दलालांना भेटलो, ज्यांना आम्हांला गोष्टी विकायच्या होत्या, पण शिकवायचे नव्हते. तरीही आम्ही शोध सुरू ठेवला. ज्याने नुकतेच स्वतःचे क्लायंट तयार केले आहेत, जो चाणाक्ष आहे, त्यांच्या क्षेत्रामधील विद्यार्थी आणि त्याचबरोबर

गुंतवणूकदारही असलेला, अशा तरुण शेअर दलालाच्या आम्ही शोधात होतो. जवळपास अपघातानेच, एका मित्राच्या मित्राकरवी आम्ही टॉमला भेटलो. सुरुवातीला आम्ही टॉमला २५,००० डॉलर्स दिले. त्यानंतर पंधरा वर्षांनी आमचा शेअर्सचा पोर्टफोलिओ हा लाखो डॉलर्सचा बनला असून तो अद्यापही वाढतो आहे.

किम आणि मी १९८६ मध्ये विवाहबद्ध झाल्यानंतर आम्ही बांधकाम क्षेत्रामध्ये गुंतवणुकीला सुरुवात केली. खूप थोड्या पैशांसह सुरुवात करायची, असे आम्ही ठरवले होते. आम्ही बांधकाम क्षेत्रातील बऱ्याच वाईट दलालांना भेटलो, त्यांनी मालमत्तांची विक्री तर केली होती, परंतु बांधकाम क्षेत्रात गुंतवणूक केली नव्हती. जर त्यांनी काही गुंतवणूक केली असेलच; तर ती म्यूच्युअल फंडांमधील होती. शेवटी आम्ही जॉनला भेटलो. त्याने ५,००० डॉलर्सपासून सुरुवात करून आम्हांला आमचा बांधकाम क्षेत्रातील पोर्टफोलिओ साधारणत: २ लाख ५० हजार डॉलर्सपर्यंत वाढवण्यास मदत केली. वरकरणी ही खूप मोठी वाढ दिसत नसली, तरी ही अवघ्या तीन वर्षांत आणि तेसुद्धा पोर्टलँड, ऑरेगॉनमध्ये बांधकाम क्षेत्राची बाजारपेठ खूप वाईट काळातून जात असताना साध्य केली होती. आजघडीला आमची बांधकाम क्षेत्रातील मालमत्ता कोट्यवधी डॉलर्सच्या घरात असून ती वाढतेच आहे.

शिकलेले धडे

तुम्हांला माहीत असल्याप्रमाणे दलाल हे चांगलेही असतात आणि वाईटही असतात. सोप्या भाषेत सांगायचे, तर चांगले दलाल तुम्हांला अधिक श्रीमंत बनवतात आणि वाईट दलाल नेहमीच सबबी सांगतात. आम्हांला चांगले दलाल शोधण्यास आणि टिकवून ठेवण्यास साहाय्यभूत ठरलेल्या गोष्टींची संक्षिप्त यादी पुढे दिली आहे.

१. किम आणि मी, दोघांनीही शेअर्स आणि बांधकाम क्षेत्रांमध्ये गुंतवणूक करण्याविषयी शिकवणी घेतली. याविषयी अधिक ज्ञान घेतल्याने सेल्सपर्सन कोण आणि शिक्षित दलाल कोण, हे आम्हांला सांगता आले.

२. आपल्या क्षेत्रामध्ये विद्यार्थी असणाऱ्या दलालांचा आम्ही शोध घेतला. टॉम आणि जॉन हे दोघेही त्यांच्या क्षेत्रामधील किमान व्यावसायिक शिक्षण-गरजांच्या पलीकडे खूप जास्त वेळ शिक्षणासाठी देत होते. टॉम अनेकदा मला तो संशोधन करत असलेला व्यवसाय पाहण्यासाठी निमंत्रित करतो. जॉन हा बांधकाम क्षेत्रातील दलाल आहे आणि प्रत्यक्षात तो या क्षेत्रामध्ये गुंतवणूकही करतो. आज तो बांधकाम क्षेत्रातील गुंतवणूक या विषयातील आदरणीय शिक्षक आहे.

३. ते ज्या गोष्टी विकतात, त्या गोष्टींमध्ये ते गुंतवणूक करतात का, हे आम्हांला माहिती करून घ्यायचे होते. शेवटी, दलालाला जर त्याच शेअर्समध्ये स्वत: गुंतवणूक करण्याचा आत्मविश्वास नसेल, तर ते विकत असलेल्या शेअर्समध्ये तुम्ही गुंतवणूक का करावी?

४. आम्हांला केवळ व्यवहार नको होता, तर नातेसंबंध हवे होते. अनेक दलालांना केवळ विक्री करायची असते. आमच्याकडे जेव्हा खूप कमी पैसा होता, तेव्हाही आमच्या सोबत भोजन करण्यासाठी टॉम आणि जॉन यांच्याकडे वेळ होता. ते दोघेही आमचे चांगले मित्र आहेत.

यशाची गुरुकिल्ली

शिक्षण ही यशाची गुरुकिल्ली आहे. किम, जॉन, टॉम आणि मी, आम्ही गुंतवणूक या विषयाचे विद्यार्थी आहोत. एकसारख्याच विषयामध्ये आम्हांला स्वारस्य आहे. आम्हां सर्वांनाच या विषयाबाबत अधिक शिकण्याची इच्छा आहे. आमच्या विषयामध्ये आम्ही गुंतवणूक करतो. टॉमला बांधकाम क्षेत्राविषयी फारशी माहिती नाही, त्यामुळे आम्ही त्याच्या सोबत बांधकाम क्षेत्राविषयी चर्चा करत नाही. जॉनला शेअर मार्केटमध्ये काहीच स्वारस्य नाही, त्यामुळे आम्ही त्याच्या सोबत शेअर्सविषयी चर्चा करत नाही.

आमचे ज्ञान वाढणे हे आमची संपत्ती वाढण्याचे एक कारण होते. अनेकदा मी जॉनला कॉल करून, ''तू मला परताव्यांवरील कॅप दर आणि इंटर्नल दर यांच्यातील फरक समजावून सांगशील का?'', यांसारखे प्रश्न विचारायचो. तो केवळ मला गोष्टी विकण्याऐवजी मला शिकवण्यासाठी वेळ काढायचा. त्याचप्रमाणे मी टॉमला कॉल करून ''तू मला दीर्घकालीन बाँड्स आणि अल्पकालीन बाँड्स यांतील फरक समजावू शकतोस का?'', यांसारखे प्रश्न विचारायचो. टॉम आनंदाने माझ्यासाठी शिक्षकाच्या भूमिकेत शिरायचा.

रिच डॅड कंपनीतर्फे शेअर्स आणि बांधकाम क्षेत्राविषयी अनेक दिवसांचे परिसंवाद आयोजित केले जातात, याचे एक कारण म्हणजे वित्तीय शिक्षण महत्त्वाचे आहे. जे शिक्षक आमचे अभ्यासक्रम शिकवतात, ते स्वत: गुंतवणूकदार आहेत आणि ते जे सांगतात, ते त्यांनी स्वत: अमलात आणले आहे. रिच डॅड कंपनी वित्तीय शिक्षणाची कदर करते, कारण त्यामुळेच किम आणि माझे टॉम आणि जॉन या आमच्या दलालांसोबत दृढ नातेबंध तयार झाले आहेत. दीर्घकालीन वित्तीय शिक्षणाप्रतिच्या व्यक्तिगत निष्ठेनेच आम्हां चौघांना एकत्रितपणे खूप श्रीमंत बनवले.

आज, शेअर्स आणि बांधकाम क्षेत्रांतील दलाल सातत्याने मला कॉल करत असतात. ते सर्व जण मला श्रीमंत बनवेल, असा खूप चांगला व्यवहार त्यांच्याकडे असल्याचा दावा करतात. यांपैकी बहुतांश बाबतींत, त्या सर्वांना केवळ दलालीमध्ये स्वारस्य असते, जेणेकरून माझ्या नाही, तरी त्यांच्या टेबलावर अन्नपदार्थ येऊ शकतील. चांगल्या दलालांना आम्हां दोघांच्याही टेबलावर अन्नपदार्थ यायला हवे असतात.

पुन्हा, वित्तीय बुद्ध्यंक २ हा टक्केवारीत मोजला जातो. दलाल हे नेहमीच टक्केवारीमध्ये त्यांचे उत्पन्न कमावतात. उदाहरणार्थ, मी जर १० लाख डॉलर्सची मालमत्ता खरेदी केली, तर दलालांची बहुधा विक्रीच्या ६ टक्के किंवा ६०,००० डॉलर्स इतकी कमाई होईल. जर मला त्या मालमत्तेतून प्रतिवर्षी गुंतवलेल्या रकमेच्या १० टक्के परतावा मिळत असेल, तर दलालाचे शुल्क रास्त आहे, कारण मी एकदाच ती दलाली देत असतो.

याउलट, जर मी खरेदी आणि विक्री (मालमत्ता बदलणे किंवा दैनंदिन स्तरावर शेअर्सचे व्यवहार) करत असेन, तर मी खरेदी करताना, तसेच विक्री करताना अशा दोन्ही वेळी दलाली भरत राहतो. याला अनेकदा 'राउंड ट्रिप' किंवा 'स्लिपेज' असे म्हणतात. बांधकाम क्षेत्रामध्ये 'राउंड ट्रिप' ही मालमत्ता बदलणाऱ्याच्या नफ्यातील १२ टक्के वाटा खाऊ शकते आणि त्याचबरोबर अतिरिक्त करांनाही आमंत्रण देते. हे वित्तीयदृष्ट्या शहाणपणाचे नाही.

व्यापारी विरुद्ध गुंतवणूकदार

जे लोक 'खरेदी आणि विक्री' करतात, ते व्यापारी असतात, गुंतवणूकदार नाही. व्यापारी केवळ दलालांनाच अधिक दलाली देत नाहीत, तर खरेदी आणि विक्रीसाठी 'अल्पावधीतील भांडवली नफा' म्हणून ओळखले जाणारे करही अतिरिक्त प्रमाणात भरतात. याचाच अर्थ भांडवली नफ्यासाठी खरेदी आणि विक्री करणाऱ्या लोकांना कर विभागाचे प्रशासकीय अधिकारीही गुंतवणूकदार मानत नाही. कर विभाग त्यांना व्यावसायिक व्यापारी मानतो आणि त्यांच्या कमाईवर कदाचित अतिरिक्त स्वयंरोजगार करही लावू शकतो. अशा प्रकारच्या व्यवहारांमध्ये दलाल आणि प्रशासकीय अधिकारी जिंकतात आणि व्यापारी हरतात. वित्तीयदृष्ट्या बुद्धिमान गुंतवणूकदारांना हे भक्षक व्यवहारशुल्क आणि कर सुज्ञपणे व्यवहार करून आणि चांगल्या दलालांचा योग्यरीत्या वापर करून, कसे कमीतकमी करावे हे माहीत असते.

चर्निंग (घुसळण)

काही वर्षांपूर्वी, माझ्या एका मित्राच्या आईचा अकौंट तिच्याशी मैत्री असणाऱ्या शेअर दलालाने 'चर्न' केला होता. दलाल जेव्हा क्लायंटसाठी शेअर्सची खरेदी-विक्री करण्यात व्यग्र असतो, तेव्हा त्याला 'चर्निंग' असे म्हणतात. अखेरीस, दलालाला दलालीच्या माध्यमातून क्लायंटचा पैसा मिळतो आणि क्लायंटचा पोर्टफोलिओ मात्र आटतो.

म्हणूनच, तुम्ही एखाद्या दलालाकडे पैसा सोपवण्यापूर्वी, काळजीपूर्वक तुमच्या दलालाची निवड करा. किमान, त्या दलालाच्या काही क्लायंट्सना कॉल करून तुम्ही त्यांच्याशी संवाद साधू शकता का, इतके तरी त्याला विचारा. लक्षात ठेवा, टॉम आणि जॉनसारखे चांगले दलाल तुम्हांला श्रीमंत बनवू शकतात आणि वाईट ब्रोकर तुम्हांला गरीब बनवू शकतात.

चौथा बी : बिझनेस म्हणजेच व्यवसाय

सर्व व्यवसायांमध्ये कशाचीतरी विक्री होते. जर त्यांनी विक्री केली नाही, तर ते व्यवसायातून हद्दपार होतील. या व्यवसायाचे उत्पादन किंवा सेवा मला अधिक श्रीमंत किंवा अधिक गरीब बनवते आहे का, हा प्रश्न मी नेहमी विचारतो. अनेक बाबतींत ते उत्पादन किंवा सेवा तुम्हांला श्रीमंत बनवत नसते; ती केवळ त्या व्यवसायाला अधिक श्रीमंत बनवत असते.

अनेक व्यवसाय तुम्हांला अधिक गरीब बनवण्यासाठी सर्वतोपरी प्रयत्न करतात. उदाहरणार्थ, अनेक मोठ्या डिपार्टमेंट स्टोअर्सची स्वत:ची क्रेडिट कार्डं असतात. कोणत्याही व्यक्तीकडे असू शकण्याजोगी ती सर्वांत वाईट क्रेडिट कार्डं आहेत. तुम्ही त्यांची क्रेडिट कार्डं बाळगलेली त्यांना हवी असतात, कारण त्यामुळे त्यांच्या कंपनीला संबंधित बँकेकडून परतावा मिळतो. जो व्यवसाय हे कार्ड देत असतो, तो बँकेचा दलाल असतो. यातून दलाल आणि बँकर हा नमुना पुन्हा समोर येतो, हे ध्यानात घ्या.

गरीब उत्पादनांच्या खरेदीसाठी क्रेडिट कार्डचा वापर

खूप सारे जण वित्तीयदृष्ट्या संघर्ष करतात याचे एक कारण म्हणजे, ते त्यांना अधिक गरीब बनवणारी उत्पादने खरेदी करतात आणि त्यानंतर उच्च व्याजदर असणाऱ्या क्रेडिट कार्डांद्वारे काही वर्षे त्या उत्पादनासाठी हप्ते भरून ते स्वत:ला आणखीच गरीब बनवतात. उदाहरणार्थ, जर मी क्रेडिट कार्डवर माझ्यासाठी बुटांचा जोड घेतला आणि क्रेडिट कार्डाचे बिल चुकते करण्यामध्ये काही वर्षे घालवल्यास, ज्या उत्पादनाने मला श्रीमंत नाही तर अधिक गरीब बनवले, त्या उत्पादनासाठी काही वर्षे पैसे देणे सुरू ठेवल्याने मी गरीबच राहतो. गरीब लोक त्यांना गरीबच ठेवणारी उत्पादने खरेदी करतात आणि अधिक व्याजदरांचा भार सोसून त्या उत्पादनांसाठी पैसे भरण्यास काही वर्षे लावतात.

जर तुम्हांला श्रीमंत व्हायचे असेल, तर तुम्हांला अधिक श्रीमंत बनवण्यास कटिबद्ध असलेल्या व्यवसायांचे ग्राहक बना. उदाहरणार्थ, मी अनेक गुंतवणूकविषयक वृत्तपत्रे आणि वित्तविषयक नियतकालिके यांचा बऱ्याच काळापासून ग्राहक आहे. त्याचप्रमाणे, मी शैक्षणिक उत्पादने आणि परिसंवाद यांची विक्री करणाऱ्या व्यवसायांचाही ग्राहक आहे. अन्य शब्दांत सांगायचे, तर मी माझ्या काही स्पर्धकांचा चांगला ग्राहक आहे. मला श्रीमंत बनवणाऱ्या वस्तू किंवा सेवांवर पैसा खर्च करायला मला आवडते.

पाचवा बी : ब्राइड्स अँड बॉयफ्रेंड्स, म्हणजेच वधू आणि प्रियकर

काही लोक पैशांसाठी विवाह करतात, हे आपल्या सर्वांनाच माहीत आहे. पुरुष आणि स्त्रिया हे दोघेही प्रेमापेक्षा पैशांसाठी विवाह करणारे असतात. तुम्हांला आवडो किंवा नावडो, कोणत्याही विवाहामध्ये पैसा महत्त्वाची भूमिका बजावतो. 'दि ग्रेट गॅट्सबाय' या चित्रपटात एक संवाद आहे, श्रीमंत मुली गरीब मुलांशी विवाह करत नाहीत. ही ओळ कदाचित चित्रपटामध्ये चांगली असेल, परंतु वास्तवात केवळ श्रीमंत लोकांच्या पैशांसाठी त्यांच्याशी विवाह करणाऱ्या गरीब मुली आणि मुले आहेत.

प्रेमभक्षक

पैशांसाठी विवाह करणाऱ्या लोकांना श्रीमंत वडील 'प्रेमभक्षक' असे म्हणायचे. तुमच्याकडे जितका अधिक पैसा असेल, तितके हे लोक तुमच्यावर अधिक प्रेम करतात. पॉल मॅकार्टनी

यांच्या खूपच प्रसिद्धी मिळालेल्या घटस्फोटामध्ये त्यांना त्यांच्या १ अब्ज डॉलर्सच्या अंदाजित मालमत्तेपैकी बहुधा ५० टक्क्यांवर पाणी सोडावे लागणार आहे. हा खूप जास्त पैसा आहे. यावरून, मॅकार्टनी यांनी प्रतिभाशाली संगीतकार म्हणून भरपूर पैसा कमावला आहे, परंतु वित्तीय बुद्ध्यंक २च्या अभावामुळे त्यांना खूप जास्त पैसा गमवावा लागल्याचे दिसून येते. विवाहापूर्वीचे थोडेसे नियोजन कदाचित त्यांना यातून वाचवू शकले असते. माझे मित्र डोनाल्ड ट्रम्प म्हणतात, ''तुम्ही विवाहबद्ध होण्यापूर्वीच विवाहपूर्व करार करून घ्या.'' विवाहपूर्व करार हा उच्च वित्तीय बुद्ध्यंक २चे लक्षण आहे. तुमच्या आयुष्यभराच्या कमाईच्या ५० टक्के वाटा काही वर्षांच्या विवाहासाठी गमवावा लागणे, हे वित्तीय बुद्ध्यंक २ कमी असण्याचे लक्षण आहे.

श्रीमंत वडील सांगायचे, ''जेव्हा तुम्ही प्रेम आणि पैसा यांची सरमिसळ करता, तेव्हा नेहमीच वित्तीय बुद्धिमत्ता नाही, तर वित्तीय मूर्खपणाच प्रभावी ठरतो.'' जेव्हा किम आणि मी विवाहबद्ध झालो, तेव्हा आमच्यापैकी दोघांकडेही काहीच पैसा नव्हता, त्यामुळे आम्ही पैशांसाठी विवाहबद्ध झालेलो नाही, हे मला माहीत होते. आमच्याकडे पैसा नसला, तरी आम्हांला पाहिजे तशा गोष्टी घडून आल्या नाहीत, तर बाहेर कसे पडायचे याची रणनीती आम्ही आखली होती. म्हणूनच किमच्या स्वतःच्या वेगळ्या कायदेसंस्था आहेत आणि तशाच माझ्याही आहेत. तिची स्वतःची वेगळी गुंतवणूक आहे आणि तशीच माझीही आहे. आम्हांला जर वेगळे व्हावे लागले, तर आम्हांला आमच्या मालमत्तांची विभागणी करावी लागणार नाही. त्या अगोदरच विभागलेल्या आहेत. मला हे सांगण्यास आनंद होतो की, आम्ही १९८६ पासून आनंदाने विवाहित आहोत आणि आमचा विवाह वर्षागणिक अधिक दृढ आणि अधिक श्रीमंत बनत आहे.

प्रवेश करण्यापूर्वीच बाहेर पडा

विवाहानंतरचे आयुष्य म्हणजे सदैव एकत्र आनंदात जगणे आहे, असा विचार करणे मूर्खपणाचे आहे. सदैव एकत्र आनंदात जगणे हे केवळ परीकथांमध्ये खरे असते. वास्तवात गोष्टी बदलतात. म्हणूनच, बाहेर पडण्याच्या रणनीती तयार ठेवणे हे कोणत्याही मौल्यवान गोष्टीच्या जपणुकीसाठी महत्त्वाचे आहे. तुमच्या स्वप्नातील पुरुष किंवा स्त्रीसोबत विवाह करण्याआधी विवाहपूर्व करारासाठी विचारणा करणे हे कदाचित अवघडलेपणाचे असू शकते, हे मला माहीत आहे. परंतु विशेषतः घटस्फोटांचे प्रमाण ५० टक्के आहे, अशा युगात ही वित्तीयदृष्ट्या करण्याजोगी बुद्धिमान गोष्ट आहे. तुम्ही जेव्हा नव्या भागीदारासोबत नवा व्यवसाय स्थापन करत असता, तेव्हा सुरुवातीलाच खरेदी-विक्री करारासंबंधी किंवा व्यवसाय विलीनीकरण/विघटन करारासंबंधी विचार करणे थोडे कठीण असू शकते, हे मला माहीत आहे. परंतु तुम्ही कराराबद्ध होण्यापूर्वीच बाहेर पडण्याविषयी विचार करणे हे वित्तीयदृष्ट्या शहाणपणाचे आहे.

बाहेर पडण्याविषयी पुढील रणनीती आखणे ही अनेक लोकांसाठी विचार करण्यास नावडती गोष्ट आहे. परंतु तुम्ही अंतिमतः बाहेर पडण्यापूर्वी, त्याविषयी विचार करणे हे वित्तीयदृष्ट्या शहाणपणाचे आहे.

सहावा बी : ब्रदर इन लॉ, म्हणजेच मेव्हणे

मृत्यू ही तुमची अंतिम गच्छंती असते. ही आणखी एक वेळ असते, जेव्हा भक्षक किंवा मी म्हणेन- गिधाडे प्रकट होतात. तुम्ही श्रीमंत असाल आणि तुमच्याकडे वित्तीय बुद्ध्यंक नसेल, तर तुमच्या प्रियजनांसाठी ते महागात पडू शकते. जर तुम्ही श्रीमंत असाल, तर तुमच्या अंत्यविधीस कुटुंबीय, मित्रपरिवार आणि सरकारही उपस्थित असते. तुम्ही ज्यांना कधीही भेटला नाहीत, अशी तुमच्या मेव्हण्यांच्या मुलांची नातवंडे अचानक तुमचे 'कुटुंबीय' बनतात आणि अश्रू ढाळण्यासाठी तुमच्या अंत्यविधीस येतात. जर तुमचा वित्तीय बुद्ध्यंक उच्च असेल, तर तुमच्या मृत्यूनंतरही तुम्ही अशा प्रकारे शोक करणाऱ्या नातेवाइकांना मिळणाऱ्या पैशांचे प्रमाण नियंत्रित करू शकता. वित्तीय बुद्ध्यंक उच्च असणारे लोक त्यांच्या संपत्तीचे आणि अंतिम इच्छांचे मृत्यूनंतरच्या भक्षकांपासून संरक्षण करण्यासाठी इच्छापत्र, विश्वस्त निधी आणि अन्य कायदेशीर मार्ग योजतात. आता लिओना हेमस्ली यांचेच पाहा. त्या आपल्या नातवंडांसाठी काहीही मागे न ठेवता आपल्या कुत्र्यासाठी मात्र १.२ कोटी डॉलर्स ठेवू शकल्या. मला अगदी हेच सुचवायचे नसले, तरी हे पुराव्यांवरून सिद्ध झाले आहे की उच्च वित्तीय बुद्ध्यंक असण्याने तुम्ही तुमच्या कबरीमध्ये असतानाही तुमचा पैसा कुठे जातो, हे ठरवू शकता.

तुमचे निधन होण्यापूर्वी, संपत्ती-नियोजन तज्ज्ञासोबत तुमच्या बाहेर पडण्याची योजना आखा. जर तुम्ही श्रीमंत असाल किंवा श्रीमंत बनायचे ठरवले असेल, तर तुमच्या शेवटच्या प्रवासाचे नियोजन ही वित्तीयदृष्ट्या करण्याजोगी शहाणपणाची गोष्ट आहे.

सातवा बी : बॅरिस्टर, म्हणजेच वकील

कॉफी जास्तच गरम असल्यामुळे मॅक्डोनाल्डवर दावा ठोकणारा माणूस तुम्हांला कदाचित आठवत असेल. हे तुमचा पैसा मिळवण्यासाठी कायदेशीर प्रक्रिया वापरणाऱ्या वित्तीय भक्षकाचे उदाहरण आहे. कायदेशीर दाव्याचा वापर करून त्याद्वारे श्रीमंत बनण्यासाठी कोणत्याही संधीच्या प्रतीक्षेत असणारे लाखो लोक आहेत. म्हणूनच सातवा बी हा बॅरिस्टर किंवा वकिलांसाठी आहे. असेही बरेच वकील आहेत, ज्यांचा एकमेव हेतू तुम्हांला न्यायालयात खेचून तुमचा पैसा मिळवणे हा आहे.

अशा प्रकारचे भक्षक लपून बसले आहेत, हे माहीत असल्यामुळे वित्तीयदृष्ट्या बुद्धिमान व्यक्तीने खालील तीन गोष्टी केल्याच पाहिजेत.

१. तुमच्या नावावर कोणतीही मौल्यवान गोष्ट ठेवू नका. माझे गरीब वडील अभिमानाने सांगायचे की, माझे घर माझ्या नावावर आहे. वित्तीयदृष्ट्या चाणाक्ष लोकांनी त्यांचे घर स्वत:च्या नावावर ठेवलेले नसते.
२. तातडीने वैयक्तिक दायित्वासाठी विमा खरेदी करा. लक्षात ठेवा, तुम्ही गरज भासेल तेव्हा विमा खरेदी करू शकत नाही. तुम्ही तो गरज भासण्यापूर्वी खरेदी केला पाहिजे.

३. तुमच्या मौल्यवान मालमत्ता कायदासंस्थांकडे सोपवा. अमेरिकेमध्ये सी कॉर्पोरेशन, एस. कॉर्पोरेशन, लिमिटेड लाएबिलिटी कॉर्पोरेशन (एलएलसी) आणि लिमिटेड लाएबिलिटी पार्टनरशिप (एलएलपी) या प्रकारांतील कंपन्या या चांगल्या कायदेविषयक संस्था आहेत. त्याचप्रमाणे काही वाईट कायदासंस्थाही आहेत. एकल मालकी आणि सर्वसाधारण भागीदारी या वाईट कायदासंस्था आहेत. उपरोधाची बाब म्हणजे, बहुतांश छोट्या व्यवसायांचे मालक हे वाईट कायदासंस्थांमध्ये मोडतात.

नियम बदलले आहेत

आजही मी लोकांना, 'खूप परिश्रम करा, पैशांची बचत करा, कर्जमुक्त व्हा, म्यूच्युअल फंड्सच्या वैविध्यपूर्ण पोर्टफोलिओमध्ये दीर्घकालीन गुंतवणूक करा,' असे सांगताना ऐकतो. हा जुनाट सल्ला आहे आणि वित्तीयदृष्ट्या अनभिज्ञ लोकांकडून आलेला हा वाईट सल्ला आहे. हे म्हणजे पैशांचा खेळ जुन्या नियमांसह खेळण्यासारखे आहे.

आजघडीला अमेरिकेमध्ये जे कर्मचारी अधिक पैसा कमावण्यासाठी अधिक परिश्रम करतात, ते केवळ अधिकाधिक कर भरतात. ते पैशांची बचत करतात आणि तरीही पैसा गमावतात, कारण डॉलर हा आता पैसा राहिला नाही, तर सातत्याने अवमूल्यन होणारे चलन बनला आहे. अधिक श्रीमंत बनण्यासाठी कर्जाचा वापर तरफेप्रमाणे करण्यास शिकण्याऐवजी ते कर्जातून बाहेर पडण्यासाठी अधिक परिश्रम करतात. लाखो अमेरिकन कामगार पैसा म्यूच्युअल फंड्सनी भरलेल्या ४०१(के) निवृत्ती योजनेमध्ये पैसे ठेवतात. शालेय स्तरावरील वित्तीय शिक्षणाच्या अभावापोटी, कामगारांचे खिसे वित्तीय खिसेकापूंकडून कापले जातात.

इतिहासावर कटाक्ष

तुम्ही मागे वळून इतिहासाकडे पाहिल्यास, अमेरिका आणि जगामध्ये पैशांविषयीचे नियम बदलताना सहज दिसतात. पैशांची बचत करणे हे वित्तीयदृष्ट्या भाबडेपणाचे आहे, हे तुम्हांला अगोदरच माहीत आहे. हा बदल १९७१ साली घडून आला.

१९४३ साली, दुसरे महायुद्ध लढण्यासाठी तातडीने पैसा हवा असणाऱ्या अमेरिकन सरकारने, कर्मचाऱ्यांना त्यांचे वेतन मिळण्यापूर्वी त्यांच्या वेतनातून पैसा काढून घेण्याची परवानगी सरकारला देणारा कायदा संमत केला. अन्य शब्दांत सांगायचे, तर कर्मचाऱ्यांना वेतन मिळण्यापूर्वीच सरकारला पैसे मिळू लागले. आजघडीला अमेरिकेमध्ये जर तुम्ही नोकरी करत असाल, तर तुम्हांला करांपासून कोणतेही संरक्षण नाही. तुम्हांला सीपीएची (सर्टिफाइड पब्लिक अकौंटंट) गरज नाही, कारण तुमच्या पैशांचे संरक्षण करण्यासाठी सीपीए फार काही करू शकत नाही. परंतु जर तुम्ही व्यवसायाचे मालक किंवा गुंतवणूकदार असाल, तर सरकारच्या जाळ्यातून तुम्ही निसटू शकता, अशा अनेक पळवाटा आहेत. पुढील प्रकरणामध्ये मी त्यांपैकी काही पळवाटांविषयी विस्ताराने सांगणार आहे.

तुम्हांला माहीत असल्याप्रमाणे, १९७४ मध्ये कर्मचाऱ्यांना गुंतवणूकदार होण्याची आणि आपल्या निवृत्तीसाठी बचत करण्याची गरज भासली. यातून ४०१(के) योजनेचा उदय झाला. ४०१(के) योजनेबाबतची अडचण म्हणजे, सरकारने कर्मचाऱ्यांसाठी ही पळवाटही बंद करून टाकली. ती कशी, याचे स्पष्टीकरण मी आता देतो.

जेव्हा एखादी व्यक्ती पैशांसाठी काम करते, तेव्हा त्याचे किंवा तिचे उत्पन्न हे अर्जित उत्पन्न म्हणून करपात्र ठरते आणि अशा प्रकारच्या उत्पन्नावर सर्वाधिक कर आकारण्यात येतो. जेव्हा एखादा कर्मचारी त्याच्या किंवा तिच्या ४०१(के) योजनेतून पैसे काढतो, तेव्हा ते उत्पन्न तुम्ही ओळखल्याप्रमाणे अर्जित उत्पन्न म्हणूनच बाहेर येते. आता ओळखा पाहू बचतीवरील व्याज हे काय म्हणून करपात्र ठरते? पुन्हा एकदा : अर्जित उत्पन्न म्हणूनच.

याचाच अर्थ असा की, जी व्यक्ती परिश्रम करते, पैशांची बचत करते, कर्जमुक्त होते आणि ४०१(के) योजनांमध्ये निवृत्तीसाठी पैसे साठवते, ती सर्वाधिक करपात्र उत्पन्नासाठी, म्हणजेच अर्जित उत्पन्नासाठी काम करत असते. हे वित्तीयदृष्ट्या शहाणपणाचे नाही. हे नियम पाळणाऱ्या लोकांचे खिसे, त्यांच्या पाठीमागे उभ्या असणाऱ्या भक्षकांकडून कापले जातात. हे लोक कमी वित्तीय बुद्धिमत्ता प्रदर्शित करतात, कारण ते त्यांच्या उत्पन्नाचा खूप मोठा टक्का देऊन टाकतात.

वित्तीयदृष्ट्या बुद्धिमान माणसाला वेतन म्हणून मोठ्या आकड्यांचा धनादेश नको असतो. वित्तीयदृष्ट्या शिक्षित माणूस मानधन किंवा लाभांशांद्वारे उत्पन्न मिळवतो, कारण अशा प्रकारच्या उत्पन्नावर कर कमी असतात. एका माहीतगार गुंतवणूकदाराला किमान पोर्टफोलिओ किंवा अप्रत्यक्ष उत्पन्नासाठी गुंतवणूक करण्याइतकी जाण असते.

करविषयक कायदे हे भिन्न लोकांसाठी भिन्न असतात, याची नोंद घेणेही महत्त्वाचे आहे. वित्तीय निर्णय घेण्यापूर्वी पात्र करविषयक ॲटर्नी आणि कर सल्लागार यांचा सल्ला घेण्याची खूणगाठ बांधून ठेवा.

अमेरिकेच्या फेडरल रिझर्व्ह बँकेची स्थापना १९१३ साली करण्यात आली. ही तारीख बहुधा अमेरिकेच्या इतिहासातील सर्वांत महत्त्वाची तारीख आहे, कारण इथपासूनच जागतिक पैशाचे नियम खरोखर बदलण्यास सुरुवात झाली. आपल्या वैयक्तिक संपत्तीवर होणाऱ्या हल्ल्याची सुरुवात म्हणून वेतनासाठी काम करणाऱ्या लोकांनी ही तारीख लक्षात ठेवली पाहिजे.

प्रथमत: 'फेडरल रिझर्व्ह बँक ऑफ युनायटेड स्टेट्स' ही सरकारी संस्था नाही. हे एक मिथक आहे. ना ती अमेरिकन संस्था आहे. ही बँक जगातील काही सर्वांत श्रीमंत लोकांच्या मालकीची आहे.

जेव्हा फेडरल रिझर्व्ह बँकेची स्थापना झाली होती, तेव्हा जगभरातील सर्वांत श्रीमंत व्यक्तींनी जगातील सर्वांत श्रीमंत देशाच्या पैशांविषयीच्या व्यवस्थेचे नियंत्रण त्यांच्या हाती घेतले आणि त्यानंतर पैशांविषयीचे नियम बदलले.

आज, सरकारने अमेरिकन नोकऱ्या आणि अमेरिकन हितसंबंधांचे संरक्षण करावे, अशी मागणी अमेरिकन लोक करताना मी ऐकतो. काही वेळा, अमेरिकन उत्पादने खरेदी

करा किंवा अमेरिकन व्यवसायांना पाठिंबा द्या, असे लोक म्हणतात, तेही मी ऐकतो. तथापि, आता याकरिता खूप उशीर झाला आहे. या केवळ काही नाउमेद लोकांकडून देण्यात येणाऱ्या अशक्त आरोळ्या आहेत. १९१३ साली जगातील सर्वांत श्रीमंत लोकांनी जगातील सर्वांत श्रीमंत अर्थव्यवस्था असणाऱ्या अमेरिकन अर्थव्यवस्थेचे नियंत्रण आपल्या हाती घेऊन जगातील पैशांच्या पुरवठ्यावर आपले नियंत्रण प्रस्थापित केले. त्यांनी नियम बदलले आणि कोणाला त्याविषयी सांगितलेही नाही.

आजघडीला अमेरिका ही तांत्रिकदृष्ट्या दिवाळखोर अर्थव्यवस्था आहे. अमेरिकेची तिजोरी ही बाँड्स किंवा टी-बिल्स म्हणून ओळखल्या जाणाऱ्या स्वतःच्याच 'आयओयूंनी' (देयके) भरलेली आहे आणि ही बिले आपल्या भविष्यातील पिढ्यांच्या मुलाबाळांना चुकती करावी लागणार आहेत. श्रीमंत लोकांच्या व्यवसायामध्ये कोट्यवधी लोक काम करत असल्याने, श्रीमंतांच्या बँकांमध्ये पैसा साठवत असल्याने आणि श्रीमंतांच्या मालमत्तांमध्ये (म्हणजेच, शेअर्स, बाँड्स आणि म्यूच्युअल फंड्स) गुंतवणूक करत असल्याने श्रीमंतांच्या इन्व्हेस्टमेंट बँकर्सद्वारे या लोकांच्या संपत्तीची लूट सुरूच राहते. कायदेशीररीत्या शक्य तितका तुमच्या पैसा मिळवण्यासाठी आणि त्यावर नियंत्रण ठेवण्यासाठी हेतुपूर्वक या व्यवस्थेची रचना करण्यात येते.

बऱ्याच वर्षांपूर्वी, १९८०च्या दशकाच्या सुरुवातीस मी 'ग्रंच ऑफ जायंट्स' या नावाचे खूप चांगले पुस्तक वाचले होते. या शीर्षकातील 'ग्रंच' हा शब्द म्हणजे 'ग्रॉस युनिव्हर्सल कॅश हाइस्ट' (Gross Universal Cash Heist – जागतिक एकूण पैशांची चोरी) या शब्दांसाठीचे संक्षिप्त रूप आहे. आमच्या काळातील महान प्रतिभाशाली लेखकांपैकी एक अशी ओळख असणाऱ्या डॉ. आर. बकमिन्स्टर फुलर यांनी या पुस्तकाचे लेखन केले होते. डॉ. फुलर यांचे १९८३ मध्ये निधन होण्यापूर्वी मला व्यक्तिश: तीन वेळा त्यांच्या सोबत अभ्यास करण्याचे सौभाग्य लाभले. त्यांचे साहित्य वाचणाऱ्या किंवा त्यांच्या सोबत अभ्यास करणाऱ्या अन्य बऱ्याच लोकांप्रमाणेच, माझ्या आयुष्यावरही त्यांचा प्रचंड प्रभाव आहे. हार्वर्ड विद्यापीठ त्यांना आपल्या सर्वांत महत्त्वाच्या माजी विद्यार्थ्यांपैकी एक मानते आणि अमेरिकन इन्स्टिट्यूट ऑफ आर्किटेक्ट्स ही त्यांना आपल्या काळातील सर्वांत महान रचनाकारांपैकी एक मानते.

जर तुम्हांला डॉ. फुलर यांचे ग्रंच ऑफ जायंट्स हे पुस्तक मिळू शकले, तर पैशांचा खेळ हा कसा लोकांपासून चोरण्यात आला आणि आपल्या शैक्षणिक व्यवस्थेला शोध लागण्यापासून कसा झाकून ठेवण्यात आला, हे तुम्हांला अधिक स्पष्ट होईल; असे मला वाटते. विशेषत: तेल, युद्ध, बँका, अर्थव्यवस्था आणि शिक्षण यांबाबत आजच्या काळात काय सुरू आहे, याकडे तुम्ही नजर टाकली, तर हे पुस्तक अस्वस्थ करेल, असे मला वाटते.

या पुस्तकामध्ये, 'सरकार आपले हात करव्यवस्थेमार्फत तुमच्या खिशात घालते आणि त्यातून मिळणारा पैसा बहुराष्ट्रीय कंपन्या चालवणाऱ्या आपल्या मित्रांकडे सोपवते,' असे विधान डॉ. फुलर करतात. अन्य शब्दांत सांगायचे, तर काँग्रेस आणि सिनेटमधील आपले लोकनियुक्त प्रतिनिधी हे लोकांचे प्रतिनिधित्व करत नाहीत, तर मोठ्या व्यवसायांचे प्रतिनिधित्व करतात. आहे की नाही सरप्राइज!

२००३ साली अध्यक्ष जॉर्ज डब्ल्यू. बुश आणि काँग्रेसमधील रिपब्लिकन नेत्यांनी अक्षरश: बळजबरीने 'प्रिस्क्रिप्शन ड्रग बेनिफिट बिल' हे विधेयक संमत करून घेतले. मागील २० वर्षांत काँग्रेसमध्ये संमत झालेल्या सर्वांत खर्चीक विधेयकांपैकी हे एक होते. या विधेयकामुळे अमेरिकन करदात्यांवर पडणारा आर्थिक बोजा हा ५०० अब्ज डॉलर्सपेक्षाही अधिक होता. हे विधेयक मंजूर झाल्यानंतर अल्पावधीतच बरेच काँग्रेस सदस्य आणि अधिकाऱ्यांची औषधनिर्माण कंपन्यांकडून नियुक्ती करण्यात आली, त्यांपैकी काही जणांचे वेतन तर लाखो डॉलर्सच्या घरात होते. 'ग्रंच' प्रत्यक्ष कृतीत उतरल्याचे हे एक उदाहरण.

या विषयावरील तुम्हांला बहुधा वाचावीशी वाटतील, अशी अन्य काही पुस्तके खालीलप्रमाणे :

रिचर्ड डंकन यांचे 'दि डॉलर क्रायसिस'

जॉन बॉगल यांचे 'दि बॅटल फॉर दि सोल ऑफ कॅपिटॅलिझम'

बिल बॉनर आणि ॲडिसन विगिन यांचे 'एम्पायर ऑफ डेट'

ही पुस्तके वाचण्याचे महत्त्व म्हणजे यातील प्रत्येक पुस्तकाचे लेखक हे भिन्न क्षेत्रातून आलेले आहेत आणि त्यांचा दृष्टिकोनही भिन्न आहे, असे मला वाटते. हा काही व्यवस्थेवर टीका करणाऱ्या वेड्या-कडवट असमाधानी लोकांचा एकच गट नाही. उदाहरणार्थ, डॉ. फुलर हे भविष्यवादी होते. रिचर्ड डंकन हे आंतरराष्ट्रीय बँकर आहेत. जॉन बॉगल हे व्हॅनगार्ड ग्रूपचे संस्थापक आहेत. बिल बॉनर आणि ॲडिसन विगिन हे आंतरराष्ट्रीय गुंतवणूक सल्लागार आहेत. चार वेगवेगळ्या क्षेत्रांतील लोकांनी लिहिलेली चार वेगवेगळी पुस्तके प्राथमिकत: एकच गोष्ट सांगतात : लोक पैशांसोबत खेळ करत आहेत आणि कायदेशीररीत्या तो लुटत आहेत.

नवे नियमसंच

व्यक्तिश:, मी व्यवस्था बदलण्याचा प्रयत्न करत नाही. स्वत:ला बदलणे हे व्यवस्थेला बदलण्यापेक्षा सोपे आहे, असे माझे व्यक्तिगत तत्त्वज्ञान आहे. अन्य शब्दांत सांगायचे, तर मी पवनचक्क्या चालवणाऱ्या वाऱ्याशी लढणारा माणूस नाही. म्हणूनच मी राजकीयदृष्ट्या कुठल्याही बाजूने झुकलेलो नाही. पैशांचे जग चालवणाऱ्यांच्या विरोधात राजकारण किंवा राजकारणी परिणामकारक ठरण्यावर माझा विश्वास नाही. बहुतांश राजकारण्यांना निवडून येण्यासाठी पैशांचे जग नियंत्रित करणाऱ्याच लोकांचे प्यादे होणे गरजेचे असते, असे दिसते. बहुतांश वित्तीय सल्लागार हे या जागतिक बँकर्सचे नोकरदार असतात.

मला केवळ नियम जाणून घ्यायचे आहेत आणि नियमांनुसार खेळायचे आहे. याचा अर्थ, हे नियम न्याय्य आणि सर्वांसाठी समान आहेत, असे मला वाटते, असा नाही. ते नाहीच आहेत. पैशांविषयीचे नियम जे आहेत ते आहेत आणि ते नियमितपणे बदलत असतात. त्याशिवाय, पैशांचे हे नवे विश्व अन्याय्य असले, तरी त्याने बऱ्याच चांगल्या गोष्टीही केल्या आहेत. या विश्वाने जगामध्ये प्रचंड संपत्ती आणि नवी उत्पादने आणली,

सर्वत्र जीवनमान उंचावले. कोट्यवधी लोकांच्या जीवनाचा दर्जा उंचावत आहे. पैशाने खूप काही चांगल्या गोष्टीही केल्या आहेत.

दुर्दैवाने, हे बदल अनेक देश, आपले पर्यावरण आणि अनेक लोक यांची किंमत मोजून झाले आहेत. वित्तीयदृष्ट्या भाबड्या लोकांचा फायदा उठवून अनेक जण खूप श्रीमंत बनले. इतरांची संपत्ती मिळवून अनेक जण श्रीमंत बनले आहेत. म्हणूनच 'वित्तीय बुद्ध्यंक २ : तुमच्या पैशांचे संरक्षण करणे,' याला वित्तीय बुद्धिमत्तेमध्ये अतिशय महत्त्व आहे. अज्ञानात सुख असते आणि त्यावरच वित्तीय भक्षक अवलंबून असतात – तुमचे अज्ञान हे त्यांना सुखकारकरीत्या श्रीमंत बनवत असते.

प्रकरण पाच

वित्तीय बुद्ध्यंक ३ : तुमच्या पैशांचे अंदाजपत्रक तयार करणे

गाझे गरीब वडील नेहमी सल्ला द्यायचे, ''तुमच्या उत्पन्नसाधनांच्या मर्यादेत जगा.'' (अंथरूण पाहून पाय पसरावेत.)

माझे श्रीमंत वडील म्हणायचे, ''जर तुम्हांला श्रीमंत व्हायचे असेल, तर तुम्हांला तुमची उत्पन्नसाधने वाढवणे गरजेचे आहे.''

तुमच्या साधनांच्या मर्यादेत जगणे हा श्रीमंत बनण्याचा वित्तीयदृष्ट्या बुद्धिमान मार्ग नसल्याचे तुम्हांला या प्रकरणामध्ये लक्षात येईल. तुम्ही अंदाजपत्रकाविषयी जाणून घ्याल आणि अंदाजपत्रक हे दोन प्रकारचे असते, हे तुम्हांला शिकता येईल. पहिले असते तुटीचे अंदाजपत्रक आणि दुसरे असते शिलकीचे अंदाजपत्रक. वित्तीय बुद्ध्यंक ३ हा इतका महत्त्वाचा असण्याचे कारण म्हणजे, शिलकीचे अंदाजपत्रक कसे तयार करावे, हे शिकणे ही श्रीमंत बनण्याची आणि श्रीमंत राहण्याची गुरुकिल्ली आहे.

अंदाजपत्रक ही योजना आहे

संसाधने आणि खर्च यांच्यातील समन्वय साधण्यासाठीचे नियोजन, अशी अंदाजपत्रक किंवा अर्थसंकल्प (budget) या शब्दाची एक व्याख्या आहे.

श्रीमंत वडील सांगायचे की, अंदाजपत्रक ही योजना आहे. ते पुढे सांगायचे, अनेक लोक श्रीमंत बनण्याऐवजी गरीब किंवा मध्यम वर्गीय बनण्याची योजना म्हणून त्यांचे अंदाजपत्रक वापरतात. बहुतांश लोक शिलकीच्या अंदाजपत्रकाऐवजी तुटीच्या अंदाजपत्रकावर त्यांचे आयुष्य चालवतात. शिलकीचे अंदाजपत्रक तयार करण्यासाठी प्रयत्न करण्याऐवजी अनेक लोक त्यांच्याकडील साधनांच्या मर्यादेत राहण्यासाठी काम करतात. याचा अर्थ नेहमीच तुटीचे अंदाजपत्रक तयार करणे असा होतो.

अंदाजपत्रकाचा पहिला प्रकार : तुटीचे अंदाजपत्रक

बॅरन यांच्या वित्त आणि गुंतवणूकविषयक पाठ्यपुस्तकामध्ये अर्थसंकल्पीय तुटीची व्याख्या पुढीलप्रमाणे आहे : 'सरकार, कंपनी, संस्था किंवा व्यक्ती यांनी त्यांच्या उत्पन्नापेक्षा अधिक केलेला खर्च.' यातील 'उत्पन्नापेक्षा अधिक केलेला खर्च' या शब्दांची नोंद घ्या. तुम्ही मिळवता त्यापेक्षा अधिक खर्च करणे हे अर्थसंकल्पीय तुटीचे कारण असते. अनेक लोक तुटीच्या अंदाजपत्रकानुसार चालतात याचे कारण म्हणजे, पैसा खर्च करणे हे पैसा मिळवण्यापेक्षा खूपच सोपे आहे. पांगळे करणाऱ्या अर्थसंकल्पीय तुटीचा सामना करावा लागल्यानंतर बहुतांश लोक त्यांचा खर्च कमी करण्याचे ठरवतात. श्रीमंत वडील खर्च कमी करण्याऐवजी उत्पन्न वाढवण्यास सुचवायचे. उत्पन्न वाढवून तुमची साधने विस्तारत जाणे हे अधिक चाणाक्षपणाचे असल्याचा त्यांचा विचार होता.

सरकारची अर्थसंकल्पीय तूट

सरकारच्या अर्थसंकल्पीय तुटीविषयी बोलताना बॅरन म्हणतात, अमेरिकेच्या केंद्र सरकारने साठवलेल्या अर्थसंकल्पीय तुटीला ट्रेझरी बाँड्स (सरकारी कर्जरोखे) काढून वित्तपुरवठा केला पाहिजे. या पुस्तकातील यापूर्वीच्या प्रकरणांमध्ये मी अमेरिकन सरकार कर्ज विकून (म्हणजेच ट्रेझरी बाँड्स) आपल्या समस्यांकरिता वित्तपुरवठा करत असून भविष्यातील करदात्यांना त्याची किंमत चुकवावी लागणार असल्याचे सांगितले होते. प्रत्यक्षात अस्तित्वात नसलेला सोशल सिक्युरिटी विश्वस्त निधी हा ट्रेझरी बाँड्सनीच भरलेला आहे. अन्य शब्दांत सांगायचे, तर अमेरिकन सरकार हे तुटीच्या अंदाजपत्रकानुसार काम करत असल्याने कर्मचारी आणि व्यवसाय हे सोशल सिक्युरिटी निधीमध्ये भरत असलेले पैसे सोशल सिक्युरिटी विश्वस्त निधी वाढवण्यासाठी नाही, तर अन्य बिलांचा भरणा करण्यासाठी वापरण्यात आले आहेत. यासाठी पुढील पानावरील वरची आकृती पाहा.

इन्कम स्टेटमेंट

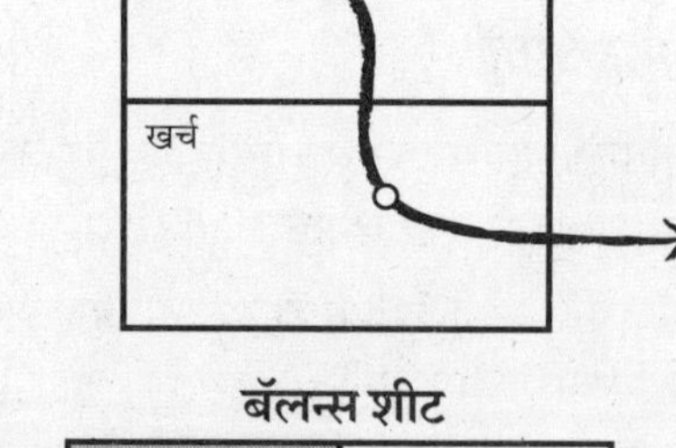

बॅलन्स शीट

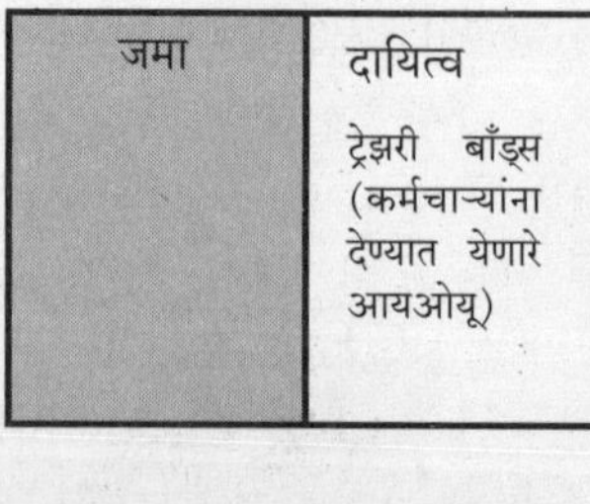

व्यवसायांची अर्थसंकल्पीय तूट

बॅरन सांगतात, कंपन्यांची अर्थसंकल्पीय तूट ही विक्री वाढवून आणि खर्चांमधील कपातीद्वारे कमी करण्यात अथवा नाहीशी करण्यात यावी, अन्यथा दीर्घ काळामध्ये कंपनी टिकू शकत नाही. पुन्हा यातील दोन पर्यायांची नोंद घ्या. एक पर्याय हा विक्री वाढवण्याचा आहे आणि दुसरा हा खर्च कमी करण्याचा आहे.

कंपनीच्या तुटीचा वित्तीय अहवाल हा पुढील पानावरील खालच्या आकृतीप्रमाणे दिसतो.

इन्कम स्टेटमेंट

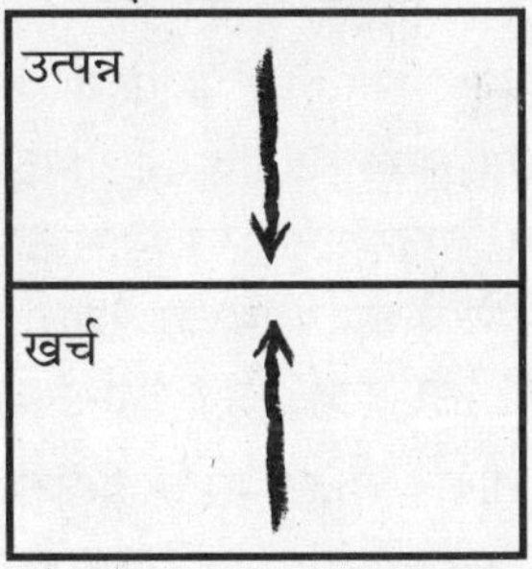

बॅलन्स शीट

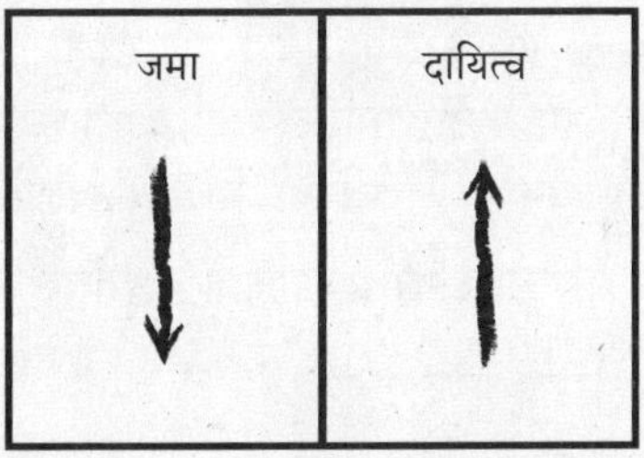

मी झेरॉक्स कंपनीमध्ये नोकरी करावी, असे श्रीमंत वडिलांनी सुचवले याचे एक कारण म्हणजे, त्यातून मी विक्री वाढवण्यास शिकणार होतो आणि त्यामुळे उत्पन्न वाढते. अनेक व्यक्ती आणि व्यवसायांसाठीही उत्पन्न वाढवणे कठीण असते. जे व्यवसाय विक्री करू शकत नाहीत, त्यांना खर्च कमी करणे, कर्जाचा बोजा (देणी) वाढवणे किंवा मालमत्ता विकणे हे तुलनेने सोपे असते. खर्च कमी करणे, कर्जाचा बोजा (देणी) वाढवणे किंवा मालमत्ता विकणे यातील अडचण म्हणजे, सामान्यत: यांमुळे परिस्थिती अधिकच वाईट होते. म्हणूनच पुन्हा श्रीमंत वडिलांनी मला विक्री शिकून घेण्यास सुचवले. जर माणूस विक्री करू शकत असेल, तर तो किंवा ती उत्पन्न वाढवू शकते. श्रीमंत वडिलांच्या मनात खर्चकपात करण्यापेक्षा उत्पन्न वाढवणे हा अर्थसंकल्पीय तुटीची समस्या सोडवण्याचा अधिक चांगला मार्ग होता. साहजिकच जर वारेमाप खर्चाच्या पार्टीसारखे उथळ खर्च आणि कंपनीच्या मालकीच्या खासगी जेटसारखे अनुत्पादक कर्ज असेल, तर विक्री वाढवण्याचा प्रयत्न करण्यापूर्वी या वित्तीयदृष्ट्या बेजबाबदार समस्यांकडे लक्ष देणेच सर्वोत्तम असते.

वैयक्तिक अंदाजपत्रकातील तूट

बॅरन सांगतात, ज्या व्यक्ती सातत्याने आपल्या कमाईपेक्षा अधिक खर्च करतात, त्या खूप मोठा कर्जाचा बोजा साठवतात आणि हे कर्ज जर चुकते होऊ शकले नाही, तर त्यामुळे अंतिमत: त्यांना दिवाळखोरी जाहीर करणे भाग पडते.

अनेक लोक आपल्या कमाईपेक्षा जास्त खर्च करत असल्यामुळे कर्जात बुडालेले असतात, हे आपल्याला माहीतच आहे. तरीही, मागील प्रकरणामध्ये सांगितल्यानुसार लोकांकडे खर्च करण्यासाठी कमी पैसा उरतो, कारण लोकांना त्यांच्या कामाचे पैसे मिळण्यापूर्वीच वित्तीय भक्षक हा पैसा काढून घेत असतात. बहुतांश कर्मचाऱ्यांकडे त्यांच्या स्वत:च्या पैशांचे व्यवस्थापन करण्यासाठी पुरेशी वित्तीय बुद्धिमत्ता नसते, हे कर्मचाऱ्यांचा पैसा काढून घेण्यासाठीचे समर्थन असते. जर आपल्या शाळांमध्ये वित्तीय शिक्षण असते, तर कदाचित पैशांचे व्यवस्थापन सरकारी अधिकाऱ्यांना आणि बँकरना करू देण्याऐवजी कर्मचाऱ्यांवर स्वत:च्या पैशांचे व्यवस्थापन करण्यासाठी विश्वास ठेवण्यात येऊ शकला असता. सरकारी अधिकारी आणि बँकरनी तुमच्या पैशांचे व्यवस्थापन करण्यातील अडचण म्हणजे तुमचा पैसा हा त्यांचाच पैसा आहे, असे त्यांना वाटते.

व्यक्तीच्या वित्तीय अहवालाकडे पाहिल्यास तो पुढील पानावरील आकृतीप्रमाणे दिसतो.

कर, सोशल सिक्युरिटी, निवृत्तिवेतन आणि तारण गोष्टींसाठी भरावी लागणारी रक्कम या चार महत्त्वाच्या खर्चांवर चतुष्कोनातील 'ई' भागामधील लोकांचे बऱ्याचदा अजिबात नियंत्रण नसते. या आकृतीवरून, सरकारी अधिकारी हे कर आणि सोशल सिक्युरिटीच्या माध्यमातून, तर बँकर्स हे निवृत्तिवेतन (४०१के) आणि तारणावरील रकमेच्या माध्यमातून कशा प्रकारे तुमचा पैसा घेतात, हे तुम्हांला दिसू शकेल. बऱ्याच लोकांच्या अर्थसंकल्पीय तुटीचे कारण ही कृती असते.

वित्तीयदृष्ट्या बुद्धिमान माणसाचे या प्रकारच्या खर्चांवर नियंत्रण असते.

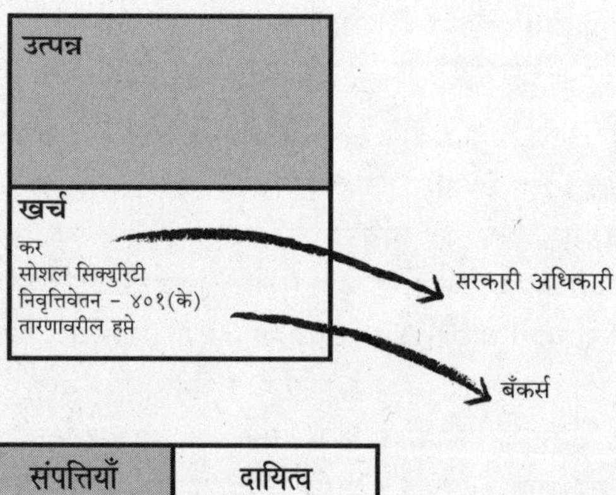

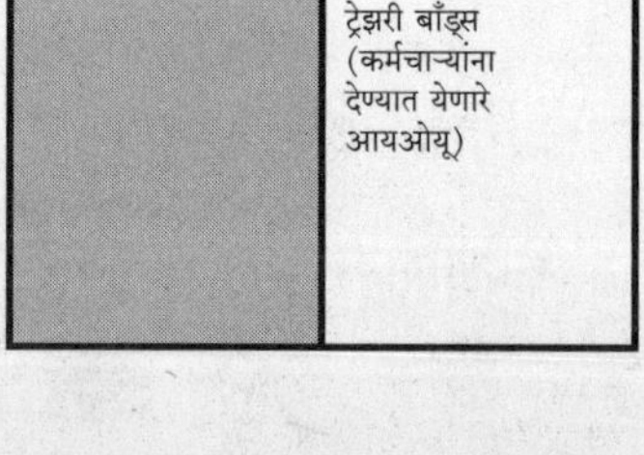

अंदाजपत्रकाचा दुसरा प्रकार : शिलकीचे अंदाजपत्रक

बॅरन सांगतात की, शिलकीचे अंदाजपत्रक म्हणजे सरकार, कंपनी, संस्था किंवा व्यक्ती यांचे विशिष्ट काळामध्ये खर्चापेक्षा अधिक असणारे उत्पन्न.

यातील 'खर्चापेक्षा अधिक असणारे उत्पन्न,' या शब्दांची नोंद घ्या. याचा अर्थ एखाद्याने साधनांच्या मर्यादेत जगावे, असा होत नाही. खर्चांमध्ये कपात केल्यामुळे परिणामत: अधिक उत्पन्न शिल्लक राहत असले, तरी खर्चकपात करूनच शिल्लक निर्माण करावी, असे ही व्याख्या सांगत नाही. या व्याख्येचा अर्थ अधिक उत्पन्न तयार करणे, म्हणजेच वित्तीय बुद्ध्यंक १ अनुसार अधिक पैसा मिळवणे, असा आहे. श्रीमंत वडिलांना अधिक उत्पन्न हे शब्द खूप आवडायचे. हे प्रकरण, खर्चकपात करणे आणि तुमच्या साधनांच्या मर्यादेत जगणे यांविषयी नसून अधिक उत्पन्नाविषयीच आहे.

सरकारची अर्थसंकल्पीय शिल्लक

बॅरन सांगतात, अर्थसंकल्पीय शिल्लक हाती असणारे सरकार हे नवे सरकारी कार्यक्रम सुरू करण्याची किंवा करकपात करण्याची निवड करू शकते.

या विधानाबाबत काही मुद्दे उपस्थित करण्याजोगे आहेत. पहिली अडचण म्हणजे, सरकार जेव्हा शिल्लक तयार करते, तेव्हा सरकार तो पैसा खर्च करते. सरकारी कंत्राटे कशी अमलात येतात, ते पाहू : जर सरकारी संस्था कार्यक्षम असेल आणि पैशांची बचत करत असेल, तर संबंधित संस्थेला बक्षीस देण्याऐवजी तिची पुढील वर्षाची अर्थसंकल्पीय तरतूद कमी करण्याद्वारे शिक्षा देण्यात येते. हे टाळण्यासाठी बहुतांश सरकारी संस्था त्यांना गरज नसली, तरी त्यांच्यासाठी अर्थसंकल्पात तरतूद करण्यात आलेला सर्व पैसा खर्च करतात. याचा अर्थ खर्च वाढतच जातो आणि सरकारची अर्थसंकल्पीय शिल्लक राहण्याच्या शक्यता नगण्य किंवा अगदीच नाहीशा होतात. अन्य शब्दांत सांगायचे, तर सरकारी प्रशासनाची रचनाच अर्थसंकल्पीय तुटीमध्ये कामकाज चालवण्यासाठी करण्यात आली असून कोणीही सत्तेवर असले, तरी कर हे वाढतच राहतील.

> ***डेमोक्रॅटिक नेते अर्थसंकल्पीय व्यवस्थापन कसे करतात?*** डेमोक्रॅट्सना कर आकारून खर्च करायला आवडते, हे मागील प्रकरणातील वाक्य बहुधा तुम्हांला आठवत असेल. सोशल सिक्युरिटी आणि मेडिकेअरसारख्या सरकारच्या सामाजिक कार्यक्रमांवर अधिकाधिक खर्च करायला डेमोक्रॅट्सना आवडते. यातील अडचण अशी की, सामाजिक उपक्रम हे केवळ अधिकाधिक फुगत जातात, कारण ज्या समस्या सोडवण्यासाठी हे कार्यक्रम तयार करण्यात आले आहेत, त्या सोडवण्यात ते अपयशी ठरतात. याला प्रत्युत्तर देण्याच्या उद्देशाने अर्थसंकल्पीय तरतूद वाढवण्यात येते आणि दुष्टचक्र सुरू राहते. सरकारमध्ये सुमारपणाला गौरवण्यात येते आणि कार्यक्षमतेला शिक्षा करण्यात येते.

डेमोक्रॅटिक पक्षाच्या अर्थसंकल्पाची आकृती खालीलप्रमाणे आहे :

इन्कम स्टेटमेंट

(उत्पन्न अहवाल) करवृद्धी
खर्च खर्चवृद्धी

बॅलन्स शीट

ॲसेट्स	**लाएबिलिटीज**
मालमत्ता कमी करणे	सामाजिक उपक्रमांमार्फत देणी वाढवणे

रिपब्लिकन नेते अर्थसंकल्पीय व्यवस्थापन कसे करतात? रिपब्लिकन नेत्यांचा कल हा कर्ज काढून खर्च करण्याकडे असतो. त्यांना कर्जामार्फत आलेल्या मूल्यहीन पैशांद्वारे अर्थपुरवठा वाढवून अर्थव्यवस्थेचा विस्तार करायचा असतो. हे जवळपास कायदेशीर बनावट पैसा अर्थव्यवस्थेमध्ये ओतण्यासारखे आहे. पुन्हा अतिरिक्त पैशांमुळे उत्पन्नात वाढ झाल्यासारखे दिसते, परंतु प्रत्यक्षात टी-बिल्स आणि बाँड्सच्या रूपाने कर्जात वाढ झालेली असते, आणि यामुळे अंतिमत: शिल्लक राहण्याची शक्यता नाहीशी होत जाते. अनेक मध्यम वर्गीय लोक आपल्या घराचा वापर एटीएमप्रमाणे करण्याद्वारे हीच गोष्ट करतात. प्राथमिकत: डॉलरच्या अवमूल्यनामुळे प्रत्येक वेळी त्यांच्या घराची किंमत वाढते, तेव्हा ते क्रेडिट कार्डांची बिले भरण्यासाठी आपल्या घरावर कर्ज काढतात.

सोप्या भाषेत सांगायचे, तर कमी कमाई, अधिक कर्ज व खर्च करणे आणि शिल्लक निर्माण करणे हे अशक्य आहे. अध्यक्ष बिल क्लिंटन सार्थपणे म्हणाले होते त्याप्रमाणे, ''इट्स दि इकॉनॉमी, स्टुपिड.'' (ही अर्थव्यवस्था आहे, मूर्ख.)

रिपब्लिकन पक्षाच्या अर्थसंकल्पाचे चित्र खालीलप्रमाणे आहे :

इन्कम स्टेटमेंट

उत्पन्न करकपात करण्याद्वारे अर्थसंकल्पाला कात्री लावणे कर्ज घेऊन उत्पन्न वाढवणे
खर्च करांवाटे आलेले डॉलर्स मित्रपरिवारातील व्यवसायांवर खर्च करणे

बॅलन्स शीट

ॲसेट्स	**लाएबिलिटीज**
	कर्ज, टी-बिल्स आणि बाँड्स

व्यवसायांची अर्थसंकल्पीय शिल्लक

बॅरन सांगतात की, कंपनीकडे शिल्लक असेल, तर ती कंपनी गुंतवणुकीद्वारे अथवा अधिग्रहणाद्वारे व्यवसायाचा विस्तार करू शकते किंवा शेअर बाजारातील आपले शेअर्सही पुन्हा खरेदी करण्याचे ठरवू शकते.

व्यवसायाचा विस्तार करण्याच्या दोन मार्गांकडे लक्ष द्या : गुंतवणूक किंवा अधिग्रहण. एखादी कंपनी विस्तार करण्यासाठी पैसे खर्च करते किंवा विस्तारासाठी अन्य कंपनी खरेदी करते. जर व्यवसायाचा विस्तार गुंतवणूक किंवा अधिग्रहणाद्वारे होऊ शकला नाही, तर ती आपलेच बाजारातील शेअर्स खरेदी करू शकते. शेअर्स पुन्हा खरेदी करण्याचा अर्थ काही वेळा, आपण सध्या व्यवसायाचा विस्तार करू शकत नाही, असे कंपनीला वाटते आणि त्यामुळे कंपनीने स्वत:च्याच व्यवसायातील मालकी वाढवण्याचा पर्याय स्वीकारला, असा असू शकतो. जर या कृतीमुळे कंपनीच्या शेअरच्या किमती वधारल्या, तर कंपनीची व्यवसायवृद्धी न होताही समभागधारक खूश होतील.

एखादी कंपनी आपले शेअर्स पुन्हा खरेदी करत असल्याचे मी जेव्हा ऐकतो, तेव्हा त्याचे भिन्न अर्थही असू शकतात, असे मला जाणवते. शेअर्स पुन्हा खरेदी करण्याचा अर्थ कंपनीची वाढ थांबली आहे आणि कंपनीच्या नेतृत्वाला व्यवसाय कसा वाढवावा हे माहीत नाही, असा असू शकतो. गुंतवणूकदारांसाठी हे सुचिन्ह नसते. शेअर्सच्या किमती

वाढल्यावर अधिक शेअर्स खरेदी करण्याऐवजी, ती वेळ कदाचित आपल्याकडील शेअर्सची विक्री करण्याची असू शकते.

शेअर्स पुन्हा खरेदी करण्याचा अर्थ, संबंधित कंपनीच्या नेतृत्वाला त्यांच्या शेअर्सची किंमत कंपनीच्या मालमत्ता मूल्याच्या तुलनेत कमी असल्याचे वाटते, असाही असू शकतो. जर अशी परिस्थिती असेल, तर गुंतवणूकदारांनी शेअर्सच्या किमती वाढत असताना अधिकाधिक खरेदी केली पाहिजे.

अन्य शब्दांत सांगायचे, तर व्यवसायाची अर्थसंकल्पीय शिल्लक तुम्हांला व्यवसायाविषयी आणि त्याच्या नेतृत्वाविषयी विविध गोष्टी सांगू शकते.

वैयक्तिक अंदाजपत्रकातील शिल्लक

बॅरन सांगतात, अंदाजपत्रकात शिल्लक असलेली व्यक्ती आपल्यावरील कर्ज चुकते करण्याचे किंवा खर्च वाढवण्याचे किंवा गुंतवणूक करण्याचे ठरवू शकते.

बॅरन यांनी व्यक्तींना तीन पर्याय दिले आहेत, याची दखल घ्या. कर्ज चुकते करणे, अधिक पैसा खर्च करणे किंवा गुंतवणूक करणे– असे हे तीन पर्याय आहेत. इतके सारे लोक वित्तीयदृष्ट्या अडचणीत असण्याचे एक कारण म्हणजे ते खर्च आणि कर्ज वाढवतात, तसेच गुंतवणूक घटवतात, हे आपल्यापैकी बहुतांश जणांना माहीत आहेच.

दोन पर्याय

'वित्तीय बुद्ध्यंक ३ : तुमच्या पैशांचे अंदाजपत्रक तयार करणे,' याविषयी विचार करताना तूट किंवा शिल्लक हे केवळ दोनच पर्याय असतात. अनेक लोक अर्थसंकल्पीय तुटीची निवड करतात. जर तुम्हांला श्रीमंत व्हायचे असेल, तर अर्थसंकल्पीय शिलकीची निवड करा आणि तुमचे खर्च कमी करून नाही, तर उत्पन्न वाढवून ही शिल्लक निर्माण करा.

अर्थसंकल्पीय तूट

माझा ॲटलांटामधील एक मित्र आहे, तो खूप पैसा मिळवतो. त्याला खूप पैसा मिळवावाच लागतो. जर त्याने पैसा मिळवणे थांबवले, तर त्याच्या पैशांविषयीच्या समस्या त्याला जिवंतपणी गिळंकृत करतील. त्याने अर्थसंकल्पीय तूट तयार करण्याची निवड केली आहे.

प्रत्येक वेळी डॅन अधिक पैसा कमावतो, तेव्हा एक तर तो अधिक मोठे घर, नवी कार खरेदी करतो किंवा आपल्या मुलांसोबत महागड्या ठिकाणी सुट्टी घालवतो. त्याला आणखी एक वाईट सवय आहे. साधारणत: दर दहा वर्षांनी तो एका तरुण महिलेशी विवाह करतो आणि एका नव्या अपत्याचा पिता बनतो. डॅनचे वय वाढत असले, तरी त्याच्या पत्नींचे वय मात्र नेहमीच २५ वर्षांच्या आसपासच असते. डॅन हा खूप सारा पैसा कमावण्यात आणि तुटीच्या माध्यमातून आपल्या पैशांविषयीच्या समस्या अधिक वाईट बनवण्यात पटाईत आहे.

अर्थसंकल्पीय शिल्लक

दुसरा वित्तीय पर्याय हा शिलकीच्या अर्थसंकल्पासाठी नियोजन करण्याचा आहे. पैसा मिळवल्यानंतर, म्हणजेच वित्तीय बुद्ध्यंक १, आणि तुमच्या पैशांचे संरक्षण केल्यानंतर, म्हणजेच वित्तीय बुद्ध्यंक २ पूर्ण केल्यानंतर, शिलकीसाठी नियोजन कसे करावे हे शिकणे, वित्तीय अखंडता प्राप्त करण्यासाठी आवश्यक आहे. माझे श्रीमंत वडील आणि अन्य धनाढ्य लोकांकडून मी अर्थसंकल्पीय शिलकीसाठी करावयाच्या नियोजनासंबंधी शिकलेले काही धडे पुढे दिले आहेत.

> ***अर्थनियोजन सल्ला १ :*** शिलकीचे अर्थनियोजन हा खर्च आहे. माझ्या श्रीमंत वडिलांनी त्यांच्या मुलाला आणि मला दिलेल्या सर्वोत्तम वित्तीय धड्यांपैकी हा एक आहे. वित्तीय अहवालाकडे निर्देश करत ते म्हणाले होते, ''तुम्हांला शिलकीला खर्च बनवता यायला हवा.'' शिलकीचे अर्थनियोजन तयार करण्यासाठी त्यांचा वित्तीय अहवाल हा पुढील पानावरील उत्पन्न अहवालाप्रमाणे दिसत होता.

इन्कम स्टेटमेंट

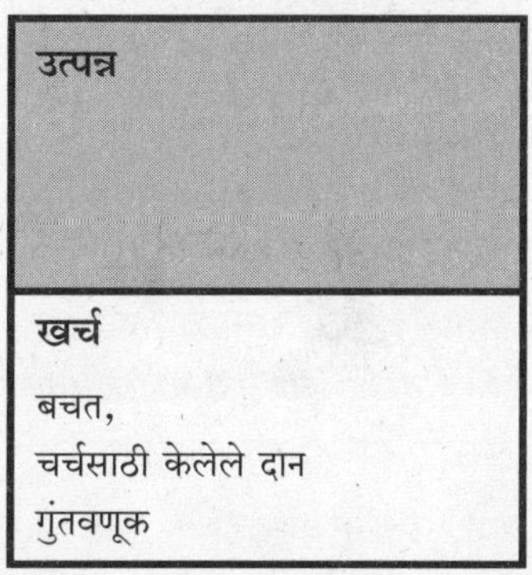

बॅलन्स शीट

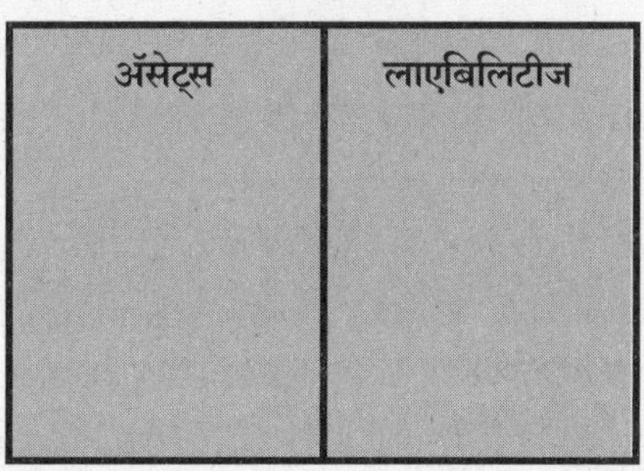

याविषयी अधिक स्पष्टीकरण देताना ते म्हणाले होते, ''अनेक सरकारे, व्यवसाय आणि व्यक्ती शिलकीचे अर्थनियोजन तयार करण्यात अपयशी ठरतात, कारण शिलकीचे अर्थनियोजन खालीलप्रमाणे दिसते,'' असे त्यांना वाटते.

इन्कम स्टेटमेंट

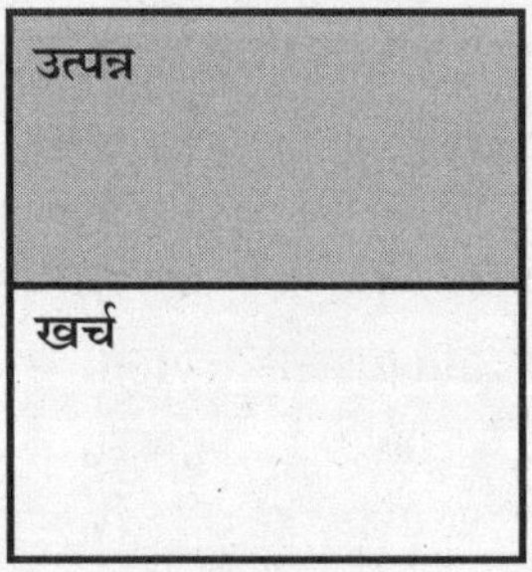

बॅलन्स शीट

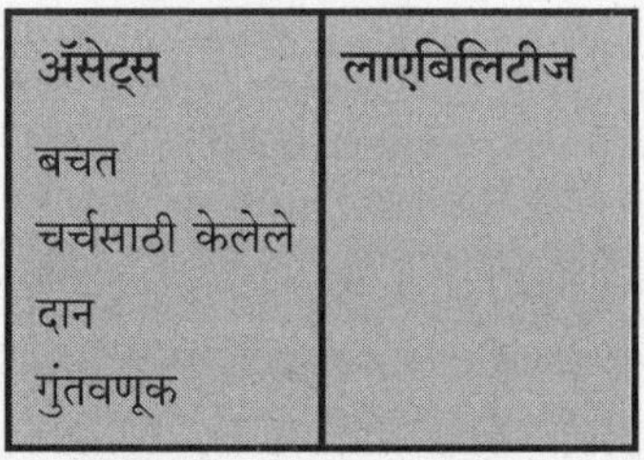

'रिच डॅड पुअर डॅड' या पुस्तकामध्ये, तुम्ही सर्वप्रथम स्वत:ला पैसे देण्याच्या महत्त्वाविषयी मी लिहिले होते. अर्थनियोजन १ हे तुम्ही स्वत:ला पैसे देण्याचे उदाहरण आहे. अर्थनियोजन २ हे तुम्ही स्वत:ला अखेरीस पैसे देण्याचे उदाहरण आहे.

आपण बचत केली पाहिजे, उत्पन्नाचा दहावा भाग चर्चला दान केला पाहिजे आणि गुंतवणूक केली पाहिजे, हे बहुतांश लोकांना माहीत असते. अडचण ही आहे की, आपले सर्व खर्च भागवल्यानंतर, बहुतांश लोकांकडे हे करण्यासाठी काहीच पैसा उरत नाही. याचे कारण म्हणजे बचत, दान आणि गुंतवणूक हे यांना ते अखेरचे प्राधान्य मानतात.

मी जे सांगतो आहे, ते आकृतीद्वारे मांडतो. पुन्हा, वित्तीय अहवालाकडे पाहून तुम्ही संबंधित व्यक्तीच्या प्राधान्यक्रमाविषयी सांगू शकता.

इन्कम स्टेटमेंट

उत्पन्न प्रथम प्राधान्य
खर्च तृतीय प्राधान्य

बॅलन्स शीट

ॲसेट्स	लाएबिलिटीज
चतुर्थ प्राधान्य	द्वितीय प्राधान्य

अन्य शब्दांत सांगायचे, तर बहुतांश मध्यम वर्गीयांचे वित्तीय प्राधान्यक्रम हे पुढीलप्रमाणे असतात :

प्राधान्य १ : उच्च वेतन देणारी नोकरी मिळवणे.

प्राधान्य २ : तारण आणि कारसाठीची देयके देणे.

प्राधान्य ३ : वेळेवर बिले भरणे.

प्राधान्य ४ : बचत, दान आणि गुंतवणूक करणे.

अन्य शब्दांत सांगायचे, तर सर्वप्रथम स्वत:ला पैसे देणे याला ते अखेरचे प्राधान्य देतात.

शिलकीला प्राधान्य असलेच पाहिजे

शिलकीचे अर्थनियोजन तयार करण्यासाठी शिलकीला प्राधान्य असलेच पाहिजे. शिलकीला प्राधान्य बनवण्याचा सर्वोत्तम मार्ग म्हणजे तुमच्या खर्चाच्या सवयींचा प्राधान्यक्रम पुन्हा आखणे. बचत, दान आणि गुंतवणूक यांना किमान प्राधान्य २ बनवा, आणि त्यांचा समावेश तुमच्या वित्तीय अहवालामध्ये खर्चाच्या यादीत करा.

सांगणे सोपे, करणे कठीण

मी जे सांगतो आहे, त्याच्या तर्कशास्त्राशी तुमच्यापैकी बहुतांश जण सहमत असतील आणि लोकांनी बचत, दान आणि गुंतवणूक यांना प्राधान्यक्रमामध्ये वरचे स्थान देण्याची गरज आहे, याच्याशीही तुम्ही सहमत असाल, हे मला माहीत आहे. हे सांगणे सोपे आणि करणे कठीण आहे, हेसुद्धा मला माहीत आहे. म्हणूनच, किमने आणि मी ही समस्या कशी हाताळली, हे मी तुम्हांला सांगतो.

आम्ही विवाहबद्ध झाल्यानंतर अल्पावधीतच, अनेक नवविवाहित जोडप्यांना भेडसावतात, त्याच वित्तीय समस्या आम्हांलाही होत्या. आमचे खर्च हे आमच्या उत्पन्नापेक्षा अधिक होते. ही समस्या सोडवण्यासाठी आम्ही हिशेबनीस म्हणून बेटी हिची नियुक्ती केली. आमच्या एकूण उत्पन्नाचा ३० टक्के वाटा खर्च म्हणून बाजूला काढून ते पैसे मालमत्तेच्या रकान्यामध्ये भरावेत, अशा सूचना बेटीला देण्यात आल्या होत्या.

उदाहरण म्हणून सोपे आकडे वापरायचे झाल्यास, जर आमच्या उत्पन्नामध्ये १,००० डॉलर्स असले आणि खर्चामध्ये १,५०० डॉलर्स असले, तर बेटीला १,००० डॉलर्सपैकी ३० टक्के रक्कम काढून ते पैसे मालमत्तेच्या रकान्यामध्ये भरायचे होते. उर्वरित ७०० डॉलर्समधून तिला खर्चाच्या रकान्यामधील १,५०० डॉलर्सची रक्कम भागवायची होती.

हे ऐकून बेटीचे केवळ प्राण जायचेच बाकी राहिले होते. आम्ही मूर्ख आहोत, असे तिला वाटले. ''तुम्ही असे करू शकत नाही. तुम्हांला बिले भागवावीच लागतील,'' असे तिने सांगितले. तिने जवळपास नोकरीही सोडली होती. तुम्ही असं पाहा की, बेटी ही खूपच चांगली हिशेबनीस होती, परंतु तिने एखाद्या गरीब माणसाप्रमाणे अर्थनियोजन केले. तिने प्रथमत: इतर सर्वांना पैसे दिले आणि अखेरीस स्वत:ला. स्वत:करिता अभावानेच काही उरले असल्यामुळे तिने स्वत:ला काहीच पैसे दिले नव्हते. तिचे देणेकरी, सरकार आणि बँकर्स हे सर्व जण बेटीपेक्षा अधिक महत्त्वाचे होते.

बेटीने वाद घातला आणि ती भांडलीही. तिच्या आजवरच्या प्रशिक्षणाने प्रथमत: इतर सर्वांना पैसे देण्यास सांगितले होते. तिचा बिले किंवा कर चुकते न करण्याचा विचारच तिला अस्वस्थ करत होता.

ती आमच्यावर उपकार करत असल्याचे, अखेरीस मी तिला समजावू शकलो. ती आम्हांला मदत करत होती. आमची खूप मोठी समस्या, पुरेसा पैसा नसण्याची समस्या सोडवण्यासाठी ती आम्हांला साहाय्य करत होती, हे मी तिला समजावून सांगितले आणि तुम्हांला माहीतच आहे की, समस्या सोडवणे आपल्याला अधिक चाणाक्ष बनवते. ती प्रत्यक्षात खर्चांमार्फत उत्पन्न तयार करत असल्याचे जेव्हा तिला समजले, तेव्हा ती स्वेच्छेने शिलकीचे अर्थनियोजन करण्याच्या आमच्या योजनेत सहभागी होण्यास तयार झाली. बेटी उत्पन्नाच्या प्रत्येक डॉलरकरिता ३० सेंट्स घ्यायची आणि ते बचत, दान व गुंतवणुकीमध्ये टाकायची. बचत, दान व गुंतवणूक हे शिल्लक तयार करण्यासाठी आवश्यक खर्च, आमचे पहिले आणि सर्वांत महत्त्वाचे खर्च आहेत, हे तिला माहीत झाले होते.

प्रत्येक डॉलरमधील राहिलेल्या ७० सेंट्समधून तिला कर, आमचे तारणहप्ते आणि कारच्या देयकांसारखी देणी आणि त्यानंतर– आमची वीज, पाणी, अन्न, वस्त्र इत्यादींची बिले भागवायची होती.

बऱ्याच कालावधीकरिता आम्ही दर महिन्याला खर्च भागवण्यात कमी पडत होतो, हे काही वेगळे सांगायची गरज नाही. आम्ही स्वत:ला सर्वप्रथम पैसे दिले असले, तरी आमच्याकडे इतरांना देण्यासाठी पैसे नव्हते. असेही काही महिने होते, जेव्हा किम आणि मला ४,००० डॉलर्स इतकी रक्कम कमी पडत होती. आम्ही ते ४,००० डॉलर्स आमच्या जमाराशींमधून देऊ शकलो असतो, परंतु तो आमचा पैसा होता. जमाराशींचा रकाना आमच्या मालकीचा होता.

भेदरून जाण्याऐवजी आम्ही बेटीला आमच्या सोबत बसण्यास आणि आम्ही दर महिन्याला कसे कमी पडत होतो, त्याची माहिती देण्यास सांगितले होते. त्यानंतर, एक दीर्घ श्वास घेऊन किम आणि मी म्हणायचो, ''आता 'वित्तीय बुद्ध्यंक १ : अधिक पैसा मिळवणे' याकडे वळण्याची वेळ आली आहे.'' याबरोबरच, किम आणि माझी अधिक पैसा मिळवण्यासाठी आम्हांला शक्य ते सर्व काही करण्याची धावपळ सुरू असायची. किमची पार्श्वभूमी मार्केटिंगची (विपणन) असल्याने ती व्यवसायांशी नियमित संपर्क साधायची आणि त्यांच्या मार्केटिंग योजनांबाबत सल्लागार म्हणून काम करण्याचा प्रस्ताव द्यायची. तिने मॉडेलिंगचीही काही कामे केली आणि कपड्यांच्या एका ब्रँडसाठी विक्री केली. मी गुंतवणूक किंवा विक्री आणि मार्केटिंगच्या वर्गांमध्ये शिकवण्याचा प्रस्ताव द्यायचो. काही महिन्यांकरिता मी एका स्थानिक बांधकाम कंपनीमधील विक्री करणाऱ्या गटांना प्रशिक्षण दिले. मी अगदी, एका कुटुंबास स्थलांतर करण्यासाठी साहाय्य करण्याच्या, तसेच अन्य एका कुटुंबास काही भूखंड आवश्यक परवानग्यांसह मोकळा करून देण्याच्या कामांतूनही पैसे मिळवले.

अन्य शब्दांत सांगायचे, तर आम्ही आमचा अहंभाव गुंडाळून ठेवला आणि अधिक पैसा मिळवण्यासाठी जे काही करावे लागत होते, ते केले. या ना त्या मार्गाने आम्ही दर वेळी यामध्ये यशस्वी ठरलो आणि काहीतरी करून बेटी आमच्या सोबत राहिली आणि आम्हांला आमच्या समस्या, उपाययोजना आणि प्रक्रिया यांबाबत साहाय्य करत राहिली, अगदी आमच्यापेक्षा जास्त चिंता तिलाच वाटत होती, तरीही.

दुर्दैवाने बेटी आम्हांला मदत करू शकली असली, तरी स्वत:ला मदत करण्याची तिची इच्छा नव्हती. आम्ही अखेरचे तिच्या बाबत ऐकले, तेव्हा ती निवृत्त झाली होती आणि तिच्या अविवाहित मुलीसोबत एकत्र राहत होती. त्या दोघी खर्च वाटून घेत होत्या आणि ते भागवण्यासाठी बेटीच्या सोशल सिक्युरिटीमधील रक्कम वापरत होत्या. त्यांच्याकडे शिलकीचे नियोजन नव्हते.

आमच्या पैशांची गुंतवणूक

किमने १९८९ साली तिची पहिली भाडेतत्त्वावर द्यायची मालमत्ता खरेदी केली. तिने ५००० डॉलर्स गुंतवले आणि परतावा म्हणून प्रतिमहिना ५० डॉलर्स मिळवले. आज किम लाखो

डॉलर्सचा पोर्टफोलिओ आणि हजारांहून अधिक भाडेतत्त्वावरील सदनिका सांभाळते व हा पोर्टफोलिओ अद्यापही वाढतो आहे. आम्ही गुंतवणूक हा खर्च बनवला नसता आणि प्रथमत: स्वत:ला पैसे दिले नसते, तर कदाचित अद्यापही आम्ही सर्वप्रथम इतर सर्वांना पैसे देत असतो.

बचत

एका वर्षापेक्षा अधिक खर्चाचे रोख पैसे जमेपर्यंत आम्ही बचत केली. ही रोख रक्कम रिटेल बँकेमध्ये ठेवण्याऐवजी आम्ही सोने, चांदी आणि ईटीएफ (एक्स्चेंज ट्रेडेड फंड्स) यांमध्ये ठेवतो. याचा अर्थ जर आम्हांला रोख रकमेची गरज भासली, तर आमची नगदी मालमत्ता ही रिटेल बँकेमध्ये रोख रकमेच्या नाही, तर शेअर दलालाकडे सोने आणि चांदीच्या प्रमाणपत्रांच्या रूपात असते. तुम्हांला माहीतच आहे की, मला अमेरिकन डॉलर आवडत नाही, कारण त्याचे सातत्याने अवमूल्यन होत आहे. सोने आणि चांदीच्या रूपात रोख रक्कम किंवा बचत बाळगल्याने ती खर्च करण्यासही आळा बसतो. मला सोने आणि चांदीचे डॉलर्समध्ये रूपांतर करणे अजिबात आवडत नाही. हे म्हणजे मूल्य वाढत जाणाऱ्या मालमत्तेचा व्यवहार घसारा होत असलेल्या वस्तूसाठी करण्यासारखे आहे.

ईश्वर हा आमचा भागीदार आहे

चर्चमधील दानाबाबत सांगायचे, तर आम्ही नेहमीच सेवाभावी संस्थांना मोठ्या प्रमाणात देणगी देतो. दान करणे महत्त्वाचे असते. माझा एक खूप धार्मिक मित्र म्हणतो, ''देवाला स्वीकारण्याची गरज नसते, परंतु मानवाला दातृत्वाची गरज असते.'' त्याचप्रमाणे आम्ही दान करतो. कारण दान हा आमच्या भागीदारास म्हणजेच देवास त्याचा वाटा देण्याचा आमचा मार्ग आहे. देव हा मला नेहमीच व्यवसायामध्ये लाभलेला सर्वोत्तम भागीदार आहे. तो माझ्याकडे केवळ १० टक्के वाटा मागतो आणि उर्वरित ९० टक्के मला ठेवू देतो. तुम्ही जर भागीदारांना त्यांचा वाटा देणे बंद केले, तर काय होते माहित्येय? भागीदार तुमच्या सोबत काम करणे थांबवतात. म्हणूनच आम्ही दान देतो.

कमी पडणे

आम्ही जेव्हा शिलकीसाठी अर्थनियोजन करू लागलो, तेव्हा आपण पुरेसा पैसा कमावत नाही, ही किम आणि माझ्या लक्षात आलेली पहिली गोष्ट होती. दर महिन्याला पैसे कमी पडण्याचा एक फायदा म्हणजे आयुष्यातील नंतरच्या टप्प्यामध्ये पुरेसा पैसा नसण्याच्या समस्येला सामोरे जाण्याऐवजी आम्हांला सुरुवातीलाच या समस्येचा सामना करावा लागला. दर महिन्याला पैसे कमी पडणारे बरेच लोक असतील, असा मला संशय आहे आणि त्यांच्या कामाचे दिवस संपल्यानंतर आयुष्याच्या नंतरच्या टप्प्यातही त्यांना पैसे कमी पडतील. तेव्हा कदाचित पुरेसा पैसा नसण्याची समस्या सोडवण्यासाठी खूप उशीर झाला असेल.

या पुस्तकाच्या सुरुवातीसच मी सांगितल्याप्रमाणे, तुम्ही जर एखादी समस्या सोडवली नाही, तर ती समस्या तुम्हांला संपूर्ण आयुष्यभर भेडसावते. समस्या या क्वचितच आपणहून सुटतात. म्हणूनच पैसे कमी पडत असूनही आयुष्याच्या सुरुवातीच्या टप्प्यावर आम्ही स्वत:ला पैसे देण्याचे ठरवले. पैसे कमी पडण्याने आम्हांला पुरेसा पैसा नसल्याची समस्या सोडवायला भाग पाडले.

सर्वांत मोठ्याने कोण ओरडतो?

आम्ही जेव्हा स्वत:ला प्रथमत: पैसे देऊ लागलो, तेव्हा बँका आणि आमचे देणेकरी हे सर्वांत मोठ्याने ओरडणारे लोक होते. त्यांच्या दटावणीचा परिणाम आम्ही त्यांची देणी चुकती करण्यासाठी होऊ देण्याऐवजी, आम्ही त्या दटावणीचा परिणाम आमचा 'अधिक पैसा मिळवणे' हा वित्तीय बुद्ध्यंक १ वाढवण्यासाठी होऊ दिला.

अनेक जण स्वत:ला प्रथमत: पैसे देत नाहीत, कारण त्यासाठी कोणीही त्यांच्यावर खेकसत नसते. स्वत:कडून रक्कम वसूल करण्यासाठी कोणीही वसुली पथकाची नेमणूक करत नसते. तुम्ही स्वत:लाच तारण मालमत्तेची मालकी काढून घेण्याची धमकी देत नाही. अन्य शब्दांत सांगायचे, तर आपण स्वत:ला पैसे दिले नाहीत, तर त्यासाठी आपण स्वत:वर दबाव आणू शकत नाही. आणि तरीही आपण आपल्या देणेकऱ्यांच्या दबावापुढे झुकतो आणि त्यांना पैसे देतो. आमच्या खर्चाच्या रकान्यातील आमच्या देणेकऱ्यांच्या दबावतंत्रांचा वापर किम आणि मी अधिक पैसा मिळवण्यासाठी आणि आमचे उत्पन्न वाढवण्यासाठी आम्हांला प्रेरित करण्याकरिता करायचो.

> ***अर्थनियोजन सल्ला २ :*** खर्चाचा रकाना हा भविष्यसूचक असतो. जर तुम्हांला कधी एखाद्या व्यक्तीच्या भविष्याविषयी भाकीत करायचे असेल, तर केवळ त्या व्यक्तीचे मासिक ऐच्छिक खर्च पाहावेत. उदाहरणार्थ,

अ व्यक्ती	***ब व्यक्ती***
चर्चप्रति केलेले दान	सहा बिअरचे पॅक
बचत	नवे बूट
गुंतवणूकविषयक पुस्तक	नवा टीव्ही
गुंतवणूकविषयक चर्चासत्र	फुटबॉल सामन्याची तिकिटे
व्यायामशाळेची वर्गणी	सहा बिअरचे पॅक
सेवाभावी संस्थांसाठी देणगी	बटाट्याच्या चिप्सची बॅग
वैयक्तिक प्रशिक्षकांचे शुल्क	सहा बिअरचे पॅक

श्रीमंत वडील म्हणायचे, ''एखादी व्यक्ती आपला वेळ आणि पैसा कशावर खर्च करते, याकडे पाहून तुम्ही त्या व्यक्तीचे भविष्य सांगू शकता. वेळ आणि पैसा या दोन अत्यंत महत्त्वाच्या मालमत्ता आहेत. त्या सुज्ञपणे खर्च करा,'' असेही ते सांगायचे.

एखाद्या व्यक्तीच्या खर्चाचा रकाना पाहून त्याच्या किंवा तिच्यासाठी शिलकीचे अंदाजपत्रक किती महत्त्वाचे आहे, हे तुम्ही सांगू शकता. उदाहरणार्थ,

इन्कम स्टेटमेंट

उत्पन्न
वेतनाचा धनादेश (अर्जित उत्पन्न)
खर्च प्राप्तिकर सोशल सिक्युरिटी कर ४०१(के) निवृत्तिवेतन योगदान घराचे हप्ते कारचे हप्ते क्रेडिट कार्डची बिले खाद्यपदार्थ कपडे इंधन वीज

बॅलन्स शीट

अॅसेट्स	लाएबिलिटीज
	घरासाठीचे तारण कारचे हप्ते क्रेडिट कार्डाची थकबाकी निवृत्ती

यामध्ये केवळ किती पैसा अन्य संस्था किंवा लोकांना प्रथमत: दिला जात आहे, याकडे लक्ष द्या. मी निवृत्तीला खर्चाच्या रकान्यामध्ये मांडले आहे, याचीही नोंद घ्या. कारण, तांत्रिक परिभाषेत बोलायचे तर जोपर्यंत निवृत्ती ही मालमत्ता बनत नाही, तोपर्यंत ते निधीबाह्य दायित्व आहे. आणि जर तुम्ही निवृत्तीसाठी ४०१(के) योजनेवर अवलंबून राहत असाल, तर तुम्ही सर्वाधिक प्रमाणात कर भरणार आहात, कारण ते अर्जित उत्पन्न म्हणून करपात्र ठरते.

आता याच खर्चाच्या रकान्याची तुलना तुम्ही स्वत:ला प्रथमत: पैसे देत असतानाच्या खर्चाच्या रकान्याशी करून पाहा.

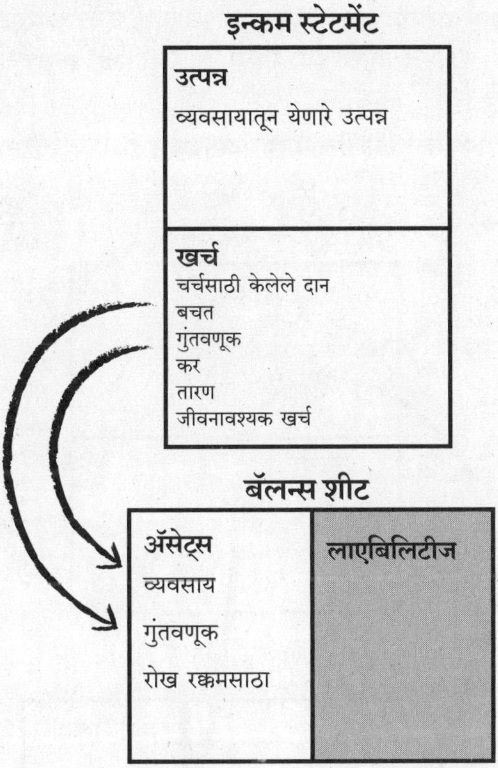

हे लक्षात ठेवा : तुमच्या ॲसेट्सचा रकाना हा तुमचा रकाना असतो. तुम्ही जर स्वत:ला प्रथमत: पैसे दिले नाहीत, तर अन्य कोणीही देणार नाही. जर तुमचा ईश्वरावर विश्वास असेल आणि तुम्ही ईश्वराप्रति दान करत असाल, तर तुमच्या दैनंदिन खर्चांद्वारे तुम्ही आणि ईश्वर मिळून तुमचे वित्तीय भविष्य निश्चित करू शकता.

> ***अर्थनियोजन सल्ला ३ :*** माझ्या मालमत्ता माझी देणी चुकती करतात. माझ्या गरीब वडिलांचा स्वस्तातील खरेदी करण्यावर विश्वास होता. काटकसरी असणे हे चाणाक्ष अर्थनियोजन आहे, असे त्यांना वाटायचे. आम्ही सामान्य परिसरातील सामान्य घरात राहायचो. माझ्या श्रीमंत वडिलांना ऐश्वर्याची आवड होती. ते उच्चभ्रू वस्तीतील दिमाखदार घरात राहायचे आणि संपन्न जीवनशैलीत जगायचे. ते त्यांच्या पैशांबाबत काळजीपूर्वक असले, तरी त्यांना साधे राहणे आवडत नव्हते.
>
> जर माझ्या गरीब वडिलांना चैनीच्या वस्तू हव्या असल्या, तर ते स्वत:ला त्या वस्तू मिळवण्याच्या चैनीपासून परावृत्त करायचे. ते म्हणायचे की, आपल्याला ते परवडू शकत नाही. जर माझ्या श्रीमंत वडिलांना चैनीच्या वस्तू हव्या असतील, तर ते म्हणायचे की, मला त्या कशा परवडू शकतील? आणि त्या

परवडण्यासाठीचा त्यांचा मार्ग म्हणजे, ते त्यांच्या जमेच्या रकान्यामध्ये एक मालमत्ता तयार करायचे आणि त्या मालमत्तेद्वारे त्या दायित्वाच्या रकान्यातील देणी भागवायचे.

त्यांचा वित्तीय अहवाल खालीलप्रमाणे दिसायचा.

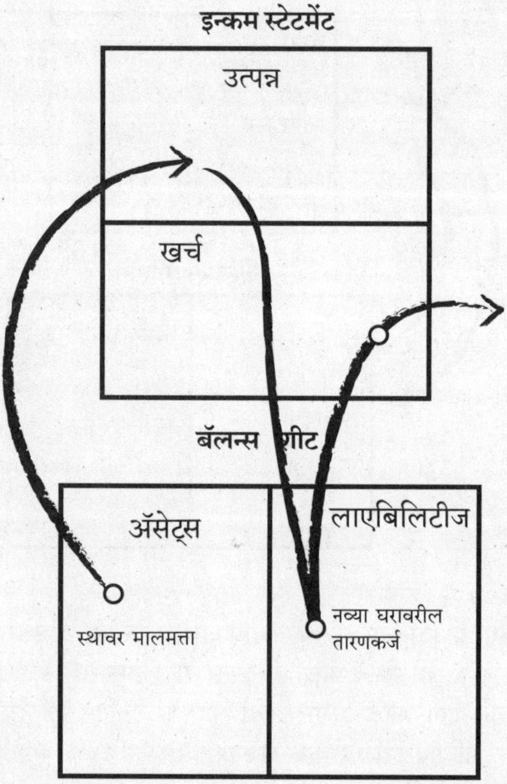

अन्य शब्दांत सांगायचे, तर ते स्वत:ला प्रथमत: पैसे देऊन मालमत्ता मिळवायचे. त्या मालमत्तेद्वारे येणाऱ्या रोख रकमेमार्फत मग ते त्यांच्या चैनीच्या दायित्वाची खरेदी करायचे. जर त्यांना मोठ्या चैनीच्या वस्तू हव्या असतील, तर ते मोठ्या मालमत्ता तयार करायचे. अनेक लोक प्रथम चैनीच्या वस्तू खरेदी करतात आणि त्यांच्याकडे मग कधीच मालमत्ता खरेदी करण्यासाठी पुरेसा पैसा राहत नाही. पुन्हा हा मुद्दा प्राधान्यक्रम ठरवण्याचा आहे.

बेंटले अकाउंट

दोन वर्षांपूर्वी मला बेंटले कन्व्हर्टिबल ही नवी कार हवी होती. तिची किंमत होती दोन लाख डॉलर्स. माझ्या जमेच्या रकान्यामध्ये तितके पैसे होते. मी रोख रक्कम देऊन ती कार

विकत घेऊ शकलो असतो. मात्र दोन लाख डॉलर्सची बेंटले रोख रकमेवर खरेदी करण्यात अडचण अशी होती की, मी ती चालवण्यास सुरुवात करताक्षणी तिची किंमत १.२५ लाख डॉलर्सपर्यंत कमी होणार होती. हा माझ्या रोख रकमेचा चाणाक्ष वापर नाही.

या कारसाठी रोख रक्कम खर्च करण्याऐवजी मी माझा शेअरब्रोकर टॉमला बोलावले आणि माझ्या सोने व चांदीमधील काही शेअर्सचे दोन लाख डॉलर्सच्या रोख रकमेत रूपांतर करण्याचे अधिकार दिले. आता माझ्याकडील दोन लाख डॉलर्स घेऊन त्याचे रूपांतर साडेचार लाख डॉलर्समध्ये करणे हे त्याचे काम होते. या उपक्रमाला 'द बेंटले अकाउंट' असे नाव देण्यात आले. टॉमला हे करण्यासाठी आठ महिने लागले, परंतु अखेर त्याने कॉल करून सांगितले, ''तू आता तुझी बेंटले खरेदी करू शकतोस.'' त्यानंतर मी धनादेश लिहिला आणि माझ्या मालमत्तेद्वारे तयार करण्यात आलेल्या रकमेतून बेंटलेसाठी पैसे दिले.

या व्यवहार पुढीलप्रमाणे दिसत होता. बॅलन्स शीटची सुरुवातीची स्थिती पुढीलप्रमाणे होती.

बॅलन्स शीट

ॲसेट्स	**लाएबिलिटीज**
२,००,००० रोख	

अखेरीस बॅलन्स शीटची स्थिती अशी होती :

बॅलन्स शीट

ॲसेट्स	**लाएबिलिटीज**
२,००,००० रोख	बेंटले

माझ्या अकाउंटमध्ये साडेचार लाख डॉलर्स जमा होईपर्यंत व्यवहार करण्याची गरज मला भासली. कारण, अधिकचे ५०,००० डॉलर्स हे भांडवली नफ्यावरील कर आणि टॉमची दलाली यांची भरपाई करण्यासाठी होते. अखेरीस मला माझी बेंटले मिळाली आणि तरीही माझे मूळ दोन लाख डॉलर्स अबाधित राहिले.

जर मी अकाउंटवरून व्यवहार न करता बेंटलेसाठी केवळ रोख रक्कम दिली असती, तर माझ्या बॅलन्स शीटची अखेरची स्थिती खालीलप्रमाणे दिसली असती.

बॅलन्स शीट

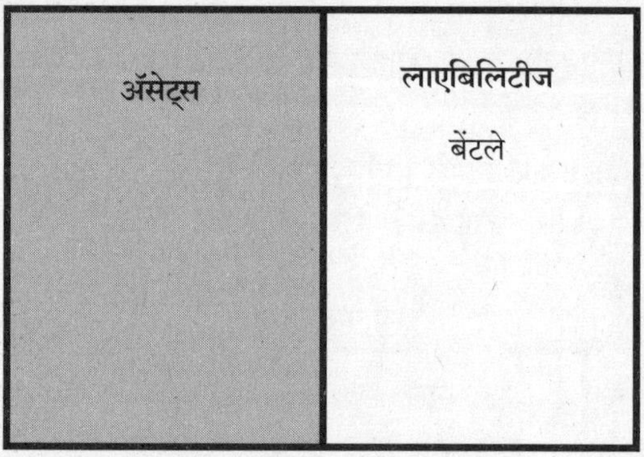

मी माझी दोन लाख डॉलर्सची रोख मालमत्ता (म्हणजेच प्रमाणपत्रांच्या स्वरूपातील सोने आणि चांदी) गमावली असती आणि कार चालवण्यास सुरुवात करताच होणाऱ्या घसाऱ्यामुळे अधिकचे ७५,००० डॉलर्सही गमावून बसलो असतो.

वित्तीय बुद्ध्यंक २ : तुमच्या पैशांचे संरक्षण करणे, या प्रकरणामध्ये चांगले दलाल तुम्हांला श्रीमंत कसे बनवू शकतात आणि वाईट दलाल केवळ सबबी देत राहतात, याविषयी मी लिहिले होते. 'बेंटले अकाउंट'चा प्रयोग हा चांगल्या दलालाने मला श्रीमंत आणि आनंदी बनवल्याचे, मला आयुष्यातील चैनीच्या वस्तू उपभोगू दिल्याचे उदाहरण आहे. म्हणूनच, तुमच्याकडे जर अगोदरपासून चांगला दलाल नसेल, तर एका चांगल्या दलालाचा शोध सुरू ठेवा.

मालमत्ता = चैनीचा आर्थिक भार

लेखक असण्याचा एक फायदा म्हणजे, जेव्हा कधी मला नवा आर्थिक भार उचलायचा असतो, तेव्हा प्रथम मी यासारखेच एक पुस्तक लिहितो आणि त्या पुस्तकातून मिळणाऱ्या मानधनाद्वारे त्या आर्थिक भारासाठी पैसे देतो. भविष्यातील हा व्यवहार पुढीलप्रमाणे दिसतो.

बॅलन्स शीट

ॲसेट्स	**लाएबिलिटीज**
हे पुस्तक	भविष्यातील आर्थिक भार

या टप्प्यावर मालमत्ता आणि दायित्व/आर्थिक भार यांच्या व्याख्यांचा आढावा घेणे बहुधा फायदेशीर ठरेल. माझ्या रिच डॅड, पुअर डॅड या पुस्तकामध्ये मी त्यांची साधी व्याखा पुढीलप्रमाणे केली आहे : तुमच्या खिशामध्ये पैसा घालते, ती मालमत्ता आणि तुमच्या खिशातून पैसा काढून घेतो, तो आर्थिक भार/दायित्व. तुमच्यावर आर्थिक भार टाकणाऱ्या गोष्टींचा आनंद घेण्यात काहीच चूक नाही, जोपर्यंत तुम्ही स्वत:ला प्रथम पैसे देता आणि तुमच्या मालमत्तेद्वारे निर्माण होणाऱ्या उत्पन्नातून या गोष्टी खरेदी करता तोपर्यंत. वर दिलेल्या उदाहरणामध्ये मी माझी मालमत्ता माझ्यावर आर्थिक भार टाकणारी गोष्ट खरेदी करण्यासाठी वापरली आणि अखेरीस माझ्याकडे माझी मालमत्ताही राहिली आणि माझी बेंटलेही.

मालमत्तेद्वारे आर्थिक भार टाकणाऱ्या गोष्टी खरेदी केल्याचे दर्शवणाऱ्या अन्य उदाहरणांची आकृती पुढील पानावर दर्शवण्यात आली आहे.

बॅलन्स शीट

ॲसेट्स	**लाएबिलिटीज**
एका इमारतीतील लहान घर	स्थायी निवासस्थान

बॅलन्स शीट

ॲसेट्स	**लाएबिलिटीज**
तेल उत्पादन	किनाऱ्यावरील घर

किम आणि मी चैनीच्या वस्तूंप्रति आमच्या इच्छेचा वापर आम्हांला गरीब नाही, तर अधिक श्रीमंत बनवण्यासाठी कशा प्रकारे केला, याची ही खरी उदाहरणे आहेत. मी आधीच सांगितल्याप्रमाणे, माझ्याकडील साधनांच्या मर्यादेत राहण्यावर माझा विश्वास नाही. मी प्रथम माझी साधने वाढवण्यावर आणि त्यानंतर आयुष्याचा आनंद लुटण्यावर विश्वास ठेवतो. वित्तीय बुद्ध्यंक कमी असणाऱ्या माणसालाच फक्त आपल्या साधनांच्या मर्यादेत कसे जगावे, हे माहीत असते. अन्य शब्दांत सांगायचे, तर खर्च आटोक्यात ठेवून. जर तुम्ही आयुष्यात स्वत:ला काहीच चैन उपभोगू देणार नसाल, तर आयुष्य जगण्यात काय अर्थ आहे?

अर्थनियोजन सल्ला ४ : श्रीमंत होण्यासाठी खर्च करा. जेव्हा गोष्टी खडतर बनतात, तेव्हा बहुतांश लोक खर्च करण्याऐवजी खर्चाला आवर घालतात. इतके सारे लोक संपत्ती मिळवण्यात आणि ती राखण्यात अयशस्वी का ठरतात, याचे हे एक कारण आहे.

उदाहरणार्थ, व्यवसायविश्वामध्ये, एखाद्या कंपनीच्या विक्रीमध्ये जेव्हा घट व्हायला सुरुवात होते, तेव्हा अकाउंटंट सर्वप्रथम त्या कंपनीच्या खर्चांमध्ये कपात करतात. आणि खर्चकपात करताना सर्वांत आधी केल्या जाणाऱ्या गोष्टींपैकी एक म्हणजे जाहिरात आणि प्रचारतंत्रावरील खर्चांमध्ये घट. जाहिरात आणि प्रचार कमी केल्यामुळे त्यांची विक्री आखणीच घटते आणि समस्या अधिकच गंभीर होते.

कधी खर्च करावा आणि कधी खर्चकपात करावी, हे अचूकरीत्या माहीत असणे, हे उच्च वित्तीय बुद्धिमत्ता असण्याचे एक लक्षण आहे. आम्ही अडचणीत आहोत, हे जेव्हा किम आणि मला जाणवले, तेव्हा हिशेबनीस बेटीला खर्चकपात करून प्रथम बिले भरू देण्याऐवजी आम्ही पूर्ण जोमाने विक्री, मार्केटिंग आणि प्रचार केला. आम्ही आमचा वेळ, पैसा आणि उर्जा उत्पन्न वाढवण्यामध्ये खर्च केली. आम्ही खर्चांमध्ये कपात केली नाही.

कामाच्या ठिकाणी, कित्येक मालक किंवा व्यवस्थापक, ज्यांना नोकरी आणि पैशांची गरज आहे, अशा कमकुवत लोकांना बळी बनवतात. कर्मचाऱ्यांच्या कमकुवतपणाचा वापर त्यांना आणखी दुर्बल बनवण्यासाठी करणारेही लोक आहेत. उदाहरणार्थ, अनेक मोठ्या कंपन्या तुमची वेतनकपात करतात आणि/ किंवा तुमची कामे वाढवून तुम्हांला अधिक परिश्रम करायला लावतात. तुम्ही जर नोकरी सोडली, तर दुसरा कोणीतरी तुमची जागा घेईल, हे त्यांना माहीत असते. हा खेळ अशा पद्धतीने खेळला जातो.

झेरॉक्स कंपनीमध्येही गोष्टी अशाच प्रकारे होत्या. मी जेव्हा चांगली कामगिरी केली, तेव्हा त्यांनी मला वेतनवाढ देण्याऐवजी माझे कार्यक्षेत्र कमी केले, माझ्यावरील भार वाढवला आणि माझे वेतन कमी केले. हा त्यांचा मला अधिक कार्यक्षम बनवण्याचा मार्ग होता. सुरुवातीला यामुळे मी खूप चिडलो. मला नोकरी सोडायची होती... आणि मी जवळपास सोडलीही होती.

माझे श्रीमंत वडील नसते, तर मी कदाचित नोकरी सोडली असती. त्याउलट, झेरॉक्स कंपनी मला व्यवसायाच्या पद्धतींविषयी प्रशिक्षण देत आहे, असा मुद्दा श्रीमंत वडिलांनी मांडला. मला कमी गोष्टींसह अधिक काम करण्यासाठी ती कंपनी प्रशिक्षण देत होती. ते मला अधिक सामर्थ्यवान बनवत होते. एकदा मला त्यातील फायदा दिसल्यानंतर, मी प्रत्यक्षात अधिक चांगला व्यावसायिक बनलो. मी दडपण स्वीकारायला आणि त्याचा वापर माझ्या फायद्यासाठी करायला शिकलो.

जेव्हा किम आणि मी, हिशेबनीस बेटीला कर आणि बिले चुकती करण्यापूर्वी सर्वप्रथम आम्हांला पैसे देण्यास सांगितले, तेव्हा तो आमचा या व्यवसायविश्वासाठी स्वतःला अधिक सामर्थ्यवान, अधिक व्यवहार्य बनवण्याचा मार्ग होता. रडत, दबकून राहण्याऐवजी आणि देणेकऱ्यांनी कॉल करून आम्हांला धमकावल्यानंतर सर्वप्रथम त्यांना पैसे देण्याऐवजी, आम्ही त्या स्थितीतून बाहेर पडून अधिक पैसा मिळवण्यासाठी देणेकऱ्यांची उर्जा वापरली.

जेव्हा लोक माझ्यावर टीका करतात आणि मला खाली खेचण्यासाठी खोटे बोलतात, तेव्हा मी त्यांची नकारात्मकता, स्वतःला अधिक सकारात्मक आणि जिंकण्यासाठी अधिक निग्रही बनवण्याकरिता वापरतो.

जेव्हा समस्या उभ्या राहतात, तेव्हा मी त्यांचा वापर स्वतःला अधिक चाणाक्ष बनवण्यासाठी आणि त्या समस्यांपेक्षा स्वतःला मोठा बनवण्यासाठी करतो.

एका वेळी एकाच दिवसाचा विचार करा

अर्थनियोजन ही शिकण्यासाठी आणि त्यामध्ये पारंगत बनण्यासाठी खूप महत्त्वाची प्रक्रिया आहे. या प्रक्रियेमध्ये एका वेळी एकाच दिवसाचा विचार करा. पैशांसाठी झगडत बसण्याऐवजी, किम आणि मी या प्रक्रियेचा वापर पैशांविषयी आणि आमच्याविषयीही अधिक शिकण्यासाठी व चर्चा करण्यासाठी केला. सकारात्मक गोष्टी एका रात्रीत घडून आल्या नसल्या, तरी त्या निश्चितपणे घडल्या. जर तुम्ही शिलकीचे अंदाजपत्रक तयार करण्यासाठी मनापासून प्रयत्न केले, तर तुमचे आयुष्य समृद्ध बनेल. अर्थनियोजन हे याचविषयी आहे – अगदी तुमच्याकडे पैसा नसला, तरी तुमच्याकडे जे आहे त्याचा वापर तुम्हांला अधिक चांगले, अधिक सामर्थ्यवान आणि अधिक श्रीमंत बनवण्यासाठी करणे.

गरीब असणे तुम्हांला श्रीमंत कसे बनवू शकते?

अर्थनियोजनाची व्याख्या पुढीलप्रमाणे आहे : तुमच्याकडील संसाधने आणि तुमच्या समोरील खर्च यांच्यातील समन्वयाचा आराखडा तयार करणे. यामध्ये पैशांच्या समन्वयाचा आराखडा तयार करणे, असे म्हटलेले नाही हे बहुधा तुमच्या लक्षात आले असेल. हे संसाधनांचे नियोजन करण्याविषयी आहे. श्रीमंत वडिलांचा एक अत्यंत महत्त्वाचा धडा म्हणजे, वित्तीय समस्या हे तुमचे संसाधन आहे – जर तुम्ही ती समस्या सोडवली तर. पुरेसा पैसा नसणे,

बॉस चांगला नसणे, किंवा कर्जांचा डोंगर असणे यांसारख्या वित्तीय समस्या घेऊन तुम्ही त्यांचा वापर शिकण्यासाठीची संसाधने आणि संधी म्हणून करायला शिकलात, तर तुम्ही हळुहळू, परंतु निश्चितपणे शिलकीचे अर्थनियोजन तयार करू शकाल.

माझ्या श्रीमंत वडिलांनी मला वित्तीय बुद्धिमत्तेबाबत शिकवलेला धडा हा खरे तर संसाधनसज्ज असण्याविषयी आहे. त्यांनी त्यांच्या मुलाला आणि मला संसाधनसज्ज होण्यास आणि समस्यांचे रूपांतर संधींमध्ये करण्यास शिकवले. ते सांगायचे, ''जेव्हा मी लहान मुलगा होतो, तेव्हा मी गरीब होतो. आज मी श्रीमंत आहे, कारण गरीब असणे ही संधी आहे, श्रीमंत बनण्यासाठी वापरता येणारे असे ईश्वराने दिलेले अत्यंत महत्त्वाचे संसाधन आहे, या दृष्टिकोनातून मी त्याकडे पाहिले.''

चांगले कर्ज आणि वाईट कर्ज

कर्जे ही दोन प्रकारची असतात, चांगले कर्ज आणि वाईट कर्ज. सोप्या भाषेत सांगायचे, तर तुम्हांला अधिक श्रीमंत बनवणारे आणि तुमच्या वतीने दुसरे कोणीतरी चुकते करते, ते कर्ज हे चांगले कर्ज असते. जे कर्ज तुम्हांला गरीब बनवते आणि जे तुमचे तुम्हांलाच चुकते करावे लागते, ते कर्ज हे वाईट कर्ज असते.

पैसा हा काही लोकांनी मूर्ख गोष्टी करण्यासाठी कारणीभूत ठरतो. उदाहरणार्थ, अनेक लोक मोठे घर खरेदी करणे, त्यामध्ये जलतरण तलाव बांधणे, बिले भरण्यासाठी क्रेडिट कार्डांचा वापर करणे आणि मग क्रेडिट कार्डची बिले भरण्यासाठी त्यांच्या घरावरील मालकीचा वापर करणे, यांसारख्या वित्तीयदृष्ट्या मूर्खपणाच्या गोष्टी करतात. हे वाईट परिस्थिती घेऊन तिचे गोष्टी अधिकच खडतर बनवण्यासाठी – अर्थनियोजनात्मक तूट तयार करण्यासाठी रूपांतर करण्याचे उदाहरण आहे.

आपले सरकार नेमकी हीच गोष्ट करते. समस्या सोडवण्यासाठी पैसा लागतो, असे सरकारमधील बऱ्याच लोकांना वाटते. त्यामुळे समस्या अधिक मोठ्या होतात, तेव्हा त्यासाठी अधिक पैशांची आवश्यकता भासते व त्याची परिणती अर्थनियोजनात्मक तुटीमध्ये होते.

अतोनात वाईट कर्ज ही आजच्या जगामधील खूप गंभीर समस्या आहे. वाईट कर्ज म्हणजे दायित्वामधून तयार झालेले कर्ज. वाईट कर्ज हे देश, व्यवसाय आणि व्यक्तींना मागे खेचणारे असते. श्रीमंत बनण्याचा एक मार्ग म्हणजे, वाईट कर्जाकडे तुम्हांला गरीब नाही, तर अधिक श्रीमंत बनवणारी संधी, साधन म्हणून पाहता येणे हा आहे.

जर वाईट कर्ज तुम्हांला मागे खेचत असेल, तर तुम्ही बहुधा स्वत:चे सर्वांत वाईट वैरी आहात. जेव्हा लोक समस्या सोडवण्यासाठी वाईट कर्ज घेतात, तेव्हा निश्चितपणे त्या समस्या अधिक गंभीर आणि मोठ्या होतात. वाईट कर्जाच्या समस्येकडे शिकण्याची आणि अधिक चाणाक्ष होण्याची संधी म्हणून पाहा, असा माझा सल्ला आहे.

माझा एक व्यवसाय अपयशी ठरल्यानंतर मी जवळपास १० लाख डॉलर्स गमावले होते. वैयक्तिक आणि कंपनीची मालमत्ता विकल्यानंतरही मी देणेकऱ्यांचे जवळपास

४ लाख डॉलर्स द्यायचे बाकी होते. वाईट कर्जाची ही समस्या सोडवण्यासाठी किम आणि मी ती संपूर्णपणे दूर करण्याची योजना आखली. पुन्हा एकदा खर्च कमी करण्याऐवजी, आम्ही हिशेबनीस बेटीला आमच्या वाटचालीविषयी माहिती देत राहण्याची सूचना केली आणि ही समस्या आम्ही स्वत:ला गरीब नाही, तर श्रीमंत बनवण्यासाठी वापरली. अन्य शब्दांत सांगायचे, तर सर्व कर्जे भागवत असतानाच आम्ही अधिक श्रीमंत झालो. आम्ही आक्रमकपणे आमची सर्व वाईट कर्जे भागवत असतानाच दान, बचत आणि गुंतवणूक सुरूच ठेवली.

आता मागे वळून आमच्या वाईट कर्जांच्या डोंगराकडे पाहताना, किम आणि मी आमच्या समस्या सोडवण्याद्वारे अर्थनियोजनामध्ये पारंगत बनलो, याचा मला आनंद वाटतो. मला पुन्हा कधीही इतक्या जास्त कर्जाखाली राहायची इच्छा नसली, तरी त्या समस्येतून मी शिकलो आणि ती सोडवली याचे मला समाधान आहे.

जेव्हा किम आणि मला पैसे कमी पडत होते, तेव्हा आम्ही त्या समस्येचा वापर अधिक पैसा मिळवण्याचे साधन म्हणून केला. आमच्या साधनांच्या मर्यादेत जगण्याऐवजी किंवा वाईट कर्ज भागवण्यासाठी आणखी वाईट पैसा उसना घेण्याऐवजी, आम्ही आमच्या समस्यांचा वापर संसाधनसज्ज होण्याचे स्रोत म्हणून आणि शिकण्याच्या व श्रीमंत होण्याच्या संधी देणाऱ्या संधी म्हणून केला.

हे ध्यानात ठेवा

वित्तीय बुद्ध्यंक ३ : तुमच्या पैशांचे अंदाजपत्रक तयार करणे, हासुद्धा वित्तीय बुद्ध्यंक २ प्रमाणेच टक्केवारीत, म्हणजेच तुमच्या जमा (ॲसेट्स) रकान्यामध्ये पोहोचणाऱ्या उत्पन्नाच्या टक्केवारीत मोजला जातो.

जर तुमच्या उत्पन्नाचा ३० टक्के वाटा घेणे फारच कठीण असेल, तर तीन टक्क्यांपासून सुरुवात करा. उदाहरणार्थ, जर तुम्ही १,००० डॉलर्स कमवत असाल, तर तुमच्या जमेच्या रकान्यामध्ये ३०० डॉलर्स किंवा ३० टक्के रक्कम वर्ग करण्याऐवजी, तीन टक्के किंवा ३० डॉलर्स तुमच्या जमा रकान्यामध्ये वर्ग करा. जर या तीन टक्क्यांमुळेही आयुष्य कठीण बनत असेल, तर ते चांगलेच आहे. जर खडतर आयुष्य तुम्हांला संसाधनसज्ज बनवत असेल, तर ते चांगले आहे.

तुम्ही तुमच्या जमा रकान्यामध्ये वर्ग करत असलेल्या पैशांचे प्रमाण जितके अधिक, तितका तुमचा वित्तीय बुद्ध्यंक ३ अधिक असतो. आजघडीला, किम आणि मी साधारणत: आमचे ८० टक्के उत्पन्न थेट जमा रकान्यामध्ये वर्ग करतो आणि उर्वरित २० टक्क्यांमध्ये जगण्यासाठी सर्वतोपरी प्रयत्न करतो. त्याचप्रमाणे, आम्हांला हे परवडू शकत नाही, असे आम्ही कधीही म्हणत नाही आणि आमच्या साधनांच्या मर्यादेत जगणेही आम्ही नाकारतो. गोष्टी अधिक आव्हानात्मक असणे सुरू ठेवण्याऐवजी, आम्ही अधिक संसाधनसज्ज बनतो, अधिक समृद्ध जीवन आणि अर्थनियोजनात्मक शिल्लक निर्माण करतो.

प्रकरण सहा

वित्तीय बुद्ध्यंक ४ : तुमच्या पैशांचा सर्वाधिक लाभ उठवणे

९ ऑगस्ट २००७ रोजी अमेरिकेचा शेअर बाजार सुमारे ४०० अंकांनी कोसळला. यामुळे निर्माण झालेले घबराटीचे वातावरण अधिक पसरू नये, याची खातरजमा करण्यासाठी अमेरिकेतील फेडरल रिझर्व्ह बँक आणि जगभरातील मध्यवर्ती बँकांनी अर्थव्यवस्थेमध्ये कोट्यवधीने रोख रक्कम ओतण्यास सुरुवात केली.

दुसऱ्या दिवशीही बाजार अद्याप अस्वस्थच होता. मी त्या दिवसासाठी तयार होत असताना सकाळच्या टीव्ही कार्यक्रमामध्ये एक वृत्तनिवेदक तीन वित्तीय नियोजनकर्त्यांच्या मुलाखती घेत होता आणि त्यांची मते जाणून घेत होता. त्यांचा एकमुखी सल्ला होता, 'घाबरून जाऊ नका. पाय रोवून उभे राहा.'

त्यांच्याकडे जेव्हा आणखी सल्ला मागण्यात आला तेव्हा तिघांनीही सांगितले, 'पैशांची बचत करा, कर्जमुक्त व्हा आणि वैविध्यपूर्ण म्यूच्युअल फंड्सच्या पोर्टफोलिओमध्ये दीर्घकालीन गुंतवणूक करा.' माझी दाढी करून झाल्यानंतर हे तिघेही वित्तीय तज्ज्ञ एकाच पोपटपंचीच्या शाळेमध्ये गेले होते का, असा विचार माझ्या मनात तरळून गेला.

शेवटी, एका क्षणी एका महिला सल्लागारांनी काहीतरी वेगळे सांगितले. शेअर बाजारातील गदारोळासाठी त्यांनी बांधकाम क्षेत्रातील बाजारपेठेस दोषी धरले आणि लालची गुंतवणूकदार, बांधकाम क्षेत्रातील विधिनिषेधशून्य दलाल आणि तारणावर पैसे देणारे भक्षक सावकार यांच्यामुळे सबप्राइम तारण मालमत्तांचा विचका झाला असून त्याचीच परिणती शेअर बाजार कोसळण्यात झाली असल्याचा दोषारोप त्यांनी केला.

त्या सल्लागार म्हणाल्या, ''बांधकाम क्षेत्र धोकादायक असल्याचे मी माझ्या क्लायंट्सना सांगितले होते आणि माझा सल्ला आजही बदललेला नाही. बांधकाम क्षेत्रातील गुंतवणूक ही धोकादायक आहे आणि गुंतवणूकदारांनी ब्लू-चिप शेअर्स आणि म्यूच्युअल फंड्समध्ये दीर्घ काळासाठी गुंतवणूक करावी.''

त्या वित्तीय नियोजनकर्त्या टीव्हीवरून त्यांनी बांधकाम क्षेत्रावर चढवलेला हल्ला संपवत असतानाच माझी पत्नी किम खोलीत आली आणि म्हणाली, ''आपल्याला आज ३०० सदनिकांच्या इमारतीचा व्यवहार पूर्ण करायचा आहे, लक्षात ठेव.''

होकारार्थी मान डोलावत मी म्हणालो, ''मी वेळेत तिथे पोहोचेन.''

मी पेहराव करत असताना विचार करत होतो, 'वित्तीय सल्लागारांनी बांधकाम क्षेत्रामधील गुंतवणूक धोकादायक आहे,' असे म्हणणे गमतीशीर आहे. बांधकाम क्षेत्राची बाजारपेठ कोसळत आहे आणि त्याच वेळी किम आणि मी ओकाहोमामधील टल्सा येथे १.७ कोटी डॉलर्सचे घर खरेदी करत असून त्या बाबत आम्ही उत्साही आहोत. आम्ही याच ग्रहावर राहतो ना?

नवा भांडवलवाद

९ आणि १० ऑगस्ट २००७ रोजी गुंतवणूकदारांनी कोट्यवधी डॉलर्स गमावल्यानंतर अमेरिकन फेडरल रिझर्व्ह बँक बँकिंग व्यवस्थेमध्ये कोट्यवधी डॉलर्स ओतत होती व त्याद्वारे बांधकाम क्षेत्र, शेअर बाजार आणि बाँड्स बाजारातील घबराट रोखण्यासाठी सर्वतोपरी प्रयत्न करत होती. अशा प्रकारे भांडवल ओतणे हे जगाच्या अर्थपुरवठ्यासोबत खेळ करणाऱ्या मध्यवर्ती बँकांमधील बँकर्सनी कर्ज आणि चलाखीवर उभारलेली आर्थिक व्यवस्था नवा भांडवलवाद कशा प्रकारे चालवतो, याचे उदाहरण आहे. हे म्हणजे जवळपास तुम्ही आणि मी आपल्या क्रेडिट कार्डांची बिले भरण्यासाठी क्रेडिट कार्डचाच वापर करण्यासारखे आहे.

त्याच आठवड्यामध्ये काही दिवसांनंतर, मला दोन टीव्ही आणि तीन रेडिओ कार्यक्रमांमध्ये बाजार कोसळण्याविषयी प्रतिक्रिया व्यक्त करण्यासाठी बोलावण्यात आले. मी याविषयी काय विचार करतो, तसेच कोसळणाऱ्या बाजारामध्ये फेडरल रिझर्व्हने रोकड ओतण्याविषयी माझे काय मत आहे आणि फेडरल रिझर्व्ह बँकेने व्याजदर कमी करून बाजार वाचवायला हवा का, हे त्या कार्यक्रमाच्या सूत्रसंचालकांना जाणून घ्यायचे होते. या सर्व मुलाखतींमध्ये मी सांगितले की, मध्यवर्ती बँकांनी बाजारपेठांना प्रभावित करणे मला आवडत नाही. सरकारने धनाढ्य हेज फंड्स आणि वित्तीय संस्थांना वाचवावे व त्यांच्या स्वतःच्याच लोभी चुकांपासून त्यांचे संरक्षण करावे, असे मला वाटत नाही. मी पुढे म्हणालो, ''सामान्य एकट्या-दुकट्या लोकांविषयी मला खरेच सहानुभूती वाटते. जे पैशांसोबत खेळत नाहीत, अशा लाखो कष्टकरी लोकांना एका दिवसात त्यांच्या घराचे मूल्य बांधकाम क्षेत्राच्या बाजारपेठेत, त्यांच्या बचतीचे मूल्य बाँड बाजारामध्ये आणि निवृत्तिविषयक पोर्टफोलिओचे मूल्य शेअर बाजारामध्ये घसरताना पाहावे लागले.''

''अद्यापही गुंतवणूक सुरू ठेवणार का,'' असे मला विचारण्यात आले असता, मी म्हणालो, 'हो'. ''कोसळणाऱ्या बाजारांमध्ये गुंतवणूक करणे धोकादायक असल्याचे मला वाटते का,'' असे विचारले असता मी उत्तर दिले, ''धोका हा नेहमीच असतो.'' पुढे अधिक स्पष्टीकरण देत मी सांगितले, ''बाजारातील चढउतार हे, मी का गुंतवणूक करतो किंवा मी कशामध्ये गुंतवणूक करतो, या गोष्टींवर परिणाम करत नाहीत.''

दोन दृष्टिकोन

मला विचारण्यात आला नसला, तरी माझ्या मते पुढील प्रश्न हा अधिक चांगला ठरू शकला असता : बांधकाम क्षेत्राविषयी नकारात्मक असणाऱ्या वित्तीय नियोजनकर्त्या आणि माझ्या बांधकाम क्षेत्रातील गुंतवणुकीविषयीच्या दृष्टिकोनामध्ये काय फरक आहे? किंवा, इतके सारे लोक घाबरत असताना मी अधिक स्थावर मालमत्ता खरेदी करण्याविषयी उत्साही का आहे?

या प्रश्नांची उत्तरे सदर प्रकरणामध्ये दोन वित्तीय संकल्पनांद्वारे देण्यात आली आहेत: नियंत्रण आणि लाभ.

या पुस्तकामध्ये वारंवार उल्लेख केल्याप्रमाणे, पैशांविषयीचे नियम १९७१ आणि १९७४ साली बदलले. आता नवे नियम आणि नवा भांडवलवाद आहे. १९७४ मध्ये लाखो कर्मचाऱ्यांनी 'डिफाइन्ड बेनिफिट पेन्शन' (निश्चित निवृत्तिवेतन लाभ) म्हणून ओळखले जाणारे त्यांचे आजीवन मिळणारे वेतन गमावण्यास सुरुवात केली. आता त्यांना आपल्या निवृत्तीसाठी स्वत:हून बचत आणि 'डिफाइन्ड काँट्रिब्युशन पेन्शन प्लान्स'मध्ये (निश्चित निवृत्तिवेतन योगदान योजना) गुंतवणूक करावी लागली. यातील अडचण अशी की, बहुतांश लोकांकडे आपल्या निवृत्तीसाठी योग्यरीत्या गुंतवणूक करण्याबाबत खूपच थोडे वित्तीय प्रशिक्षण किंवा शिक्षण असते. दुसरी एक अडचण म्हणजे, भांडवलवादाच्या नव्या नियमांनुसार कर्मचाऱ्यांनी अशा मालमत्तांमध्ये गुंतवणूक करणे आवश्यक असते, ज्यावर ना त्यांचे नियंत्रण असते, ना त्यातून त्यांना लाभ मिळवता येतो. बाजार कोसळत असताना, बहुतांश लोक वित्तीय वादळामध्ये त्यांची संपत्ती आणि वित्तीय सुरक्षा छाटली जात असताना असहायपणे पाहत राहणे, इतकेच करू शकतात.

नव्या भांडवलवादामध्ये लाखो कर्मचाऱ्यांचा पैसा, त्यांना खूप कमी नियंत्रण किंवा लाभ देणाऱ्या गुंतवणुकींमध्ये ठेवला जातो. माझे माझ्या गुंतवणुकीवर नियंत्रण असल्याने या ३०० सदनिकांच्या इमारतीच्या उदाहरणामध्ये, बाजार कोसळल्याचा माझ्यावर फारसा परिणाम झाला नाही. माझ्याकडे नियंत्रण असल्यामुळे खूप जास्त लाभासाठी त्याचा वापर करण्याचा आत्मविश्वास मला आहे. नियंत्रण आणि लाभ यांमुळे मी कमी कालावधीत, अगदी कमी धोका पत्करून अधिक संपत्ती प्राप्त करू शकतो आणि त्याचबरोबर बाजारातील चढउतारांचा माझ्या गुंतवणुकींवर होणारा परिणामही लघूत्तम ठेवू शकतो.

मागील बऱ्याच काळापासून बाजार कोसळतोय

मी अगोदर लिहिल्याप्रमाणे, यूएसए टुडे वृत्तपत्राने सर्वेक्षण केले होते आणि अमेरिकेमधील सर्वांत मोठी भीती ही दहशतवादाची नसून निवृत्तीदरम्यान पैसा संपण्याची असल्याचे, त्यांना त्या सर्वेक्षणामध्ये आढळले होते. ९ आणि १० ऑगस्ट २००७ नंतर ही भीती आणखीच वाढली असेल, अशी मला खात्री आहे.

जे लोक चिंतीत आहेत, त्यांना चिंता करण्यासारखी कारणेही आहेत. खाली दिलेल्या दोन तक्त्यांकडे पाहिल्यास १९७१ आणि १९७४ मधील बदलांचा शेअर बाजाराच्या

मूल्यांकनावर झालेला परिणाम तुम्हांला दिसू शकेल. तुम्ही पाहू शकत असल्याप्रमाणे, बाजार हा मागील खूप काळापासून कोसळत आहे.

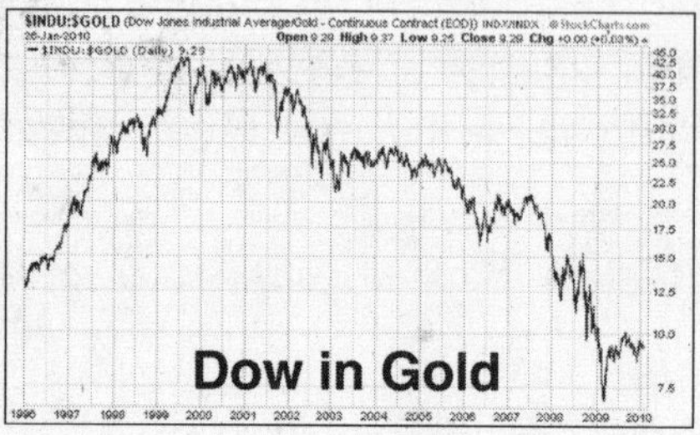

गृहक्षेत्राप्रमाणेच सुवर्ण निर्देशांकाचीही किंमत जेव्हा वाढत जाते, तेव्हा प्रत्यक्षात त्याची खरेदीक्षमता कमी होते. पैशांच्या खरेदीक्षमतेतील हा तोटा बहुतांश कर्मचाऱ्यांची भविष्यकालीन वित्तीय सुरक्षितता कमी करतो. त्यांच्या भविष्यासाठी त्यांना अधिक पैसा लागणार असून भविष्य अधिक खर्चीक बनणार असल्याचे हे तक्ते सांगतात.

लाभ मिळवल्याशिवाय, बहुतांश कर्मचारी पुरेसा पैसा त्यांच्या भविष्यासाठी बाजूला काढून ठेवू शकत नाहीत, कारण ते जितक्या अधिक पैशांची बचत करतील, तितके त्या पैशांचे मूल्य कमी होते. हिटलर सत्तेवर येण्यापूर्वीचा काही काळ जर्मन अर्थव्यवस्थेबाबतची एका मजेशीर कथा ही संकल्पना स्पष्टपणे मांडते. या कथेअनुसार, एक महिला बेकरीमधून ब्रेड आणण्यासाठी हातगाडी भरून पैसे घेऊन गेली. ब्रेडच्या किमतीसाठी घासाघीस केल्यानंतर ती आपले पैसे घेण्यासाठी बेकरीबाहेर ठेवलेल्या हातगाडीकडे आली, तर तोपर्यंत कोणीतरी तिची हातगाडी चोरून नेली होती आणि तिचे पैसे मात्र तिथेच सोडून दिले होते. अमेरिकन बचतकर्त्यांबाबत सध्या हेच घडत आहे.

अशा चलनवाढीच्या अर्थव्यवस्थेमध्ये आपली निवृत्ती परवडण्यासाठी एखाद्या निवृत्त माणसाकडे कितीशी बचत असणे आवश्यक असेल? तुम्ही निवृत्त झालात आणि तुम्हांला सरकारच्या कोणत्याही वैद्यकीय कार्यक्रमामध्ये समाविष्ट नसणाऱ्या एका जीवनावश्यक शस्त्रक्रियेची गरज भासली तर? निवृत्त होण्यासाठी पुरेसा पैसा नसणे ही तुमची समस्या असेल, तर तुम्ही काय कराल?

याच कारणासाठी 'वित्तीय बुद्ध्यंक ४ : तुमच्या पैशांचा सर्वाधिक लाभ उठवणे' हा इतका महत्त्वाचा आहे. लाभ उठवण्याची ही क्रिया इतरांचा पैसा वापरण्याद्वारे तुमच्या पैशांकडून तुमच्यासाठी अधिक काम करून घेते, आणि जर तुमचा वित्तीय बुद्ध्यंक ३ उच्च असेल, तर तुम्ही करांपोटी कमीतकमी पैसे भरू शकता.

लाभ किंवा उत्तोलन (Leverage) म्हणजे काय?

सोप्या भाषेत सांगायचे, तर लाभाची व्याख्या 'कमीतकमीमध्ये अधिकाधिक करणे' अशी आहे. उदाहरणार्थ, बँकेत पैसा ठेवणाऱ्या व्यक्तीस त्याचा लाभ मिळवता येत नाही. तो त्या

व्यक्तीचा पैसा असतो. बचत खात्यामध्ये ठेवलेल्या डॉलरच्या लाभाचे प्रमाण हे १:१ असे असते. येथे बचतकर्ता सर्व पैसा उभा करतो.

माझ्या ३०० सदनिकांच्या घरामधील गुंतवणुकीसाठी, स्थावर मालमत्तेच्या १.७ कोटी डॉलर्सच्या गुंतवणुकीमधील ८० टक्के वाटा माझ्या बँका उभारतात. माझ्या बँकरचा पैसा वापरून माझ्या लाभाचे प्रमाण १:४ असे होते. मी या व्यवहारामध्ये गुंतवणाऱ्या प्रत्येक डॉलरसाठी बँक मला चार डॉलर्सचे कर्ज देते.

मग बांधकाम क्षेत्रातील गुंतवणूक ही इतकी धोकादायक असल्याचे टीव्हीवरील वित्तीय नियोजनकर्त्यांनी का सांगितले? पुन्हा एकदा, याचे उत्तर नियंत्रण असे आहे : जर गुंतवणूकदाराकडे गुंतवणूक नियंत्रित करण्यासाठी लागणाऱ्या वित्तीय बुद्धिमत्तेचा अभाव असेल, तर या लाभाचा वापर करणे खूपच धोकादायक आहे. बहुतांश वित्तीय नियोजनकर्ते हे लोकांना त्यांचे काहीही नियंत्रण नसणाऱ्या क्षेत्रातील गुंतवणुकीमध्ये आणून सोडत असल्यामुळे, त्यांनी लाभाचा वापर करू नये. तुमचे नियंत्रण नसणाऱ्या क्षेत्रामध्ये गुंतवणूक करण्यासाठी लाभाचा वापर करणे, हे म्हणजे स्टिअरिंग व्हील नसणारी कार खरेदी करून त्यानंतर एक्सिलरेटरवर पाय देण्यासारखे आहे.

बांधकाम क्षेत्राची बाजारपेठ कोसळल्याचा सर्वाधिक फटका बसलेल्या लोकांपैकी बहुतांश लोक हे बांधकाम क्षेत्राची बाजारपेठ चढत जाण्याकडे आणि त्याद्वारे त्यांच्या घराची किंमत वाढण्याकडे डोळे लावून बसले होते. आपल्या घराच्या वाढीव मूल्याच्या बदल्यात अनेकांनी पैसा उचलला होता. आता त्यांना जितके पैसे परत करावे लागणार आहेत, त्यापेक्षा बहुधा त्यांच्या घराचे मूल्य कमी आहे. त्यांच्या गुंतवणुकीवर त्यांचे काहीही नियंत्रण नाही आणि ते बाजारपेठेच्या कृपादृष्टीवर अवलंबून आहेत.

अद्यापही आपली तारणरक्कम भरू शकणाऱ्या अनेक घरमालकांनाही वाईट वाटते, कारण त्यांच्या घराचे मूल्य घसरले आहे. त्यांना त्यांच्या घराचा मूल्याधिकार नाहीसा होताना दिसतो आहे. जेव्हा घरांच्या किमती घसरतात, तेव्हा आपण पैसा गमावला, अशी अनेक घरमालकांची भावना असते. याला इंग्रजीमध्ये 'वेल्थ इफेक्ट' असे काही वेळा म्हटले जाते. मालमत्तेचे मूल्य वाढल्यामुळे नाही, तर डॉलरची खरेदीक्षमता कमी झाल्यामुळे वाढलेल्या महागाईत अनेक लोकांना त्यांच्या घरांच्या किमती वाढत असल्याचे दिसल्यामुळे श्रीमंत झाल्यासारखे वाटू लागते. त्यांना जेव्हा श्रीमंत झाल्यासारखे वाटते, तेव्हा ते अधिक पैसे कर्ज म्हणून घेतात (लाभ) आणि आर्थिक भार टाकणाऱ्या गोष्टींवर अधिक पैसा खर्च करतात. हा नव्या भांडवलवादाचा, म्हणजेच डॉलरचे अवमूल्यन आणि कर्जामधील वाढ यांवर आधारित आर्थिक विस्तारवादाचा थेट परिणाम आहे.

माझी संपत्ती ही निव्वळ मूल्यावर आधारित नाही

'वेल्थ इफेक्ट'ची पाळेमुळे निव्वळ मूल्याबाबतच्या भ्रमामध्ये रुजलेली आहेत. निव्वळ मूल्य म्हणजे तुमच्या मालकीच्या गोष्टींमधून तुमच्यावरील कर्जाचा बोजा वजा केल्यास उरणारे मूल्य. जेव्हा घराच्या मूल्यांकनात वाढ होते, तेव्हा अनेक लोकांना त्यांचे निव्वळ

मूल्य वाढल्यासारखे वाटते. तुमच्यापैकी ज्यांनी माझी अन्य पुस्तके वाचली आहेत, त्यांना 'मला निव्वळ मूल्य हे बिनकामाचे वाटते,' हे अगोदरच माहीत आहे. त्यासाठी माझी तीन कारणे आहेत.

१. निव्वळ मूल्य हे बऱ्याचदा वास्तव बाबींवर नाही, तर मतांवर आधारित असते. घराचे मूल्य हा केवळ अंदाज असतो. घर विकले जाईपर्यंत तुम्हांला त्याची खरी किंमत कळणार नसते. याचा अर्थ बरेच लोक त्यांच्या घराचे अंदाजित मूल्य अतिरिक्त वाढवून ठेवतात. ते जेव्हा घर विकू लागतात, तेव्हाच त्यांना दोन वास्तव बाबी समजतात : खरी किंमत आणि खरे मूल्य. दुर्दैवाने बऱ्याच लोकांनी अगोदरच त्यांच्या घराच्या मानलेल्या मूल्याच्या बदल्यात कर्ज काढलेले असते आणि ते जितक्या किमतीला घर विकू शकतात त्यापेक्षा अधिक रक्कम ते कर्जापोटी देणे असतात.

२. निव्वळ मूल्य हे बऱ्याचदा अशा मालमत्तांवर आधारित असते, ज्यांचे मूल्य घसरणारे असते. जेव्हा मी कर्जासाठी अर्ज भरत असतो, तेव्हा मला माझ्या मालकीच्या बहुतांश गोष्टी मालमत्तेच्या रकान्यामध्ये भरण्यास परवानगी असते. मला माझे बिझनेस सूट्स, शर्ट, टाय आणि बूट जसे मालमत्ता रकान्यामध्ये भरता येतात, त्याचप्रमाणे मी माझ्याकडील कारची यादीही तेथे भरू शकतो. आता तुम्हांला आणि मला हे माहीतच आहे की, वापरलेल्या शर्टना खूप कमी मूल्य असते आणि वापरलेल्या कारचे मूल्य नव्या कारपेक्षा लक्षणीयरीत्या कमी असते.

३. निव्वळ मूल्य वाढण्यासाठी बऱ्याचदा डॉलरचे अवमूल्यन कारणीभूत असते. घराच्या वाढलेल्या मूल्यामधील काही वाटा हा डॉलरच्या घसरलेल्या मूल्याचा असतो. अन्य शब्दांत सांगायचे, तर घराचे मूल्य वाढत नाही. केवळ सरकार आणि मध्यवर्ती बँकांनी अर्थव्यवस्था तारण्यासाठी आणि समृद्धीचा आनंददायी (फील गुड) भ्रम कायम ठेवण्यासाठी व्यवस्थेत अधिकाधिक मूल्यहीन पैसा ओतल्यामुळे तेच घर खरेदी करण्यासाठी अधिक डॉलर्स लागतात.

राजकारण्यांची सर्वांत मोठी भीती

'समृद्धीचा आनंददायी भ्रम' हे शब्द मी वापरण्याचे कारण म्हणजे, 'लोकांना वाईट वाटेल' ही राजकारणी आणि प्रशासकीय अधिकाऱ्यांची सर्वांत मोठी भीती असते. संपूर्ण इतिहासकाळामध्ये ज्या ज्या वेळी लोकांना वाईट वाटले, त्या त्या वेळी राजे, साम्राज्ञी आणि साम्राज्यकर्त्यांना उलथवून टाकण्यात आले आणि अगदी देहदंडही देण्यात आला. फ्रेंच जनतेने त्यांची साम्राज्ञी मॅरी अँटॉइनेटचा शिरच्छेद केला आणि रशियन जनतेने अखेरचा झार राजा, त्याची पत्नी आणि मुलांना देहान्त शिक्षा दिला, या घटना तुम्हांला कदाचित आठवत असतील.

जुना भांडवलवाद हा कठोर आर्थिक मूलतत्त्वांवर आधारलेला होता. नवा भांडवलवाद हा आनंददायी अर्थशास्त्रावर आधारलेला आहे. जोपर्यंत व्यक्तीचे निव्वळ मूल्य वाढते

आहे, तोपर्यंत उत्पादनावर नाही, तर कर्जावर आधारलेला समृद्धीचा भ्रम कायम राहतो. तुम्हांला जेव्हा गोष्टी मिळतात, तेव्हा स्वातंत्र्याची गरज कोणाला असते? जोपर्यंत जागतिक अर्थव्यवस्था अमेरिकन सरकार आणि अमेरिकन ग्राहकाला कर्जाऊ पैसे उचलू देते आणि खर्च करू देते, तोपर्यंत ही परीकथात्मक जागतिक अर्थव्यवस्था कायम राहणार आहे. जर हे स्वप्न दु:स्वप्नामध्ये बदलले आणि हा 'आनंददायी' फुगा फुटला, तर त्याची कठोर शिक्षा भोगावी लागेल. यामध्ये शारीरिकरीत्या शब्दश: जरी कोणाचा शिरच्छेद होणार नसला, तरी राजकीयदृष्ट्या, व्यावसायिकदृष्ट्या आणि वित्तीयदृष्ट्याही निश्चितच शिरच्छेद होतील.

मूल्य हे महागाईवर आधारित नसते

माझ्या १.७ कोटी डॉलर्सच्या घराचे मूल्य हे महागाईवर किंवा त्या इमारतीच्या किमतीवर आधारित नाही. किंमत ही महत्त्वाची असली, तरी कोणत्यातरी जादूई, अदृश्य बाजारपेठीय परिस्थितीमुळे इमारतीची किंमत वर जाण्याकडे मी डोळे लावून बसलेलो नाही. 'फील गुड'मुळे निव्वळ मूल्य वधारण्याची अपेक्षा मी धरलेली नाही किंवा बाजार कोसळण्याची आणि वाईट वाटण्याची चिंता मी करत नाही. त्यामुळेच बाजाराच्या चढउतारांची मला फारशी चिंता वाटत नाही.

माझ्या घराचे मूल्य भाडेकरूंकडून मला मिळणाऱ्या भाड्यावर आधारित आहे. अन्य शब्दांत सांगायचे, तर माझ्या भाडेकरूंना एखाद्या मालमत्तेचे मूल्यांकन किती वाटते, ते त्या मालमत्तेचे खरे मूल्य आहे. जर भाडेकरूला सदनिकेचे मूल्य प्रतिमहिना ५०० डॉलर्स इतके भाडे देण्यायोग्य वाटले, तर ते त्या मालमत्तेचे मूल्य आहे. जर मी माझ्या मालमत्तेचे मूल्य माझ्या भाडेकरूंच्या नजरेत वाढवू शकलो, तर बाजारपेठेने नव्हे तर मी त्या मालमत्तेचे मूल्य वाढवले आहे. जर भाडेकरूंच्या नजरेत मूल्य वाढले नसताना, मी भाडे वाढवले, तर भाडेकरू रस्त्यापलीकडे असलेल्या परिसरात भाड्याने राहतील.

भाडेतत्त्वावर देण्यात येणाऱ्या स्थावर मालमत्तेचे मूल्य म्हणजे या उदाहरणामध्ये माझ्या सदनिकांचे मूल्य हे नोकऱ्या, वेतनश्रेणी, लोकसंख्याविषयक तपशील, स्थानिक उद्योग, तसेच परवडण्यायोग्य घरांचा मागणी व पुरवठा आदींवर अवलंबून असते. घरांच्या किमती कोसळत असताना बऱ्याचदा भाडेतत्त्वावरील सदनिकांची मागणी वाढत असते, याचाच अर्थ, मागणी आणि भाडे दोन्ही वाढते. जर भाडे वाढले, तर माझ्या भाडेतत्त्वावर देण्यात येणाऱ्या स्थावर मालमत्तेचे मूल्यही कदाचित वाढू शकते, अगदी बाजारात रहिवासी स्थावर मालमत्तेचे मूल्य घसरत असले तरीही.

मला ३०० सदनिकांची इमारत खरेदी करताना बाजार कोसळल्याबाबत चिंता जाणवली नाही, याची तीन विशिष्ट कारणे आहेत. पहिले म्हणजे, ओकोहामा राज्यातील टल्सा हे कच्च्या तेलामुळे भरभराटीला आलेले शहर आहे. या शहरामध्ये उच्च वेतनश्रेणी असणाऱ्या मुबलक नोकऱ्या आहेत. तेलउद्योगाला कर्मचाऱ्यांची आणि अस्थायी कर्मचाऱ्यांना भाड्याच्या घरांची गरज असते. दुसरे कारण म्हणजे, संबंधित इमारतीनजीक असलेले स्थानिक महाविद्यालय आपली विद्यार्थिसंख्या दुपटीने वाढवत आहे; परंतु महाविद्यालयाच्या

आवारातील सदनिकांची संख्या मात्र तितकीच आहे. त्यामुळे भाडेतत्त्वावरील सदनिकांच्या मागणीत वाढ होत आहे. तुमच्यापैकी अनेकांना माहीतच आहे की, आता महाविद्यालयामध्ये प्रविष्ट होण्याच्या वयात असलेली पिढी ही सामान्यत: 'एको बुमर्स' म्हणून ओळखली जाते आणि या पिढीची लोकसंख्या ७.३ कोटी इतकी भक्कम आहे. यांच्यापैकी बहुतांश जण हे भाडेकरू असतील. तिसरे कारण म्हणजे, सध्याच्या कर्जावरील निश्चित व्याजदर हे खूप कमी आहेत. मालमत्तेचे मूल्य हे कमी व्याजदर, कमी खर्च आणि वाढणारे उत्पन्न यांमुळे वाढेल, बाजारातील चढउतारांमुळे नाही.

याचा अर्थ, ३०० सदनिकांच्या गृहप्रकल्पाने मला नियंत्रण आणि लाभ या दोन्ही गोष्टी दिल्या. या गृहप्रकल्पामध्ये गुंतवणूक करणारा गुंतवणूकदार म्हणून बाजारपेठेद्वारे नाही, तर माझ्या कार्यहाताळणीद्वारे माझा लाभ १:४ वरून शक्य झाल्यास १:१० पर्यंत, म्हणजेच मालमत्तेच्या मूल्यापेक्षा दुपटीपर्यंत वाढवणे हे माझे काम आहे. माझ्याकडे जोपर्यंत नियंत्रण आहे, तोपर्यंत मी हे करू शकतो.

लाभ हा धोकादायक नसतो

'अधिक परताव्याचा अर्थ अधिक धोका,' असे तुम्हांला अनेक वित्तीय सल्लागार सांगतील. अन्य शब्दांत सांगायचे, तर लाभ हा धोकादायक असतो. हे पूर्णपणे चुकीचे आहे. लोक जेव्हा त्यांच्याकडे कोणतेही नियंत्रण नसलेल्या मालमत्तांमध्ये गुंतवणूक करतात, केवळ तेव्हाच लाभ हा धोकादायक असतो. जेव्हा संबंधित व्यक्तीकडे नियंत्रण असते, तेव्हा अतिशय कमी धोका पत्करूनही लाभ उठवता येऊ शकतो. अधिक परतावा म्हणजे अधिक धोका असे बहुतांश वित्तीय सल्लागार सांगतात, कारण ते गुंतवणूकदाराला केवळ अतिशय कमी नियंत्रण देऊ करणाऱ्या गुंतवणुकीचे पर्यायच विकत असतात.

वर उल्लेख केल्याप्रमाणे, टल्सा येथील माझा १.७ कोटी डॉलर्सचा गृहप्रकल्प ही लाभाकरिता वापर करण्यासाठी चांगली गुंतवणूक आहे, कारण त्या संबंधी कार्यपद्धतींवर माझे नियंत्रण आहे आणि कार्यपद्धती (म्हणजे भाड्यामधून जमा होणाऱ्या उत्पन्नाची रक्कम) या गुंतवणुकीचे मूल्य निश्चित करतात. घराच्या मूल्यावर तुमचे नियंत्रण नसल्याकारणाने, घर ही चांगली गुंतवणूक नसते आणि घरावर लाभ उठवणे धोकादायक असते. घराचे मूल्य हे बाजारपेठेवर आणि ज्या चलनाद्वारे ते घर खरेदी करण्यात येते, त्या चलनाच्या खरेदीक्षमतेवर आधारित असते. या गोष्टी तुमच्या नियंत्रणापलीकडे असतात.

नियंत्रण म्हणजे काय?

बचत, शेअर्स, बाँड्स, म्यूच्युअल फंड्स आणि इंडेक्स फंड्स यांसारख्या कागदी मालमत्तांबाबत (पेपर ॲसेट्स) नियंत्रणाचा अभाव ही एक मोठी त्रुटी आहे. आणि तुमच्याकडे अजिबात नियंत्रण नसल्यामुळे लाभ उठवणे कठीण आणि धोकादायक असते. या कागदी मालमत्ता तुम्हांला खूप कमी नियंत्रण देऊ करत असल्यामुळे या मालमत्तांमध्ये गुंतवणूक करण्यासाठी बँकांकडून कर्जरूपाने पैसे घेणे कठीण असते. मग हे नियंत्रण म्हणजे नेमके काय असते?

वित्तीय अहवालांबाबतच्या खालील आकृतीमध्ये व्यावसायिक गुंतवणूकदार आणि बँकरला हवे असणाऱ्या चार प्रकारच्या नियंत्रणाची मांडणी करण्यात आली आहे.

वित्तीय अहवाल

उत्पन्न विक्री भाडे
खर्च कामकाजाचा खर्च

बॅलन्स शीट

ॲसेट्स व्यवसाय स्थावर मालमत्ता	**लाएबिलिटीज** कर्ज

एक उद्योजक म्हणून माझ्या व्यवसायाच्या वित्तीय अहवालामधील चार रकान्यांवर माझे नियंत्रण आहे. स्थावर मालमत्तेतील गुंतवणूकदार म्हणूनही माझ्या गुंतवणुकीसंबंधीच्या वित्तीय अहवालातील चार रकान्यांवर माझे नियंत्रण आहे.

वित्तीय बुद्धिमत्ता ही नियंत्रणासाठीची गुरुकिल्ली

वित्तीय बुद्धिमत्ता ही नियंत्रणासाठीची गुरुकिल्ली आहे. वित्तीय बुद्धिमत्तेमुळे नियंत्रण वाढते आणि वित्तीय बुद्ध्यंकाद्वारे वित्तीय बुद्धिमत्तेमुळे मिळणारा आर्थिक परतावा मोजता येतो. आता ३०० सदनिकांच्या टल्सातील गृहप्रकल्पाचेच उदाहरण घ्या :

१. ***उत्पन्नाचा रकाना.*** मालमत्तेचा ताबा घेतल्यानंतर उचलावयाचे पहिले पाऊल म्हणजे भाडे वाढवणे. ही मालमत्ता अगोदरच फायदेयोग्य आहे आणि सध्याच्या भाड्यानुसारही पैसा येतो आहे. अन्य शब्दांत सांगायचे, तर मी पहिल्या दिवसापासून पैसा मिळवतो आहे. आणि तरीही, उद्देश किंवा व्यवसाय योजना ही खालील तीन मार्गांनी पुढील तीन वर्षांच्या कालावधीत प्रत्येक सदनिकेसाठी प्रतिमहिना १०० डॉलर्सनी भाडे वाढवण्याची आहे.

- सध्या बाजारपेठीय दरांपेक्षा कमी असणाऱ्या भाड्यात वाढ करणे.
- सर्व सदनिकांमध्ये वॉशिंग मशीन बसवून त्यासाठी अतिरिक्त भाडे आकारणे.
- मालमत्तेशी संबंधित रचनात्मक सुधारणा पूर्ण करणे आणि नव्याने रंगकाम करून घेणे.

या सर्व गोष्टी माझ्या नाही, तर बँकेचा पैसा वापरून पूर्ण करता येऊ शकतात. आम्ही जेव्हा बँकेला आमची व्यवसाय-योजना सादर केली होती, तेव्हा या सुधारणांचा त्यामध्ये समावेश होता आणि कर्जाच्या रकमेमध्येही त्या अंतर्भूत होत्या. तीन वर्षांमध्ये ३०० सदनिकांना १०० डॉलर्सनी गुणल्यास या प्रकल्पातून मिळणाऱ्या मासिक उत्पन्नामध्ये ३०,००० डॉलर्सची, म्हणजेच वर्षाला ३ लाख ६० हजार डॉलर्सची वाढ होते. उत्पन्नातील ही वाढ हे नियंत्रण आणि लाभाचे उदाहरण आहे.

ही योजना यशस्वी ठरल्यास, आतापासून तीन वर्षांनी माझा 'वित्तीय बुद्ध्यंक ४ : (लाभ उठवणे)' हा अपरिमित असेल; कारण उत्पन्नातील वाढ ही गुंतवणूकदाराकडून कोणत्याही अतिरिक्त भांडवलाशिवाय, केवळ एखाद्या मालमत्तेचे अधिकाधिक नफा मिळवण्यासाठी योग्य व्यवस्थापन (नियंत्रण) कसे करावे, याविषयीच्या चांगल्या ज्ञानातून साध्य केली जाईल. वित्तीय बुद्ध्यंकामधील वाढ अपरिमित आहे, कारण गुंतवणूकदाराचे नियंत्रण आणि बँकेचा पैसा वापरून उत्पन्नातील वाढ साध्य केली जाईल.

२. ***खर्चाचा रकाना.*** नियंत्रणाखाली आणण्याजोगे पुढील उद्दिष्ट म्हणजे खर्च कमी करणे. हे विविध मार्गांनी करता येते. प्रशासकीय खर्च कमी करून त्याद्वारे मनुष्यबळावर होणाऱ्या खर्चात कपात करणे हे यांपैकी एक विशिष्ट उदाहरण आहे. आमच्या मालकीच्या इतरही काही मालमत्ता असल्याने एकाच मुख्य कंपनीच्या अखत्यारीत अनेक खर्च आणता येऊ शकतात. काही वेळा याला 'बॅक-ऑफिस एक्स्पेन्सेस' (अप्रत्यक्ष खर्च) म्हणूनही ओळखले जाते. यामध्ये अकाउंटंट, हिशेबनीस, वकील आणि प्रशासकीय वर्गाचा खर्च समाविष्ट असतो. त्याचप्रमाणे विमा, मालमत्ता कर, पाणीपट्टी, देखभाल खर्च आणि रचनात्मक खर्च यांसारखे अन्य काही खर्च हे योग्यरीत्या खर्चांचे व्यवस्थापन आणि घाऊक प्रमाणातील खर्चांद्वारे कमी करता येऊ शकतात. त्याचबरोबर, भाडेकरूंशी संबंधित उलाढाल कमी ठेवूनही खर्च कमी करता आणि उत्पन्न वाढवता येऊ शकते. उदाहरणार्थ, ज्या क्षणी भाडेकरू आपण सदनिका सोडत असल्याची माहिती व्यवस्थापकीय कंपनीला देतो, त्याच वेळी त्या सदनिकेच्या उपलब्धतेबाबतची जाहिरात प्रसिद्ध केली जाते. एकदा सदनिका रिकामी झाल्यानंतर सफाई कर्मचारी त्याच दिवशी तेथे येतात आणि त्याच रात्रीपर्यंत नव्या संभाव्य भाडेकरूला दाखवण्यासाठी सदनिका तयार असते. आणि अनेक वेळा तर सध्याच्या भाडेकरूने सदनिका रिक्त करण्यापूर्वीच ती पुढील काळासाठी भाड्याने देण्यात आलेली असते.

साहजिकच, अनेक अकार्यक्षम गुंतवणूकदार खर्च कमी करण्यात अपयशी ठरतात आणि प्रत्यक्षात ते खर्च वाढवून ठेवतात. त्यामुळे संबंधित मालमत्ता त्यांच्यासाठी वाईट गुंतवणूक ठरते. बऱ्याचदा, ते पैसा वाचवण्याच्या प्रयत्नांत भाडेकरूंचा योग्य दर्जा आणि मालमत्तेची आकर्षकता राखण्यामध्ये अपयशी ठरतात. बहुतांश बाबतीत, मालमत्तेचे मूल्य घसरते. या सुमार पद्धतीने व्यवस्थापन केल्या जाणाऱ्या मालमत्ता खरेदी करण्यास आमची पसंती असते, कारण आम्ही चांगल्या प्रकारे मालमत्ता व्यवस्थापन करून त्यांचे रूपांतर चांगल्या गुंतवणुकीमध्ये करू शकतो. अन्य शब्दांत सांगायचे, तर आम्ही वाईट गुंतवणूकदारांपासून चांगला पैसा कमावतो.

मालमत्ता व्यवस्थापन ही स्थावर मालमत्तेमधून नफा मिळवण्यासाठीच्या गुरुकिल्ल्यांपैकी एक आहे, हे तुम्हांला माहीतच आहेच.

मालमत्ता व्यवस्थापन हे महत्त्वाचे नियंत्रण आहे

बहुतांश गुंतवणूकदारांप्रमाणेच मलाही मालमत्ता व्यवस्थापन आवडत नाही. म्हणूनच 'दि एबीसी ऑफ रिअल इस्टेट इन्व्हेस्टिंग' या पुस्तकाचे लेखक केन मॅकएलरॉय यांच्या सोबत मी भागीदारी केली आहे. त्यांची कंपनी अक्षरश: सर्वोत्तम आहे.

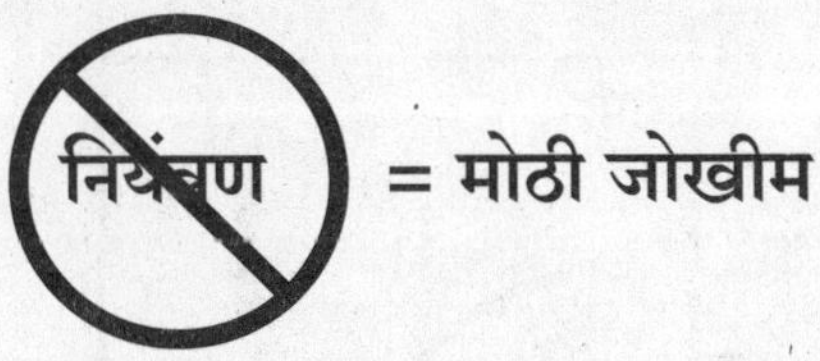

मी बहुतांश शेअर्स आणि म्यूच्युअल फंड्स यांपासून दूर राहण्याचे एक कारण म्हणजे, त्यांच्याशी संबंधित खर्चांवर – विशेषत: व्यवस्थापकीय वेतन, बोनस आणि शुल्क इत्यादी खर्चांवर माझे नियंत्रण असत नाही. समभागधारकाचे मूल्य घसरत असतानाही लालची मुख्य कार्यकारी अधिकाऱ्यांच्या (सीईओ) वेतनातील वाढीविषयी वाचून मला शिसारी येते. उदाहरणार्थ, होम डेपो या कंपनीचे सीईओ रॉबर्ट नार्डेली यांना प्रतिवर्षी ३.८ कोटी डॉलर्स इतके वेतन अधिक वर्षागणिक ३० लाख डॉलर्सचा निश्चित बोनस देण्यात येत होता. दुर्दैवाने त्यांचे कंपनीसोबत जमले नाही आणि अखेरीस नार्डेली यांनी राजीनामा दिला, मात्र तत्पूर्वी कंपनीच्या संचालक मंडळास त्यांना राजीनाम्याकरीता २१ कोटी डॉलर्स देण्यास मंजुरी द्यावी लागली.

माझ्यासाठी हे खूपच महाग आणि अवाजवी आहे. म्हणूनच मला कागदी मालमत्ता आवडत नाहीत. बहुतांश कागदी मालमत्ता या 'एमबीए' धारकांकडून आणि कर्मचाऱ्यांकडून हाताळल्या जातात व हे लोक गुंतवणूकदारांच्या वित्तीय सुरक्षेपेक्षा आपल्या वैयक्तिक धनराशीचा अधिक विचार करतात. जाता जाता सांगण्यासारखी गोष्ट म्हणजे होम डेपो कंपनीच्या सीईओंना मिळणारे मानधन हे खूप जास्त असले, तरी ते अपवादात्मक होते, असे नाही. मुळात तसा नियम किंवा पायंडाच आहे.

३. ***बॅलन्स शीटमधील दायित्वाचा (लाएबिलिटी) रकाना.*** माझ्या ३०० सदनिकांच्या गृहप्रकल्पावरील कर्जाचा चालू व्याजदर ४.९५ टक्के इतका होता. कमी व्याजदरामुळे संपूर्ण मालमत्तेचे जमामूल्य वधारते. त्यामध्ये ६.५ दराने घेतलेल्या दुसऱ्या कर्जाची भर घालून आम्ही एकत्रित व्याजदर ५.५ टक्क्यांच्या आसपास (दोन्ही कर्जांच्या रकमांमधील फरक विचारात घेऊन) आणला. कमी व्याजदर हे महत्त्वाचे नियंत्रण आणि लाभ आहे. लाखो डॉलर्ससाठी व्याजदराच्या टक्केवारीतील दशांश फरकाचाही निव्वळ उत्पन्नावर खूप मोठा परिणाम होतो.

४. ***बॅलन्स शीटमधील जमेचा (ॲसेट) रकाना.*** भाडे वाढवल्याने, खर्च कमी केल्याने आणि कर्जाचा भार किंवा कर्जावरील व्याजदर कमी केल्यामुळे मालमत्तेचे जमामूल्य वाढते.

खालील बाजूस दिलेल्या वित्तीय अहवालाच्या आकृतीमध्ये तुम्ही पाहू शकता की, नियंत्रण आणि आपल्याला अपेक्षित दिशांना वळवता येण्याजोगे आकडे मिळवणे हे लाभाचे प्रकार असून हे वित्तीय बुद्धिमतेचे कार्य आहे.

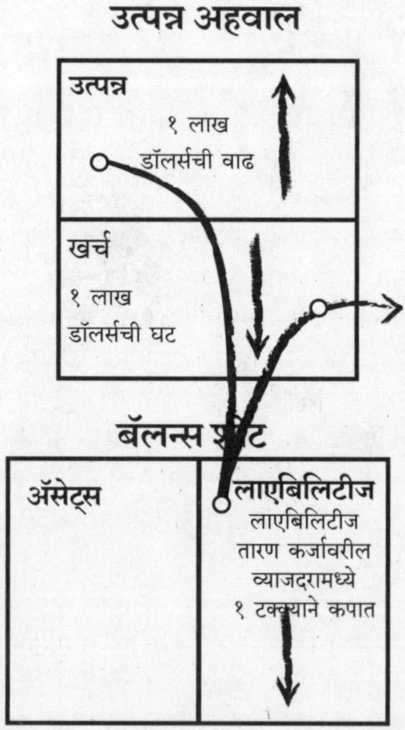

उत्पन्न अहवाल

उत्पन्न
पुढील बाबींमुळे उत्पन्नात वाढ १. वाढीव भाडे २. खर्चकपात ३. कर्जावरील घटलेला खर्च
खर्च

बॅलन्स शीट

ॲसेट्स	लाएबिलिटीज
पुढील बाबींमुळे मालमत्ता मूल्यामध्ये वाढ १. वाढीव भाडे २. खर्चकपात ३. कर्जावरील घटलेला खर्च	

बॉबिंग फॉर ॲपल्स (पाण्याने भरलेल्या हंड्यातून सफरचंदे बाहेर काढण्याचा खेळ)

आजघडीला बाजारातील चढउतारांमुळे अनेक गुंतवणूकदार हे पूर्वीच्या काळी कार्निव्हलच्या ठिकाणी पाण्याच्या टबमधून दातांनी सफरचंदे बाहेर काढणाऱ्यांप्रमाणे दिसत आहेत. असे करणे गमतीशीर दिसत असले, तरी पैसे मिळवण्यासाठी दररोज हे करण्याची माझी इच्छा नाही.

माझ्याकडील किंवा म्यूच्युअल फंड्सची किंमत बाजारात वर जाताना आणि खाली येताना पाहण्याऐवजी, मला माझ्या वित्तीय अहवालावर नियंत्रण हवे आहे. उत्पन्न, खर्च, कर्ज आणि सरतेशेवटी माझ्या गुंतवणुकीच्या मूल्यावर नियंत्रण ठेवण्याची वित्तीय बुद्धिमत्ता प्राप्त केल्याने मला माझ्या वित्तीय भवितव्यावर नियंत्रण प्राप्त होते.

बचत, शेअर्स, बाँड्स, म्यूच्युअल फंड्स, किंवा इंडेक्स फंड्स आदी गोष्टी असणाऱ्या गुंतवणूकदाराचे वित्तीय अहवालामधील चारपैकी एकाही रकान्यावर नियंत्रण नसते, ना त्याच्याकडे कुठल्याही रकान्यातून लाभ मिळवण्याचे सामर्थ्य असते.

थोडक्यात आढावा

लाभ आणि नियंत्रणाच्या अधिक उच्चतम प्रकारांकडे वळण्यापूर्वी, थोडेसे सिंहावलोकन करणे आणि अधिक गुंतागुंतीच्या मुद्द्यांना हात घालण्यापूर्वी आतापर्यंत विशद करण्यात आलेल्या मुद्द्यांचा आढावा घेणे महत्त्वाचे आहे, असे मला वाटते. हे एकूण सात मुद्दे आहेत.

मुद्दा क्र. १ : लाभ उठवण्याचे अनेक पर्याय आहेत. सर्वाधिक लोकांना सुपरिचित असलेला वित्तीय लाभ म्हणजे, कर्जाचा लाभ किंवा इंग्रजीत ज्याला ओपीएम (अदर पीपल्स मनी - इतरांचा पैसा) म्हणतात, तो लाभ होय. वित्तीय लाभाचे अन्यही काही पर्याय आहेत, त्यांपैकी वित्तीय नियंत्रणांकरिता वित्तीय बुद्धिमत्ता वापरून मिळवलेला लाभ हा एक आहे. किंबहुना- उत्पन्न वाढवणे, पैसा भक्षकांपासून सुरक्षित ठेवणे, अर्थनियोजन करणे, पैशांचा लाभ उठवणे आणि वित्तीय घडामोडींची माहिती ठेवणे या पाचही वित्तीय बुद्धिमत्ता लाभाचे प्रकार आहेत. ज्यामुळे तुमचे काम काहीसे सोपे बनते, अशी कोणतीही बाब लाभ म्हणून गणली जाते. तरफेमुळे जड वस्तू उचलणे सोपे बनते आणि त्याचप्रमाणे उच्च वित्तीय बुद्ध्यंकामुळे गुंतवणुकीविषयी सुविकसित निर्णय घेणे सोपे जाते.

मुद्दा क्र. २ : अनेक गुंतवणूकदार हे कागदी मालमत्तांमध्ये गुंतवणूक करतात आणि त्या मालमत्तांवर त्यांचे खूप कमी नियंत्रण असते. बचत खाते, शेअर्स, बाँड्स, म्यूच्युअल आणि इंडेक्स फंड्स ही कागदी मालमत्तांची उदाहरणे आहेत. या मालमत्ता खूप कमी नियंत्रण देऊ करत असल्याकारणाने गुंतवणूकदारांना खूप कमी लाभ मिळतो आणि गुंतवणुकीवरील परतावाही कमी होतो. त्याचप्रमाणे यातून कमी वित्तीय बुद्ध्यंक दिसून येतो. बचतीवर ५ टक्के परतावा मिळवणे, त्या परताव्यावर कर भरणे आणि त्यानंतर, महागाईमुळे त्या परताव्याचे मूल्य जवळपास नामशेष होणे, हे कमी वित्तीय बुद्ध्यंकाचे उदाहरण आहे.

मुद्दा क्र. ३ : परताव्यामधील वाढीचा अर्थ धोक्यामध्येही वाढ असा नसतो. वित्तीय सल्लागार जेव्हा अधिक परतावा म्हणजे अधिक धोका असे सांगतात, तेव्हा ते कागदी मालमत्तांबाबत बरोबर बोलत असतात. परंतु सर्व मालमत्तांबाबत त्यांचे हे म्हणणे चुकीचे असते.

व्यवसाय किंवा स्थावर मालमत्ता यांसारख्या मालमत्तांसाठी अधिक वित्तीय बुद्धिमत्ता आवश्यक असते, त्या अधिक वित्तीय नियंत्रण देऊ करतात आणि अगदी कमी धोका पत्करून अधिक प्रमाणात लाभ मिळवू देतात. अधिक वित्तीय बुद्धिमत्ता ही कमी धोक्याची गुरुकिल्ली आहे. म्हणूनच लोकांनी लहान गुंतवणुकीपासून सुरुवात करावी, आणि त्यांची बुद्धिमत्ता वाढेपर्यंत लहानच राहावे, असे मी सुचवतो. वित्तीय बुद्धिमत्ता वाढण्याबरोबरच त्यांचा गुंतवणुकीवरील परतावाही वाढतो. जर वित्तीय बुद्धिमत्ता कमी असेल, तर वित्तीय बुद्ध्यंकास, तसेच गुंतवणुकीवरील मूल्यांकित परताव्याला लाभाचा फटका बसू शकतो.

मुद्दा क्र. ४ : बहुतांश वित्तीय सल्लागार हे गुंतवणूकदार नसतात. वित्तीय सल्लागार हे केवळ विक्री करणारे लोक असतात. बहुतांश वित्तीय सल्लागार, अगदी बरेच बांधकाम क्षेत्रातील दलालही जर गुंतवणूक करत असलेच, तर केवळ कागदी मालमत्तांमध्ये गुंतवणूक करतात. त्यांच्यापैकी बहुतांश लोकांकडे व्यावसायिकदृष्ट्या आणि वित्तीयदृष्ट्याही खूप कमी लाभ असतो. अनेक बाबतींत, त्यांच्या व्यावसायिक आणि वित्तीय लाभाचे गुणोत्तर १:१ इतके असते. व्यावसायिक गुणोत्तर १:१ असण्याचा अर्थ

त्यांना फक्त आणि फक्त त्यांच्या कामाचे पैसे मिळतात. एका दिवसाच्या कामासाठी एका दिवसाचे पैसे, बस्स.

एका व्यवसायाचा मालक म्हणून मला साहाय्य करण्यासाठी माझ्याकडे हजारो लोक काम करतात. मी टल्सा येथील गृहप्रकल्पाचे उदाहरण दिले, त्यानुसार एक गुंतवणूकदार म्हणून माझ्या गुंतवणुकीची परतफेड करण्यासाठी साहाय्य करणारे ३०० भाडेकरू माझ्याकडे आहेत. त्याचप्रमाणे, माझ्या प्रत्येक डॉलरसाठी चार डॉलर इतके कर्ज देणारी बँक आहे आणि माझ्या उत्पन्नावर मला करसवलती देणारा करविभाग आहे. ही सर्व विविध प्रकारच्या लाभांची उदाहरणे आहेत.

मुद्दा क्र. ५ : वित्तीय शिक्षणामुळे वित्तीय बुद्धिमत्ता वाढते. बहुतांश लोक बचत खाते, शेअर्स, बाँड्स, आणि म्यूच्युअल व इंडेक्स फंड्स यांसारख्या कागदी मालमत्तांमध्ये गुंतवणूक करतात, कारण त्यांना नियंत्रणाची गरज किंवा इच्छा नसते. त्यांना केवळ गुंतवणूक सल्लागार चांगली कामगिरी करेल, या आशेसहित आपला पैसा त्याच्याकडे सोपवायचा असतो. हे पैसे त्यांच्या दृष्टीआड गेले, की त्यांना त्याचा विसर पडतो. जर लोकांना अधिक नियंत्रण हवे असेल, तर आपले वित्तीय शिक्षण ही त्यांनी नियंत्रित करण्याजोगी पहिली गोष्ट आहे. याद्वारे त्यांची वित्तीय बुद्धिमत्ता वाढते आणि परिणामी, त्यांचे वित्तीय नियंत्रण आणि लाभाचे गुणोत्तर वाढण्याची आशा बाळगता येते.

मुद्दा क्र. ६ : लाभ ही दुधारी तलवार ठरू शकते. लाभ तुम्हांला श्रीमंत बनवू शकतात आणि तुम्हांला गरीबही बनवू शकतात. म्हणूनच लाभ उठवण्यासाठी वित्तीय बुद्धिमत्ता आणि वित्तीय नियंत्रण आवश्यक असते.

शेअर्सबाबतीत, व्यवहार करणारे लोक हे पर्यायांचा लाभ उठवू शकतात. जर शेअर बाजार वधारतो आहे असे व्यवहारकर्त्यास वाटले, तर तो ट्रेडर 'कॉल' या पर्यायाचा, म्हणजेच विशिष्ट कालावधीअंतर्गत विशिष्ट किमतीस संबंधित शेअर खरेदी करण्याच्या अधिकाराचा वापर करू शकतो.

उदाहरणार्थ, एखाद्या शेअरची किंमत आज ११० (१० डॉलर्स) आहे आणि त्याची किंमत वधारेल, असा ट्रेडरचा कयास असेल, तर ट्रेडर त्या शेअरसाठी १ डॉलरला 'कॉल' पर्याय खरेदी करू शकतो. जर ट्रेडरचा अंदाज खरा ठरला आणि त्या शेअरची किंमत वाढून २० डॉलर्स इतकी झाली, तर ट्रेडरने १ डॉलरच्या बदल्यात १० डॉलर्स कमावले. जर बाजार कोसळणार आहे, असे ट्रेडरला वाटत असेल, तर ट्रेडर 'पुट'चा पर्याय वापरू शकतो, म्हणजेच विशिष्ट किमतीस शेअर विकू शकतो.

अन्य शब्दांत सांगायचे, तर शेअरची किंमत वर जात असेल किंवा खाली येत असेल, तरी ट्रेडरकडे पैसा कमावण्याची क्षमता असते. तथापि, या बाबतची अडचण अशी की, ट्रेडरकडे केवळ व्यवहाराच्या अटी-शर्तींचे नियंत्रण असते, मालमत्तेवर त्याचे कोणतेही नियंत्रण नसते. म्यूच्युअल फंड्स विकणारे आणि वैविध्यपूर्ण गुंतवणुकीची शिफारस करणारे बहुतांश वित्तीय सल्लागार हे अपेक्षेप्रमाणे शेअर्समधील व्यवहार धोकादायक असल्याचे सांगतात; आणि ज्यांच्याकडे योग्य प्रशिक्षण आणि अनुभवाचा अभाव आहे, त्यांच्यासाठी ही सूचना असते.

बाजारामध्ये, अगदी स्थावर मालमत्तेच्या बाजारामध्येही व्यवहार करण्यास शिकणे हा गुंतवणूकदाराच्या वित्तीय शिक्षणाचा महत्त्वाचा भाग आहे. बांधकाम क्षेत्रातील गुंतवणूकदारही पर्यायांचा वापर करतात. बांधकाम क्षेत्रामध्ये 'कॉल'चा पर्याय हा 'डाउन पेमेंट' म्हणून ओळखला जातो. जर तुम्ही सातत्याने खरेदी-विक्री करणारे असाल, तर बांधकाम क्षेत्रामधील मंदी ही विध्वंसक ठरू शकते.

बांधकाम क्षेत्रातील माझी बहुतांश गुंतवणूक ही भाड्याचे दर आणि मालमत्तेच्या हाताळणीच्या खर्चावर आधारित असल्याने बाजारातील चढउतारांचा माझ्यावर फारसा परिणाम होत नाही. मी कधीतरी, विशेषत: जर कोणाची माझ्याकडून खूप मोठी किंमत मोजून खरेदी करण्याची तयारी असल्यास, मालमत्तेची विक्री करत असलो, तरी सवयीअनुसार मी मालमत्ता खरेदी करतो आणि त्याद्वारे दीर्घ काळासाठी भाडे व इतर उत्पन्न मिळवतो. त्यानंतर, मी खरेदी करण्यासाठी आणि बाळगण्यासाठी दुसऱ्या एखाद्या मालमत्तेचा शोध घेतो.

ज्यांना बाजारातील चढउतारांमध्ये गुंतवणूक करण्याविषयी शिकण्यात स्वारस्य आहे, त्यांच्यासाठी आमच्याकडे 'कॅशफ्लो २०२' हा बोर्ड गेम आहे. हा खेळ तुम्हांला खेळण्यातील पैशांसह व्यवहार करण्यास शिकवतो. 'कॅशफ्लो २०२' हा खेळ म्हणजे 'कॅशफ्लो १०१' खेळाचीच पुढील आवृत्ती आहे. त्यामुळे तुम्ही 'कॅशफ्लो २०२' खेळाकडे वळण्यापूर्वी 'कॅशफ्लो १०१' खेळापासून सुरुवात करणे अधिक योग्य ठरेल.

हे खेळ खरेदी करण्यापूर्वी ते शिकून घेण्याची इच्छा असलेल्यांसाठी जगभरामध्ये सर्वत्र कॅशफ्लो क्लब आहेत. अधिक लाभाचा वापर करण्याची इच्छा असणाऱ्या कोणाहीसाठी वित्तीय शिक्षण अत्यावश्यक आहे.

मुद्दा क्र. ७ : बहुतांश वित्तीय सल्लागार जेव्हा वैविध्यपूर्ण गुंतवणुकीची शिफारस करतात, तेव्हा ते प्रत्यक्षात वैविध्यपूर्ण गुंतवणूक करत नसतात. त्यांनी सुचवलेले वैविध्य हे प्रत्यक्षात वैविध्यपूर्ण का नसते, याची दोन कारणे आहेत. पहिले कारण म्हणजे, वित्तीय सल्लागार हे केवळ एकाच प्रकारच्या मालमत्तेमध्ये, कागदी मालमत्तेमध्ये गुंतवणूक करतात. अशा प्रकारच्या वैविध्यपूर्ण गुंतवणुकीने कागदी मालमत्तेचे मूल्य सुरक्षित ठेवले नसल्याचे ९ आणि १० ऑगस्ट २००७ रोजी कोसळलेल्या बाजारामुळे स्पष्ट झाले. दुसरे कारण म्हणजे, म्यूच्युअल फंड ही अगोदरपासूनच वैविध्यपूर्ण गुंतवणूक आहे. ते चांगल्या आणि वाईट शेअर्सचे मिश्रण आहे. एखादी व्यक्ती जेव्हा विविध म्यूच्युअल फंड्स खरेदी करते, तेव्हा ते एकाच वेळी बऱ्याच वेगवेगळ्या व्हिटॅमिन्सचे सेवन करण्यासारखे असते. जेव्हा एखादी व्यक्ती बऱ्याच विविध व्हिटॅमिन्सचे सेवन करते, तेव्हा त्याच्या शरीरामध्ये केवळ मूत्रातील क्षारांचे प्रमाण वाढते.

व्यावसायिक गुंतवणूकदार हे वैविध्यपूर्ण गुंतवणूक करत नाहीत. वॉरेन बफे म्हणतात त्यानुसार, वैविध्यपूर्ण गुंतवणूक ही अजाणतेपणाविरुद्ध संरक्षण करते. जर लोकांना आपण काय करत आहोत, हे माहीत असेल, तर विभिन्नता आवश्यक नसते.

माझे श्रीमंत वडील म्हणायचे, ''तुम्ही स्वत:चे कोणाच्या अजाणतेपणापासून संरक्षण करत आहात? तुमच्या अजाणतेपणापासून, तुमच्या सल्लागाराच्या अजाणतेपणापासून की दोघांच्या संयुक्त अजाणतेपणापासून?''

वैविध्यपूर्ण गुंतवणूक करण्याऐवजी व्यावसायिक गुंतवणूकदार दोन गोष्टी करतात. चांगल्या गुंतवणुकींवर लक्ष केंद्रित करणे ही त्यांपैकी पहिली गोष्ट आहे. यामुळे पैशांची बचत होते आणि परतावा वाढतो. दुसरे म्हणजे आपली गुंतवणूक सुरक्षित ठेवणे (हेज). हेजिंग हा विम्यासाठीच वापरण्यात येणारा दुसरा शब्द आहे. उदाहरणार्थ, माझ्या ३०० सदनिकांच्या गृहप्रकल्पासाठी सर्व प्रकारचा विमा उतरवलेला असावा, ही बँकेची गरज असते. जर ही मालमत्ता भस्मसात झाली, तर विम्याद्वारे माझे कर्ज फिटेल आणि इमारत पुन्हा उभी राहील. सर्वांत चांगली गोष्ट म्हणजे, या भाड्याद्वारे मिळणाऱ्या उत्पन्नातूनच या विम्याचा खर्चही भागवला जातो.

मला दोन प्रमुख कारणांमुळे म्यूच्युअल फंड्स आवडत नाहीत. त्यांपैकी पहिले म्हणजे म्यूच्युअल फंड्सच्या जोरावर बँका कर्जाऊ पैसे देत नाहीत आणि दुसरे म्हणजे बाजार कोसळल्यास होणाऱ्या प्रचंड तोट्यापासून संरक्षण करण्यासाठी विमा कंपन्या मला कोणताही विमा विकणार नाहीत आणि सर्व बाजार हे कधी ना कधी कोसळतातच.

पुन्हा अधिक लाभ, उच्च परतावा आणि कमी धोका यांकडे वळू या

अधिक प्रभावी लाभ, उच्च परतावा आणि कमी धोका मिळवण्याची गुरुकिल्ली वैविध्यपूर्णता नसून एकाग्रता आहे. एकाग्रतेसाठी अधिक वित्तीय बुद्धिमत्ता आवश्यक असते. वित्तीय बुद्धिमत्तेची सुरुवात तुम्ही कशासाठी गुंतवणूक करत आहात, हे जाणून घेण्यापासून होते. अर्थविश्वामध्ये गुंतवणूकदार दोन गोष्टींसाठी गुंतवणूक करत असतो : भांडवली नफा आणि रोख पैशांची आवक (कॅश फ्लो).

१. ***भांडवली नफा (कॅपिटल गेन).*** गुंतवणूक ही धोकादायक असते, असे बऱ्याच लोकांना वाटण्याचे आणखी एक कारण म्हणजे, ते भांडवली नफ्यासाठी गुंतवणूक करतात. बहुतांश बाबतीत भांडवली नफ्यासाठी गुंतवणूक हा सट्टा किंवा अटकळ असते. जेव्हा एखादी व्यक्ती मी हा शेअर, म्यूच्युअल फंड किंवा जमिनीचा तुकडा खरेदी करत आहे, असे सांगते, तेव्हा तो किंवा ती ही भांडवली नफ्यासाठी, म्हणजेच मालमत्तेच्या किमतीतील वाढीसाठी गुंतवणूक करत असते. उदाहरणार्थ, जर मी १.७ कोटी डॉलर्सचा गृहप्रकल्प खरेदी करून मी तो २.५ कोटी डॉलर्सना विकू शकेन, या आशेवर राहिलो असतो, तर मी भांडवली नफ्यासाठी ती गुंतवणूक केली असती. तुमच्यापैकी अनेकांना हे माहीतच आहे की, काही देशांमध्ये भांडवली नफ्यासाठी गुंतवणूक केल्याने करांमध्येही वाढ होते.

२. ***कॅश फ्लो.*** रोख रकमेच्या आवकीसाठी गुंतवणूक करणे हे त्या तुलनेत खूपच कमी धोकादायक असते. कॅश फ्लोसाठी गुंतवणूक करणे म्हणजे उत्पन्नासाठी

गुंतवणूक करणे. जर मी माझी बचत बँकेमध्ये ठेवली आणि त्यावर ५ टक्के व्याज घेतले, तर मी कॅश फ्लोसाठी गुंतवणूक करत आहे. व्याज घेण्यात धोका खूपच कमी असला, तरी बँकेत बचत ठेवण्यातील अडचण म्हणजे परतावा कमी असतो, कर जास्त असू शकतात आणि डॉलरचे सातत्याने अवमूल्यन होत आहे. जेव्हा मी ३०० सदनिकांचा गृहप्रकल्प खरेदी केला, तेव्हा मी कॅश फ्लोसाठीच गुंतवणूक करत होतो. फरक इतकाच आहे की, मी माझ्या बँकेचा पैसा वापरून गुंतवणुकीवर अधिक परतावा मिळवण्याच्या आणि कमी कर भरण्याच्या उद्देशाने कॅश फ्लोकरिता गुंतवणूक करत होतो. हा लाभाचा अधिक चांगला वापर आहे.

तुम्ही कशासाठी गुंतवणूक करता आहात?

व्यक्तीने तरुण असतानाच 'ग्रोथ फंड्स'मध्ये गुंतवणूक करण्याचा सल्ला बहुतांश वित्तीय सल्लागार देतात. वाढीसाठी (ग्रोथ) गुंतवणूक करणे म्हणजे, भांडवली नफ्यासाठी गुंतवणूक करणे. हेच सल्लागार ज्येष्ठ गुंतवणूकदारांना नंतर त्यांनी आपले ग्रोथ फंड्स हे 'इन्कम फंड्स' किंवा 'ॲन्युईटीज'मध्ये परावर्तित करावेत, असा सल्ला देतात. अन्य शब्दांत सांगायचे, तर तुम्ही जेव्हा ज्येष्ठ बनता, तेव्हा 'तुम्ही 'कॅश फ्लो'साठी गुंतवणूक करा,' असा हा सल्ला असतो. कॅश फ्लो हा कमी धोकादायक आणि अधिक निश्चित आहे, असे त्यांना वाटते.

गुंतवणूकदारांचे तीन प्रकार

भांडवली नफा किंवा 'कॅश फ्लो'बाबत बोलायचे झाल्यास, गुंतवणूकदारांचे सर्वसाधारणपणे तीन प्रकार असतात. हे प्रकार पुढीलप्रमाणे :

१. ***केवळ भांडवली नफ्यासाठी गुंतवणूक करणारे गुंतवणूकदार.***
शेअर्सच्या जगतामध्ये अशा लोकांना 'ट्रेडर' म्हटले जाते आणि बांधकाम क्षेत्राच्या बाजारात त्यांना 'फ्लिपर' म्हटले जाते. कमी पैशांमध्ये खरेदी आणि अधिक पैशांमध्ये विक्री ही सामान्यत: त्यांच्या गुंतवणुकीचे उद्दिष्टे असतात. तुम्ही 'कॅशफ्लो क्वाड्रंट'कडे पाहिल्यास ट्रेडर आणि फ्लिपर हे प्रत्यक्षात 'आय' भागामध्ये नाही, तर 'एस' भागामध्ये आहेत. त्यांना गुंतवणूकदार नाही, तर व्यावसायिक व्यापारी मानले जाते. याउप्पर म्हणजे, अमेरिकेमध्ये ट्रेडर आणि फ्लिपर यांच्याकडून 'एस' भागांतील लोकांसाठी असणारे उच्च कर आकारण्यात येतात, तसेच 'आय' भागातील लोकांना मिळणाऱ्या करसवलती त्यांना मिळत नाहीत.

२. ***केवळ 'कॅश फ्लो'साठी गुंतवणूक करणारे गुंतवणूकदार.***
बरेच गुंतवणूकदार हे स्थिर उत्पन्नाच्या कारणास्तव बचत किंवा बाँड्सना पसंती देतात. काही गुंतवणूकदारांना म्यूनिसिपल बाँड्स (सरकारी कर्जरोखे) आवडतात,

कारण त्यांचा परतावा करमुक्त असतो. उदाहरणार्थ, जर गुंतवणूकदाराने ७ टक्के व्याज देणारा करमुक्त म्यूनिसिपल बाँड खरेदी केला, तर गुंतवणुकीवरील प्रत्यक्ष परतावा (आरओआय) हा ९ टक्के करपात्र परताव्याइतका असतो.

स्थावर मालमत्ता क्षेत्रामध्येही अनेक गुंतवणूकदारांची पसंती ट्रिपल नेट लीजला (एनएनएन) या भाडेप्रकाराला असते. 'एनएनएन' गुंतवणूकदारांना कोणतेही कर, डागडुजी आणि विमा यांसाठी खर्च करावा न लागता उत्पन्न मिळते. हे सर्व खर्च भाडेकरू सांभाळतात. अनेकार्थांनी, ट्रिपल नेट लीज हे म्यूनिसिपल बाँडप्रमाणे असते; कारण, उत्पन्नाचा मोठा भाग हा करमुक्त किंवा कर-स्थगित असू शकतो.

मलाही ट्रिपल नेट मालमत्ता आवडत असल्या, तरी चांगली मालमत्ता आणि उच्च परतावा देणारे चांगले भाडेकरू शोधणे ही अपेक्षेप्रमाणे यातील मुख्य अडचण आहे. आज मी हे लिहीत असताना बहुतांश एनएनएन मालमत्ता या केवळ ५ ते ६ टक्के परतावा देत आहेत. हे फारसे उत्साहवर्धक नाही. याच्याशी संबंधित चांगली बातमी अशी की, मी जर अधिक खोलात गेलो, जो मी पुढे जाणारच आहे, तर मला कदाचित खूप जास्त परतावा देणारी मालमत्ता शोधता येऊ शकते. तसेच या सर्व काळात मी अधिक लाभाचा वापर करून आणि माझ्या बँकेचा पैसा वापरून माझ्यावरील धोका कमी करू शकतो. म्हणूनच माझी पसंती करमुक्त म्यूनिसिपल बाँड्सपेक्षा ट्रिपल नेट मालमत्तांना आहे. हीच बाब आपल्याला गुंतवणूकदारांच्या पुढील प्रकाराकडे घेऊन जाते.

३. ***भांडवली नफा आणि कॅश फ्लो या दोन्ही गोष्टींसाठी गुंतवणूक करणारे गुंतवणूकदार.*** बऱ्याच वर्षांपूर्वी, जुन्या काळातील शेअर गुंतवणूकदार हे भांडवली नफा आणि कॅश फ्लो या दोन्हींसाठी गुंतवणूक करायचे. शेअरची किंमत वर जाण्यामुळे होणाऱ्या नफ्याबरोबरच गुंतवणूकदाराला लाभांशही मिळण्याबाबत जुने गुंतवणूकदार अजूनही सांगतात. परंतु ती जुनी अर्थव्यवस्था होती, जुना भांडवलवाद होता.

नव्या भांडवलवादामध्ये, कागदी मालमत्तांमध्ये गुंतवणूक करणारे बहुतांश गुंतवणूकदार हे वेगाने नफा कमावण्यासाठी झटपट पैसा मिळवण्याच्या शोधात असतात. आजघडीला गुंतवणूक क्षेत्रातील मोठ्या कंपन्या आपल्याला फायदा घेता येऊ शकण्यासारख्या बाजारांतील हलक्याशा स्थितींचा शोध घेण्यासाठी नुकत्याच महाविद्यालयीन शिक्षण पूर्ण केलेल्या सर्वांत चाणाक्ष मुलांना नोकरी देत आहेत आणि सुपर कॉम्प्युटर्सची क्षमता व संगणकाधारित कार्यक्रमांचा वापर करत आहेत. उदाहरणार्थ, जर संगणकाने तंत्रज्ञान क्षेत्रातील शेअर्समध्ये एका टक्क्याचा फरक दर्शवला, तर गुंतवणूकदार कंपन्या काही तासांमध्ये दशलक्ष डॉलर्सवर एका टक्क्याचा नफा कमावता येईल, या आशेने संबंधित शेअर्समध्ये लाखो रुपये गुंतवतील. हा खूप उच्चतम लाभ असून तो तितकाच जास्त धोकादायकही आहे.

या संगणकाधारित मॉडेल्स बाजारांमध्ये खूप जास्त अस्थिरता निर्माण करण्यासाठी आणि बऱ्याचदा बाजार कोसळण्यासाठीही कारणीभूत ठरतात. शेअर बाजाराकडून जेव्हा 'प्रोग्रॅम' आधारित व्यवहार स्थगित केल्याचे जाहीर करण्यात येते, तेव्हा याच संगणकाधारित प्रोग्रॅम्सविषयी बोलले जात असते. जर 'संगणकांकडून विक्री करा,' असे सांगण्यात आले, तर बाजार कोसळतो. जर 'संगणकांनी खरेदी करा,' असे सांगितले, तर बाजार वधारतात आणि नंतर पुन्हा कोसळतात. अन्य शब्दांत सांगायचे, तर कोणत्याही मूलभूत किंवा व्यावसायिक कारणाविनाच शेअरच्या किमती वर-खाली जाऊ शकतात. शेअरच्या किमतीचा बहुधा कंपनीच्या मूल्याशी काहीही संबंध नसू शकतो, कारण संगणकांद्वारे कृत्रिम मागणी किंवा पुरवठा निर्माण करण्यात येतो. जर तुम्हांला 'डॉटकॉम'चा काळ आठवत असेल, तर प्रत्यक्षात कंपनी नसणाऱ्या परंतु केवळ एक चांगली संकल्पना असणाऱ्या कंपन्यांचे मूल्य त्या वेळी अब्जावधी डॉलर्सपर्यंत पोहोचले आणि जेव्हा 'डॉटकॉम' भरभराटीचा फुगा फुटला, तेव्हा खरोखरच मौल्यवान असणाऱ्या कंपन्यांच्या शेअर्सच्या किमती कवडीमोल बनल्या होत्या.

भांडवलवादाच्या नव्या युगामध्ये एक जुन्या काळातील गुंतवणूकदार म्हणून वावरताना मला भांडवली नफा, कॅश फ्लो, कर्जाचा लाभ आणि करांचा फायदा या सर्वांसाठी गुंतवणूक करण्याइतके व त्याचसोबत ही हुशार मुले आणि सुपर कॉम्प्युटर्स यांच्यामुळे बाजारात घडून येणाऱ्या गदारोळाचा परिणाम माझ्या गुंतवणुकीवर होऊ न देण्याइतके चाणाक्ष असावेच लागेल.

उदाहरणार्थ, माझ्याकडे कोणतेच नियंत्रण नसतानाही मी अलीकडेच एक शेअर खरेदी केला, कारण त्या शेअरची कंपनी ही एक जुनी औद्योगिक युगाच्या काळातील कंटाळवाणी कंपनी असून, पूर्वीपासून ती ११ टक्के इतका स्थिर लाभांश देते. अलीकडे बाजार कोसळल्यामुळे त्या शेअरची किंमत घसरली, तेव्हा मी तो शेअर खरेदी केला, कारण त्यामुळे कॅश फ्लोची किंमत स्वस्त झाली. म्हणून, मी कधीतरी कागदी मालमत्ता खरेदी करतो, परंतु त्या कॅश फ्लोकरिता खरेदी करण्याकडे माझा कल असतो. एक मामुली माणूस असल्याने आणि कंपनीवर कोणतेही नियंत्रण नसल्याने मी लाभ वापरत नाही. जर मी चुकीचा ठरलो, तर जितके पैसे गमावणे मला परवडू शकते, केवळ तितक्याच रकमेसह मी गुंतवणूक करतो. जर या विशिष्ट शेअरची किंमत वधारली, तर मी बहुधा त्याची विक्री करेन, कारण मला कॅश फ्लो आणि भांडवली नफा या दोन्हींसाठी गुंतवणूक करायला आवडते. जेव्हा मी कॅश फ्लो आणि भांडवली नफा या दोन्हींमधून मिळवू शकतो, तेव्हा आणि तरच माझा गुंतवणुकीवरील परतावा (आरओआय) वाढतो.

स्थावर मालमत्तेमधील चांगला गुंतवणूकदार असण्याचे तीन प्रमुख घटक आहेत. हे घटक पुढीलप्रमाणे :

१. ***चांगले भागीदार.*** डोनाल्ड ट्रम्प म्हणतात त्याप्रमाणे, तुम्ही वाईट भागीदारांसोबत चांगला व्यवहार करू शकत नाही. याचा अर्थ वाईट भागीदार हे वाईट लोक असतात, असा नाही. ते केवळ तुमच्यासाठी वाईट किंवा चुकीचे भागीदार असू शकतात. ३०० सदनिकांचा गृहप्रकल्प प्रकल्प यशस्वी ठरण्यासाठी माझ्या सोबत चांगले भागीदार आहेत, याची खात्री मला केलीच पाहिजे. माझी पत्नी किम, तसेच केन आणि रॉस हे माझे भागीदार आहेत. आम्ही अनेक व्यवहार सोबत पार पाडले आहेत आणि खूप पैसा मिळवला आहे. आम्ही वेळोवेळी अनेक समस्यांमध्येही अडकलो आहोत आणि या समस्या सोडवताना आम्ही अधिक चाणाक्ष आणि अधिक चांगले भागीदार बनलो आहोत.

२. ***चांगला वित्तपुरवठा.*** स्थावर मालमत्ता हे प्राथमिकत: वित्तपुरवठ्याचे कार्य असणारे क्षेत्र आहे. अनेक लोक या क्षेत्रातील सर्वांत महत्त्वाच्या गोष्टीबद्दल सांगताना 'ठिकाण, ठिकाण आणि ठिकाण' असे म्हणतात. मी मात्र, 'वित्तपुरवठा, वित्तपुरवठा आणि वित्तपुरवठा' असे म्हणतो. जर तुम्ही चांगला वित्तपुरवठा मिळवू शकलात, तर व्यवहार यशस्वी होतो. जर तुमचा वित्तपुरवठा चांगला नसेल, तर व्यवहार यशस्वी होणार नाही. माझा मुद्दा स्पष्ट करण्यासाठी असे म्हणू या की, मालमत्ता विकणाऱ्याने ''माझ्या १.७ कोटी डॉलर्सच्या गृहप्रकल्पासाठी मला ३.५ कोटी डॉलर्स हवे आहेत,'' असे सांगितले. जर विक्रेता मला ३० वर्षांच्या कालावधीसाठी प्रतिमहिना १ डॉलरचा वित्तपुरवठा करू देऊन या मुदतीच्या अखेरीस एकत्रितपणे ३.५ कोटी डॉलर्स भरू देण्यास अनुमती देत असेल, तर मी तो व्यवहार स्वीकारेन आणि विक्रेत्याला तो मागत असलेली किंमत देईन. ३० वर्षांच्या कालावधीसाठी प्रतिमहिना १ डॉलर, अशा रीतीने मला १.७ कोटी डॉलर्सच्या मालमत्तेसाठी ३.५ कोटी डॉलर्स देणे परवडू शकते. वित्तविश्वामध्ये प्रचलित असणाऱ्या उक्तीअनुसार जर तुम्ही मला हव्या असणाऱ्या अटी देणार असाल, तर मी तुम्हांला हवी असणारी किंमत देतो.

३.५ कोटी डॉलर्स हे अतिशय हास्यास्पद उदाहरण आहे, असे तुमच्यापैकी काही जणांना वाटेल, हे मला माहीत आहे; परंतु खरे तर ते तसे नाही आहे. अर्थविश्वामध्ये अशा हास्यास्पद किमती मोजणे हे अगदी सामान्य आहे. बऱ्याचदा हा केवळ खरेदीदार आणि विक्रेता कोण आहे, तसेच त्यांची उद्दिष्टे साध्य करण्यासाठी वित्तीय सामर्थ्याचा वापर करण्याची त्यांची क्षमता आहे का, एवढाच यामधील मुद्दा असतो.

उदाहरणार्थ, काही वर्षांपूर्वी माझ्या कार्यालयाजवळीलच एक मालमत्ता विक्रीसाठी उपलब्ध झाली. मी दलालास जेव्हा त्या मालमत्तेची किंमत विचारली, तेव्हा त्याने मला २० लाख डॉलर्स इतकी किंमत सांगितली. मी हसलो, तो विनोद करत असल्याचे म्हणालो आणि निघून आलो. त्या मालमत्तेचे मूल्य जास्तीतजास्त ७.५ लाख डॉलर्स असल्याचे मला वाटले होते. आज त्या जागेवर एक मोठा हॉटेल समूह त्यांची विशेष मालमत्ता उभारत

आहे. आज त्या जमिनीच्या तुकड्याची किंमत काय आहे, मला माहीत नाही, परंतु ती निश्चितच २० लाख डॉलर्सपेक्षा अधिक आहे. माझे मित्र केन मेकेलरॉय म्हणतात त्याप्रमाणे, ''चांगल्या योजना असलेली व्यक्तीच जिंकते.'' आणि डोनाल्ड ट्रम्पही ''मोठा विचार करा,'' असे सांगतात. प्रत्येक वेळी त्या मालमत्तेच्या बाजूने कार नेत असताना मी स्वत:ला, ''अधिक मोठा विचार कर,'' असे बजावतो.

३. ***चांगले व्यवस्थापन.*** मला १.७ कोटी डॉलर्सची, ३०० सदनिकांची मालमत्ता घेण्याचा आत्मविश्वास वाटण्याचे एक कारण म्हणजे माझ्या सोबत चांगले भागीदार आहेत. केन एका मालमत्ता व्यवस्थापन कंपनीचा मालक आहे आणि त्याची जोडीदार रॉस हिच्या मालकीची एका स्थावर मालमत्ता विकास कंपनी आहे. मालमत्तेचे व्यवस्थापन आणि विकास हा भाडे वाढवण्यासाठी, खर्च कमी करण्यासाठी, तसेच मालमत्तेचे मूल्य वधारण्यासाठी कसा आवश्यक असतो, हे मी पुढील काही परिच्छेदांमध्ये स्पष्ट करणार आहे.

जर माझे भागीदार वाईट असते, वित्तपुरवठा वाईट असता आणि व्यवस्थापनही खराब असते, तर ३०० सदनिकांच्या गृहप्रकल्पाचा व्यवहार हा वित्तीयदृष्ट्या अनर्थकारक ठरला असता. जर मी यामध्ये गुंतवणूक करणारा एकटाच असतो, तर मी ही गुंतवणूक केली नसती. हा खूप मोठा आणि गुंतागुंतीचा प्रकल्प आहे.

चांगले भागीदार, चांगला वित्तपुरवठा आणि चांगले व्यवस्थापन या तीन घटकांवर नियंत्रण असल्यानेच मी या प्रकल्पामध्ये कर्जाचा वापर लाभ म्हणून करण्यास इच्छूक आहे.

नियंत्रण नसल्यास, मी बहुधा कर्जाद्वारे वित्तपुरवठ्याचा वापर केला नसता. शेअर किंवा कमॉडिटीमध्ये अंदाज वर्तवण्यासारखी अधिक धोक्याची स्थिती असेल, तर मला जितका पैसा गमावणे परवडू शकते, केवळ तितकाच पैसा वापरण्यास माझी पसंती असते.

कमी धोक्यासह अधिक परतावा

या गुंतवणुकीसंबंधी (माझे भागीदार आणि ३०० सदनिकांच्या गृहप्रकल्पावर असणाऱ्या नियंत्रणामुळे आलेल्या) माझ्या आत्मविश्वासाबाबत बोलताना, मी खूप जास्त लाभाचा वापर करण्यास का इच्छुक आहे, धोका कमी आहे असे मला का वाटते, मी अधिक पैसा कसा मिळवतो आणि करांपोटी कमीतकमी पैसे कसे मोजतो, याविषयी मी पुढे आणखी स्पष्टीकरण देणार आहे. अधिक प्रगत अशा तीन गुंतवणूक रणनीती असून या रणनीतींसाठी उच्च स्तरीय वित्तीय बुद्धिमत्तेची आवश्यकता असते. ओपीएम, आरओआय आणि आयआरआर या संक्षिप्त रूपांनी या लाभाच्या प्रगत रणनीती ओळखल्या जातात.

१. ***ओपीएम :*** 'अदर पीपल्स मनी' (अन्य लोकांचा पैसा). 'ओपीएम'चा वापर करण्याचे अनेक मार्ग आहेत. ३०० सदनिकांच्या इमारतीबाबत मी ८० टक्के

लाभाचा वापर करतो आहे. प्रथमत: बँकेचा पैसा वापरण्याची सर्वांत चांगली गोष्ट अशी की, हा पैसा करमुक्त असतो. बँकेच्या पैशाचे अन्य लाभ पुढीलप्रमाणे आहेत.

		मी	बँक
१.	मूल्यवर्धन	१००%	०%
२.	उत्पन्न	१००%	०%
३.	करविषयक लाभ	१००%	०%
४.	कर्जफेडीची योजना	१००%	०%

वरील आकड्यांवरून तुम्हांला हे दिसू शकेल की, बँक ८० टक्के पैसा गुंतवते, मात्र मला १०० टक्के फायदे मिळतात. हा किती छान भागीदार आहे!

२. ***आरओआय :*** 'रिटर्न ऑन इन्व्हेस्टमेंट' (गुंतवणुकीवरील परतावा). आपल्या पैशांवरील परतावा किंवा आरओआय ही बऱ्याच गुंतवणूकदारांसाठी गोंधळात टाकणारी संकल्पना असते. उदाहरणार्थ, तुम्ही जेव्हा वित्तविषयक लेखन वाचता, तेव्हा अनेक म्यूच्युअल फंड्सनी ते दहा टक्क्यांपर्यंत वाढले असल्याचा दावा केलेला असतो. परंतु माझा प्रश्न असा आहे की, त्या १० टक्क्यांपैकी काहीतरी गुंतवणूकदाराकडे परत आले का? आणि त्यांनी १० टक्के हे मूल्यमापन कसे केले? आपल्या फंडमध्ये असणाऱ्या शेअरची किंमत वाढण्यावरून काही फंड्स या १० टक्क्यांचे मूल्यमापन करतात. उदाहरणार्थ, जर एका वर्षापूर्वी, फंडमधील शेअरची किंमत १० डॉलर्स होती आणि आज ती ११ डॉलर्स इतकी आहे, तर ते १० टक्के परताव्याचा दावा करू शकतात. या बाबतीत परतावा हा भांडवली नफ्यामध्ये मोजण्यात आला होता.

भांडवली नफा आणि कॅश फ्लो या दोन्हींसाठी गुंतवणूक करणारा गुंतवणूकदार म्हणून मी केवळ कॅश फ्लोच्या रूपात मिळणारा परतावा मोजतो. उदाहरणार्थ, मी १० डॉलर्सची गुंतवणूक करत असेन आणि दरवर्षी कर वजा जाता मी माझ्या खिशात कॅश फ्लोमधून एक डॉलर टाकत असेन, तर माझा परतावा हा १० टक्के आहे. मी मालमत्ता मूल्यवर्धनावरील परतावा मोजत नाही, कारण तो अंदाजित असतो आणि जोपर्यंत मी मालमत्ता विकत नाही, तोपर्यंत तो वास्तवात येत नाही.

फरक हा आहे की, शेअरची किंमत हा 'आरओआय'चा एक मापदंड असून माझ्या खिशात येणारा पैसा हा आरओआयचा दुसरा मापदंड आहे. मला प्रत्यक्षात हे दोन्हीही हवे आहेत, मालमत्तेचे १० टक्के मूल्यवर्धनही आणि माझ्या खिशात १० टक्के रक्कमही. परंतु मालमत्ता माझ्याकडे असेपर्यंत मला मूर्तपणे मोजता येऊ शकणारा कॅश फ्लो हा एकमेव परतावा आहे.

एखाद्याच्या स्वत:च्या पैशांइतकेच योगदान ४०१(के) योजनांसाठी देणे

तुमच्या निवृत्ती निधीसाठी तुमच्या इतकेच योगदान कंपनीही करत असल्याचा वित्तीय नियोजनकारांचा दावा, हा आणखी एक गोंधळात टाकणारा मुद्दा आहे. जर विशिष्ट प्रमाणापर्यंत हे योगदान डॉलरला डॉलर इतके असल्यास, हा १०० टक्के 'आरओआय' असल्याचा दावाही कदाचित सल्लागार करू शकतात. मी याकडे अशा दृष्टिकोनातून पाहत नाही. माझ्या इतकेच योगदान कंपनीने देणे म्हणजे, कंपनी केवळ माझ्या वाटणीचाच पैसा माझ्याच पैशांसोबत या योजनांमध्ये घालत आहे, असा माझा याकडे पाहण्याचा दृष्टिकोन आहे. अन्य शब्दांत सांगायचे, तर कंपनी माझ्या वेतनातील जो भाग स्वत:कडे ठेवते आणि नंतर त्यातून यांसारख्या योजनांसाठी योगदान देते, तो अद्यापही माझाच पैसा असतो. ते पैसे तसेही कंपनीने मला द्यायलाच हवे आहेत. तो माझ्या संपूर्ण मेहनतान्याचा भाग, म्हणजेच कंपनीकडून माझ्यासाठी करण्यात येणाऱ्या खर्चाचाच भाग आहे.

मी जेव्हा लाभामुळे मिळणाऱ्या परताव्याविषयी बोलतो, तेव्हा मी माझ्याच पैशांबद्दल नाही, तर अन्य कोणाच्यातरी पैशांनी मिळणाऱ्या परताव्याबद्दल बोलत असतो.

अधिक लाभ, अधिक परतावा

लाभ हा इतका महत्त्वाचा असण्याचे कारण म्हणजे, जितका लाभ अधिक, तितका परतावा अधिक असतो. उदाहरणार्थ, मी जर भाड्याने देण्यासाठी एक लाख डॉलर्सची सदनिका माझ्या पैशाने खरेदी केली आणि त्यावर मला प्रतिवर्षी १०,००० डॉलर्स इतके निव्वळ उत्पन्न मिळत असेल, तर माझा गुंतवलेल्या रकमेवरील परतावा दहा टक्के इतका आहे. जर मी ५० हजार डॉलर्सचे कर्ज घेतले आणि तरीही प्रतिवर्षी १०,००० डॉलर्स इतका परतावा मिळवू शकलो, तर माझा गुंतवलेल्या रकमेवरील परतावा २० टक्के इतका होतो. जर मी १ लाख डॉलर्सच्या वित्तपुरवठ्याची सोय केली आणि तरीही १०,००० डॉलर्स परतावा मिळवला, तर माझा परतावा अपरिमित आहे. अपरिमित परतावा म्हणजे, काहीही न गुंतवता मिळणारा पैसा. दहा हजार डॉलर्स माझ्या खिशात येत असून त्याबदल्यात खिशातून काहीही पैसे बाहेर जात नाहीत. माझे खर्च भाडेकरूंकडून भागवले जातात आणि मला उत्पन्न मिळते.

गुंतवणूकशून्य पैसा

माझ्या पुढील उदाहरणामध्ये, पुन्हा ३०० सदनिकांच्या गृहप्रकल्पाचा दाखला देऊन मी कशा प्रकारे लाभाचा वापर करून अपरिमित परतावा मिळवला, हे स्पष्ट करणार आहे. भाडे वाढवण्याच्या आणि सर्व ३०० सदनिकांमध्ये स्वतंत्र वॉशिंग मशीन पुरवण्याच्या मार्गाने हे करण्यात येणार आहे. सोप्या मांडणीमध्ये हे आकडे पुढीलप्रमाणे आहेत :

उत्पन्न अहवाल

उत्पन्न
भाड्यामध्ये ५० डॉलर्सची वाढ वॉशिंग मशीन पुरवल्यामुळे भाड्यामधील ५० डॉलर्सची वाढ
खर्च
वॉशिंग मशीनचे पैसे भरण्यासाठी प्रतिमहिना १० डॉलर्स खर्च

बॅलन्स शीट

ॲसेट्स	लाएबिलिटीज
	वॉशिंग मशीनचा खर्च आणि सदनिकांच्या देखभालीच्या खर्चापोटी १००० डॉलर्सचे कर्ज

भाड्यांमध्ये झालेल्या १०० डॉलर्सची निव्वळ वाढ ही स्पर्धेत टिकून राहण्यासाठीची भाडेवाढ, तसेच सदनिकांच्या बाह्य रूपात केलेली सुधारणा आणि प्रत्येक सदनिकेमध्ये स्वतंत्र वॉशिंग मशीन बसवणे यांमुळे आहे.

उत्पन्नामध्ये प्रतिमहिना १०० डॉलर्सची वाढ हा १०० टक्के वित्तपुरवठ्याद्वारे झालेला व्यवहार आहे. बँकेकडून डागडुजीसाठी आपल्याला अतिरिक्त पैसा मिळतो. आपल्याकडे नियंत्रण राहते. कर्जामध्ये होणारी वाढ ही सहजपणे आपल्या वाढीव उत्पन्नाद्वारे भरून निघते. हे अतिरिक्त १०० डॉलर्स म्हणजे तांत्रिकदृष्ट्या अपरिमित परतावा आहे, कारण सर्व खर्च हे बँकेने उचलले आहेत आणि सर्व परतावा माझ्याकडे आला आहे.

प्रतिमहिना १०० डॉलर्सची वाढ ही ३०० सदनिकांच्या पटीत आहे. हे आपल्याला अगोदरपासूनच मिळत असलेल्या कॅश फ्लोच्या वर प्रतिमहिना ३०,००० डॉलर्स आणि प्रतिवर्षी ३ लाख ६० हजार डॉलर्सच एकूण वाढीव उत्पन्न आहे. हे ३ लाख ६० हजार डॉलर्स म्हणजे अपरिमित परतावा असून तो कागदावरच्या कुठल्यातरी भासमान भांडवली नफ्यामध्ये नाही, तर हातात येणाऱ्या कॅश फ्लोद्वारे मोजला जातो.

सारांश, या सुधारणांसाठी लागणारा १०० टक्के पैसा बँक देते आणि वाढीव उत्पन्न आम्ही मिळवतो. खर्च आणि तारण कर्ज भरून काढण्यासाठी भाडेकरू पैसे देतात.

३. ***आयआरआर :*** 'इंटर्नल रेट ऑफ रिटर्न' (अंतर्गत परताव्याचा दर). 'आरओआय' मोजण्याचा एक गुंतागुंतीचा, विकसित आणि बऱ्याचदा गोंधळात टाकणारा मापदंड म्हणजे 'इंटर्नल रेट ऑफ रिटर्न'. जर आपण काय करतो आहोत, हे खरोखरच गुंतवणूकदारांना माहीत असेल, तर ते 'आयआरआर' समजून घेऊन त्यांचा 'आरओआय' वाढवू शकतात. गुंतवणूकदाराचा खरा परतावा मोजण्याची ही अधिक प्रगत पद्धत खालील आकृतीमध्ये शक्य तितक्या सोप्या पद्धतीने स्पष्ट करण्यात आली आहे.

उत्पन्न अहवाल

उत्पन्न अप्रत्यक्ष उत्पन्न
खर्च घसारा (डेप्रिसिएशन)

बॅलन्स शीट

ॲसेट्स	**लाएबिलिटीज**
मूल्यवर्धन	कर्जफेडीची योजना (अमोर्टायझेशन)

अगदीच सोप्या भाषेत सांगायचे झाल्यास, चांगल्या पद्धतीने नियंत्रित केलेली गुंतवणूक पुरवू शकते, असे अन्य परतावे आणि अन्य लाभ इंटर्नल रेट ऑफ रिटर्नद्वारे (आयआरआर) मोजतात.

१. ***उत्पन्नाचा रकाना :*** अप्रत्यक्ष उत्पन्न. एकूण भाडे हा उत्पन्नाच्या रकान्याचा भाग असतो, हे बहुतांश लोकांना समजते. तरीही अन्य स्वरूपातील उत्पन्नही 'आयआरआर'द्वारे मोजले जाते. अप्रत्यक्ष उत्पन्नामुळे अर्जित उत्पन्नाच्या तुलनेत करांचा भार कमी होण्याची शक्यता असते. अमेरिकेमध्ये अप्रत्यक्ष उत्पन्नावर सोशल सिक्युरिटी कर किंवा स्वयंरोजगार कर आकारले जात नाहीत. अन्य शब्दांत सांगायचे, तर हे कर खर्चाच्या रकान्यामध्ये खर्च म्हणून दिसत नाहीत, परिणामी तांत्रिकदृष्ट्या ती उत्पन्नामधील वाढ ठरते.

२. ***खर्चाचा रकाना :*** घसारा. अमेरिकेमध्ये कर विभाग हा काही गुंतवणूकदारांना एक अधिकचे उत्पन्न देऊ करतो, जे प्रत्यक्षात खर्चासारखे दिसते. हे उत्पन्न घसारा (डेप्रिसिएशन) म्हणून ओळखले जाते. डेप्रिसिएशनसाठी प्रचलित असणारा दुसरा शब्द 'फँटम इन्कम' (अदृश्य उत्पन्न) हा आहे. हे उत्पन्न अदृश्य असण्याचे कारण म्हणजे, हे अन्यत्र कुठेतरी दिसून येणारे उत्पन्न असते. उदाहरणार्थ, असे समजू की माझे कर विवरणपत्र हे १००० डॉलर्स इतके आहे. तर आयआरएस (इंटर्नल रेव्हेन्यू सर्व्हिस) मला माझ्या गुंतवणुकीवर २०० डॉलर्सचा घसारा आकारण्याची म्हणजेच, करांपोटी मला केवळ ८०० डॉलर्स भरण्याची परवानगी देऊ शकतो. हे अधिकचे २०० डॉलर्स म्हणजेच माझे अदृश्य उत्पन्न, किंवा मला भरावा न लागलेला पैसा आहे. हे २०० डॉलर्स सरकारकडे न जाता माझ्याच खिशात राहिले आहेत.

रेफ्रिजरेटर्स, सिलिंग पंखे, कार्पेट, फर्निचर आणि यांसारख्या कालपरत्वे मूल्य घटणाऱ्या अन्य वस्तूंसाठी घसारा आकारण्यास परवानगी असते. जर तुमच्या मालकीचा व्यवसाय किंवा स्थावर मालमत्ता असेल, तर करविषयक अकाउंटंट तुम्हांला याचे स्पष्टीकरण देऊ शकतो. तथापि, कागदी मालमत्ता गुंतवणूकदारांसाठी डेप्रिसिएशनसारखी कोणतीही गोष्ट अस्तित्वात नसते.

३. ***दायित्वाचा (लाएबिलिटी) रकाना :*** कर्जफेडीची योजना (अमॉर्टायझेशन). गुंतवणूकदारांसाठी उत्पन्नाचा आणखी एक प्रकार 'अमॉर्टायझेशन' म्हणून ओळखला जात असून, नियोजित कालावधीच्या तत्त्वावर कर्जाची परतफेड करण्यासाठीचा हा आलंकारिक शब्द आहे. जेव्हा तुमचे कर्ज चांगले असते, तेव्हा भाडेकरूप्रमाणे अन्य कोणीतरी कर्जाची परतफेड करत असल्यास, अमॉर्टायझेशन तुमच्यासाठी उत्पन्न बनते. दुसऱ्या शब्दांत सांगायचे, तर जेव्हा भाडेकरू माझ्यावरील कर्जासाठी पैसे भरतो, तेव्हा ते पैसे तांत्रिकदृष्ट्या माझ्यासाठी उत्पन्न म्हणजेच, मला उपलब्ध होणाऱ्या गुंतवणुकीच्या पुढील चांगल्या संधीसाठी तयार रोख रक्कम माझ्या खिशामध्येच ठेवूनही, माझ्यावरील कर्जाचा भार कमी करण्यासाठी देण्यात आलेले उत्पन्न बनते. याउप्पर, माझा भाडेकरू माझ्यावरील कर्जाची परतफेड करत असतानाही, माझ्या गुंतवणुकीशी संबंधित सर्व करविषयक लाभ मला मिळतात.

४. ***जमेचा (ॲसेट) रकाना :*** मूल्यवर्धन. मूल्यवर्धन म्हणजे मालमत्तेचे मूल्य वाढणे. हेसुद्धा तुमचे उत्पन्नच असते. संबंधित ठिकाणी होणाऱ्या स्पर्धात्मक विक्रीवर आधारित विक्रीच्या किमतीमध्ये होणाऱ्या वाढीबाबत कोणीतरी केलेल्या कल्पनेवर हे मूल्यवर्धन आधारलेले नसते. माझ्या उत्पन्नाच्या रकान्यामध्ये प्रत्यक्षात उत्पन्नात होणारी वाढ ही माझी मूल्यवर्धन मोजायची पद्धत आहे. उदाहरणार्थ, ३०० सदनिकांच्या गृहप्रकल्पामधून मिळणाऱ्या उत्पन्नात होणारी ३ लाख ६० हजार डॉलर्सची वाढ ही मोजता येण्यासारखी आहे.

'आयआरआर' स्पष्ट करण्याची ही तंतोतंत पद्धत नसली, तरी गुंतवणूकदार आपला गुंतवणुकीवरील परतावा, कागदी मालमत्तांमध्ये गुंतवणूक करणाऱ्या बहुतांश गुंतवणूकदारांना मिळू शकणाऱ्या परताव्यापेक्षा खूप अधिक प्रमाणात कशा प्रकारे वाढवू शकतो, याची कल्पना तुम्हांला याद्वारे येईल. किमान, 'आयआरआर' असते तरी काय, याची कल्पना तुम्हांला आली आहे. माझ्या समजुतीअनुसार ९५ टक्के गुंतवणूकदारांनी कधीही 'इंटर्नल रेट ऑफ रिटर्न'विषयी ऐकलेले नाही. म्हणजेच, तुम्ही आता ९५ टक्के गुंतवणूकदारांपेक्षा अधिक चाणाक्ष आणि कुशाग्र आहात.

बाहेर पडण्याची रणनीती

३०० सदनिकांच्या इमारतीमधून मोकळे होण्याच्या रणनीतीमधील सर्वांत चांगली बाब म्हणजे त्याद्वारे आणखी जास्त श्रीमंत बनण्यासाठी पुन्हा एकदा लाभाचा वापर करता येतो. ही मालमत्ता विकून नफ्यावर आकारण्यात येणाऱ्या लक्षणीय भांडवली नफा-कराचा सामना करण्याऐवजी आम्ही रिफायनान्सिंगद्वारे सर्व पैसा स्वत:कडे घेतो. आम्हांला हे करणे शक्य आहे, कारण आम्ही रचनात्मक सुधारणा आणि व्यवस्थापनाद्वारे मालमत्तेचे मूल्य वाढवले आहे. बँक या वाढलेल्या मूल्याची दखल घेते आणि या मालमत्तेच्या बदल्यात कर्ज घेणे आम्हांला शक्य होते. मालमत्तेच्या मूल्याचा लाभ घेण्याद्वारे, आम्ही या मालमत्तेमधून करमुक्त पैसा मिळवतो आणि मालमत्तेच्या सुधारित हाताळणीमुळे मिळालेल्या अधिक उत्पन्नाद्वारे वाढीव कर्जाची परतफेड सहज भरून निघते. मालमत्ता विकण्याऐवजी त्यावर पैसे उचलल्यामुळे आम्हांला आमचे डाउन पेमेंट परत मिळते, तेही करमुक्त आणि त्याचबरोबर आम्हांला मालमत्ताही स्वत:कडे ठेवता येते. या टप्प्यावर या मालमत्तेद्वारे मिळणारे उत्पन्न अपरिमित आहे, कारण आम्ही या व्यवहारामध्ये कोणताही पैसा गुंतवलेला नाही आणि तरीही आम्ही उत्पन्न मिळवतो आहोत. हा परमोच्च लाभ आहे.

असे समजू की, पाच वर्षांनंतर आम्ही या मालमत्तेची पुनर्वित्तव्यवस्था (रिफायनान्स) करू शकतो आणि ४० लाख डॉलर्स करमुक्तपणे मिळवतो. पुढील पानावरील आकृतीमध्ये हे आकडे देण्यात आले आहेत.

रिफायनान्सचे ४० लाख डॉलर्स गुंतवणूकदारांना मिळतात आणि त्यातून त्यांची सुरुवातीची सर्व गुंतवणूक चांगलीच भरून निघते. त्याहूनही चांगले म्हणजे, अद्यापही ३०० सदनिकांवरील आमचे नियंत्रण कायम आहे आणि २ लाख ८० हजार डॉलर्सच्या वाढीव तारण कर्जाची परतफेड ही ३ लाख ६० हजार डॉलर्सच्या वाढीव उत्पन्नातून होते आहे.

भाड्याद्वारे मिळणाऱ्या उत्पन्नातील ३ लाख ६० हजार डॉलर्सच्या वाढीमधून, वाढलेल्या व्याजाच्या खर्चाचे २ लाख ८० हजार डॉलर्स वजा केल्यास, ८०,००० डॉलर्स हे अप्रत्यक्ष उत्पन्न म्हणून शिल्लक राहतात. हे ८०,००० डॉलर्स म्हणजे अपरिमित परतावा आहे, कारण गुंतवणूकदारांना त्यांनी सुरुवातीला केलेली गुंतवणूक परत मिळाली असून तरीही कॅश फ्लो सुरू आहे. हा मोफत मिळणारा पैसा आहे. अशा प्रकारे गुंतवणूकदारांना ४० लाख डॉलर्स परत मिळतात आणि ते नवा गृहप्रकल्प खरेदी करण्याकडे आगेकूच करतात.

उत्पन्न अहवाल

उत्पन्न उत्पन्नामध्ये ३ लाख ६० हजार डॉलर्सची वाढ करमुक्त ४० लाख डॉलर्स
खर्च ७% व्याजदराने अतिरिक्त व्याजाच्या भरण्यासाठी लागणारे २ लाख ८० हजार डॉलर्स

बॅलन्स शीट

ॲसेट्स	**लाएबिलिटीज**
मालमत्तेची इमारत	४० लाख डॉलर्सचे अतिरिक्त कर्ज

हे नियंत्रण आणि लाभाच्या वापराचे उदाहरण आहे. हे नव्या भांडवलवादाच्या, म्हणजेच अधिक श्रीमंत बनण्यासाठी कर्जाच्या वापरावर आधारलेल्या भांडवलवादाच्या, नियमांनुसार श्रीमंत होण्याचे उदाहरण आहे. जुन्या भांडवलवादाच्या नियमांचे अनुकरण करणाऱ्यांप्रमाणे कर्जमुक्त होण्यासाठी कठोर परिश्रम करण्याऐवजी, आम्ही अधिक चांगल्या कर्जामध्ये राहण्याचे आणि अधिक लाभाचा वापर करण्याचे मार्ग शोधण्यासाठी कठोर परिश्रम करतो.

शून्यापासून सुरुवात

तुमच्यापैकी काही जणांना १.७ कोटी डॉलर्स, ३०० सदनिकांची इमारत ही मोठ्या गुंतवणुकीप्रमाणे वाटेल. तुमच्यापैकी काही जणांसाठी ही लहानशी गुंतवणूक आहे. दहा वर्षांपूर्वीपर्यंत ३०० सदनिकांचा गृहप्रकल्प ही किम आणि मला मोठी गुंतवणूक वाटत होती. येथून पुढे दहा वर्षांनी ही आम्हांला लहानशा गुंतवणुकीप्रमाणे वाटेल, अशी मला खात्री आहे. किम, केन आणि मी आतापासूनच यापेक्षा बरेच मोठे प्रकल्प हाती घेण्याचे नियोजन करत आहोत. माझ्या घरापासून जवळच असणारा एक खूप मोठा प्रकल्प डोनाल्ड ट्रम्प आणि माझ्या दृष्टिपथात आहे आणि येत्या दहा वर्षांमध्ये आम्ही त्याची पायाभरणी करणार आहोत.

मी खालील तीन मुद्दे मांडण्यासाठी या प्रकल्पांचा आकार आणि त्यांच्या डॉलरमधील किमती यांचा उल्लेख करतो आहे.

१. ***गरीब म्हणून जन्मल्याचा आणि वित्तीयदृष्ट्या निरक्षर असल्याचा अर्थ तुम्ही श्रीमंत बनू शकत नाही, असा होत नाही.*** १.७ कोटी डॉलर्सच्या इमारतीचे संकुल खरेदी करण्याइतके जन्मजात श्रीमंत असे खूप कमी लोक असतात. आणि ३०० सदनिकांच्या इमारत संकुल आपणहून मिळवणे, त्याच्याशी संबंधित वित्तव्यवस्था सांभाळणे आणि त्याचे व्यवस्थापन करण्याइतके चाणाक्ष जन्मत: कोणीच नसते. अन्य शब्दांत सांगायचे, तर पैसा किंवा वित्तीय शिक्षण नसणे हे सुरुवात न करण्यासाठीची सबब नाही. तरीही, कोट्यवधी लोक पैसा किंवा पुरेसे शिक्षण नसण्याच्या समस्येला त्यांच्या श्रीमंत बनण्याच्या मार्गातील अडसर बनू देतात. ते पहिले पाऊल उचलण्यातच अपयशी ठरतात. आणि जर त्यांनी पहिले पाऊल उचलले व ते अपयशी ठरले, त्यांनी चुका केल्या, पैसा गमावला किंवा त्यांना समस्यांना सामोरे जावे लागले, तर अनेक जण प्रयत्न सोडून देतात. म्हणूनच, कोट्यवधी लोकांना १.७ कोटी डॉलर्सचा प्रकल्प हा नेहमीच मोठा प्रकल्प वाटेल, त्यांच्या स्वप्नांपेक्षाही मोठा.

२. ***छोट्यापासून सुरुवात करा आणि छोटी पावले उचला.*** १९८९ साली, ऑरेगॉनमधील पोर्टलँड येथील ४५,००० डॉलर्स किमतीचे दोन बेडरूम व एका बाथरूमचे घर ही किमची पहिली गुंतवणूक होती. तिने ५,००० डॉलर्स भरले आणि प्रतिमहिना ५० डॉलर्स मिळवले. तिने आपले पहिले पाऊल उचलले, तेव्हा ती खूपच बेचैन होती. आज १.७ कोटी डॉलर्सचा गृहप्रकल्पही तिच्यासाठी गुंतवणुकीच्या दृष्टिकोनातून कंटाळवाणा आहे. ती आता अधिक मोठ्या प्रकल्पांसाठी सज्ज आहे.

केन मॅकेलरॉयने १९९७ साली अरिझोना राज्यातील स्कॉटडेल येथे एका दोन बेडरूम, दोन बाथरूमच्या घरासापासून सुरुवात केली. त्या घराची किंमत १ लाख १५ हजार डॉलर्स होती आणि त्यासाठी केनने २३,००० डॉलर्स भरले होते. त्याद्वारे त्याने प्रतिमहिना ५० डॉलर्स कॅश फ्लो मिळवला. आज तो स्थावर मालमत्ता क्षेत्रातील कोट्यवधी डॉलर्सचा पोर्टफोलिओ सांभाळतो.

मी माझी पहिली गुंतवणूक १९७३ साली खरेदी केली होती. माझ्याकडे गुंतवण्यासाठी अधिकचा पैसा नव्हता. मी अजूनही मरिन कॉर्प्समध्येच होतो आणि नुकतेच मी माझे पहिले घर खरेदी केले होते. मात्र कमी वेतन आणि पैशांचा अभाव या गोष्टींमुळे थांबण्याऐवजी मी ३८५ डॉलर्स भरून स्थावर मालमत्ता क्षेत्रातील गुंतवणुकीविषयीच्या अभ्यासक्रमासाठी प्रवेश घेतला. त्यानंतर काही महिन्यांमध्येच मी माओई बेटावरील १८,००० डॉलर्सच्या एका बेडरूमच्या घराच्या रूपाने माझी पहिली गुंतवणूकप्रधान मालमत्ता खरेदी केली. ही बँकेने जप्त केलेली मालमत्ता होती आणि या घराचा व्यवहार आटोपण्यासाठी बँक आतुर झाली होती. बँकेने मला माझ्या क्रेडिट कार्डद्वारे

२००० डॉलर्सचे डाउन पेमेंट भरण्याची परवानगी दिली. या मालमत्तेने माझे तारण कर्ज आणि क्रेडिट कार्डचे बिल वजा जाता मला साधारणत: प्रतिमहिना ३५ डॉलर्स मिळवून दिले. हा अपरिमित परतावा होता, कारण मी १०० टक्के पैसे कर्जाऊ घेतले होते. या मालमत्तेचे व्यवस्थापन मी योग्यरीत्या करू शकल्याचे बँकेपुढे सिद्ध केल्यानंतर बँकेने मला आणखी दोन सदनिका खरेदी करू दिल्या. अशा प्रकारे माझ्या गुंतवणूक कारकिर्दीला सुरुवात झाली.

त्यानंतर सुमारे वर्षभराने मी या तिन्ही मालमत्ता साधारणत: प्रत्येकी ४८,००० डॉलर्सना विकल्या आणि त्यातून माझ्या खिशात जवळपास ९०,००० डॉलर्स जमा झाले. ३८५ डॉलर्सचे अभ्यासस्त्र आणि क्रेडिट कार्डवरील डाउन पेमेंट इतक्यावर मिळालेला हा परतावा काही वाईट नव्हे!

मी हे केले असले, तरी डाउन पेमेंट देण्यासाठी क्रेडिट कार्डचा वापर करण्याचा सल्ला मी लोकांना देणार नाही. तथापि, गुंतवणूक करण्यापूर्वी पुस्तके वाचण्याचा आणि परिसंवाद, चर्चासत्रांना उपस्थित राहण्याचा सल्ला मी लोकांना देईन. रिच डॅड कंपनीकडून सखोल चर्चासत्रे आयोजित करण्याचे एक कारण म्हणजे, आपल्या मानसिक सामर्थ्यावर माझा दृढ विश्वास आहे. आपली मने ही आपल्या लाभाचे सर्वांत महत्त्वाचे रूप आहे.

आमच्या चर्चासत्रांमध्ये खूप चांगले प्रशिक्षक असतात. ते माझ्यापेक्षा चांगले शिक्षक आहेत, हे मला मान्य केलेच पाहिजे. आपला आशय आणि त्याचे प्रतिपादन यांबाबत ते खूप जास्त एकाग्र आणि सर्वंकष आहेत. ते उच्च-प्रशिक्षित आहेत, तुमच्या यशाप्रति समर्पित आहेत आणि सर्वांत महत्त्वाचे म्हणजे, ते सांगत असणाऱ्या गोष्टी स्वत: अमलात आणतात. आमच्या अभ्यासक्रमांमुळे नव्या संधींच्या विश्वाकरिता, वित्तीयदृष्ट्या मुक्त होण्याच्या विविध मार्गांकरिता आणि आपले आयुष्य कायमचे बदलण्याकरिता आपल्या मनाची कवाडे खुली झाल्याची प्रतिक्रिया बहुतांश विद्यार्थी नोंदवतात.

३. ***मोठी स्वप्ने बघा.*** लहान मुलाला स्वप्न बघू दिलीच पाहिजेत, हे आपल्यापैकी बहुतांश जणांना माहीत आहे. ही गोष्ट मोठ्यांच्या बाबतीतही खरी आहे. एक जोडपे म्हणून किम आणि माझी स्वप्ने मोठी आहेत. आमच्या स्वप्नांनी आमचा विवाह श्रीमंत, चिरतरुण आणि खुमासदार ठेवला आहे. गुंतवणुकीच्या मोठ्या प्रकल्पांतून आमचे एकत्रपणे शिकणे, संघ म्हणून काम करणे आणि वेगवेगळे वाढण्याऐवजी एकत्रच वाढणे सुरू राहते. आमच्या संसाधनांच्या मर्यादेत राहण्याऐवजी आम्ही आमच्या साधनांच्या पलीकडे पोहोचण्याच्या उद्देशाने मोठी स्वप्ने पाहतो, शिकतो आणि काळजीपूर्वक गुंतवणूक करतो. हे केवळ पैशांविषयी नाही, तर आयुष्याविषयी आहे. तुमच्या स्वप्नांच्या मर्यादेत राहणे हे शोकात्म आहे, असे किम आणि मला वाटते.

तात्पर्य

९ आणि १० ऑगस्ट २००७ रोजी, जेव्हा जागतिक बाजार कोसळले, तेव्हा अनेक लोकांना कोसळणे म्हणजे काय, याची कल्पना नव्हती. या कोसळण्यामुळे आपल्या आयुष्यावर कशा प्रकारे परिणाम होईल, याची बहुतांश लोकांना कल्पना नव्हती. १९७१ आणि १९७४ साली बदललेल्या नियमांनी कशा प्रकारे आपल्या आयुष्यावर परिणाम केला आहे, याचीही बहुतांश लोकांना कल्पना नाही.

आजघडीला, अमेरिकेमध्ये - जगातील सर्वांत श्रीमंत देशामध्ये - कोट्यवधी सुशिक्षित आणि कष्टाळू लोकांना अधिक वेतन मिळत असले, तरी प्रत्यक्षात त्यांची कमाई कमी आहे, पैशांचे अवमूल्यन होत असताना ते पैशांची बचत करत आहेत, घरांचे मूल्य घसरत असताना ते आपल्या घरांना चिकटून राहत आहेत आणि त्यांची बिले भरण्यासाठी क्रेडिट कार्डांचा वापर करत आहेत.

बाजार कोसळण्यामुळे लाखो सुशिक्षित, कष्टाळू लोकांना गुंतवणूक ही धोकादायक आहे आणि अधिक परतावा मिळवण्यासाठी तुम्हांला अधिक धोका पत्करावा लागतो, असे वाटू लागल्यामुळे गोष्टी अधिकच वाईट बनतात. नियंत्रण ही लाभ मिळवण्याची गुरुकिल्ली असून वित्तीय बुद्धिमत्ता ही नियंत्रण मिळवण्याची गुरुकल्ली आहे, हे माहीत असणारे खूपच कमी लोक आहेत.

या बाबतची चांगली बातमी म्हणजे, तुमची वित्तीय बुद्धिमत्ता जितकी जास्त, तितके तुम्ही पैसा जवळ नसतानाही अधिक पैसा मिळवू शकता. या नव्या भांडवलवादामध्ये गुंतवणूकशून्य पैसा मिळवणे खरोखरच शक्य आहे. या माहितीच्या युगामध्ये ज्ञान हा सर्वोत्तम लाभ आहे. तुम्ही जितका अधिक गुंतवणूकशून्य पैसा मिळवाल, तितका तुमचा गुंतवणुकीवरील परतावा (आरओआय) व आयआरआर वाढतो आणि त्याचबरोबर तुमचा वित्तीय बुद्ध्यंकही वाढतो.

वित्तीय बुद्ध्यंक हा वित्तीय बुद्धिमत्ता मोजण्याचा सांख्यिक निकष असल्याने, या अपरिमित परताव्याचा अर्थ, अमर्याद वित्तीय बुद्ध्यंक असणे, असा आहे. तुमचे बँकर आणि वित्तीय नियोजनकार पुढच्या वेळी जेव्हा तुम्हांला बचत खात्यातील ठेवीवर ५ टक्के व्याज किंवा म्यूच्युअल फंड्सवर १० टक्के परतावा हा खूप चांगला परतावा आहे असे सांगतील, तेव्हा त्यांना ही गोष्ट सांगून पाहा.

प्रकरण सात

वित्तीय बुद्ध्यंक ५ : तुमच्या वित्तीय माहितीत सुधारणा करणे

१९७२ सालच्या जानेवारी महिन्यात मला कॅलिफोर्नियातील कॅम्प पेंटलटन येथून व्हिएतनामच्या किनाऱ्यावरील विमानवाहू नौकेवर पाठवण्यात आले. हा माझा व्हिएतनामचा दुसरा दौरा होता. यापूर्वी १९६६ मध्ये मी पहिल्यांदा व्हिएतनामला गेलो होतो. दि मर्चंट मरिन अकादमी आपल्या विद्यार्थ्यांना एका वर्षाच्या अभ्यासासाठी समुद्रावर पाठवत असे. युद्धजन्य भागामध्ये लष्करी सामग्री नौकेवर चढवणे व उतरवणे - विशेषतः मनुष्यहानी टाळून सुरक्षितरीत्या बॉम्ब नौकांवर कसे चढवले व उतरवले जातात, हा माझ्या अभ्यासाचा विषय होता. विद्यार्थी म्हणून युद्धाचा अभ्यास करण्यापेक्षा युद्धातील वैमानिक म्हणून माझ्या दुसऱ्या व्हिएतनाम दौऱ्याचा अनुभव हा खूपच वेगळा होता.

नौकेवरील माझे प्राथमिक काम हे हेलिकॉप्टर गनशिपचा वैमानिक म्हणून होते. मोठ्या तुकड्यांना घेऊन जाणाऱ्या हेलिकॉप्टरच्या संरक्षणार्थ त्यांच्या साथीने उड्डाण करणे ही माझी प्रमुख कामगिरी होती. आमची तुकडीकडे प्रामुख्याने ट्विन रोटर सीएच-४६ आणि सीएच-५३ ही जॉली ग्रीन जायंट्स म्हणून ओळखली जाणारी फौजांची वाहतूक करणारी हेलिकॉप्टर्स होती. जर या प्रदेशात शत्रूकडून मोठ्या प्रमाणावर मारा होत असेल, तर प्रदेशातील फौजांच्या वाहतुकीच्या हेलिकॉप्टर्सचे संरक्षण करणे हे गनशिप्सचे काम होते. व्यक्तिशः, मी गनशिपचा वैमानिक असल्याबद्दल आनंदी होतो. फौजांची वाहतूक करणाऱ्या हेलिकॉप्टर्सचा वैमानिकाच्या तुलनेत हे खूपच चांगले काम होते. अशी वाहतूक करणाऱ्या वैमानिकांना खूपच शूर असावे लागत होते. ते युद्धजन्य परिसरामध्ये मोठी हेलिकॉप्टर्स उडवत होते आणि सदैव फौजा उतरत व चढत असताना तेथे थांबून राहत होते.

अतिगोपनीय कामगिरी

तुकडीचा अतिगोपनीय माहिती अधिकाऱ्याचा सहायक ही माझ्याकडे सोपवण्यात आलेली दुसरी कामगिरी होती. हे अतिशय चित्तवेधक काम होते. आम्ही तासन्तास बसून ऐकायचो,

निरीक्षण करायचो आणि अतिगोपनीय माहिती गोळा करून तिचे विश्लेषण करायचो. आम्ही रात्रंदिवस, नियमितपणे आमचे वरिष्ठ अधिकारी आणि त्यांच्या पथकाला वृत्तान्त द्यायचो. युद्धप्रदेशातून मूळ स्वरूपातील माहिती मिळवणे आणि तिचे सुसंगत माहितीमध्ये रूपांतर करणे हे आमचे काम होते.

जीवनमरणाशी जोडलेली माहिती

गुप्तचर माहिती अधिकारी म्हणून काम करताना माझा माहितीबाबतचा आदर कमालीचा वाढला. व्हिएतनामला जाण्यापूर्वी मी या विषयाबाबत कधीच विचार केला नव्हता. शाळेत असताना माहितीचा अभ्यास करणे म्हणजे विनोद आहे, असे मला वाटायचे. माझ्यासाठी माहिती म्हणजे, केवळ परीक्षा उत्तीर्ण होण्यासाठी लक्षात ठेवावे लागणारे तपशील, विचारशून्य बाबी व आकडेवारी, तारीख आणि वेळ इतकेच होते. व्हिएतनाममध्ये, माहिती ही त्याहून कितीतरी अधिक महत्त्वाची होती. या माहितीचा अर्थ माझ्या सहकारी वैमानिकांच्या जीवनमरणाशी जोडलेला असू शकत होता.

माहिती अधिकारी पदावर काम केल्यामुळे मी आज अधिक चांगला उद्योजक आणि गुंतवणूकदार आहे, असे मला वाटते. माहितीचा अर्थ हा युद्धामध्ये जीवनमरणाशी जोडलेला असू शकतो आणि व्यवसायामध्ये तो गरीब किंवा श्रीमंत असण्यातील फरक ठरू शकतो, हे आज मला माहीत आहे.

जीवनापेक्षा अधिक महत्त्वाची माहिती

व्हिएतनामला जाण्याच्या तयारीच्या प्रक्रियेदरम्यान आम्हांला माहितीच्या असंख्य अंशांचे विश्लेषण करण्याचे आणि प्रचंड दडपणाखाली असतानाही क्षणार्धात निर्णय घेऊ शकण्याचे प्रशिक्षण देण्यात आले. जर आम्ही माहितीच्या विश्लेषणामध्ये चांगली कामगिरी केली, तरच आम्ही जगणार होतो. जर आम्ही ते केले नाही, तर आम्हांला मृत्यूचा धोका होता. माझे आणि इतरांचे आयुष्य हे आम्हांला मिळणाऱ्या माहितीच्या दर्जावर अवलंबून असल्याची जाणीव एकदा मला झाल्यानंतर, माहिती ही अगदी माझ्या स्वतःच्या आयुष्यापेक्षा अधिक महत्त्वाची बनली.

माझ्या यापूर्वीच्या पुस्तकात मी व्हिएतनाममध्ये शत्रूच्या माऱ्याला सामोरे जाण्याच्या पहिल्या दिवसाविषयी लिहिले होते.

त्या वेळी जाणवलेली भीती, त्याचप्रमाणे माझ्यावर मारा करणाऱ्या व्यक्तीलाही माझ्याइतकीच घरी परतण्याची इच्छा होती याची झालेली जाणीव यांचे वर्णन मी तेथे केले होते. युद्धात द्वितीय स्थान आणि रौप्य पदक नसते, याची मला आठवण करून देणाऱ्या आमच्या गटप्रमुखांचा सुज्ञ सल्ला मी त्या पुस्तकात कथन केला आहे. तेथे एक तर सुवर्णपदक होते, किंवा काहीच नव्हते. आमच्या दिशेने सूँ-सूँ आवाज करत येणाऱ्या खऱ्या गोळ्या पाहिल्यानंतर, 'संपले बालपण माझे' ही जाणीव मला झाली. आम्ही आमच्या मृत्यूच्या दिशेने झेपावायचो, तेव्हा अनेक वर्षांचे प्रशिक्षण आणि माहिती ही एका निर्णयामध्ये, एका

कृतीमध्ये सामावली जात होती. चांगली बातमी म्हणजे माझे पथक आणि मी त्या रात्री सुखरूपपणे घरी परतलो. दुःखद बाब म्हणजे, जमिनीवरील व्हिएतनामी सैनिक मात्र परतू शकले नव्हते. युद्धात कोणतेही द्वितीय स्थान नव्हते.

सर्वांत महत्त्वाची मालमत्ता

बायबलचा अभ्यासक असणारा माझा एक मित्र नेहमी म्हणतो, ''ज्ञानाशिवाय माझे लोक नष्ट होतील.'' आजच्या काळात अनेक लोक हे पैशांविषयीचे ज्ञान नसल्यामुळे नष्ट होत आहेत. आपण माहितीच्या युगात राहतो. जगाच्या अतिशय दुर्गम भागांमध्येसुद्धा तरुण लोकांना एकाच वेळी मोबाइलवरून मेसेज पाठवताना आणि कुटुंबाची गाढवगाडी हाकताना मी पाहिले आहे. यापूर्वी कधीही संपूर्ण जग इतक्या वेगवानरीत्या जोडलेले नव्हते.

माहिती ही या युगातील एकटी सर्वांत महत्तम मालमत्ता आहे. यापूर्वीच्या युगांमध्ये तुम्ही श्रीमंत होण्यासाठी कारखाने, पशुपालन उद्योग, सोन्याच्या खाणी, तेलविहिरी किंवा उत्तुंग इमारतींचे मालक होत होता. माहितीच्या युगामध्ये केवळ माहितीच तुम्हांला खूप श्रीमंत बनवू शकते. तुम्हांला जमीन, सोने किंवा तेलासारख्या मूर्त संसाधनांची गरज नाही. माय स्पेस आणि यू ट्यूबची निर्मिती करणाऱ्या युवा उद्योजकांनी हे सिद्ध केले आहे. केवळ काही डॉलर्स, काही प्रमाणात माहिती आणि तंत्रज्ञानाचा लाभ हाताशी असताना हे विशीतील उद्योजक अब्जाधीश बनले आहेत.

त्याचप्रमाणे, सुमार किंवा चुकीची माहिती असणे हा भार आहे. सुमार माहितीमुळे गरीब लोक निर्माण होतात. इतके सारे लोक वित्तीयदृष्ट्या संघर्ष करत असल्याचे एक साधे कारण म्हणजे, त्यांच्याकडे कालबाह्य, एकांगी, दिशाभूल करणारी किंवा चुकीची माहिती असते आणि ती त्यांच्या सर्वांत शक्तिशाली मालमत्तेला म्हणजेच त्यांच्या मेंदूला काबूत ठेवून असते. संघर्षरत असणारे अनेक लोक हे माहितीच्या युगामध्ये औद्योगिक किंवा कृषियुगातील माहिती वापर असल्यामुळेच संघर्ष करत असतात. मला उच्च वेतनाची नोकरी मिळवण्यासाठी चांगले शिक्षण गरजेचे आहे, यांसारख्या संकल्पना हे औद्योगिक युगातील माहितीचे उदाहरण आहे. जमीन हा सर्व प्रकारच्या संपत्तीचा पाया आहे, हे कृषियुगातील माहितीचे उदाहरण आहे.

मानवजातीची चार युगे

मानवजातीची आर्थिकदृष्ट्या चार युगे राहिली आहेत :

१. ***शिकारी टोळ्यांचे युग.*** या युगामध्ये निसर्ग हा संपत्तीचा पुरवठा करत होता. मनुष्यजमाती या प्राण्यांच्या कळपांचा पाठलाग करायच्या किंवा अन्नाचा शोध घ्यायच्या. जर तुम्हांला शिकार कशी करायची आणि एकत्र कसे यायचे, हे माहीत असल्यास तुम्ही जगत होता. जर तुम्हांला हे माहीत नसेल, तर तुम्ही मरून जायचा. टोळी ही सामाजिक सुरक्षाव्यवस्था होती. सामाजिक-

आर्थिकदृष्ट्या प्रत्येक जण समान पातळीवर होता. टोळीच्या प्रमुखाचे जीवनमानही टोळीतील इतर जणांपेक्षा उच्च दर्जाचे नव्हते. त्याला बहुधा प्रथम अन्नसेवन करता येत असले आणि अधिक पत्नी बाळगता येत असल्या, तरी प्राथमिकतः त्याच्यासाठीही अग्नी हा अग्नीच होता आणि गुहा ही गुहाच होती. पैशांच्या संदर्भात विचार करता, लोकांचा केवळ एकच वर्ग अस्तित्वात होता. प्रत्येक जणच गरीब होता.

२. ***कृषियुग.*** मानवाला एकदा बियाण्यांची पेरणी कशी करावी आणि जनावरांचे पालन कसे करावे, हे अवगत झाल्यानंतर जमीन ही संपत्ती बनली. राजे आणि राण्या जमिनीची मालकी बाळगू लागले आणि बाकी सर्व जण हे जमिनीवर कष्ट करून आणि राजवर्गाला कर देऊ लागले. म्हणूनच स्थावर मालमत्तेचा स्पष्टपणे अर्थ राजेशाही मालमत्ता असा होता. पशुपालनाच्या शोधाबरोबरच राजवर्ग घोडे दौडवू लागला आणि शेतकरी पायी चालू लागला. म्हणूनच इंग्रजीमधील 'पिझन्ट' शब्दाची व्युत्पत्ती ज्या अनेक शब्दांमधून झाली आहे, त्यांचा ढोबळ मानाने अर्थ 'जमिनीवर' आणि 'पायांवर' असा होतो. शेतकऱ्यांच्या मालकीचे काहीही नव्हते. सामाजिक-आर्थिकदृष्ट्या केवळ दोन वर्ग होते. श्रीमंत आणि शेतकरी.

३. ***औद्योगिक युग.*** १४९२ साली ख्रिस्तोफर कोलंबस आणि अन्य शोधक दर्यावर्दी नवे व्यापारी मार्ग, नवा भूप्रदेश आणि संसाधनांच्या शोधात निघाले. माझ्या मते, त्याच वेळी खऱ्या अर्थाने औद्योगिक युगाची सुरुवात झाली होती. औद्योगिक युगामध्ये तेल, तांबे, पत्रा आणि रबर यांसारख्या गोष्टी संपत्ती होत्या. या युगामध्ये स्थावर मालमत्तेचे मूल्य बदलले. कृषियुगामध्ये जमीन ही सुपीक आणि धान्य लागवडीसाठी किंवा पशुपालनासाठी उपयुक्त असणे आवश्यक होते. औद्योगिक युगामध्ये बिगरशेती जमीन अधिक मौल्यवान बनली. उदाहरणार्थ, हेन्री फोर्ड यांनी डेट्रॉइट येथे वाहन उत्पादन प्रकल्प उभारला, कारण ते तेथील खडकाळ, नापीक आणि बिगरशेती जमिनीचे मोठे भूखंड खूप चांगल्या किमतीला खरेदी करू शकले. आजघडीला औद्योगिक वापरासाठीच्या जमिनीचे मूल्य शेतीयोग्य जमिनीपेक्षा अधिक आहे. या युगामध्ये सामाजिक-आर्थिकदृष्ट्या नवा वर्ग उदयास आला, मध्यम वर्ग. आता जनतेचे तीन गट अस्तित्वात होते. श्रीमंत, मध्यम वर्ग आणि गरीब.

४. ***माहितीचे युग.*** या युगाची सुरुवात अधिकृतरीत्या डिजिटल संगणकाच्या शोधापासून झाली. माहितीच्या युगामध्ये तंत्रज्ञानामुळे उन्नत झालेली माहिती ही संपत्ती असून सिलिकॉनसारखी अतिशय स्वस्त आणि मुबलक प्रमाणात उपलब्ध असणारी संसाधने ही संपत्ती निर्माण करतात. अन्य शब्दांत सांगायचे, तर श्रीमंत होण्याची किंमत उतरली आहे. इतिहासात प्रथमच संपत्ती ही सर्वांसाठी, मग तो किंवा ती कुठेही राहत असली तरी उपलब्ध आहे, परवडण्यायोग्य आहे आणि मुबलक आहे. सामाजिक-आर्थिकदृष्ट्या आता जनतेचे चार वर्ग आहेत.

गरीब, मध्यम वर्ग, श्रीमंत आणि अतिश्रीमंत. बिल गेट्स हे माहितीच्या युगातील अतिश्रीमंत वर्गाचे सर्वांत साहजिक उदाहरण आहेत.

अतिश्रीमंत

आज, अतिश्रीमंत लोक हे कोणत्याही काळातून त्यांची संपत्ती मिळवू शकतात. न्यूझीलंडमधील माओरी जमातीचे लोक मासेमारीचे हक्क मिळवून झाले, त्याप्रमाणे अतिश्रीमंत शिकारी होणे शक्य आहे. तुम्ही कृषियुगातील अतिश्रीमंत पशुपालनकर्ते किंवा शेतकरीही होऊ शकता आणि औद्योगिक युगातील अतिश्रीमंत वाहन उत्पादकही होऊ शकता. मी आधीच उल्लेख केल्याप्रमाणे, माहितीच्या युगामध्ये अतिश्रीमंत वीस वर्षीय अब्जाधीश तरुण आहेत आणि ते तंत्रज्ञान व माहितीची अतिशय स्वस्त व मुबलक संसाधने आणि त्यांच्या कल्पनांद्वारे अतिश्रीमंत बनले आहेत. या सर्वांमधील समान धागा म्हणजे, संसाधनांचा पूर्वी कधीही नव्हता इतका वेगवान आणि उच्च स्तरीय समन्वय माहितीमुळे शक्य झाला आहे. याच समन्वयाद्वारे अतिश्रीमंत लोक निर्माण होतात.

दरी

त्याच वेळी कालबाह्य किंवा अपुऱ्या माहितीमुळे लयाला जाणारेही लोक आहेत. मूळ भूमिपुत्र जमाती त्यांची जंगले काढून घेण्यात आल्याने नष्ट होत आहेत. शेतकरी कफल्लक होत आहेत आणि वाहन उत्पादक हजारोंच्या संख्येने कामगार कपात करत आहेत. एके काळी भरभराटीला असणाऱ्या संगीत मुद्रिकांच्या दुकानांच्या साखळ्या आता डाउनलोड केल्या जाणाऱ्या संगीतामुळे हद्दपार होत आहेत.

जगातील सर्वांत श्रीमंत देश असणाऱ्या अमेरिकेमध्ये कर्जाच्या ओझ्याखाली असणारे, आपल्या सुरक्षित नोकरीला कसेबसे धरून असणारे आणि मुलांचे शिक्षण व आपल्या निवृत्तीचा खर्च कसा परवडेल, याची चिंता लागून राहिलेले लाखो लोक आहेत. या श्रीमंत देशामध्ये लाखो लोक संघर्ष करतात, कारण ते शिकाऱ्यांच्या युगातील, कृषियुगातील किंवा औद्योगिक युगातील संकल्पनांद्वारे आचरण सुरू ठेवतात.

अतिश्रीमंत आणि इतर सर्व जण यांच्यातील वाढत जाणारी दरी ही माहितीमुळे तयार झाली आहे. चांगली बातमी ही आहे, की माहिती मुबलक आणि मोफत उपलब्ध आहे. आजघडीला, अतिशय गरीब किंवा तरुण व्यक्तीलाही, फारसा पैसा खर्च नसताना सामान्य असण्यापासून अतिश्रीमंत होण्यापर्यंत वाटचाल करणे तुलनेने सोपे आहे. आजच्या काळात श्रीमंत होण्यासाठी तुम्हांला आक्रमणकर्ते होण्याची, परदेशी भूमीवर सागरी मोहिमा काढण्याची आणि मूळनिवासी स्थानिकांकडून त्यांची संसाधने लुटण्याची गरज नाही. तुम्हांला गाड्यांचा कारखाना उभारण्यासाठी किंवा हजारो कर्मचाऱ्यांना नोकरीवर ठेवण्यासाठी शेअर बाजारातून कोट्यवधी डॉलर्स उभे करण्याची गरज नाही. आजघडीला, माहिती आणि अतिशय स्वस्तातील कंप्यूटरसह तुम्ही तुमच्या घरात बसूनही गरीब ते अतिश्रीमंत अशी वाटचाल करू शकता. यासाठी केवळ अचूक माहितीची आवश्यकता आहे.

माहितीचा अतिभार

माहिती ही मुबलक आणि मोफत आहे, ही चांगली बातमी आहे. परंतु त्याच वेळी मुबलक आणि मोफत असणारी माहिती ही वाईट बातमीही आहे. खूपच माहिती उपलब्ध असणे ही माहितीच्या युगाची उपरोधिक बाब आहे. आज, लोक माहितीच्या स्फोटाविषयी तक्रार करतात. कोणत्याही क्षणी माणूस टीव्ही पाहू शकतो, इंटरनेटचा वापर करू शकतो आणि माहितीदर्शक डिजिटल फलकांजवळून जात असताना फोनवरही संवाद साधू शकतो. यापूर्वीच्या युगांमध्ये कोणीही खूप जास्त जमीन किंवा तेल असल्याची तक्रार केली नव्हती. असे असूनही माहितीच्या युगामध्ये, लोक खूप जास्त माहिती असल्याची आणि त्यांना अतिश्रीमंत बनवू शकणाऱ्या या मूलभूत मालमत्तेचाच अतिभार होत असल्याची तक्रार करतात.

लष्करी गुप्त वार्ता

व्हिएतनाममध्ये असताना मी माहितीच्या सामर्थ्याचा आदर करण्यास शिकलो. खरे तर, जीव घेऊ शकण्याच्या, तसेच जीव वाचवू शकण्याच्या माहितीच्या सामर्थ्याविषयी मी अधिक सजग झालो. लष्करी गुप्तचर माहितीचा वापर जीव घेण्यासाठी करण्यात मला आता काही अर्थ वाटत नाही. मात्र, आज जीव घेण्यासाठी नाही, तर जीवनदान देण्यासाठी माहितीचा वापर करण्यास माझे प्राधान्य आहे.

माहिती अधिकारी म्हणून काम करत असतानाही मला माहितीच्या अतिभाराचा सामना करावा लागला होता. युद्ध सुरू असताना, आम्हांला प्रक्रिया कराव्या लागणाऱ्या माहितीचे प्रमाण प्रचंड होते. युद्धामध्ये कार्यरत असताना, बहुविध आणि भिन्न स्रोतांकडून येणाऱ्या या प्रचंड माहितीची प्रतवारी व वर्गीकरण कसे करावे, तसेच माहिती बेदखल कशी करावी आणि आणि तिच्यावर प्रक्रिया कशी करावी हे खूप वेगाने आम्हांला शिकून घ्यावे लागले होते. कारण, जर आम्ही शिकलो नसतो, तर आमचे किंवा इतरांचे जीव जाऊ शकले असते.

माहितीचे वर्गीकरण

माहितीचा अतिभार हाताळण्यासाठी लष्कर माहितीचे वर्गीकरण करण्याकरिता प्रचंड प्रमाणात परिश्रम घेते. वर्गीकरण न केल्यास सर्व माहिती ही सारखीच आणि जवळपास मूल्यहीन असते. व्हिएतनाममध्ये माहिती अधिकारी म्हणून काम करत असताना मी काही वैशिष्ट्यांच्या संचानुसार माहितीचे वर्गीकरण करण्यास शिकलो.

१. *वेळ.* युद्धात आणि व्यवसायामध्ये माहिती एका विशिष्ट मिनिटास उपयुक्त आणि त्यापुढील मिनिटास कालबाह्य ठरू शकते. युद्ध हे अस्थिर असते, तेथे सतत हालचाल सुरू असते. व्यवसाय आणि गुंतवणूकही अशीच असते. शत्रूच्या फौजा आज एके ठिकाणी, तर उद्या त्यापासून शेकडो मैल दूर असू शकतात.

व्यवसायामध्येही, एखादी व्यावसायिक सरसता आज अत्यंत मौल्यवान, तर उद्या मूल्यहीन असू शकते.

२. ***विश्वासार्हता.*** माहिती कोठून येत आहे, हे आम्हांला माहीत असायलाच हवे होते. आमचे स्रोत हे विश्वासार्ह आणि खात्रीशीर होते का? दुर्दैवाने, पैशांच्या जगतामध्ये बहुतांश लोक आपल्या सोबत काम करणाऱ्या लोकांकडून किंवा सेल्सच्या लोकांकडून, म्हणजेच जे लोक स्वतःही पैशांसाठी धडपडत आहेत, त्यांच्याकडून वित्तीय माहिती मिळवतात. ते कदाचित चांगले, प्रामाणिक लोक असतीलही. मात्र, ते वित्तीय माहितीचे विश्वासार्ह किंवा खात्रीशीर स्रोत नाहीत.

३. ***वर्गीकरण.*** लष्करामध्ये असताना मी माहितीचे श्रेणीनिहाय वर्गीकरण करायला शिकलो. उदाहरणार्थ, अतिगोपनीय माहिती ही केवळ अतिगोपनीय परवानग्या असणाऱ्यांनाच उपलब्ध होती.

व्यवसाय आणि गुंतवणुकीच्या विश्वामध्ये अतिगोपनीय किंवा गुलदस्त्यातील माहिती ही आतल्या गोटातील (इन्सायडर) माहिती म्हणून ओळखली जाते. जेव्हा एखादा सामान्य गुंतवणूकदार हे शब्द ऐकतो, तेव्हा त्याला किंवा तिला ही अवैध माहिती आहे, असे वाटते आणि काही वेळा ती असतेही. एखाद्या व्यक्तीला जेव्हा शेअर बाजारातील नोंदणीकृत कंपनीमधील कोणाकडूनतरी माहिती मिळते, आणि ती व्यक्ती संबंधित कंपनीचे शेअर खरेदी किंवा विक्री करण्यासाठी त्या माहितीचा वापर करते, तेव्हा ती आतल्या गोटातील माहिती अवैध ठरते.

वास्तविकदृष्ट्या, सर्व माहिती ही आतल्या गोटातील माहितीच असते. त्याहूनही महत्त्वाचा प्रश्न असा आहे की, तुम्ही आतल्या गोटापासून किती दूर आहात? एखाद्या व्यक्तीला कंपनीच्या नव्या उत्पादनाबाबत कुणकुण लागेपर्यंत किंवा कंपनी अडचणीत असल्याची बातमी मिळेपर्यंत आतल्या गोटातील लोकांनी आणि त्यांच्या निकटवर्तीयांनी अगोदरच त्या माहितीच्या आधारे सौदा केलेला असतो. त्यांनी अगोदरच युद्ध जिंकलेले असते आणि सामान्य गुंतवणूकदार हरलेला असतो.

माहितीच्या आधारे अवैधरीत्या केलेल्या 'इन्सायडर ट्रेडिंग'ला मी प्रोत्साहन किंवा सूट देत नाही, हे मला स्पष्ट केले पाहिजे. मला येथे आतल्या गोटातील असण्याचे आणि माहितीच्या नजीक जाण्याचे महत्त्व याविषयीचा फरक विशद करायचा आहे. मला उद्योजक आणि स्थावर मालमत्तेतील गुंतवणूकदार असणे आवडते, याचे एक कारण म्हणजे मी वैधरीत्या आतल्या गोटातील आहे, जो आतल्या गोटातील माहितीच्या आधारे व्यवहार करू शकतो. मी नोंदणीकृत कंपनी नसल्याने, मला काय माहीत आहे आणि मी कशा प्रकारे गुंतवणूक करतो आहे, हे मी माझ्या मित्रांना मोकळेपणाने सांगूही शकतो.

शेअर बाजारामध्ये, नवखे आणि हौशी लोक हे जुनाट इतिहासाच्या आधारावर व्यवहार करतात, हे सराईत व्यावसायिक लोकांना माहीत असते. अशाच प्रकारे हे व्यावसायिक लोक पैसे कमावतात. ते हौशी लोकांकडून पैसे मिळवतात. याचे उदाहरण म्हणजे, श्रीयुत सामान्य माणूस हा सकाळी उठल्यानंतर कॉफी पिताना वृत्तपत्र वाचणारा आणि त्यामध्ये त्याच्या आवडत्या नोंदणीकृत कंपनीविषयी प्रसिद्ध झालेल्या बातमीची दखल घेणारा गुंतवणूकदार आहे. त्यानंतर, तो दलालाशी संपर्क साधतो किंवा आपला व्यवहार करण्यासाठी ऑनलाइन जातो. त्याच्याकडील माहिती ही केवळ काही तासांपूर्वीची असली, तरी श्रीयुत सामान्य माणूस हा अगोदरच हरण्याच्या स्थितीत आहे. त्याला या ठिकाणी येण्यास उशीर झाला आहे, कारण त्याला कधी कोणी बोलावलेच नव्हते. तो आतल्या गोटातील नाही. तो बाहेरच्या गोटातील आहे.

माझ्या श्रीमंत वडिलांनी, मला वित्तीय बुद्धिमत्ता विकसित करण्यासाठी प्रोत्साहन देण्याचे एक प्रमुख कारण, मला आतल्या गोटातील माहिती मिळवणे शक्य व्हावे, हे होते. तुमची माहिती ही आतल्या गोटातील माहितीच्या जितकी जवळ जाणारी असेल, तितके तुम्ही अधिक श्रीमंत बनता.

४. ***संबंधित माहिती.*** युद्धभूमीवरील माहिती दिवसागणिक बदलताना पाहून, आम्ही माहिती अधिकारी म्हणून काम करताना भूतकाळातील आणि वर्तमानकाळातील माहितीचा अन्वयार्थ लावून भविष्यातील माहितीचा अंदाज वर्तवू शकलो. उदाहरणार्थ, शत्रूच्या फौजा या मंगळवारी एका विशिष्ट ठिकाणी होत्या, बुधवारी दुसऱ्या एका ठिकाणी आणि गुरुवारी आणखी एका ठिकाणी होत्या, हे जर आम्हांला माहीत असले, तर त्या कोठे चालल्या आहेत आणि त्यांचे हेतू काय असू शकतात, याचा अंदाज लावण्यास आम्ही सुरुवात करू शकलो. अन्य शब्दांत सांगायचे, तर विशिष्ट माहिती ही अन्य माहितीशी कशी संबंधित आहे, हे आम्हांला माहीत असायलाच हवे होते.

व्यवसाय आणि गुंतवणुकीच्या जगतामध्ये हे भूतकाळ, वर्तमानकाळ आणि भविष्यकाळातील माहिती जमवणे, ट्रेंड्सवर (कल) लक्ष ठेवणे म्हणून ओळखले जाते.

५. ***फसवी माहिती.*** युद्धादरम्यान, शत्रू हा नेहमीच फसवी माहिती देऊन आम्हांला फसवण्याचा प्रयत्न करायचा. त्यांनी काही वेळा आमचे लक्ष इतरत्र वळवण्याचे डावपेच वापरून अशी फसवणूक करण्याचा प्रयत्न केला. उदाहरणार्थ, त्यांचे खरे हेतू आणि उद्देशांपासून आमचे लक्ष हटवण्यासाठी ते भरपूर आवाज करून आणि धूळ उडवत मोठ्या संख्येने फौजा आणि युद्धसाहित्य हलवायचे. किंवा आम्हांला चुकीची माहिती देण्यासाठी ते त्यांच्या फौजांमधील एखाद्यास आमच्या तावडीत सापडू द्यायचे. किंवा आम्हांला सदोष माहिती पुरवण्यासाठी ते आम्हांला आमच्याच बाजूने आहे, असे वाटणाऱ्या हेराचा वापर करायचे.

कृत्रिम चढउतार (द पम्प अँड डम्प)

व्यवसाय आणि गुंतवणूक ही क्षेत्रे फसव्या माहितीने बजबजलेली आहेत. उद्योजक आणि गुंतवणूकदारांनी सातत्याने फसव्या माहितीच्या विरोधात दक्ष आणि सज्ज राहिले पाहिजे. उदाहरणार्थ, अनेकदा वित्तीय तज्ज्ञ तुम्हांला एक गोष्ट सांगतात आणि त्यानंतर त्याच्या बरोबर उलट गोष्ट करतात. ही व्यक्ती कदाचित टीव्हीवर येऊन आपण एखाद्या शेअरबाबत आशावादी असून तो खरेदी करत असल्याचे सांगू शकते. या माहितीची परिणती अन्य लोकांनी तो शेअर खरेदी करण्यात होते व त्यामुळे संबंधित शेअरच्या किमती वधारतात. एकदा त्या शेअरची किंमत वाढल्यानंतर, ज्या व्यक्तीने त्या शेअरची शिफारस केली होती, ती व्यक्ती तिच्याकडील शेअर्सची विक्री करते आणि मोठा नफा मिळवते. याच कृत्रिम चढउताराला इंग्रजीमध्ये 'द पम्प अँड डम्प' म्हणून ओळखले जाते.

हातचलाखी (द स्लेट ऑफ हँड)

फसव्या माहितीचा आणखी एक प्रकार हा 'द स्लेट ऑफ हँड', म्हणजेच हातचलाखी म्हणून ओळखला जातो. जादूगाराच्या हातचलाखीच्या तंत्रावरून हे नाव पडले आहे. जादूगार जेव्हा त्याच्या डोक्यावरील टोपीवर थाप मारतो, तेव्हा तुमचे लक्ष त्या टोपीकडे आणि तो दुसऱ्या हाताने त्याच्या पाठीशी करत असलेल्या कृतीपासून दूर वेधले जाते.

व्यवसायामध्येही ग्राहकांना बऱ्याचदा अशाच पद्धतीने फसवले जाते. उदाहरणार्थ, धान्याच्या पोत्यावर ठळकपणे 'लो-फॅट' असे लिहिलेले असते. आपले वजन वाढण्याच्या चिंतेत असणाऱ्या ग्राहकाला हे धान्य त्याच्यासाठी चांगले आहे, असे वाटते. मात्र, बारकाईने छोट्या अक्षरात छापलेली माहिती वाचल्यास या धान्यामध्ये फॅट्स कमी असले, तरी शर्करेचे प्रमाण खूप असल्याचे तुम्हांला आढळून येते.

गुंतवणुकीच्या क्षेत्रामध्ये एखादा म्यूच्युअल फंड सर्व फंड्समध्ये सर्वाधिक परतावा देणारा फंड अशी जाहिरात करू शकतो. तथापि, या जाहिरातीच्या मथळ्यात न सांगण्यात आलेली माहिती म्हणजे, ना तुलना केलेल्या अन्य फंड्सनी काही पैसा मिळवलेला असतो, ना जाहिरात करणाऱ्या फंडने. हे म्हणजे, मी सर्वांत मोठा मिनो (गोड्या पाण्यातील आकाराने लहान माशांची प्रजाती) मासा पकडला किंवा सर्वांच्याच जाळ्यात लहान मासे असताना, मी पडकलेला मासा हा लहान माशांमध्ये सर्वांत मोठा, असे म्हणण्यासारखे आहे.

श्रीमंत बनण्यासाठी माहितीचे वर्गीकरण करणे

मी लष्करात असताना माहितीचे वर्गीकरण करण्याविषयी शिकलेले बरेच धडे हे व्यवसायामध्येही लागू होतात.

धडा १ : वास्तविक बाबी वि. मते. वास्तविक बाबी आणि मते यांमधील फरक जाणणे ही लष्करी गुप्त वार्तेतील गुरुकिल्ली आहे. वित्तीय बुद्धिमत्तेबाबतही हे खरे आहे. गुंतवणूक ही धोकादायक असते, असे बऱ्याच लोकांना वाटण्याचे एक कारण

म्हणजे, त्यांना वास्तविक बाबी आणि मते यांमधील फरक माहीत नसतो. मतांची काही उदाहरणे खालीलप्रमाणे आहेत.

- कोणीतरी जेव्हा एखाद्या कंपनीचे शेअर वर जाणार आहेत असे सांगते, तेव्हा ते मत असते, कारण ते भविष्यकालीन घटनेविषयी असते.
- जेव्हा कोणीतरी एखाद्या व्यक्तीची निव्वळ मालमत्ता दशलक्ष डॉलर्सच्या घरात आहे, असे सांगते तेव्हा ते मत असते, कारण बहुतांश मूल्यांकने ही मते असतात.
- जर कोणी, एखादा माणूस खूप यशस्वी आहे, असे सांगितले तर ते मत असते, कारण यशाची व्याख्या ही व्यक्तिसापेक्ष आहे.

धडा २ : विचारशून्य उपाय. जेव्हा एखादी व्यक्ती मत असलेल्या माहितीचा वापर वास्तविक बाब म्हणून करते, तेव्हा त्यातून विचारशून्य उपाय निर्माण होतात. युद्धामध्ये ही गोष्ट तुमचा जीव घेऊ शकते. व्यवसायामध्ये यामुळे तुम्ही उद्ध्वस्त होऊ शकता. उदाहरणार्थ :

प्रश्न : आपल्याला परवडू शकत नाही, हे माहीत असतानाही तुम्ही ते घर खरेदी का केलेत?

उत्तर : मी ते घर खरेदी केले, कारण त्याचे मूल्य वधारणार आहे, असे मला दलालाने सांगितले. मी हे घर खरेदी करू शकतो, त्यामध्ये राहू शकतो आणि ते विकून नफा मिळवू शकतो, त्याद्वारे माझ्या पैशांविषयीच्या समस्या सुटतील, असा विचार मी केला.

प्रश्न : तो आळशी आहे आणि बाहेरख्याली आहे, हे माहीत असतानाही तू त्याच्याशी विवाह का केलास?

उत्तर : तो खूपच आकर्षक होता. मी त्याला गमावून बसेन, अशी मला भीती वाटली. कोणीही त्याला माझ्यापासून हिरावून घेतलेले मला नको होते. त्यामुळे तो मला मूर्ख बनवत आहे आणि त्याला काम करायला आवडत नाही, हे माहीत असूनही, आम्ही विवाहबद्ध झाल्यानंतर आणि आम्हांला मुले झाल्यानंतर, मी त्याला बदलू शकते, असे मला वाटले.

प्रश्न : तुला इतक्या वर्षांपासून आवडत नसतानाही तू ही नोकरी का करत राहिलास?

उत्तर : मला कदाचित पदोन्नती मिळेल, असे मला वाटले.

प्रश्न : तू त्या म्यूच्युअल फंड्समध्ये का गुंतवणूक केलीस?

उत्तर : कारण माझ्या सुपरवायझरने (पर्यवेक्षकाने) मला तसे करण्यास सांगितले. ही खूप चांगली गुंतवणूक असल्याचे ती म्हणाली.

धडा ३ : धोकादायक कृती. युद्धामध्ये, तुम्ही जर माहितीची पडताळणी केली नाहीत आणि आंधळेपणाने त्यानुसार कृती केली, तर तुम्ही मृत्यूचा धोका पत्करलेला

असायचा. धोकादायक गुंतवणूकदार हा मतांवर आधारित गुंतवणूक करतो. दुर्दैवाने, बहुतांश गुंतवणूकदारांना हे वर्णन लागू पडते. बहुतांश गुंतवणूकदार हे भांडवली नफ्यासाठी गुंतवणूक करत असल्यामुळे त्यांचे गुंतवणूकविषयक निर्णय हे भविष्याबाबतच्या मतांवर आधारलेले असतात. अनेक गुंतवणूकदार हे शेअर बाजार प्रतिवर्षी ८ ते १० टक्क्यांनी वधारेल, या मतावर अवलंबून म्यूच्युअल फंड्समध्ये गुंतवणूक करतात. जर हे मत चुकीचे ठरले, तर त्यांचे पैसे बुडतात.

चाणाक्ष गुंतवणूकदाराला वस्तुनिष्ठ बाबी आणि मते यांतील फरक माहीत असतो. सामान्यतः भांडवली नफ्यासाठी गुंतवणूक करणारी व्यक्ती ही मतावर आधारित गुंतवणूक करत असते. 'कॅश फ्लो'चा गुंतवणूकदार हा वास्तविक बाबींवर गुंतवणूक करतो. चाणाक्ष गुंतवणूकदार हा शक्य असल्यास गुंतवणुकीसाठी मते आणि वास्तव बाबी या दोन्हींचा वापर करेल, आणि कॅश फ्लो व भांडवली नफा या दोन्हींसाठी गुंतवणूक करेल.

जर तुम्ही शेअर्स, म्यूच्युअल फंड्स, स्थावर मालमत्ता किंवा व्यवसायामध्ये गुंतवणूक करत असाल, तर तुमचा निर्णय ज्यावर आधारित आहे, ती माहिती वास्तविक बाब आहे की मत– हा प्रश्न स्वतःला विचारा.

धडा ४ : मालमत्तांवरील नियंत्रण. माझ्याकडे कितपत नियंत्रण आहे, ही महत्त्वाची माहिती मला हवी असते. 'वित्तीय बुद्ध्यंक ४ : तुमच्या पैशांचा लाभ उठवणे,' या मागील प्रकरणामध्ये, लाभ उठवण्यापूर्वी नियंत्रण मिळवणे महत्त्वाचे आहे, असे मी म्हटले होते. जर माझ्याकडे नियंत्रण नसेल, तर मी लाभाचा फारसा वापर करू शकणार नाही. मी आकारण्यात येणाऱ्या भाड्यावर नियंत्रण ठेवून त्याद्वारे माझ्या मालमत्तेचे मूल्य नियंत्रित करतो. माझ्या मालमत्तेचे मूल्य हे बाजारपेठेच्या तेजीवर आधारित नसते आणि ही तेजी ९९ टक्के वेळा केवळ मत असते.

बँक अधिकारी हे नेहमीच मालमत्तेसाठी डाउन पेमेंट म्हणून मोठी रक्कम मागतात, याचे सोपे कारण म्हणजे, त्यांचा वर्धित मूल्यावर विश्वास नसतो. जेव्हा कर्जे स्वस्तः झाली, तेव्हा अर्थातच ही पद्धत नाहीशी झाली. सुलभ कर्जव्यवस्था आणि स्वस्त पैशामुळे मूर्ख लोकांनी सोने समजून पितळेसाठी गर्दी केली आणि घरांच्या किमती गगनाला भिडल्या. अधिक खरेदीदारांमुळे किमती वधारल्या. किमती वधारल्यामुळे बांधकाम क्षेत्रातील तेजी वाढत गेली. तेजी वाढल्यामुळे कुटुंबांना श्रीमंत झाल्यासारखे वाटू लागले, कारण आपल्या घरांचे मूल्य वाढले, असा विचार त्यांनी केला. अनेकांनी आपल्या घरांच्या नव्या वधारलेल्या मूल्यावर आधारित गृहतारण कर्ज घेतले. त्यांनी नव्या गाड्या खरेदी केल्या, सुट्टीसाठी दुसरीकडे घरे घेतली, जहाजप्रवास केला आणि मोठ्या प्रमाणावर खरेदी केली. त्यानंतर, या फुग्याला टाचणी लागल्याचे दिसू लागले. फुग्याला पडलेले हे लहानसे छिद्र सबप्राइम कर्जांची समस्या म्हणून ओळखले जाते. हे लहानसे छिद्र जसे मोठे होत आहे, तशी या फुग्यातील हवा जाऊन तो पुन्हा जमिनीवर येणे सुरू झाले आहे.

मूल्यांकनाचा आधार म्हणून वास्तव बाबीऐवजी (कॅश फ्लो) मताचा (भांडवली नफा) वापर करण्याबाबत ही समस्या आहे. हे केवळ स्थावर मालमत्तेच्या बाबतीतच नाही, तर सर्व मालमत्ता वर्गांसाठी खरे आहे. म्हणूनच, वित्तीय माहिती मिळवत असतानाच ती माहिती ही वास्तव बाब आहे की मत हे जाणून घेणे माझ्यासाठी गरजेचे असते. जेव्हा मतांना वास्तव बाबी समजण्याची चूक केली जाते, तेव्हा वित्तीय मूर्खपणा घडतो.

मूर्खांची घाईगर्दी

पुढच्या वेळी तुम्ही जेव्हा गुंतवणुकीसंबंधीचा निर्णय घेणार असाल, तेव्हा पुढील दोन गाणी गुणगुणण्यास विसरू नका. पहिले म्हणजे, जॉनी मर्सर आणि रुब ब्लूम यांचे 'फूल्स रश इन' आणि दुसरे डॉन शिल्ट्झ यांचे केनी रॉजर्सने गायलेले 'दि गॅम्बलर.' 'यू नेव्हर काउंट युअर मनी व्हेन यू आर सिटिंग ॲट युअर टेबल.' (तुम्ही सट्ट्याच्या टेबलाजवळ बसलेले असताना कधीही तुमचे पैसे मोजू नयेत) ही 'द गॅम्बलर' या गीतामधील मला खूप आवडणारी पंक्ती आहे. कोणीही जेव्हा 'माझी निव्वळ मालमत्ता' किंवा 'माझ्या घराचे वर्धित मूल्य...' यांसारखी वाक्ये उच्चारते, तेव्हा मी एका सट्टेबाजाशी, म्हणजे टेबलाजवळ बसलेले असतानाच आपले पैसे मोजणाऱ्या व्यक्तीशी बोलत असल्याचे मला कळून चुकते. माझे श्रीमंत वडील म्हणायचे, ''तुम्ही टेबलाजवळ बसलेले असताना कधीही आपले पैसे मोजू नयेत, याचे कारण म्हणजे जोपर्यंत तुम्ही त्या टेबलापाशी आहात, तोपर्यंत ते पैसे तुमच्या मालकीचे नाहीत. तुम्ही त्या टेबलापासून दूर होताक्षणीच तुमच्या खिशातील पैसे हे तुमचे बनतात आणि तुम्ही ते मोजू शकता.''

आजघडीला, निवृत्ती निर्वाह खाते असणारे लाखो कर्मचारी, हे टेबलाजवळ बसलेले असतानाच त्यांचा पैसा मोजत आहेत. बहुतांश गुंतवणूकदार हे कागदी मालमत्तांमध्ये आणि भांडवली नफ्यासाठी गुंतवणूक करत असल्याने, अनेक जण हे नियंत्रणाशिवाय, तसेच मते या वास्तव बाबी ठरण्याच्या आशेवर गुंतवणूक करतात. हे खूपच धोकादायक आहे.

याचा अर्थ असा नाही की, चाणाक्ष गुंतवणूकदारांनी केवळ वास्तव बाबींवर आधारितच गुंतवणूक करावी. चाणाक्ष गुंतवणूकदार हा मते आणि वास्तव बाबी या दोन्हींसह गुंतवणूक करणारा माणूस असतो. वास्तव बाबी आणि मते या दोन्हींमध्ये मौल्यवान माहिती असू शकते, हे चाणाक्ष गुंतवणूकदाराला माहीत असते. सोप्या भाषेत सांगायचे, तर वस्तुनिष्ठ पुराव्याची पडताळणी करून सिद्ध झालेली गोष्ट ही वास्तव बाब असते. मत म्हणजे वास्तव बाबीवर आधारलेली किंवा न आधारलेलीही गोष्ट असू शकते. अन्य शब्दांत सांगायचे, तर मत हे कदाचित वास्तव बाबही असू शकते, परंतु जोपर्यंत पडताळणी होत नाही, तोपर्यंत ते मतच राहते. माझे घनिष्ठ स्नेही आणि व्यवसायातील भागीदार केन मॅकएलरॉय म्हणतात त्याप्रमाणे, विश्वास ठेवा, परंतु पडताळणी करा.

धडा ५ : नियम काय आहेत? नियम आणि कायदे हे माहितीचे खूप महत्त्वाचे प्रकार आहेत. केवळ नियम माहीत नसल्याने, नियमांकडे दुर्लक्ष केल्याने किंवा नियमांचे उल्लंघन केल्याने अनेक लोक अडचणीत येतात.

व्यक्तिशः, मला नियम कधीच आवडले नाहीत. व्हिएतनाममध्ये असताना तर, मला त्यांचे अधिकच वावडे होते. मला अतिशय न आवडणारी एक गोष्ट म्हणजे, आम्ही एका नियमांच्या संचानुसार युद्ध लढत होतो आणि शत्रू दुसऱ्याच नियमांनुसार लढत होता. युद्धामध्ये मला अतिशय हास्यास्पद वाटणारा एक नियम म्हणजे, आम्ही सीमेपलीकडे शत्रूचा पाठलाग करू शकत नव्हतो. शत्रू सीमेनजीक युद्ध लढायचा आणि त्यानंतर, आपल्या सुरक्षिततेसाठी सीमेपलीकडे निघून जायचा. अनेकदा व्हीसी (व्हिएतनाम कम्युनिस्ट हा छुपे युद्ध लढणारा गट) हे लाओसची सीमा ओलांडून पलीकडे गेल्यामुळे आम्हांला लढाई अर्ध्यातून थांबवावी लागली होती.

मला न आवडणारा आणखी एक नियम म्हणजे, आम्हांला लष्करी गणवेश परिधान करावा लागायचा, परंतु शत्रूंसाठी असा कोणताही गणवेश नव्हता. कोण शत्रू आहे आणि कोण नाही, याविषयी माहिती नसणे ही लढाईतील सर्वांत कठीण गोष्टींपैकी एक होती. गणवेशामुळे ही माहिती पुरवली गेली असती.

नियमांमुळे मालमत्तेचे मूल्य वाढते

माझ्या श्रीमंत वडिलांनी नियमांप्रतिचा माझा दृष्टिकोन बदलला. ते म्हणायचे, ''जर नियमच नसतील, तर कोणतीच मालमत्ता नसेल. याचे स्पष्टीकरण देताना ते सांगायचे, ''आपल्या शेजारील परिसरामध्ये जिथे नियमांचे उल्लंघन होते, तिथे गुन्हेगारी अधिक आहे आणि स्थावर मालमत्तेचे मूल्य घसरते आहे. जर तुम्ही एखादा खेळ खेळत असाल आणि त्यामध्ये नियमांची अंमलबजावणी करण्यासाठी पंचच नसेल, तर त्या खेळाचे रूपांतर गदारोळामध्ये होईल. जर तुम्ही महामार्गावर गाडी चालवत आहात आणि पोलिसांनी नियमांची अंमलबजावणी केली नाही, तर माणसे मृत्युमुखी पडतील. म्हणूनच नियम महत्त्वाचे आहेत,'' असेही ते सांगायचे.

नियम हे तुम्हांला खूप श्रीमंत किंवा खूप गरीब बनवू शकतात. त्यामुळेच, नियमांविषयीची माहिती ही इतकी महत्त्वाची असते. अलीकडेच काही वर्षांपूर्वी, एन्रॉन कंपनीच्या उच्च पदस्थ अधिकाऱ्यांनी नियम मोडले, ती कंपनी नाहीशी झाली, कर्मचाऱ्यांना त्यांच्या नोकऱ्या गमवाव्या लागल्या आणि गुंतवणूकदारांचा पैसा बुडाला. गुंतवणुकीच्या जगतामध्ये भिन्न मालमत्तांसाठी भिन्न नियम असतात. मला म्यूच्युअल फंड्स न आवडण्याचे एक कारण म्हणजे, मला त्याचे नियम आवडत नाहीत. त्यामध्ये मला कोणत्याही प्रकारचे नियंत्रण मिळत नाही. मी स्थावर मालमत्तेच्या नियमांना पसंती देतो. कारण, ते मला अधिक पैसे मिळवून देतात आणि कायदेशीररीत्या कमी कर भरण्याची परवानगी देतात. जर मी स्थावर मालमत्तेचे नियम म्यूच्युअल फंड्सना लागू केले, तर मी तुरुंगात जाईन.

श्रीमंत बनण्याची इच्छा असणाऱ्या लोकांसाठी चांगले अकाउंटंट आणि वकील सोबत असणे महत्त्वाचे आहे. आजघडीला इतके कायदे, नियम आणि अटी अस्तित्वात आहेत की कोणत्याही एकट्या माणसाला त्या सर्व माहीत असणे किंवा समजणे अशक्य आहे. ॲटर्नी किंवा अकाउंटंट यांची नियुक्ती करणे हे खर्चीक वाटत असले, तरी त्यांच्यामुळे ज्या यातना वाचतात आणि जितके पैसे ते तुम्हांला मिळवून देऊ शकतात, ते तुम्ही त्यांना देत असलेल्या पैशांपेक्षा खूप जास्त असू शकतात.

दोन गोष्टी लक्षात ठेवा : नियम हे पैशांचा खेळ कसा खेळला जातो, याविषयीच्या माहितीचे महत्त्वाचे स्रोत पुरवतात आणि नियमांविना मालमत्तेचे मूल्य घसरते.

धडा ६ : कल (ट्रेंड) : गुंतवणूकदार जेव्हा वास्तविक बाबींमधील माहिती घेऊन त्याद्वारे मत बनवतो, तेव्हा कल (ट्रेंड) विकसित होतो. माझ्या आयुष्यावर सखोल परिणाम करणारी एक गोष्ट मी तुम्हांला सांगतो.

१९७२ सालच्या अखेरीस नॉर्थ व्हिएतनामीज आर्मी (एनव्हीए) या लष्करी गटाने निःशस्त्रीकरण प्रदेशाची (डीएमझेड) सीमा ओलांडली. आज हो चि मिन्ह सिटी म्हणून ओळखले जाते, ते तत्कालीन सायगॉन शहर ताब्यात घेण्याच्या दिशेने एनव्हीए कूच करत होता. या मार्गामध्ये क्वांग ट्री हे 'डीएमझेड'च्या दक्षिणेला असणारे पहिले मोठे शहर होते. आम्ही त्यांना जर तिथे थोपवले नसते, तर आम्ही युद्ध हरलो होतो.

आम्ही क्वांग ट्रीची लढाई हरू लागलो होतो, तोच वेगळ्या प्रकारच्या संदेशांच्या आदानप्रदानाकडे माझे लक्ष गेले. एक माहिती अशी होती की दक्षिण व्हिएतनाममधील लोक हे व्हिएतनामी पियास्टर या त्यांच्या चलनाचा सोन्याच्या पानाच्या बदल्यात व्यवहार करत होते. ही अदखलपात्र माहिती लक्षवेधी आहे, असे मला वाटले.

या पुस्तकात सर्वत्र सांगितल्याप्रमाणे, १९७१ मध्ये अमेरिकन डॉलरचे पैसा म्हणून असणारे मूल्य नष्ट झाले आणि तो केवळ चलन बनला. १९७३ साली व्हिएतनाममध्ये असताना दक्षिण व्हिएतनाममधील लोकांच्या जीवनात निर्माण झालेल्या घबराटीविषयी मिळालेल्या माहितीद्वारे पैशांविषयीचे नियम बदलताना मला थेट दिसत होते. हे युद्ध आपण हरलो आहोत आणि आपण पराभूत पक्ष आहोत, हे त्यांना माहीत झाले होते.

१९७१ साली सोन्याचा दर हा प्रतिऔंस ३५ डॉलर्स इतका निश्चित होता. १९७३ साली हाच दर प्रतिऔंस ८० डॉलर्सपर्यंत वधारलेला मी पाहत होतो. उत्तर व्हिएतनामच्या गटांनी त्यांची आगेकूच सुरू केली असतानाच दक्षिणेकडे भीतीचे रूपांतर घबराटीच्या पातळीपर्यंत होत चालले होते. अमेरिकेच्या बाजूने आलेले श्रीमंत लोक हे देश सोडून जाण्याची तयारी करत होते.

पियास्टर किंवा अमेरिकन डॉलर्सला चिकटून राहण्याऐवजी हे श्रीमंत लोक त्यांच्या हाती लागेल तितके सोने खरेदी करत होते. मला मिळालेल्या एका गुप्तचर अहवालामध्ये लिहिले होते, 'आत्मविश्वास हरवला आहे. लोक पळण्याच्या तयारीत आहेत. सोन्याच्या बदल्यात डॉलर्स आणि 'पीएस' पियास्टर दिले जात आहेत.'

एका अतिगोपनीय कक्षामध्ये बसलेलो असताना, लोकांना सोने हवे आहे, याची जाणीव मला झाली. सोन्यामुळे आपल्याला अन्य देशांमध्ये जाणे सुकर होईल, हे त्यांना माहीत असल्याचा माझा होरा होता. त्यांच्या यातना मी समजू शकत होतो. सोन्यामुळे आपला जीव वाचू शकतो, हे त्यांना माहीत होते.

मला वास्तविक बाबी माहीत होत्या. अमेरिका युद्ध हरत होती. शत्रू भूप्रदेश ताब्यात घेत होता. आंतरराष्ट्रीय स्तरावर डॉलरचे मूल्य घसरत होते आणि सोन्याच्या किमती चढत होत्या. गुप्तचर अहवालावरून, दक्षिण व्हिएतनाममधील जनतेत घबराट पसरली

आहे आणि ते सोने विकत घेण्यासाठी त्यांचे चलन देऊन टाकत आहेत, हे मला माहीत झाले. माझ्यासाठी हा कल म्हणजे गुंतवणुकीची संधी होती. त्याचा वापर मी मत तयार करण्यासाठी केला.

त्यानंतर, काही दिवसांनी विमानाने मी माझ्या एका मित्रासोबत सोने खरेदी करण्याच्या उद्देशाने उत्तरेला, शत्रूच्या ताब्यातील प्रदेशात गेलो. एनव्हीएने नुकतीच या व्हिएतनामच्या प्रदेशातील गावे पादाक्रांत केल्यामुळे येथील सोन्याच्या खाणींचे मालक त्यांच्याकडील सोने आम्हांला विकण्यास अतिशय उतावीळ असतील, असे आमचे मत होते. सोन्याच्या बदल्यात आमचे अमेरिकन डॉलर्स घेण्यास खाणमालकांच्या उड्या पडलीत, अशी अटकळ आम्ही बांधली होती. सवलतीच्या दरात सोने खरेदी करण्यासाठी आपण चांगल्या स्थितीत आहोत, असे आमचे मत होते. आमचे मत हे काही वास्तव बाबींवर आधारित असल्याने, केवळ काही डॉलर्स कमावण्यासाठी आम्ही काही नियम मोडण्यास आणि आमचे जीव धोक्यात घालण्यास तयार होतो.

प्रत्यक्षात, वारेमाप नफा कमावण्याऐवजी माझा जीवच थोडक्यात बचावला. सवलतीच्या दरात सोने खरेदी करण्याऐवजी, मी सोने आणि चलनांविषयी मौल्यवान धडा शिकलो. खरे तर सोन्याची किंमत ही जगात सर्वत्र सारखीच असते, याचा शोध मला त्या दिवशी लागला. त्या विशिष्ट दिवशी सोन्याची किंमत प्रतिऔंस ८२ डॉलर्सच्या आसपास होती. मी अमेरिकेच्या ताब्यातील भूप्रदेशात सोनेखरेदी केली काय, किंवा एनव्हीएच्या भूप्रदेशात केली काय, किंमत सारखीच होती, हे मला त्या दिवशी लक्षात आले.

कमी किमतीमध्ये सोने खरेदी करण्याच्या आशेवर शत्रूच्या भूप्रदेशात जाऊन उभे राहणे हे मूर्खपणातून आलेल्या हुशारीचे तंतोतंत उदाहरण होते. सुवर्णखाणीच्या एका बांबूच्या खोपट्यातील विक्री कार्यालयामध्ये, सुपारी खाऊन दात लाल झालेल्या एका म्हाताऱ्या बाईशी हुज्जत घालताना मला आंतरराष्ट्रीय वित्तव्यवस्थापनातील (इंटरनॅशनल फायनान्स) एमबीएची पदवी मिळत होती. त्या बाईला मी विचारले नसले, तरी ती हार्वर्ड विद्यापीठाची पदवीधर असावी, असा मला दाट संशय आहे. तिने अजिबातच औपचारिक शिक्षण घेतले नव्हते अशी मला शंका असली, तरी ती खूप चांगली शिक्षिका होती. ती फारशी शिकलेली वाटत नसली किंवा तिने तथाकथित यशस्वितेसाठीचा औपचारिक पेहराव केला नसला, तरी सोन्याचे मूल्य आणि त्याची किंमत यांविषयी तिला सर्व काही माहीत होते. ती वित्तीयदृष्ट्या बुद्धिमान आणि स्वभावतः कणखर होती. दोघा युवा अमेरिकन वैमानिकांच्या गोड बोलण्यामुळे ती तिच्याकडील सोने वेगाने घसरणाऱ्या अमेरिकन डॉलर्सच्या बदल्यात मुळीच देणार नव्हती.

आजच्या दिवसापर्यंत, तिच्या समोर उभारून पाच डॉलर्सच्या सवलतीसाठी हुज्जत घालणारा मी मला स्पष्टपणे आठवतो. सोन्याची ८२ डॉलर्स ही जागतिक किंमत नाही, तर ७७ डॉलर्स इतकी किंमत देण्याची माझी तयारी होती. आमचे पैसे न घेता ती केवळ तिचे डोके नकारार्थी हलवत होती आणि सुपारी चावत होती. तिला सोन्याची किंमत माहीत होती. तिला स्थानिक आणि त्याचबरोबर जागतिक भूराजकीय आर्थिक

शक्तींची जाण होती. तिला पुरेशी माहिती होती, ती भोवतालच्या घडामोडींविषयी बहुश्रुत होती, ती शांत होती आणि आपल्याकडील सोने विकण्याची तिला कोणतीही घाई नव्हती. कल हा आमच्या नाही, तर तिच्या बाजूने आहे आणि थोडेसे पैसे कमावण्याच्या प्रयत्नांत असलेल्या या दोन वैमानिकांच्या तुलनेत तिच्याकडील सोने खरेदी करण्यासाठी खूप जास्त उतावीळ लोक आहेत, हे तिला माहीत होते.

ती मागे हटणार नाही, हे समजून चुकल्यानंतर मी मनातल्या मनात म्हटले, ''आपण मेलो. आज शत्रूच्या भूप्रदेशात उभे राहून ५ डॉलर्सची सवलत मागण्याच्या नादात माझा जीव जाणार आहे. आम्ही कोणालाही सापडणार नाही. आमच्या सोबत काय घडले, हे कोणाला कधीच समजणार नाही. आपण युद्धामधील बेपत्ता सैनिकांमध्ये गणले जाऊ आणि इथे तर आपण युद्धकार्यात सहभागीही नाही आहोत. मी कोणत्याही सत्कृत्यासाठी बलिदान देणार नाही. केवळ एका आंतरराष्ट्रीय वस्तूच्या किमतीतील काही डॉलर्स पदरात पाडून घेण्याच्या प्रयत्नांत माझा जीव जाईल. मी कद्रू आणि मूर्ख असल्याने मला मरण ओढावणार आहे. जर मी येथे आणखी काही क्षण उभा राहिलो, तर या बाईशी सवलतीसाठी हुज्जत घालत असतानाच माझ्या पाठीत गोळी घातली जाईल. मी इतका मूर्ख आहे, की मी मरण्याच्याच लायकीचा आहे.''

कल हा तुमचा मित्र आहे

मी त्या दिवशी तीन धडे शिकलो. जागतिक बाजारपेठांची ताकद हा त्यांपैकी पहिला होता. जागतिक बाजारपेठेचा अर्थ त्या वस्तूची किंमत जगात सर्वत्र सारखीच असते. सोन्याची किंमत ही आंतरराष्ट्रीय बाजारपेठेत ठरत असते. स्थावर मालमत्तेची किंमत ही स्थानिक बाजारपेठेत ठरते. ती वृद्ध महिला जिंकली, कारण तिला जागतिक आणि स्थानिक या दोन्ही बाजारपेठांविषयी माहिती होती. तिच्याकडे आमच्यापेक्षा अधिक चांगली माहिती आणि उच्च वित्तीय बुद्धिमत्ता असल्यानेच ती जिंकली.

आज, स्थानिक आणि जागतिक या दोन्ही स्तरांवर कोणती माहिती महत्त्वाची आहे, हे जाणून घेणे माझ्यासाठी गरजेचे असल्याचे मला समजते. मला स्थावर मालमत्ता आवडते, कारण ही मालमत्ता जागतिक माहितीपेक्षा स्थानिक माहितीवर अधिक अवलंबून आहे. स्थावर मालमत्ता क्षेत्रामध्ये मी माझ्या छोट्याशा परिसरापुरता तज्ज्ञ असू शकतो. स्थानिक माहिती प्राप्त करण्याद्वारे मी न्यू यॉर्क, लंडन, हाँगकाँग किंवा टोकियो येथील बड्या संस्थात्मक गुंतवणूकदारांपेक्षा अधिक चाणाक्ष ठरू शकतो. ज्याप्रमाणे, डेव्हिडने गोलिएथवर मात केली; त्याचप्रमाणे, अधिक सरस माहिती आणि बुद्धिमत्ता असणारा लहान गुंतवणूकदार बड्यांवर मात करू शकतो.

'ट्रेंड्सचे सामर्थ्य' हा मी त्या दिवशी शिकलेला दुसरा धडा होता. जर मला ट्रेंड्सचे आणि सोन्याच्या किमतीचे चांगले आकलन असते, तर मी शत्रूच्या भूप्रदेशात जाऊन माझा जीव धोक्यात न घालताही खूप पैसे मिळवू शकलो असतो. गुंतवणूक करण्यासाठी मला शत्रूच्या प्रदेशात जाण्याची गरज नव्हती. मला सवलतीची मागणी करण्याचीही गरज नव्हती. मला केवळ ट्रेंडनुसार गुंतवणूक करणे पुरेसे होते. मी जगातील कोणत्याही शहरामधील

सुवर्णपेढीत जाऊ शकलो असतो आणि सारख्याच किमतीला सोन्याची खरेदी करू शकलो असतो. १९७९ सालापर्यंत या ट्रेंडमुळे सोन्याची किंमत प्रतिऔंस ८०० डॉलर्सपर्यंत पोहोचली. मला त्यासाठी माझा जीव धोक्यात घालण्याची आवश्यकता नव्हती. जर मी ट्रेंडवर विश्वास ठेवला असता, तर मी खूप पैसे मिळवले असते. मला पैसे मिळवण्यासाठी सवलतीची गरज नव्हती.

मी त्या दिवशी शिकलेला तिसरा आणि सर्वांत मौल्यवान धडा म्हणजे माहिती ही केवळ माहिती असते. ही माहिती घेऊन तिला अर्थपूर्ण बनवण्याच्या क्षमतेला बुद्धिमत्ता म्हणतात. त्या दात लाल झालेल्या वृद्ध महिलेकडेही माझ्यासारखीच माहिती होती. तरीही, तिच्या बुद्धिमत्तेने तिला माझ्याकडे नसणारे आकलन आणि अन्वयार्थ बहाल केला होता. ती कसलेली खेळाडू होती. तिला खेळ माहीत होता. मी नवोदित बच्चा होतो. प्राचीन काळापासून खेळण्यात येत असलेल्या खेळामध्ये आलेला नवा भिडू.

९ ऑगस्ट २००७ रोजी जेव्हा बाजार कोसळले आणि लोकांमध्ये घबराट पसरली, तेव्हा माझ्या मनात त्या वृद्ध महिलेचा विचार आला. त्यानंतर, मी केलेली पहिली गोष्ट म्हणजे मी कल तपासले. गर्दीत सामील होऊन घबराटीच्या मनःस्थितीत जाण्याऐवजी, मी माझ्या भीतीवर ताबा मिळवला आणि बाजारांच्या चढउतारांवर लक्ष न देता पुन्हा आपले लक्ष बाजाराच्या ट्रेंड्सवर केंद्रित केले. मी पुन्हा एकदा वास्तविक बाबींची पडताळणी केली आणि भविष्याविषयीचे माझे स्वतःचे असे मत तयार केले.

मध्यवर्ती बँकांनी उचललेल्या पावलांविषयीची माहिती मी शोधत होतो. पुन्हा एकदा, ते समस्या सोडवण्याऐवजी अधिक मूल्यहीन पैसा छापत होते. कोसळणाऱ्या बाजारांमध्ये आंतरराष्ट्रीय बँका पैसा ओतत असल्याची बाब जेव्हा मला ज्ञात झाली, तेव्हा डॉलरची खरेदीक्षमता घसरत जाण्याचा ट्रेंड कायम राहणार असल्याचे माझे मत अद्यापही योग्य आहे, हे मला माहीत झाले.

आजघडीला, वैविध्यपूर्ण गुंतवणूक करण्याऐवजी मी छोट्या मालमत्तांवर लक्ष केंद्रित करणे, त्यांचा कल पाहणे आणि त्या कलानुसार गुंतवणूक करणे पसंत करतो. कल उलटे फिरू शकतात आणि दिशा बदलू शकतात, हे मला माहीत असल्याने मी दीर्घ काळासाठी आंधळेपणाने गुंतवणूक करत नाही. माहितीचे युग हे बदलांविषयीचे आहे आणि मला यंत्रमानव बनून चालणार नाही, तर लवचीक आणि चपळ राहणे गरजेचे आहे.

मी आजघडीला गुंतवणूक करत असलेल्या काही ट्रेंड्सची माहिती पुढीलप्रमाणे :

तेलबाजारातील ट्रेंड्स. चीन, भारत आणि पूर्व युरोप यांचे जसजसे पाश्चात्त्यीकरण होत आहे, तशी तेलासाठीच्या मागणीत वाढ होते, हे तुम्हांला माहीतच आहे. ऊर्जेचा पर्यायी स्रोत शोधण्यासाठी गडबड सुरू असली, तरी येणाऱ्या काही वर्षांमध्ये खनिज तेल हाच ऊर्जेचा प्राथमिक स्रोत म्हणून कायम राहणार आहे. तेलामुळे होणारी पर्यावरणाची हानी मला कितीही आवडत नसली, तरी आपण सर्व जण, अगदी सर्वांत कट्टर पर्यावरणवादीही तेलाचा वापर करतात, हे कटू वास्तव आहे. तेलाच्या किमतीचा दीर्घकालीन कल हा चढता असून तो नजीकच्या भविष्यात प्रतिबॅरल

२०० डॉलर्सपर्यंत वर जाईल, असे मला वाटते. या चढ्या किमतीचे जागतिक अर्थव्यवस्थेवर गंभीर पडसाद उमटणार आहेत आणि परिणामतः अनुकरणीय असणारे सौर ऊर्जेसारखे पर्यायी उर्जा तंत्रज्ञानाचे अन्य ट्रेंड्स प्रगतिपथावर जातील.

चांदीमधील ट्रेंड्स. चांदी ही २००७ मधील सर्वोत्तम गुंतवणूक आहे, असे मला वाटते. ती तेलापेक्षाही अधिक चांगली गुंतवणूक असल्याचे माझे मत आहे. मी असे म्हणण्याची दोन कारणे आहेत. पहिले म्हणजे, चांदी हा वापरयोग्य औद्योगिक धातू आहे. याचा अर्थ ती वापरून संपते. इलेक्ट्रॉनिक उपकरणांसाठी चांदी हा प्राधान्य असणारा धातू आहे. तो संगणक, सेल फोन्स, टेलिव्हिजन संच आणि अन्य उपकरणांमध्ये वापरला जातो. उपलब्ध चांदीसाठ्यापैकी ९५ टक्के चांदी ही आतापर्यंत वापरून झाली असल्याचा अंदाज आहे. ती दुर्मीळ बनत चालली आहे. सोन्याबाबतीत गोष्ट वेगळी आहे. आतापर्यंत सापडलेल्या एकूण सोन्यापैकी ९५ टक्के सोने हे अद्याप अस्तित्वात असल्याचा अंदाज आहे. सोने हे चांदीप्रमाणे वापरले जात नाही, तर साठवून ठेवले जाते. यामुळे, अनेकार्थांनी चांदी ही सोन्यापेक्षा अधिक मौल्यवान ठरते.

चांदीला असणारे पैशांचे स्वरूप हेसुद्धा हा धातू मौल्यवान असण्याचे आणखी एक कारण आहे. जसजशी डॉलरची खरेदीक्षमता घसरत जाईल, तसे लोक खऱ्या धनाचे प्रतिनिधित्व करणाऱ्या किंवा किमान आपले मूल्य कायम ठेवणाऱ्या अशा गोष्टीचा शोध घेऊ लागतील. मी हे लिहीत असताना चांदी ही सोन्याच्या तुलनेत खूपच स्वस्त आहे. तिचा दर साधारणतः प्रतिऔंस १३ डॉलर्स इतका असून सोन्याचा दर प्रतिऔंस ६०० डॉलर्स इतका आहे. इतिहास पाहिल्यास, सोने हे चांदीच्या केवळ १४ पट अधिक महाग राहिले आहे. म्हणजेच, जर चांदीचा दर प्रतिऔंस १० डॉलर्स इतका असेल, तर सोन्याचा दर प्रतिऔंस १४० डॉलर्स असायला हवा. आजघडीला, सोने आणि चांदीच्या किमतींमध्ये ५० पटींचा फरक आहे. ऐतिहासिक कल पाहता, तसेच चांदी हा वापरयोग्य धातू असल्याची बाब लक्षात घेता, माझ्या मते चांदीच्या किंमतवाढीसाठी चांगली संधी आहे.

साधारणतः एका वर्षापूर्वी, बऱ्याच शेअर बाजारांनी चांदीची नाणी आणि विटा बाळगण्याची किंवा चांदीच्या खाणींच्या शेअर्समध्ये गुंतवणूक करण्याची इच्छा नसणाऱ्या गुंतवणूकदारांसाठी 'सिल्व्हर एक्सचेंज ट्रेडेड फंड्स' (ईटीएफ) उपलब्ध करून दिले होते. चांदीच्या 'ईटीएफ'मुळे गुंतवणूकदारांसाठी चांदीमध्ये गुंतवणूक करणे सोपे बनले. चांदीचे ईटीएफ हे जुन्या अमेरिकन पैशाप्रमाणे आहे, जिथे सिल्व्हर सर्टिफिकेट म्हणून ओळखल्या जाणाऱ्या कागदाच्या तुकड्याला प्रत्यक्षात चांदीचा आधार असतो. फरक इतकाच आहे, की चांदीच्या जागतिक किमतीमध्ये होणाऱ्या चढउतारानुसार ईटीएफ वर किंवा खाली जाऊ शकतो. सिल्व्हर ईटीएफ उपलब्ध करून देण्यात आल्याचा अर्थ, जगभरातील चलनांची खरेदीक्षमता सातत्याने कमी होत चालली असताना जग चांदीचा अधिकाधिक साठा करण्याच्या सुरुवातीसाठी सज्ज होत आहे, असे मला वाटते.

चांदी हा वापरयोग्य आणि मौल्यवान धातू असल्याने तो या दशकामधील गुंतवणुकीची सर्वोत्तम संधी ठरतो. पृथ्वीवर आता चांदीचा साठा ३० कोटी औंसपेक्षाही कमी असल्याचे विविध अहवाल सांगतात. याचा अर्थ, जगातील चांदीचा साठा २०२० पर्यंत संपू शकतो. यामुळेच, येणाऱ्या काही वर्षांमध्ये चांदी ही सोन्याइतकीच महाग होईल, असे काही चांदी बाळगणाऱ्या लोकांना वाटते. चांदीची किंमत इतकीही वर जाईल, असे मला वाटत नाही. तरीही, मागणी व पुरवठ्याच्या ट्रेंड्समुळे चांदीमधील गुंतवणूक ही आयुष्यात एकदाच येणारी संधी आहे, असे मला वाटते. आज, चांदी स्वस्त आहे, कमी धोका असणारी गुंतवणूक आहे आणि पाश्चात्त्य जगातील कोणालाही ती परवडू शकते. म्हणूनच, मी चांदीच्या ट्रेंड्सवर लक्ष ठेवतो आणि जेव्हा चांदीच्या बाजारातील किमती उतरतात, तेव्हा मी चांदी खरेदी करतो. अर्थातच, मी चुकीचाही ठरू शकतो. त्यामुळे, तुम्ही तुमचा स्वतःचा असा अभ्यास करा आणि या ट्रेंडमध्ये गुंतवणूक करण्यापूर्वी तुमची स्वतःची अशी माहिती शोधून काढा.

गृहनिर्माण क्षेत्रातील ट्रेंड्स. जगाला अधिकाधिक घरांची गरज आणि इच्छा असणे हे वस्तूंच्या किमती चढ्या असण्यामागील कारणांपैकी एक आहे. उदाहरणार्थ, चीनमध्ये काँक्रिटसाठी वाढती मागणी ही अमेरिकेतील काँक्रिटच्या टंचाईला कारणीभूत ठरते आणि परिणामतः काँक्रिटची किंमत गगनाला भिडते.

मला इमारतींमधील घरांमध्ये गुंतवणूक करण्यास आवडते, त्याचे एक कारण म्हणजे श्रीमंत असो किंवा गरीब, लोक हे आपल्या डोक्यावरील निवाऱ्यासाठी खर्च करतच राहतील. अमेरिकेमध्ये पुढील दोन दशकांमध्ये लोकसंख्या ३० कोटींवरून वाढून ४० कोटींच्या पलीकडे पोहोचणार असल्याचा अंदाज आहे. म्हणूनच, घरांच्या किमतींचा ट्रेंड हा कायम चढताच राहील, असे मला वाटते.

स्थावर मालमत्ता या जशा अधिकाधिक महाग आणि परवडण्यास कठीण बनतील आणि त्याचबरोबर वेतन कमी होत जाईल, तसे हे ट्रेंड्स अधिकाधिक लोकांनी भाडेकरू होण्यास कारणीभूत ठरतील, असे मला वाटते. ९ ऑगस्ट २००७ रोजी बाजार कोसळण्यामुळे किम आणि मी भयग्रस्त झालो नाही, याचे एक कारण म्हणजे आम्ही कॅश फ्लोसाठी स्थावर मालमत्ता भाड्याने देतो. आम्ही स्थावर मालमत्ता विकत नाही. जे लोक भांडवली नफ्यासाठी गुंतवणूक करतात, ते लोक स्थावर मालमत्तेची खरेदी-विक्री करतात.

जेव्हा सबप्राइम कर्जांचा बाजार कोसळला, तेव्हा विक्रेत्यांमध्ये घबराट पसरली. तथापि, ज्या लोकांनी कॅश फ्लोकरिता गुंतवणूक केली होती, ज्यांनी त्यांच्या मालमत्ता इतरांना भाडेतत्त्वावर दिल्या होत्या, ते घाबरले नाहीत. किंबहुना, त्यांना यामध्ये संधी दिसली. बाजार खाली असताना, भाडेकरूंची संख्या खरेदीदारांपेक्षा अधिक असते. त्यामुळे बाजार कोसळणे हे सामान्यतः विक्रेत्यांसाठी चांगले नसले, तरी मालमत्ताधारकांसाठी चांगले असते.

त्या सुपारी खाणाऱ्या आणि सोन्याची विक्री करणाऱ्या वृद्ध महिलेला, लोकांमधील घबराटीमुळे आपण श्रीमंत बनणार आहोत, हे माहीत होते. ट्रेंड हा तिचा मित्र होता.

जे लोक त्यांची घरे भाडेतत्त्वावर देतात, त्यांना ट्रेंड हा आपला मित्र असल्याचे माहीत असते. मालमत्तेची विक्री करणाऱ्या किंवा आपल्या मालत्तेचे मूल्य वधारण्यावर डोळे लावून बसणाऱ्यांसाठी कदाचित अल्पावधीतील ट्रेंड त्यांच्या विरोधात जाऊ शकतात. किमती वर जाण्याऐवजी बहुधा खालीही येतील किंवा स्थिर राहतील. विक्रेत्यांसाठी सुगीचा काळ संपला असून मालमत्ता भाड्याने देणाऱ्यांसाठी तो आता कुठे सुरू झाला आहे.

लोकसंख्याशास्त्रामध्ये भाग्यरेखा आहे

लोकसंख्याशास्त्र हा माहितीचा अतिशय मौल्यवान स्रोत आहे. इंग्रजीमध्ये 'डेमोग्राफी इज डेस्टिनी' (लोकसंख्याशास्त्रामध्ये भाग्यरेखा आहे) ही म्हण प्रचलित आहे. अन्य शब्दांत सांगायचे, तर मी व्हिएतनाममध्ये केले होते त्याप्रमाणे, केवळ लोकांना पाहिले तरी कोणत्या प्रकारे गुंतवणूक करावी, हे तुम्हांला समजेल. लोकांमध्ये घबराट पसरली की ते त्यांच्या चलनामार्फत वस्तू खरेदी करतात हे एकदा मला समजल्यानंतर, माझ्या कलविषयक मतांना आधारभूत म्हणून खूप मौल्यवान माहिती माझ्याकडे जमा झाली. सोन्याचे दर प्रतिऔंस ४०० डॉलर्सपेक्षा कमी येताच मी थोड्या प्रमाणात सोनेखरेदीला सुरुवात केली आणि हे दर प्रतिऔंस २७५ डॉलर्सपर्यंत खाली आल्यानंतर तर मोठ्या प्रमाणावर खरेदी सुरू केली. त्यानंतर, दर पुन्हा वर जाण्यास सुरुवात झाली. अन्य शब्दांत सांगायचे, तर मी ट्रेंड खाली जाताना लक्ष ठेवले आणि एकदा ट्रेंड उलट होताच मोठ्या प्रमाणावर खरेदी केली. मला सोने आणि चांदी आवडण्याचे एक कारण म्हणजे, त्यांसाठी नेहमीच बाजारात मागणी असते. हे धातू नेहमीच तुलनेने परिवर्तनीय असतात आणि जर मला रोख रकमेची गरज भासली, तर मी लागलीच या धातूंच्या बदल्यात रोख रक्कम मिळवू शकतो.

कमी रोकडसुलभता, अधिक माहिती

स्थावर मालमत्ता क्षेत्राकडे पाहिल्यास, अरिझोना आणि नेवाडा या राज्यांमध्ये मोठ्या प्रमाणावर 'बेबी बुमर्स' लोकसंख्येपैकी लोक निवृत्त होत असल्याचा ट्रेंड आहे. त्यामुळे मी त्या राज्यांमध्ये गुंतवणूक करतो. डेट्रॉइट शहरामध्ये नोकऱ्यांची संख्या घटत असल्याने लोक डेट्रॉइटबाहेर पडत आहेत. परिणामी घरांच्या किमती आणि भाड्यांचे दर घसरत आहेत. हा ट्रेंड बदलण्यासाठी काही वर्षे जातील. स्थावर मालमत्तेमध्ये सोने, चांदी आणि शेअर्सच्या तुलनेत कमी रोकडसुलभता असल्याने मला ट्रेंड्सबाबत खूप जास्त सजग राहण्याची गरज असते.

९ ऑगस्ट २००७ नंतर अनेक घरमालक, घरखरेदी-विक्री करणारे आणि चढ्या किमतींची घरे बाळगणारे बांधकाम विकसक यांना त्या मालमत्तेतून पुन्हा रोकड मिळवणे कठीण जाते आहे. त्या मालमत्तांची विक्री करण्याऐवजी, केवळ आपल्या मालमत्तेचे मूल्य बुडत चालले असताना असहायपणे पाहणे, इतकेच त्यांच्यापैकी बहुतेक जण करू शकतात. यातून शिकण्याजोगा धडा असा, की गुंतवणुकीची रोकडसुलभता जितकी कमी, तितकी तिच्या ट्रेंड्सविषयीची माहिती तुमच्यासाठी अधिक गरजेची असते. अनेक लोकांनी वरचढ

किमतीने मालमत्ता खरेदी केली होती आणि आता त्यांना कमी किमतीला विक्री करण्यास सामोरे जावे लागत आहे. धूर्त गुंतवणूकदाराला कमी किमतीत खरेदी आणि अधिक किमतीला विक्री करण्यासाठी ट्रेंड्सचे कशा प्रकारे अनुकरण करावे, हे माहीत असते.

वित्तीय शिकारी पक्षी

प्रत्येक वेळी मी उंच बहुमजली गृहप्रकल्पावर बांधकामासाठीच्या क्रेन्स असलेल्या पाहतो, तेव्हा या ट्रेंडचा अंत जवळ आला आहे, हे मला समजून चुकते. शिकारी पक्षी म्हणून ओळखल्या जाणाऱ्या या बांधकामाच्या क्रेन्स जेव्हा तुम्हांला उंचच उंच इमारतींच्या क्षितिजावर दिसतात, तेव्हा हा फुगा लवकरच फुटणार असल्याचे तुम्हांला समजते. कारण, याचा अर्थ हे चक्र त्याच्या उच्च बिंदूला पोहोचले असून तेथून सामान्यतः खाली येण्याव्यतिरिक्त दुसरा कोणताच पर्याय नसतो. पुढच्या वेळी तुम्हांला उंच इमारतींच्या क्षितिजावर दोनपेक्षा अधिक क्रेन्स दिसल्या, तर तातडीने तुमच्या मालकीचा आणि तुम्हांला नको असलेल्या स्थावर मालमत्तेच्या विक्रीला सुरुवात करा.

इतिहास आणि चक्रे

ट्रेंड्सविषयक अखेरचा मुद्दा हा इतिहास आणि चक्रांच्या महत्त्वाविषयीचा आहे. बाजारांच्या असंख्य चढउतारांना सामोरे गेल्यामुळे मी इतिहासातून बरेच काही शिकलो आहे. यांपैकी एक ऐतिहासिक वित्तीय ट्रेंड लक्ष देण्याजोगा आहे, असे मला वाटते. तो ट्रेंड म्हणजे, शेअर्स आणि कमॉडिटीजमधील २० वर्षीय चक्र. एका तेलकंपनीसाठी खलाशी म्हणून काम करणारी, तसेच सोन्याच्या शोधात हेलिकॉप्टर उड्डाण करणारी व्यक्ती म्हणून मला वस्तूंच्या (कमॉडिटीज) किमती वधारतात, तेव्हा शेअर्सच्या किमती खाली कशा येतात, याविषयी उत्सुकता निर्माण झाली. काही वर्षांपूर्वी माझ्या आवडत्या वित्तविषयक लेखकांपैकी एक असणाऱ्या जिम रॉजर्स यांचे 'हॉट कमॉडिटीज' नावाचे पुस्तक माझ्या हाती लागले. ज्या २० वर्षांच्या कालखंडात शेअर्सच्या किमती वधारत गेल्या, त्याच काळामध्ये वस्तूंच्या किमतींमध्ये घसरण झाल्याचे रॉजर्स यांना आढळून आले.

उदाहरणार्थ, १९६० ते १९८० या कालावधीत मी वयात येत असतानाच तेल आणि सोने यांसारख्या वस्तूंच्या किमती वधारत होत्या. १९८० मध्ये तेल, सोने, चांदी आणि स्थावर मालमत्तेच्या किमती वेगाने खाली येत असतानाच शेअर्सच्या किमती वधारण्यास सुरुवात झाली. १९८० आणि २०००च्या दरम्यान शेअर बाजार ही गुंतवणूक करण्याजोगी जागा होती; तर तेल, सोने आणि चांदी या वस्तूंची अवस्था गुंतवणुकीच्या दृष्टीने दयनीय होती. वस्तुबाजार खाली आला असताना, मी शक्य तितके तेल, सोने, चांदी आणि स्थावर मालमत्ता खरेदी करत होतो. अपेक्षेप्रमाणे २००० साली, 'डॉटकॉम'ची भरभराट शिगेला पोहोचली असतानाच, शेअर्सच्या किमती कोसळल्या आणि वस्तूंच्या किमतींनी पुन्हा जोर पकडला. जर इतिहासाची पुनरावृत्ती होत असेल, तर याचा अर्थ २०२० साली वस्तूंच्या किमती पुन्हा घसरतील आणि शेअर बाजार हा पुन्हा एकदा गुंतवणुकीसाठी योग्य ठिकाण बनेल.

अर्थातच, माझ्याकडे काही भविष्य दिसू शकणारा क्रिस्टल बॉल नाही. परंतु इतिहासाची पुनरावृत्ती होताना दिसते आणि मी आता इतका ज्येष्ठ झालो आहे की, काही गोष्टी पुन्हा घडताना पाहिल्या आहेत. जिम रॉजर्स यांच्यासारखे जागतिक दर्जाचे गुंतवणूकदार ट्रेंड्सचे विश्लेषण कशा प्रकारे करतात, याविषयी तुम्हांला अधिक माहिती हवी असेल, तर हॉट कमॉडिटीज किंवा त्यांनी लिहिलेले अन्य कोणतेही पुस्तक वाचावे, अशी शिफारस मी तुम्हांला करेन. ते खूप निष्णात गुंतवणूकदार आणि लेखक असून ट्रेंड्सचे खूप धूर्त निरीक्षक आहेत. ट्रेंड हा तुमचा मित्र आहे, हे सदैव लक्षात ठेवा. जर तुम्ही ट्रेंडकडे दुर्लक्ष कराल, तर शिकारी पक्षी तुम्हांला खाऊन टाकतील.

सारांश

शेवटी, मालमत्ता तुम्हांला श्रीमंत बनवत नाही, तर माहिती तुम्हांला श्रीमंत किंवा गरीब बनवते. उदाहरणार्थ, जर मी १९७९ साली, सोने प्रतिऔस ८०० डॉलर्स इतक्या दराने खरेदी केले असते, तर मी अद्यापही गुंतवलेले पैसे परत मिळवण्यासाठी वाट पाहत बसलो असतो. डॉलरची कमी झालेली खरेदीक्षमता लक्षात घेता, आजही मी गुंतवलेले पैसेच परत मिळवण्यासाठी मला सोन्याचे दर प्रतिऔंस १५०० डॉलर्सला पोहोचण्याची वाट पाहावी लागली असती.

हे कोणत्याही मालमत्तेबाबत खरे आहे. उदाहरणार्थ, स्थावर मालमत्ता क्षेत्रामध्ये बहुतांश गुंतवणूकदार हे अपुरी माहिती आणि अपुऱ्या बुद्धिमत्तेमुळे पैसे गमावतात. म्हणूनच मला जेव्हा कोणी स्थावर मालत्ता ही गुंतवणुकीसाठी चांगली आहे का, असे विचारते, तेव्हा माझे उत्तर असते, ''मला माहीत नाही. पण तुम्ही चांगले गुंतवणूकदार आहात का?''

बहुतांश व्यवसाय हे पैशांअभावी नाही, तर व्यवसायविषयक चांगली माहिती आणि बुद्धिमत्ता नसल्यानेच अपयशी ठरतात. जेव्हा लोक मला, ''माझ्याकडे नव्या व्यवसायासाठी उत्तम संकल्पना असून मी थोड्या पैशांच्या शोधात आहे. तुम्हांला, माझ्या नव्या कंपनीमध्ये गुंतवणूक करण्यात स्वारस्य आहे का,'' असे विचारतात, तेव्हा माझे उत्तर असते, ''मला माहीत नाही. तुम्ही आतापर्यंत किती यशस्वी व्यवसाय सुरू केले आहेत?''

व्हिएतनाममधील लढाईत सहभागी होणे, ही मी आयुष्यात केलेल्या सर्वांत चाणाक्ष गोष्टींपैकी एक होती, असे नंतर निष्पन्न झाले. जर मी या युद्धात सहभागी झालो नसतो, तर तर मी त्या दातांखाली सुपारी धरलेल्या वृद्ध महिलेला कधीही भेटलो नसतो. त्या दिवशी, मी शत्रूच्या प्रदेशात उभा असताना, तिने मला खूप महत्त्वाचा धडा शिकवला. ती जिंकली, कारण सोन्याच्या दराचा सोन्याच्या मूल्याशी काहीही संबंध नसतो, हे तिला माहीत होते. तिला सोन्याचे मूल्य समजल्यामुळे, लोक सोनेखरेदी का करत होते आणि त्यांच्यासाठी सोने का महत्त्वाचे होते, हे तिला माहीत होते. मालमत्ता तुम्हांला श्रीमंत बनवत नाही... तर माहिती आणि त्या माहितीवर प्रक्रिया करण्याची बुद्धिमत्ता तुम्हांला श्रीमंत बनवते, हे मी त्या दिवशी शिकलो. जर मी खरेखुरे धन असणाऱ्या सोन्यामध्ये गुंतवणूक करूनही पैसे गमावू शकत असेन, तर मी कशातही पैसा गमावू शकतो. त्या दिवशी मी चाणाक्ष बनण्याची शपथ घेतली; कारण सोने नाही, तर माहिती आणि बुद्धिमत्ता मला श्रीमंत बनवते, हे त्या वृद्ध महिलेने मला शिकवले.

प्रकरण आठ

पैशांची 'इंटेग्रिटी'

इंग्रजीमध्ये 'इंटेग्रिटी' हा मोठा मजेशीर शब्द आहे. भिन्न संदर्भांमध्ये विविध प्रकारे हा शब्द वापरलेला मी ऐकला आहे. इंग्रजी भाषेतील बऱ्यापैकी गैर-अर्थाने वापरण्यात येणाऱ्या, गोंधळात टाकणाऱ्या आणि चुकीचा अर्थ लावला गेलेल्या शब्दांपैकी हा एक आहे, असे मला वाटते. 'त्याच्याकडे अजिबात इंटेग्रिटी (प्रामाणिकपणा) नाही' किंवा 'त्यांच्याकडे जरातरी इंटेग्रिटी (सचोटी) असती, तर ते अधिक यशस्वी झाले असते,' असे कोणालातरी म्हणताना मी अनेकदा ऐकले आहे. अन्य कोणीतरी, 'त्या घराला रचनात्मक इंटेग्रिटी (अखंडत्व) आहे,' असेही म्हणू शकेल. म्हणूनच पैशांच्या इंटेग्रिटीविषयी चर्चा करण्यापूर्वी, माझी इंटेग्रिटीची व्याख्या तुम्हांला सांगणे सयुक्तिक ठरेल, असे मला वाटते.

वेबस्टर्स शब्दकोशामध्ये इंटेग्रिटीसाठी तीन व्याख्या दिल्या आहेत. त्या पुढीलप्रमाणे :

१. *दृढता :* अढळ अवस्था.

२. *अभ्रष्टता :* विशेषतः नैतिक किंवा कलात्मक मूल्यांच्या नियमांशी दृढ बांधिलकी.

३. *संपूर्णता :* एखादी गोष्ट पूर्णत्वास गेल्याची किंवा अखंड राहिल्याची स्थिती अथवा गुण.

गाडीची इंटेग्रिटी

पैसा आणि इंटेग्रिटी यांविषयी चर्चा करताना या तीनही व्याख्या आवश्यक आहेत. हे अधिक चांगल्या पद्धतीने स्पष्ट करण्यासाठी, मी वाहनाच्या इंटेग्रिटीचे उदाहरण वापरतो. कोणतेही वाहन हे विविध यंत्रणांनी बनलेले असते : ब्रेक्सची यंत्रणा, इंधन यंत्रणा, विद्युत यंत्रणा, हायड्रॉलिक यंत्रणा आणि यांसारख्या अन्य काही यंत्रणा. या यंत्रणा जर इंटेग्रिटीने, म्हणजेच दृढतेने, अभ्रष्टपणे आणि संपूर्णतेने कार्यरत नसतील, तर गाडी धावू शकणार नाही, ती योग्य स्थितीत नसेल. उदाहरणार्थ, जर इंधन यंत्रणेमध्ये बिघाड असेल, तर पूर्ण कार थांबेल. कारच्या इंटेग्रिटीस बाधा येईल आणि ती भंग होईल. ती कार संपूर्ण राहणार नाही.

आरोग्य आणि संपत्तीची इंटेग्रिटी

असेच उदाहरण मानवी शरीराबाबतही देता येऊ शकते. रक्ताभिसरण यंत्रणा, श्वसनयंत्रणा, चेतासंस्था, अस्थियंत्रणा, पचनसंस्था इत्यादी मानवी शरीराच्या काही यंत्रणा आहेत. जर मानवी शरीरयंत्रणांची इंटेग्रिटी योग्य नसेल, उदाहरणार्थ रक्तवाहिन्या बंद झाल्यामुळे तिच्यात बिघाड झाला असेल, तर आरोग्य ढासळेल आणि त्यापाठोपाठ लवकरच विकार वा मृत्यू ओढावेल.

ज्याप्रमाणे, इंटेग्रिटीच्या शब्दशः अभावामुळे आरोग्य ढासळू शकते, त्याचप्रमाणे इंटेग्रिटीच्या अभावामुळे संपत्तीही धोक्यात येऊ शकते. शारीरिक अखंडतेमधील बिघाडामुळे येणारे विकार किंवा मृत्यू यांऐवजी, अल्प उत्पन्न, दुर्बल करणारे कर, वाढीव खर्च, अतिरिक्त कर्ज, कर्जबाजारीपणा, कायदेशीर जप्ती येणे, वाढती गुन्हेगारी, हिंसाचार, दुःख आणि निराशा ही आर्थिक इंटेग्रिटीच्या अभावाची लक्षणे आहेत.

मी यापूर्वी, पाच भिन्न वित्तीय बुद्धिमतांची यादी केली होती. त्या पुन्हा एकदा खाली देत आहे.

वित्तीय बुद्ध्यंक १ : अधिक पैसा मिळवणे.

वित्तीय बुद्ध्यंक २ : तुमच्या पैशांचे संरक्षण करणे.

वित्तीय बुद्ध्यंक ३ : तुमच्या पैशांचे अंदाजपत्रक तयार करणे.

वित्तीय बुद्ध्यंक ४ : तुमच्या पैशांचा लाभ उठवणे.

वित्तीय बुद्ध्यंक ५ : तुमची वित्तीय माहिती सुधारणे.

एखाद्या व्यक्तीस जर श्रीमंत व्हायचे असेल, श्रीमंतच राहायचे असेल आणि पुढील पिढ्यांकडे आपली संपत्ती सोपवायची असेल, तर या सर्व पाच बुद्धिमत्तांची अखंडता आवश्यक आहे. यांपैकी एक किंवा एकापेक्षा अधिक वित्तीय बुद्धिमत्तेचा अभाव असणे, म्हणजे गाडी चालवणे अवगत नसणाऱ्या व्यक्तीने पॅड नसलेले ब्रेक्स आणि पेट्रोलच्या टाकीत पाणी असलेली गाडी चालवण्याचा प्रयत्न करण्यासारखे आहे.

जेव्हा एखादी व्यक्ती वित्तीयदृष्ट्या संघर्ष करत असते, तेव्हा या वित्तीय बुद्धिमत्तांपैकी एक किंवा एकाहून अधिक बुद्धिमत्ता कार्यान्वित नसतात, वित्तीय अखंडता योग्य नसते, ती व्यक्ती संपूर्ण नसते. उदाहरणार्थ, माझी एक मैत्रीण लघू व्यवसायांची व्यवस्थापक म्हणून खूप पैसे कमावते. तिला सतावणारी समस्या म्हणजे, ती करांपासून पैशांचे संरक्षण करत नाही, त्यातच ती अर्थनियोजन करत नाही आणि कपडे खरेदीवर, तसेच सहलींवर भावनिकरीत्या खर्च करते. तिचे मोठे घर ही तिने लाभ उठवण्यासाठी केलेली कृती आहे, कारण स्थावर मालमत्तेची किंमत वाढतच जाईल, असे तिला वाटते. ती तिचे वित्तीय सल्ले तिचा पती आणि त्याच्या वित्तीय नियोजनकाराकडून घेते. तिचा पती हा खूप मस्त माणूस आहे, परंतु आपल्या पत्नीप्रमाणेच तोसुद्धा सर्व पाच वित्तीय बुद्धिमत्तांबाबत झगडत आहे.

ते खूप चांगले, सुशिक्षित, प्रामाणिक, नियमित चर्चमध्ये जाणारे सश्रद्ध आणि कष्टाळू लोक आहेत. ते आपल्या जीवनाचा आनंद घेतात आणि मुलांचे चांगल्या रीतीने संगोपन करतात. समस्या इतकीच आहे, की त्यांच्यामध्ये वित्तीय सचोटीचा अभाव आहे. वित्तीय सचोटीचा अभाव हा क्रेडिट कार्डांची देयके भरण्यासाठी त्यांच्या घरावर कर्ज काढणे, त्यांच्या तीन मुलांसाठी महाविद्यालयीन शिक्षणाचा खर्च परवडणे आणि आपल्या निवृत्तीसाठी पुरेशी शिल्लक ठेवणे आदींबाबतची चिंता म्हणून समोर येतो. ही वित्तीय सचोटीच्या अभावाची हमखास लक्षणे व त्यातून उद्भवणाऱ्या पैशांविषयीच्या समस्या आहेत.

यातील अडचण अशी की, ही समस्या आहे असे त्यांना वाटतच नाही. ते दररोज सकाळी उठतात, त्यांच्या मुलांना शाळेला पाठवतात आणि स्वतः कामावर जातात. सायंकाळी ते घरी येतात, मुलांसोबत खेळतात, मुलांना गृहपाठामध्ये मदत करतात, थोडा वेळ टीव्ही पाहतात आणि झोपी जातात. काहीतरी चुकते आहे, हे त्यांना समजते, परंतु नेमके काय, याचा शोध ते बहुधा घेणार नाहीत. काहीतरी बदलेल, अशी आशा मात्र ते बाळगून आहेत.

वित्तीय प्रगतिपुस्तक

अनेक लोकांप्रमाणेच, माझे हे मित्रही वैयक्तिक वित्तीय अहवाल बाळगत नाहीत. वित्तीय अहवाल म्हणजे काय किंवा ते का महत्त्वाचे असतात, हेसुद्धा त्यांना माहीत नाही. अनेक महाविद्यालयीन पदवीधरांप्रमाणेच, माझ्या मित्रांनीही, कर्जासाठीचा विनंतीअर्ज (क्रेडिट ॲप्लिकेशन), कर्ज मानांकन (क्रेडिट स्कोअर) आणि वित्तीय अहवाल यांतील फरक जाणून न घेताच शालेय शिक्षण पूर्ण केले. तथापि, वैयक्तिक वित्तीय अहवालाशिवाय, आपण वित्तीयदृष्ट्या कुठे आहोत, काय चुकीचे घडले असावे आणि वित्तीय सचोटीमुळे आपण कुठे असू शकलो असतो, हे त्यांना माहीत नसते. वित्तीय अहवाल आणि पाच वित्तीय बुद्धिमत्तांशिवाय, नेमके काय चुकते आहे आणि कशात सुधारणा करण्याची गरज आहे, हे निश्चित करणे कठीण जाऊ शकते.

माझ्या मते, सचोटीच्या अभावाची सुरुवात नेमकी येथूनच होते. ही सुरुवात आपल्या शालेय व्यवस्थेपासून – 'वित्तीय बुद्ध्यंक ५ : तुमची वित्तीय माहिती सुधारणे,' इथपासून होते. १९७४ साली, जेव्हा उद्योग-व्यवसायांनी कर्मचाऱ्यांना स्वतःच आपल्या निवृत्ती निर्वाहासाठी गुंतवणूक करणे आवश्यक बनवण्यास सुरुवात केली, तेव्हाच शालेय व्यवस्थेने अभ्यासक्रमामध्ये सुधारित वित्तीय शिक्षणाची भर घालायला हवी होती. आपल्या शालेय व्यवस्थेमध्ये असणारा हा वित्तीय शिक्षणाचा अभाव जगाच्या वित्तीय संपूर्णतेला सातत्याने हादरे देत आहे.

वित्तीय सचोटीचे प्रतिबिंब

माझे श्रीमंत वडील म्हणायचे, ''माझ्या बँक अधिकाऱ्याने कधीही माझे प्रगतिपुस्तक पाहण्यासाठी मागितलेले नाही. बँकर कधीही शालेय प्रगतिपुस्तक मागत नाहीत, कारण ते

शैक्षणिक बुद्धिमत्तेच्या नाही, तर वित्तीय बुद्धिमत्तेच्या शोधात असतात. म्हणूनच, ते वित्तीय अहवाल मागतात. वित्तीय अहवाल हा तुमच्या वित्तीय संपूर्णतेचे प्रतिबिंब असतो. तो तुमच्या वित्तीय प्रगतिपुस्तकासमान असतो.

बँक अधिकारी हे पाच वित्तीय बुद्धिमत्तांशी संबंधित उत्तरांच्या शोधात असतात. साहजिकच, चाणाक्ष लोक पैसे कसे मिळवतात, आपल्या पैशांचे संरक्षण कसे करतात, अर्थनियोजन कसे करतात, त्यांच्या पैशांचा लाभ कसा उठवतात आणि ते किती माहितीसज्ज आहेत, हे या अधिकाऱ्यांना जाणून घ्यायचे असते. वित्तीय अहवाल बँक शोधत असलेली सर्व माहिती पुरवणार असतो.

वित्तीय संपूर्णतेचा अभाव

जर एखाद्या व्यक्तीकडे वित्तीय संपूर्णतेचा अभाव असेल आणि ही बाब अतिरिक्त कर्ज घेणे, चांगले अर्थनियोजन नसणे, कमाईपेक्षा अधिक खर्च, जप्ती व दिवाळखोरी इत्यादी गोष्टींमधून स्पष्ट होत असेल, तर बँकेला बहुधा ती व्यक्ती ग्राहक म्हणून नको असेल. हा त्यांच्या व्यावसायिक सचोटीचा मुद्दा आहे.

२००७ साली, जेव्हा कर्जांशी संबंधित बाजार कोसळले, तेव्हा क्रेडिट, बँकिंग आणि गुंतवणूकविषयक संस्था या वित्तीय सचोटीबाहेर असल्याचे उघड झाले. योग्य मार्गाने कर्ज देण्याच्या पद्धतींची जागा लोभाने घेतली. एकट्या कर्जावर अर्थव्यवस्थेचा विस्तार होऊ शकत नाही. शाळेमध्ये पैशांविषयी आणि वित्तीय बुद्धिमत्ता विस्तारण्याविषयी फारसे शिक्षण देण्यात अपयशी ठरल्यामुळे ही व्यवस्था, प्रौढ झाल्यावरही नव्या जगाला धैर्याने तोंड देण्यास सज्ज नसणारे नागरिक निर्माण करते आहे. या पृथ्वीतलावरील कोट्यवधी प्रौढांकडे स्वतःचा वित्तीय अहवाल नाही, ते व्यवसायांचे वित्तीय अहवाल वाचू शकत नाहीत आणि त्यांना आपल्या देशाची वित्तीय अवस्था माहीत नसते. हा शैक्षणिक सचोटीतील बिघाड आहे.

अंगभूत मूल्य

वॉरेन बफे हे वैविध्यपूर्ण गुंतवणूक करत नाहीत. त्याऐवजी ते अंगभूत मूल्य असणारी कंपनी, वित्तीय सचोटी असणारी कंपनी पाहतात. एखाद्या व्यवसायाकडे पाच वित्तीय बुद्धिमत्ता आहेत का, हे त्यांना जाणून घ्यायचे असते. अगदीच सोप्या शब्दांत सांगायचे झाल्यास, बफे यांना खालील प्रश्नांची उत्तरे हवी असतात.

१. हा व्यवसाय अधिक पैसा कमावू शकतो का?
२. या व्यवसायाकडे स्वतःचे संरक्षित असे विशेष स्थान आहे का?
३. हा व्यवसाय आपला पैसा आणि संसाधनांचे चांगल्या प्रकारे नियोजन करतो आहे का?
४. या व्यवसायाला उठाव मिळू शकतो आणि त्याचा विस्तार होऊ शकतो का?
५. हा व्यवसाय चाणाक्ष आणि माहीतगार लोकांच्या गटाकडून चालवला जातो का?

हे आणखीही सोप्या शब्दांत सांगायचे झाल्यास, अंगभूत मूल्याचा अर्थ खालीलप्रमाणे आहे.

१. ***विशेष स्थान.*** याचा अर्थ, व्यवसायामध्ये काही विशेष प्रावीण्य, म्हणजेच असे काही आहे, जे चांगल्या व वाईट काळामध्येही पैसे मिळवून देईल, असा होतो. कोका कोला कंपनी ही आवश्यकता चपखलपणे पूर्ण करते. लोकांसाठी साधे पाणी अधिक चांगले असले, तरी लोक नेहमीच हे शर्करायुक्त पेय पिणे पसंत करतील.

   कोका कोलाची व्यापारमुद्रा/बोधचिन्ह (ट्रेडमार्क) ही त्यांच्यासाठी मोठी फायद्याची बाब असून ती कायद्याने संरक्षित आहे. येथे 'वित्तीय बुद्धिमत्ता २ ही तुमच्या पैशांचे संरक्षण करणे आहे,' हे बहुधा तुम्हांला आठवेल. या बाबतीत, बफे यांना हे उत्पादन आवडते, कारण ही केवळ एक विक्रेय वस्तू नसून ते कायद्याने संरक्षित असा ब्रँड असणारे उत्पादन आहे. हा सुपरिचित आणि लुटारूंपासून संरक्षण व बचाव करण्यात आलेला ब्रँड कोका कोलाचे अंगभूत मूल्य वाढवतो.

   आम्ही व्यवसाय करत असलेल्या प्रत्येक देशामध्ये 'रिच डॅड' हा कायदेनिहाय संरक्षित ट्रेडमार्क आहे. ब्रँड असल्यामुळे माझ्या व्यवसायाला अधिक अंगभूत मूल्य प्राप्त होते. पुस्तके बरेच लेखक लिहितात, मात्र ते ब्रँड प्रस्थापित करण्यात अपयशी ठरतात. हॅरी पॉटर हा पुस्तकातील एक मोठा ब्रँड असल्याचे तुम्हांला माहीत आहेच. त्याचप्रमाणे, ट्रम्प हासुद्धा ब्रँड आहे. जर तुम्ही ब्रँड नसाल, तर तुम्ही केवळ एक विक्रेय वस्तू आहात. ब्रँडला अधिक अंगभूत मूल्य असते आणि हे मूल्य जपण्यासाठी, ब्रँडला आपण ग्राहकांना देत असणाऱ्या संदेशाप्रति खरे राहावेच लागते.

   काही वर्षांपूर्वी, एका मोठ्या म्यूच्युअल फंड कंपनीने माझ्याशी संपर्क साधून मी त्यांच्या फंडची जाहिरात करेन का, या बाबत विचारणा केली होती. ते यासाठी मला देत असलेले मानधन खूप जास्त होते, तरीही मी तो प्रस्ताव नाकारला. कारण माझ्या मनाशी, म्यूच्युअल फंडची जाहिरात करणे हे रिच डॅड या ब्रँडप्रति प्रामाणिक ठरणार नव्हते. माझ्यासाठी ते सचोटीचा अभाव प्रदर्शित करणारे होते व त्यामुळे माझ्या ब्रँडच्या अंगभूत मूल्यामध्ये घट झाली असती. त्याशिवाय, मी चेहरा कोरा ठेवून ते करूही शकलो नसतो.

२. ***लाभ/उठाव (लिव्हरेज).*** हा मुद्दा मोठ्या व्यावसायिकांना छोट्या व्यावसायिकांपासून वेगळे ठरवतो. उदाहरणार्थ, जर मी डॉक्टर आहे आणि माझे रुग्ण केवळ माझ्याकडे उपचार घेण्यासाठी येत असतील, तर माझ्यासाठी लाभ मिळवणे कठीण आहे. तथापि, जर एखाद्या डॉक्टरने नवी उपचारपद्धती किंवा नव्या प्रकारचे औषध शोधून काढले, तर त्या डॉक्टरच्या वैद्यकीय बुद्धिमत्तेला संबंधित उत्पादनाच्या माध्यमातून उठाव मिळू शकतो.

   या जगामध्ये लहान उद्योजक आणि व्यावसायिकांची भाऊगर्दी आहे. ते स्वतःला उठाव मिळवून देऊ शकत नाहीत, कारण ते स्वतः उत्पादन आहेत. बहुतांश

नोकरदार या वर्गात मोडतात. आपल्या सेवांसाठी उठाव कसा मिळवावा आणि आपल्या वेळेच्या बदल्यात डॉलर्स कमावण्याचा व्यापार कसा करावा, याची त्यांना माहिती नसते.

आपल्यापैकी बहुतांश जणांना असे संगीत कलावंत माहीत आहेत, जे खूप मेहनत करतात, परंतु फारसे पैसे कमावत नाही. याचे साधे कारण म्हणजे ते आपल्या गुणवत्तेला उठाव मिळवून देण्यात कमी पडतात. जग हे आपल्या संगीताच्या सीडींची निर्मिती करणाऱ्या कलावंतांनी भरलेले आहे. सीडी हा उठाव मिळवण्याचा एक प्रकार असला, तरी हे संगीत कलावंत आपल्या सीडींच्या वितरण व विक्रीला उठाव मिळवून देऊ शकत नाहीत. म्हणूनच, अमेरिकन आयडॉलसारखे हौशी कलावंतांना वाव देणारे कार्यक्रम इतके लोकप्रिय आहेत. ज्या लोकांना आपण गाऊ शकतो असे वाटते, त्यांना या राष्ट्रव्यापी टीव्ही वाहिनीवर झळकल्याने मिळणारा उठाव हवा असतो. जरी या कार्यक्रमामध्ये सायमन यांनी त्यांच्यावर टीका केली तरी.

३. ***विस्तारक्षमता.*** एकदा उत्पादन किंवा व्यवसाय उठाव मिळवण्यास सक्षम असेल, तर त्यापुढे वॉरेन यांना 'या उठावाचा विस्तार कुठपर्यंत होऊ शकतो?' या प्रश्नाचे उत्तर जाणून घ्यायचे असते. वॉरेन यांना कोका कोला हा ब्रँड आवडतो, कारण त्या ब्रँडचा उठाव हा जगभरात विस्तारण्याजोगा आहे. बफे म्हणतात, ''जेव्हा प्रत्येक वेळी जगात कोणी ना कोणीतरी कोक पिते, तेव्हा मी थोडा पैसा कमावतो.''

   जेव्हा मी 'रिच डॅड पुअर डॅड' हे पुस्तक लिहिले, तेव्हा ते पुस्तक हे माझ्यासाठी उठाव मिळवून देणारे माध्यम होते. मी व्यक्तिशः लोकांना शिकवण्याऐवजी, माझे पुस्तक आणि मी तयार केलेले गेम्स आता शिकवण्याचे काम करू शकत होते. यापुढील कामगिरी होती, ती पुस्तके आणि खेळ विविध भाषांमध्ये मुद्रित करून या उत्पादनाचा विस्तार विविध देशांमध्ये करण्याची. ही कामगिरी जगातील विविध भागांमध्ये विविध उद्योगसमूहांना 'रिच डॅड' उत्पादनांची निर्मिती करण्याचे परवाने देऊन साध्य करण्यात आली. माझ्या उत्पादनांचे मुद्रण, यादी आणि वितरण आदी माझ्या कंपनीने करण्याऐवजी, आता जगातील १०९ देशांमध्ये माझ्यासाठी या गोष्टी करणारे प्रकाशक आहेत. मी मिळवलेला उठाव आणि त्यानंतरच्या विस्तारक्षमतेचे हे उदाहरण आहे.

४. ***अचूक अंदाज.*** व्यवसायाचे उत्पन्न किती अचूकपणे वर्तवता येऊ शकते, हे बफे यांना जाणून घ्यायचे असते. त्यांना उत्पन्नामध्ये खूप मोठे चढउतार नको असतात. काळ सुगीचा असो किंवा कठीण, घड्याळाच्या काट्याप्रमाणे नियमित पैसे येणे सुरू राहिलेले त्यांना हवे असते.

   मला माझे गृहप्रकल्प आवडण्याचे एक कारण म्हणजे काळ कसाही असला, तरी त्याद्वारे पैसा येत राहतो. स्थावर मालमत्तेची किंमत वर जात आहे, की

खाली येत आहे, याची चिंता मी करत नाही. माझ्या घरांद्वारे, तसेच जगभरातून २४ तास, सदासर्वकाळ माझा पैसा येत राहिलेला मला हवा आहे.

यासाठीच वॉरेन बफे वैविध्यपूर्ण गुंतवणूक करत नाहीत. त्याऐवजी, ते व्यवसायाच्या अंगभूत मूल्यावर लक्ष केंद्रित करतात. अंगभूत मूल्य ओळखण्यासाठी पाच प्रकारच्या वित्तीय बुद्धिमत्तांची आवश्यकता असते. जेव्हा व्यवसायाला अंगभूत मूल्य असते, तेव्हा त्या व्यवसायामध्ये सचोटी आणि पूर्णत्व (इंटेग्रिटी) असते. जेव्हा व्यवसायामध्ये इंटेग्रिटी असते, तेव्हा बदलणारी आर्थिक परिस्थिती कशीही असली, तरी व्यवसायाला वृद्धीची आणि फायद्यात राहण्याची चांगली संधी असते.

कोणत्याही कंपनीमध्ये गुंतवणूक करण्यापूर्वी, व्यावसायिक गुंतवणूकदार हा त्या व्यवसायाचा वित्तीय अहवाल पाहतो. तेव्हा व्यावसायिक गुंतवणूकदार त्यामध्ये व्यवसायाची सचोटी पाहत असतो. स्थावर मालमत्ता गुंतवणूकदार जेव्हा एखादे घर खरेदी करतो, त्यालाही ही गोष्ट लागू पडते. इंटर्नल रेट ऑफ रिटर्नविषयी (आयआरआर) जाणून घेणे, हे स्थावर मालमत्तेसाठी लागू होणारे अंगभूत मूल्य आहे.

शाळेमध्ये वित्तीय शिक्षणाचा अभाव आणि वित्तीय अहवाल वाचता न येणे यांमुळे बहुतांश लोकांना भेडसावणारी समस्या म्हणजे आपण ज्या कंपनीमध्ये किंवा स्थावर मालमत्तेमध्ये गुंतवणूक करत आहोत, तिला वित्तीय इंटेग्रिटी आणि अंगभूत मूल्य आहे का, हेच त्यांना माहीत नसते.

व्यवसायाची भाषा

वॉरेन बफे म्हणतात, ''अकाउंटिंग ही व्यवसायासाठीची भाषा आहे. जर ही भाषा तुम्हांला अवगत नसेल, तर एखाद्या व्यवसायाला इंटेग्रिटी आहे का, हे सांगणे कठीण होऊन बसते. रिच डॅड कंपनी लहान मुले आणि प्रौढासांठी कॅश फ्लो गेम्सची निर्मिती करते, याचे एक कारण म्हणजे, लालसा आणि प्रश्नचिन्हांकित सचोटी असणाऱ्या या जगामध्ये वित्तीय बुद्धिमत्ता असणे आणि व्यवसायाची भाषा बोलता येणे अत्यंत महत्त्वाचे आहे, असे आम्हांला ठामपणे वाटते.

सरकारी वित्तीय सचोटी

सरकारलाही पाच प्रकारच्या वित्तीय बुद्धिमत्तांची आवश्यकता असते. सरकारला पैसे मिळवणे, आपल्या पैशांचे संरक्षण करणे, अर्थनियोजन करणे, आपल्या पैशांचा लाभ उठवणे आणि सर्वोत्तम वित्तीय माहितीचा शोध घेणे गरजेचे असते. जर सरकार सचोटीने कार्यरत असेल, तर सरकार आणि त्याची जनता समृद्ध होते. जर सरकारमध्ये सचोटी नसेल, तर सरकार आणि त्याच्या जनतेची ओढाताण होते आणि ते अधिक गरीब बनतात. वाढते कर आणि अतिरिक्त कर्ज ही अमेरिकन सरकार वित्तीय सचोटीबाबत ओढगस्त असल्याची लक्षणे आहेत.

निक्सन यांनी १९७१ साली जेव्हा अमेरिकन डॉलरचे सुवर्णाधारित मूल्य काढून टाकले आणि जगाचा राखीव चलनसाठा म्हणून अमेरिकन चलनास जगाला स्वीकारायला लावले, तेव्हा अमेरिकेची वित्तीय सचोटी संपुष्टात आली. आजघडीला, जगातील सर्वांत श्रीमंत देश असण्याबरोबरच आपण जगातील सर्वाधिक कर्ज डोक्यावर असणाराही देश आहोत. पैशांविषयीच्या नियमांतील या बदलांमुळे माझ्यासह अनेक लोक खूप श्रीमंत झाले असले, तरी त्यांपेक्षा कितीतरी जास्त लोक हे वित्तीयदृष्ट्या मागे पडले. ही वित्तीय दरी अधिकाधिक वाढत चालली असून ती अधिक धोकादायक बनत आहे.

अमेरिकेसाठी समस्या, 'वित्तीय बुद्धिमत्ता ३ : तुमच्या पैशांचे अंदाजपत्रक तयार करणे' या मुद्द्यापासून सुरू झाली. जेव्हा अमेरिका निर्यातीपेक्षा अधिक आयात करू लागला, तेव्हा आपण पैशांविषयीचे नियम बदलले आणि समस्या सोडवण्याऐवजी अब्जावधी डॉलर्सच्या कर्जाचा डोंगर करण्यास सुरुवात केली. खरे तर, समस्या सोडवणे ही करण्यायोग्य बुद्धिमान गोष्ट ठरली असती.

वित्तीय बुद्धिमत्ता ४च्या दृष्टिकोनातून पाहिल्यास अमेरिका पैशांचा लाभ उठवत नाही, हे स्पष्ट होते... त्याऐवजी अमेरिका कर्जाचा लाभ उठवते. आजघडीला जगातील सर्वांत श्रीमंत लोक हे जगातील सर्वांत गरीब लोकांच्या कर्जाखाली आहेत. सचोटी संपुष्टात येणे, यालाच म्हणतात.

अमेरिकेने जेव्हा जगाला डॉलरचा स्वीकार अमेरिकन सरकारचा संपूर्ण विश्वास आणि पत यांचा आधार असारे चलन म्हणून करण्यास सांगितले, तेव्हाच अमेरिकेची वित्तीय सचोटी संपुष्टात आली. अमेरिकेमध्ये गुंतवणूक करण्यास आणि अमेरिकन डॉलरचे मूल्य घटताना पाहण्यास कोणालाच आवडत नाही. जेव्हा जग आपला पैसा परत मागेल, तेव्हा 'वित्तीय बुद्धिमत्ता २ : आपल्या पैशांचे भक्षकांपासून संरक्षण करणे' याचा कस लागेल. अमेरिका हा भविष्यात प्रचंड मोठा वित्तीय भक्षक बनणार असून तो आपल्या डोक्यावरील काही कर्जे बुडवण्याची आणि ज्येष्ठ नागरिकांना आरोग्य सुविधा व सोशल सिक्युरिटीसारख्या योजनांबाबत केलेल्या आश्वासनांकडे पाठ फिरवण्याची शक्यता आहे, असे मला वाटते. त्यामुळे वाढणाऱ्या महागाईने कर्मचाऱ्यांची जमापुंजी नष्ट होईल आणि युवावर्गावरील करांचा भार वाढेल. माझ्या मते, हे सचोटी संपुष्टात येणे आहे.

'वित्तीय बुद्धिमत्ता १ : अधिक पैसा मिळवणे,' ही बुद्धिमत्ता वाढवण्याचा अमेरिकेचा सध्याचा मार्ग हा कर वाढवण्याचा, अधिक पैसे छापण्याचा, अधिक पैसे कर्जाऊ घेण्याचा, नवे युद्ध लढण्याचा आणि काही देय रकमा चुकत्या न करण्याचा आहे. साहजिकच, यांमुळे खूप जास्त वित्तीय समस्या निर्माण होणार असून, प्रथमतः अगोदरच्या समस्या सोडवण्यात आल्या असत्या, तर या समस्या टाळता येऊ शकल्या असत्या.

सचोटीचे युग

इतिहासाची पुनरावृत्ती होते. सरकार जेव्हा पैशांविषयक सचोटीचे उल्लंघन करते, तेव्हा काय घडते, या बाबत आपले नेते आणि तज्ज्ञांना कल्पना आहे. हे यापूर्वीही घडले आहे.

महागाई हे साम्राज्यांना कमकुवत करणाऱ्या अरिष्टांपैकी एक होते, असे कोपर्निकसने १५१७ सालीच लिहून ठेवले होते. ॲडम स्मिथ यांनी १७७६ मध्ये, महागाई ही खासगी लोकांच्या दैवाच्या सर्वांत विनाशकारी उलथापालथीसाठी कारणीभूत ठरते, असे म्हटले होते. स्मिथ यांचा हा इशारा अगदी अलीकडे जर्मनीमध्ये विमर सरकारने आपल्या चलनाची सचोटी नष्ट केल्यानंतर जेव्हा हिटलर सत्तेवर आला, त्या वेळी खरा ठरला. अमेरिकेला आणि जगाला पैसा आणि चलन यांतील फरक लक्षात न येण्याचे एकमेव कारण म्हणजे आपल्या शालेय व्यवस्थेतील शैक्षणिक संपूर्णता पूर्णपणे संपुष्टात आली असून ही व्यवस्था वित्तीयदृष्ट्या साक्षर जनता निर्माण करण्यात अपयशी ठरते आहे.

आपण जनता म्हणून, राष्ट्र म्हणून आणि जग म्हणूनही सर्व जण वादळाच्या दिशेने वाटचाल करत आहोत, असे मला व्यक्तिशः वाटते. इतका दीर्घ काळ सचोटीपासून वंचित राहिल्यानंतर वित्तीय, राजकीय, पर्यावरणवादी आणि आध्यात्मिक शक्ती या लंबक अगदी दुसऱ्या टोकाला नेण्याची मागणी करतील, असे मला वाटते. नेमके काय घडेल, हे मला माहीत नाही. कदाचित, ते अगोदरच घडण्यास सुरुवात झालीही असेल.

दुर्दैवाने, सध्याच्या व्यवस्थेपासून सर्वाधिक लाभ होणाऱ्या अतिश्रीमंतांना या आगामी वित्तीय उलथापालथीचा सर्वांत कमी फटका बसणार आहे. उर्वरित आपल्या सर्वांना या प्रचंड अनियंत्रित ताकतीचा तडाखा जाणवणार असून या वादळाशी झुंजण्यासाठी आपल्याला सर्वस्व पणाला लावावे लागणार आहे. त्याचप्रमाणे, गरिबांची यामध्ये सर्वाधिक ससेहोलपट होणार आहे.

यामधील चांगली बातमी अशी की, पुढे येणाऱ्या समस्यांपासून पळून न जाता आपण त्यांना धैर्याने सामोरे गेलो, तर त्या आपल्याला अधिक चाणाक्ष बनवतील. प्रत्येक समस्येमध्ये एक सुज्ञतेचे वरदान असते आणि हे वरदान आपल्या अधिक चाणाक्ष, अधिक कणखर आणि कोणत्याही आर्थिक परिस्थितीमध्ये अधिक चांगली कामगिरी करण्यास सक्षम बनवते.

याहीपेक्षा चांगली बातमी म्हणजे, काही देशांची सरकारे आपल्या शैक्षणिक व्यवस्थेमध्ये वित्तीय शिक्षणाच्या अभ्यासक्रमांची अंमलबजावणी करण्यास सुरुवात करत आहेत. ज्या देशाचे वित्तीय शिक्षण सर्वोत्तम असेल, तो देश आर्थिक समृद्धतेच्या नव्या युगामध्ये जगाचे नेतृत्व करेल, असे माझे भाकीत आहे. कारण, शेवटी हे माहितीचे युग आहे.

तुमचे अंगभूत मूल्य वाढवा

दरम्यानच्या कालावधीमध्ये, आपल्यापैकी प्रत्येकाने आगामी संभाव्य वादळासाठी सज्ज राहणे महत्त्वाचे आहे.

याविषयी माझ्या काही शिफारशी पुढीलप्रमाणे आहेत :

१. ***तुमच्या समस्यांची योग्य व्यवस्था लावा.*** ज्याप्रमाणे, एखादा खलाशी वादळाचा सामना करण्यासाठी आपली नौका तयार करतो, त्याचप्रमाणे तुमची वित्तीय नौका समुद्रसज्ज करण्याची तयारी सुरू करा. पाच प्रकारच्या वित्तीय बुद्धिमत्तांवर नजर

टाका आणि त्यांपैकी कोणत्या बुद्धिमत्तेवर आता काम करण्याची गरज आहे, हे स्वतःला विचारा. कोणत्या बुद्धिमत्तेवर सर्वाधिक काम करणे गरजेचे आहे? तुमची सर्वांत मोठी समस्या कोणती? यांवर लक्ष केंद्रित करा आणि आताच त्या समस्येची दखल घ्या. एकाच वेळी पाचही गोष्टी करण्याचा प्रयत्न करू नका. ते खूपच जेरीस आणणारे ठरू शकेल. या पाचही बुद्धिमत्ता परस्परांशी संबंधित आहेत, त्यामुळे एकावर लक्ष केंद्रित केल्यानंतर अखेरीस पाचही बुद्धिमत्तांमध्ये सुधारणा होते, हे तुमच्या लक्षात येईल, असे मला वाटते. त्यानंतर तुम्हांला आवश्यक तितका वेळ घ्या आणि दररोज थोडे थोडे शिकून घ्या. कोणताही गोल्फपटू, अगदी टायगर वूड्सही एका दिवसात व्यावसायिक खेळाडू बनला नव्हता, हे सदैव लक्षात ठेवा.

आपल्या पाच वित्तीय बुद्धिमत्ता वाढवण्याद्वारे तुम्ही तुमची वित्तीय इंटेग्रिटी आणि तुमचे स्वतःचे अंगभूत मूल्य वधारता आहात. जर काय करावे, या बाबत तुम्हांला खात्री नसेल, तर कृपया मदत मागण्यासाठी घाबरू नका अथवा लाज वाटून घेऊ नका. तुमची वित्तीय प्रतिभा जाणून घेण्याविषयीच्या पुढील प्रकरणामध्ये मी मदतीसाठी चाणाक्ष लोकांवर किती अवलंबून राहतो, या बाबत लिहिले आहे. मदतीची गरज नसणारे असे कोणीही नसते.

२. ***अंगभूत मूल्य असणाऱ्या मालमत्तांमध्ये गुंतवणूक करा.*** व्यवसायाचे अंगभूत मूल्य निश्चित करण्यासाठी वॉरेन बफे वापरत असलेल्या निकषांवर पुन्हा एकदा नजर टाका. त्यानंतर तुमच्या आवश्यकता पूर्ण करणारे कोणते व्यवसाय तुम्हांला जवळचे वाटताहेत, हे सरावासाठी स्वतःला विचारण्यास सुरुवात करा. तुम्ही गुंतवणूक करणार नसाल, तरीही तुमचा वित्तीय बुद्ध्यंक वाढवण्यासाठी हा खूप चांगला परिपाठ आहे.

स्थावर मालमत्तेचे अंगभूत मूल्य

मला स्थावर मालमत्ता आवडण्याचे एक कारण म्हणजे, मी मालमत्तेचे बहुतांश अंगभूत मूल्य पाहू शकतो, तसेच त्याला स्पर्श करू शकतो आणि ते नियंत्रितही करू शकतो. परंतु बहुतांश स्थावर मालमत्ता या चांगली गुंतवणूक नसतात, हे सदैव लक्षात ठेवा. तुमच्याकडे पैसा असो वा नसो, विविध मालमत्तांवर नजर टाकून त्यांच्या अंगभूत मूल्याचे विश्लेषण करणे, हा एक खूप चांगला परिपाठ आहे.

सर्जनशीलता ही स्थावर मालमत्तेच्या गुणात्मक वैशिष्ट्यांपैकी एक आहे. उदाहरणार्थ, मी अर्थपुरवठ्याचे नवे मार्ग वापरू शकतो, घरांतील सुधारणांबाबत सर्जनशील होऊ शकतो किंवा अन्य सर्जनशील मार्गांचा वापर करून माझ्या मालमत्तेचे मूल्य वाढवू शकतो. शेअर्स निवडताना किंवा म्यूच्युअल फंड्स खरेदी करताना, सर्जनशीलता तितकीशी कामी येत नाही. परंतु स्थावर मालमत्तेमध्ये सर्जनशीलता आणि इंटेग्रिटी यांचा मेळ तुम्हांला खूप श्रीमंत बनवू शकतो.

३. ***संकटासाठी सज्ज राहा.*** आम्हांला अमेरिकन मर्चंट मरिन अकादमीमध्ये शिकवले होते त्याप्रमाणे, जेव्हा वादळ तुमच्या दिशेने घोंघावत असते, तेव्हा जहाजाच्या तळघराचे दार लावून घेण्याची वेळ येते. जहाजाची अखंडता शाबूत ठेवणे, असा याचा अर्थ असतो. समुद्रमोहिमेवर जाण्याच्या माझ्या काही वर्षांच्या अनुभवादरम्यान, मला पॅसिफिक महासागरामधील चार चक्रीवादळांमधून जहाज पुढे नेण्याची संधी मिळाली. आजही त्या राक्षसी लाटा, ते पाण्याचे डोंगर संपूर्ण जहाजावर जोरदारपणे आदळताना माझ्या डोळ्यांसमोर उभे राहतात. जहाजाची करकर आणि ओढाताण, रचनात्मक अखंडता कायम राखण्यासाठीची आणि लाटेखालून पुन्हा पाण्याच्या पृष्ठभागावर येण्याची सर्वतोपरी धडपड अद्यापही मला दिसते, ऐकू येते आणि जाणवतेही. इंजिनिअर्सनी त्या जहाजाची रचना खूप चांगल्या प्रकारे केली होती आणि जहाजावरील कर्मचारीवर्ग हा वादळांना तोंड देण्याकरिता प्रशिक्षित आणि सज्ज होता, याचा मला आनंद आहे.

औद्योगिक युग संपून माहिती युगाने नियंत्रण हाती घेताना गदारोळ वाढणार आहे. तेलाच्या किमती वाढताहेत, तशी डॉलरची घसरण होते आहे, चीन आणि भारत गाड्यांच्या व विमानांच्या उत्पादनास सुरुवात करताहेत, उत्पादन क्षेत्रातील रोजगार नाहीसे होत आहेत, उद्योगसमूह देशाबाहेर जात आहेत, सरकारने आपली काळजी घ्यावी, अशी 'बेबी बुमर्स'ची अपेक्षा आहे, दहशतवाद वाढतो आहे, आपल्या न परवडणारी युद्धं लढली जात आहेत आणि फेडावेच लागणाऱ्या कर्जामध्ये वाढ होत आहे. यापूर्वी पांघरूण घालण्यात आलेल्या समस्या आ वासून उभ्या राहणार आहेत. माहितीच्या युगामध्ये, पाच वित्तीय बुद्धिमत्तांसारखी माहिती ही तुमची सर्वांत मौल्यवान मालमत्ता ठरणार आहे.

जगाच्या वित्तीय सचोटीला इतिहासात यापूर्वी कधीही नव्हते, असे आव्हान देण्यात येणार आहे, असे मला वाटते. मला असे वाटण्याचे कारण म्हणजे, आपले व्यवसाय, सरकार आणि शाळांमध्ये खूप जास्त हाव, चुकीची माहिती आणि भ्रष्टाचार वाहतो आहे. २००७ सालातील ऑगस्टमध्ये, जेव्हा कर्ज देणारे बाजार कोसळले, तेव्हा आपण या खदखदणाऱ्या वादळाच्या अस्ताव्यस्त बाह्य सीमारेषेला स्पर्श करत होतो, असे मला वाटते. वादळाचा केंद्रबिंदू हा अद्यापही काही वर्षे दूर आहे. हा कालावधी तुमच्या आयुष्यातील सर्वांत थरारक वाटचालीसाठी सज्ज होण्याकरिता वापरा. धैर्यवान बना आणि चाणाक्ष व्हा, कारण ही वाटचाल खूप रोमांचक असणार आहे. अधिक श्रीमंत आणि अधिक चाणाक्ष बनण्यासाठी हा खूप चांगला काळ असणार आहे. परंतु त्यासाठी तुम्हांला धैर्य दाखवावे लागेल आणि तुम्हांला तुमची वित्तीय प्रतिभा विकसित करावी लागेल.

प्रकरण नऊ

तुमची वित्तीय प्रतिभा विकसित करणे

आपण हुशार नाही आहोत, हे शाळेत जाईपर्यंत मला माहीत नव्हते. बालवाडीपासून ते शाळा, महाविद्यालयापर्यंतचा संपूर्ण १७ वर्षांचा प्रवास माझ्यासाठी संघर्षमय होता. माझ्यावर सदैव सामान्य विद्यार्थ्याचा शिक्का बसला होता. मी कोणत्याही वर्गात असलो, तरी माझ्यापेक्षा नेहमीच काही मुले हुशार, अधिक गुणांची देणगी लाभलेली आणि माझ्यापेक्षा वेगाने गोष्टी आत्मसात करणारी होती. हुशार मुलांसाठी शालेय शिक्षण हे सोपे असावेसे दिसत होते. पण शालेय जीवन माझ्यासाठी कठीण होते. मला शालेय जीवनात मिळालेला एकमेव 'अ' शेरा हा काष्ठकलेच्या वर्गामध्ये होता, कारण मला हातांनी काम करायला आवडायचे. गाझ्या वर्गाअंतर्गत उपक्रमामध्ये माझे वर्गसहकारी त्यांच्या आयांसाठी सॅलड बाउल बनवत असताना, मी नौका बनवली होती.

आपण गरीब आहोत, हेसुद्धा मला शाळेत जाईपर्यंत माहीत नव्हते. मी नऊ वर्षांचा असताना आमचे कुटुंब शहराच्या दुसऱ्या भागात राहायला गेले आणि मी श्रीमंत मुलांसाठी असलेल्या शाळेत जाऊ लागलो. विशेष म्हणजे रस्त्याच्या दोन बाजूंना अगदी परस्परांसमोर दोन प्राथमिक शाळा होत्या. रस्त्याच्या एका बाजूला युनियन स्कूल होती आणि दुसऱ्या बाजूला रिव्हरसाइड स्कूल होती. या दोन्ही शाळा सार्वजनिक होत्या, परंतु त्यांपैकी एक श्रीमंतांसाठी, तर दुसरी नोकरदार वर्गासाठी होती.

मूलतः युनियन स्कूल ही शाळा ऊस शेती संघटनेतील कामगारांच्या मुलांसाठी होती, म्हणूनच या शाळेचे नाव युनियन स्कूल होते. रिव्हरसाइड स्कूल ही ऊसमळ्यांचे मालक व व्यवस्थापकांच्या मुलांसाठी होती. मी रिव्हरसाइड स्कूलमध्ये गेलो, कारण आमचे कुटुंब ज्या घरात राहत होते, ते घर नदीला लागूनच असलेल्या रस्त्याच्या कडेला होते.

मी केवळ नऊ वर्षांचा असलो, तरी रिव्हरसाइड स्कूलमधील माझ्या वर्गमित्रांचे जीवनमान हे माझ्या कुटुंबाच्या जीवनमानापेक्षा उच्च दर्जाचे असल्याची जाणीव मला होती. माझे अनेक वर्गमित्र हे नदीवरील पुलाने जोडल्या गेलेल्या बाजूच्या वेगळ्या भागामध्ये वास्तव्यास होते. मी माझ्या मित्रांसोबत खेळण्यासाठी प्रत्येक वेळी तो पूल ओलांडायचो, तेव्हा आपण वेगळ्याच विश्वामध्ये प्रवेश करत आहोत, हे मला माहीत असायचे.

पुलाच्या त्यांच्याकडील बाजूला, माझे मित्र हे राजप्रासादिक भव्य घरांमध्ये राहत होते. पुलाच्या आमच्याकडील बाजूची घरे ही अजिबातच भव्य वगैरे नव्हती. आम्ही ज्या घरात राहायचो, ते ऊसमळ्यातील कामगारांसाठी बांधलेले घर होते. माझ्या वर्गमित्रांचे पालक हे त्यांच्या घरांचे मालक होते. माझ्या पालकांनी आमचे घर भाड्याने घेतले होते. माझ्या काही वर्गमित्रांकडे तर एकापेक्षाही अधिक घरे होती आणि एक शहरामध्ये, तर दुसरे समुद्रकिनारी अशी घरे होती. आम्ही कुटुंबीय जेव्हा समुद्रकिनारी जायचो, तेव्हा आम्ही सार्वजनिक 'बीच पार्क'मध्ये जात असू. माझे वर्गमित्र यॉट क्लब किंवा कंट्री क्लबमध्ये खेळायचे. मी कंट्री क्लबमध्ये काम करायचो.

माझे वर्गमित्र आणि त्यांचे कुटुंबीय श्रीमंत असले, तरी शिष्ट नव्हते. ते समाजामध्ये मिसळणारे मैत्रीपूर्ण लोक होते. माझ्या मित्रांच्या समुद्रकिनाऱ्यावरील घरांमध्ये, त्यांच्या बोटींवर मी बराच वेळ घालवला असून त्यांच्या विमानांतूनही मी प्रवास केला. ते त्यांच्या संपत्तीचा बडेजाव मिरवत नव्हते. ते ती संपती वाटून घेत होते. त्यांच्यासाठी श्रीमंत असणे हे नैसर्गिक असावे, त्यात विशेष काही नव्हते. ती त्यांची जीवनशैली आणि जीवनमान होते. त्यांची जीवनशैली ही त्यांच्यासाठी काही फार मोठी बाब नव्हती. मलाच त्यांची जीवनशैली म्हणजे फार काहीतरी मोठी गोष्ट वाटायची, त्यामुळे काही वेळा मला अवघडल्यासारखे, आगंतुकासारखे वाटायचे आणि आम्हांला वेगळे करणाऱ्या जीवनस्तराची प्रकर्षाने जाणीव व्हायची. वयाच्या बाराव्या वर्षी माझ्या श्रीमंत मित्रांनी खासगी शाळांमध्ये प्रवेश घेतला आणि मी युनियन स्कूलमध्ये जाणाऱ्या मुलांसोबत सार्वजनिक माध्यमिक शाळेतून शिक्षण घेत राहिलो.

मी शाळेत असेपर्यंत, आपण काहीसे विचित्र आहोत, हेसुद्धा मला माहीत नव्हते. माध्यमिक शाळेमध्ये असताना मला ज्या ज्या मुलींसोबत 'डेट'वर जायचे होते, त्यांपैकी कोणालाच माझ्याशी काही देणेघेणे नव्हते. मी 'कूल' नव्हतो. सर्व लोकप्रिय मुलींना त्यांच्यापेक्षा वयाने मोठ्या असणाऱ्या, एखाद्या गँगचे सदस्य असणाऱ्या आणि स्वतःची कार असणाऱ्या 'बॅड बॉइज'मध्ये स्वारस्य होते. मी फुटबॉल संघातील नियमित खेळाडू होतो आणि सर्फरही होतो, तरीही मी ना 'कूल' होतो, ना 'बॅड बॉय' होतो, ना माझ्याकडे स्वतःची कार होती. मी बुजरा होतो, स्थूल होतो आणि आमच्या कुटुंबाची फिकट तपकिरी रंगाची जुनाट लांबलचक कार चालवत होतो. हे निश्चितच 'कूल'पणाच्या व्याख्येत बसणारे नव्हते.

१९७४ साली, वयाच्या २७व्या वर्षी मी मरिन कॉर्प्समधून बाहेर पडत होतो, तेव्हा आपल्याला श्रीमंत बनायचे आहे, सुसाट गाड्या पळवायच्या आहेत आणि सुंदर स्त्रियांना 'डेट' करायचे आहे, हे मला माहीत होते. तोपर्यंत मी प्रौढ झालो असलो, माझा लहानपणीचा स्थूलपणा नाहीसा झाला असला आणि मी उंच आणि धिप्पाड बनलो असलो, तरी मनातून मात्र मी अद्यापही बुजरा, फारसे पैसे नसणारा स्थूल मुलगा होतो. आपल्याला काय हवे आहे, हे मला माहीत होते. तिथपर्यंत कसे पोहोचायचे, हे फक्त मला माहीत नव्हते.

आपल्या उद्योजक व्हायचे आणि स्थावर मालमत्तेमध्ये गुंतवणूक करायची आहे, हे मला माहीत होते. मात्र माझ्याकडे ना पैसा होता, ना कौशल्य. मी त्याविषयी जितका

जास्त विचार करायचो आणि मी त्या वेळी जगत असलेल्या आयुष्याची जितकी मला हवे असलेल्या आयुष्याशी तुलना करायचो, तितके आपले शालेय शिक्षक योग्यच सांगायचे, याची मला अधिकाधिक जाणीव व्हायची. मी सामान्य होतो. माझ्याकडे कोणतेच अलौकिक कौशल्य किंवा गुणवत्ता नव्हती. मी चाणाक्ष नव्हतो. जर मला श्रीमंत व्हायचे असेल, तर मला शक्य त्या सर्व मार्गांनी किमान माझ्याकडील संसाधनांपेक्षा सरस ठरण्याचा मार्ग शोधणे गरजेचे होते.

तुमच्या संसाधनांच्या मर्यादेत जगू नका

वित्तीय तज्ज्ञ हे लोकांना त्यांच्या संसाधनांच्या मर्यादेत राहण्याचा आणि वैविध्यपूर्ण गुंतवणूक करण्याचा सल्ला देतात. अनेक लोकांना हा सुज्ञ सल्ला वाटतो. या सल्ल्याचे अनुकरण करण्यातील समस्या म्हणजे, तुम्ही अखेरीस सामान्यच राहता, कारण हा सामान्य सल्ला आहे. हा सल्ला वाईट नाही. हा केवळ सामान्य वित्तीय सल्ला आहे. शिवाय, आपल्याच संसाधनांच्या मर्यादेत कोणाला राहायचे असते, नाही का?

माध्यमिक शाळेत असताना विद्यार्थी आपल्या शैक्षणिक बलस्थानांवर लक्ष केंद्रित करण्यास सुरुवात करतात आणि चांगला पैसा मिळवून देणाऱ्या भविष्यातील कारकिर्दीचा विचार करून अभ्यासक्रमांची निवड करतात. लहान मुलांमागे सातत्याने हुशार बनण्यासाठी, अभ्यासात परिश्रम घेण्यासाठी आणि चांगला शेरा मिळवण्यासाठी धोशा लावला जातो. महाविद्यालयातून पदवीधर होऊन बाहेर पडल्यानंतर अनेक जण आपली कारकिर्दीविषयक निवड अधिक मुक्रर करून वकील, डॉक्टर, अकाउंटंट आणि एमबीए इत्यादी बनण्यासाठी पदव्युत्तर शिक्षणसंस्थांमध्ये प्रवेश घेतात. अनेक डॉक्टर्स परिश्रमांचा कस पाहणाऱ्या वैद्यकीय महाविद्यालयांमध्ये काही वर्षे शिक्षण घेतल्यानंतरही पुढे शल्यविशारद किंवा औषधतज्ज्ञ यांसारख्या विशेष शाखांमध्ये प्रावीण्य मिळवण्यासाठी अतिरिक्त प्रशिक्षण घेतात. कलाशाखेचे विद्यार्थी, मूर्तिकला, चित्रकला, कमर्शिअल ग्राफिक्स, संगीत आदी शाखांमधील कलावंत बनतात. ज्या विद्यार्थ्यांना क्रीडाप्रकारांमध्ये गती असते, ते फुटबॉल, टेनिस, बास्केटबॉल किंवा गोल्फ आदी खेळांमधील व्यावसायिक कारकिर्दीसाठी तयारी करतात. किंबहुना, तुम्ही जर कोणत्या क्रीडा स्पर्धांच्या ठिकाणी गेलात, तर अनेक खेळाडूंचे पालक हे त्यांची मुले किंवा मुलांचे संघ जिंकावेत या अपेक्षेसह त्वेषाने प्रोत्साहन देत असतात. सामान्य संघाकडून खेळणे कोणालाच नको असते.

शाळेमध्ये यशस्वी होण्यासाठी आणि यशस्वी कारकिर्द घडवण्यासाठी आपल्याला सर्वोत्तम कामगिरी करावी लागते आणि सर्वोत्कृष्ट बनावे लागते, हे आपल्यापैकी बहुतांश जणांना माहीत आहे. आपल्याला एकाग्र होऊन अभ्यास करणे गरजेचे असते. आपल्याला विशेष प्रावीण्य मिळवण्याची गरज असते. असे असूनही, पैशांचा विषय येतो, तेव्हा मात्र लोकांना विशेष प्रावीण्य मिळवण्याऐवजी वैविध्यपूर्ण आणि विखरून गुंतवणूक करण्याचा सल्ला दिला जातो आणि उच्च जीवनमान असलेले आयुष्य जगण्याऐवजी आपल्या संसाधनांच्या मर्यादेत जगण्यास सांगितले जाते.

जेव्हा मी मरिन कॉर्प्समधून बाहेर पडलो, तेव्हा मला सामान्य नोकरी करायची नव्हती आणि आपल्या संसाधनांच्या मर्यादेत राहायचे नव्हते. माझ्या मते, सामान्यापेक्षाही कमी कुवत असणारे लोकच अंथरूण पाहून पाय पसरतात. मला एखादी सामान्य गाडी चालवायची नव्हती किंवा सामान्य परिसरातील घरात राहायचे नव्हते. त्याचप्रमाणे विखरून गुंतवणूक केल्यामुळे माझा गुंतवणुकीवरील परतावा हा सर्वसाधारणपेक्षाही कमी असेल, हे मला माहीत होते. जर मला उच्च जीवनमान... माझ्या पुलाच्या पलीकडे राहणाऱ्या वर्गमित्रांसारखे जीवनमान हवे असेल, तर मला हे अंतर पार करणे गरजेचे आहे, हे मला माहीत होते.

लष्करी अकादमीतील चार वर्षे आणि मरिन कॉर्प्समधील पाच वर्षे इतक्या कालावधीनंतर मी ज्या जगामध्ये पुन्हा प्रवेश करणार होतो, त्याकडे पाहिल्यानंतर एक गोष्ट माझ्या लक्षात आली. यातील बहुतांश लोक हे व्यावसायिकदृष्ट्या सामान्यत्वापेक्षा वरचढ कामगिरी करण्यासाठी कठोर परिश्रम घेत होते, मात्र ते वित्तीयदृष्ट्या त्यांची कामगिरी सामान्यपेक्षाही खालच्या स्तराची होती.

'अ' शेरा मिळवणारे विद्यार्थी, श्रीमंत मुले, माझ्यावर सामान्य असल्याचा शिक्का मारणारे शिक्षक आणि माझ्यामध्ये अजिबातच स्वारस्य न दाखवणाऱ्या मुली यांना हरवण्याचा सर्वोत्तम मार्ग हा श्रीमंत बनण्याचा आहे, असे मी ठरवले. मला त्यांच्या बाबत राग नव्हता. मला केवळ सामान्य असण्याचा कंटाळा आला होता. आपण बहुतांश लोकांपेक्षा अधिक श्रीमंत बनू शकतो, याची जाणीव मला झाली, कारण पैशांचा विषय येताच बहुतांश लोक हे अतिसामान्य वित्तीय रणनीती आणि सल्ल्यांचे अनुकरण करत होते.

तज्ज्ञ हे विखरून गुंतवणूक करण्याची शिफारस का करतात?

विखरून गुंतवणूक करणे हे अज्ञानापासूनचे संरक्षण आहे. ''आपण काय करत आहोत, हे माहीत असणाऱ्यांसाठी त्याला फारसा अर्थ नसतो,'' असे वॉरेन बफे म्हणतात. अर्थव्यवस्थापकांविषयी बफे असेही म्हणतात की, अन्य क्षेत्रांमधील पूर्ण वेळ व्यावसायिक, उदाहरणार्थ डेंटिस्ट हे सामान्य माणसाच्या आयुष्यात बऱ्याच प्रमाणात भर घालतात. मात्र एकूणात विचार करता व्यावसायिक अर्थव्यवस्थापकांकडून लोकांना आपल्या पैशांच्या बदल्यात काहीच मिळत नाही.

अनेक जण जेव्हा विखरून गुंतवणूक करण्याची शिफारस करतात, तेव्हा ते निव्वळ त्यांच्या अज्ञानापासून केलेले संरक्षण असते, असे मला वाटते. हा अतिसामान्य सल्लागारांकडून अतिसामान्य गुंतवणूकदारांसाठी देण्यात येणारा अतिसामान्य वित्तीय सल्ला असल्याचे बफे म्हणत आहेत, असा मला संशय आहे.

वॉरेन बफे यांची वित्तीय रणनीती वेगळी आहे. ते विखरून गुंतवणूक करत नाहीत. ते विशिष्ट गुंतवणुकीवर लक्ष केंद्रित करतात. ते खूप चांगल्या किमतीला मिळणाऱ्या खूप दर्जेदार व्यवसायांचा शोध घेतात. ते भरपूर व्यवसाय खरेदी करून त्यांपैकी एकाने चांगली कामगिरी करावी, अशी प्रार्थना करत नाहीत. त्यांना सामान्य परतावा नको असतो, तसेच त्यांना शेअर बाजारही खेळवायचा नसतो. त्यांना कंपनीवर नियंत्रण ठेवायला आवडते, मात्र

कंपनी चालवायला आवडत नाही. बफे जेव्हा गुंतवणुकीविषयी बोलतात, तेव्हा 'वैविध्यपूर्ण गुंतवणूक' नाही, तर 'अंगभूत मूल्य' हे त्यांचे महत्त्वाचे शब्द असतात.

वित्तीय सल्लागार विखरून गुंतवणूक करण्याची शिफारस करण्याचे एक कारण म्हणजे, ते चांगल्या कंपन्या शोधू शकत नाहीत. या सल्लागारांकडे नियंत्रण नसते आणि त्यांच्यापैकी बहुतांश जणांना व्यवसाय कसा चालवायचा, हे माहीत नसते. ते नोकरदार असतात, वॉरेन बफे यांच्याप्रमाणे ते उद्योजक नसतात.

हुशार लोकही अपयशी ठरतात

ऑगस्ट २००७ मध्ये बाजार कोसळल्यानंतर, वॉल स्ट्रीटवरील सर्वांत हुशार लोकांकडून जे फंड्स हाताळण्यात येत असल्याचे मानले जात होते, त्या क्वांटिटेटिव्ह फंड्सनी (क्वॉंट्स) कशा प्रकारे सर्व पैसा गमावला, यावर वॉल स्ट्रीट जर्नलने २४ ऑगस्टला एक वृत्तान्त प्रसिद्ध केला होता. (जस्टिन लॅहर्ट यांनी लिहिलेल्या त्या वृत्तकथेचे शीर्षक हाउ दि क्वॉंट प्लेबुक फेल्ड असे होते). अन्य शब्दांत सांगायचे तर, 'अ' शेरा मिळवणारे विद्यार्थी नापास झाले होते. त्या वृत्तांतामध्ये म्हटले आहे,

> क्वॉंट फंड्सनी एकच संख्याशास्त्रीय नमुना अंगीकारला नसला, तरी त्यांचे बाजाराप्रतिचे दृष्टिकोन सारखेच आहेत. त्यांनी सारख्याच संख्याशास्त्रीय पद्धतींचे शिक्षण घेतलेले आहे, सारख्याच सैद्धांतिक प्रबंधांचा अभ्यास केला आहे आणि ते इतिहासातील सारख्याच प्रकारच्या माहिती संकलनाचा वापर करतात. परिणामतः कशा प्रकारे गुंतवणूक करावी, या बाबत ते सहजपणे सारख्याच निष्कर्षांप्रत येऊन पोहोचू शकतात.

अन्य शब्दांत सांगायचे, तर वॉल स्ट्रीट शैक्षणिकदृष्ट्या कुशाग्र बुद्धिवंतांना, जगातील सर्वोत्तम बिझनेस स्कूल्समधील 'अ' शेऱ्याचे विद्यार्थी आणि पदवीधरांना नियुक्त करते, हे पदवीधर अब्जावधी डॉलर्सची गुंतवणूक करण्यासाठी अद्ययावत कम्प्यूटर मॉडेल्सचा वापर करतात आणि त्या सर्वांचे उत्तर सारखेच येते. त्यांची मॉडेल्स जेव्हा 'खरेदी करा' असे सांगतात, तेव्हा ते सर्व जण एकसारखेच शेअर्स खरेदी करतात, त्यामुळे बाजार तेजीत येतो आणि जेव्हा मॉडेल्स 'विक्री करा' असे सांगतात, तेव्हा ते सर्व काही विकून टाकतात व त्यामुळे बाजार कोसळतो. ही काही वित्तीय बुद्धिमत्ता नव्हे.

वैविध्यपूर्ण गुंतवणूक नाही... तरीही वैविध्यपूर्ण वाटते

माझे खूप हुशार असे दोन वर्गमित्र आहेत. त्या दोघांनीही पुढे स्टॅनफर्ड युनिव्हर्सिटीमधून पदवी मिळवून पीएच.डी. केली. दोघांकडेही खूप उच्च वेतन देणाऱ्या नोकऱ्या होत्या. त्यांपैकी एक जण बँकेत, तर दुसरा तेल कंपनीमध्ये नोकरीला होता. अमेरिकेवरील ९-११ च्या हल्ल्यानंतर शेअर बाजार कोसळला, तेव्हा त्या दोघांनी वैविध्यपूर्ण गुंतवणूक केलेली असूनही बराच पैसा गमावला. त्यानंतरची काही वर्षे मी त्यांच्यापैकी एकएकट्याशी

चर्चा केली. मी त्यांना त्यांच्या गुंतवणूकविषयक रणनीतीविषयी विचारले. दोघांनीही सांगितले, मी शेअर्स, कर्जरोखे आणि म्यूच्युअल फंड्स अशी चांगली विविधता असणाऱ्या पोर्टफोलिओमध्ये गुंतवणूक केली होती.

मी त्या वेळी त्यांना म्हणालो नसलो, तरी त्यांनी खरे तर वैविध्यपूर्ण गुंतवणूक केलीच नव्हती, हा मुद्दा मला त्यांच्यापुढे मांडायचा होता. वैविध्यपूर्ण गुंतवणूक करण्याऐवजी, ते १०० टक्के कागदी मालमत्तांमध्ये, म्हणजेच प्राथमिकतः शेअर बाजारामध्ये गुंतवणूक करत होते. गुंतवणूकप्रधान स्थावर मालमत्तेमध्ये, खासगी मालकीच्या व्यवसायांमध्ये, किंवा तेल उत्पादनासारख्या वायद्याच्या सौद्यांमध्ये त्यांचे काहीच अस्तित्व नव्हते. जेव्हा बाजार कोसळला, तेव्हा त्यांची सर्व गुंतवणूकही खाली आली. ते वैविध्यपूर्ण गुंतवणूक करत नव्हते, परंतु आपण तसे करत आहोत, असे त्यांना वाटत होते. त्यांचा शैक्षणिक बुद्ध्यंक सामान्यपेक्षा वरचढ होता, परंतु त्यांचा वित्तीय बुद्ध्यंक मात्र अतिसामान्य होता.

तुमची प्रतिभा ओळखणे

मी १९७४ ते १९८४ या काळामध्ये अनेक व्यवसाय उभारले आणि कोसळलेले पुन्हा उभे केले. उद्योजक बनण्याचा माझा निर्धार होता. एखादे लहान मूल ज्याप्रमाणे चालायला शिकण्यापूर्वी अनेकदा पडते आणि पुन्हा उभे राहते, त्याचप्रमाणे मी उद्योजक म्हणून वाटचाल करण्यापूर्वी बऱ्याचदा पडलो आणि पुन्हा उभा राहिलो. मी हे केले, कारण मला बाहेरची व्यक्ती नाही, तर आतल्या गोटातील व्यक्ती बनण्यास शिकायचे होते.

१९८४ ते १९९४ या कालखंडात मी शैक्षणिक उद्योजक बनलो, कारण लोक कसे शिकतात, याविषयी मला स्वारस्य निर्माण झाले. मला शाळा आवडत नसली, तरी मला शिकण्यात आनंद वाटत होता. त्याचबरोबर, मला वर्गात नेहमी आपण मूर्ख असल्यासारखे का वाटायचे, हेसुद्धा मला जाणून घ्यायचे होते. ऑस्ट्रेलिया, कॅनडा, न्यूझीलंड, सिंगापूर आणि अमेरिका येथील आमच्या कार्यालयांतून लोकांना उद्योजकता आणि गुंतवणुकीविषयी शिक्षण देणारी शैक्षणिक कंपनी त्या दहा वर्षांमध्ये किमने आणि मी उभारली.

त्या कालावधीदरम्यान मी काही गोष्टी वेगळ्या पद्धतीने, पारंपरिक शाळांमध्ये शिकवले जाते, त्याच्या जवळपास विरुद्ध पद्धतीने केल्या. एक किंवा दोन विद्यार्थी हुशार असण्यासारखे वातावरण निर्माण करण्याऐवजी, जिथे सर्वांना हुशार असल्याचे जाणवेल आणि शिकता येईल, असे वातावरण मी निर्माण केले. वर्गाने आपापसांत स्पर्धा करण्याऐवजी, परस्परांना सहकार्य केले. विद्यार्थ्यांना माझे व्याख्यान ऐकायला लावण्याऐवजी, मी विशिष्ट विषय शिकवण्याकरिता विविध गेम्स तयार केले. प्रौढ विद्यार्थ्यांना कंटाळा येऊ देण्याऐवजी, त्यांना सक्रियपणे आव्हाने देण्यात आली आणि त्यांनीही त्यामध्ये सहभाग घेतला.

उद्योजकता विषयाचा शिक्षक म्हणून मी जे शिकलो, त्यातून मी पुढे 'कॅश फ्लो' हा माझा शैक्षणिक बोर्डगेम विकसित केला. एकाच वेळी अकाउंटिंग आणि गुंतवणूक या दोन्ही गोष्टी शिकवणारा हा पहिलावहिला गेम होता. अकाउंटिंग हा या पृथ्वीतलावरचा सर्वांत कंटाळवाणा, तर गुंतवणूक हा सर्वांत भीतिदायक विषय ठरू शकतो, हे कदाचित तुम्हांला

माहीत असेलच. हे दोन्ही विषय एकाच गेममध्ये एकत्र आल्याने शिकणे हे आव्हानात्मक आणि गमतीदार बनले. एखादी व्यक्ती हा गेम हजाराव्यांदा खेळत असेल, तरीही ती त्यातून अकाउंटिंगविषयी, गुंतवणुकीविषयी आणि स्वतःविषयीही नवे काहीतरी शिकते. औपचारिकरीत्या हा गेम १९९६ मध्ये सादर करण्यात आला.

मानवी मन आणि आपण कसे शिकतो, याविषयी मी जसजसे अधिकाधिक शिकत गेलो, तशा शालेय शिक्षण व्यवस्थेविषयी अस्वस्थ करणाऱ्या बऱ्याच गोष्टी मला आढळून आल्या. आपली सध्याची शिकवण्याची व्यवस्था ही प्रत्यक्षात मुलांच्या मेंदूची हानी करत असल्याचे मला आढळले. अन्य शब्दांत सांगायचे, तर ही शिक्षणव्यवस्था 'अ' शेरा मिळणाऱ्या विद्यार्थ्यांची प्रगतीही मंदावू शकते. माझ्या वर्गांमध्ये मी शिकवण्याची जितकी अधिक तंत्रे शिकलो व त्यांचा अवलंब केला, तितकी मी शोधत असलेली उत्तरे मला सापडण्यास सुरुवात झाली आणि माझ्यावर सातत्याने मूर्ख असल्याचा किंवा फारफार तर सामान्य असल्याचा शिक्का का मारण्यात आला होता, हे मला गवसले.

बहुविध बुद्धिमत्ता

माझ्या संशोधनादरम्यान मला हॉवर्ड गार्डनर यांच्या फ्रेम्स ऑफ माइंड : द थिअरी ऑफ मल्टिपल इंटेलिजन्सेस या पुस्तकाचा शोध लागला. त्यांचे लेखन मनाच्या कक्षा विस्तारणारे आणि माझ्या मुद्द्यांना प्रमाणित करणारे होते. एकूण सात प्रकारच्या बुद्धिमत्ता असतात, असे ते नमूद करतात.

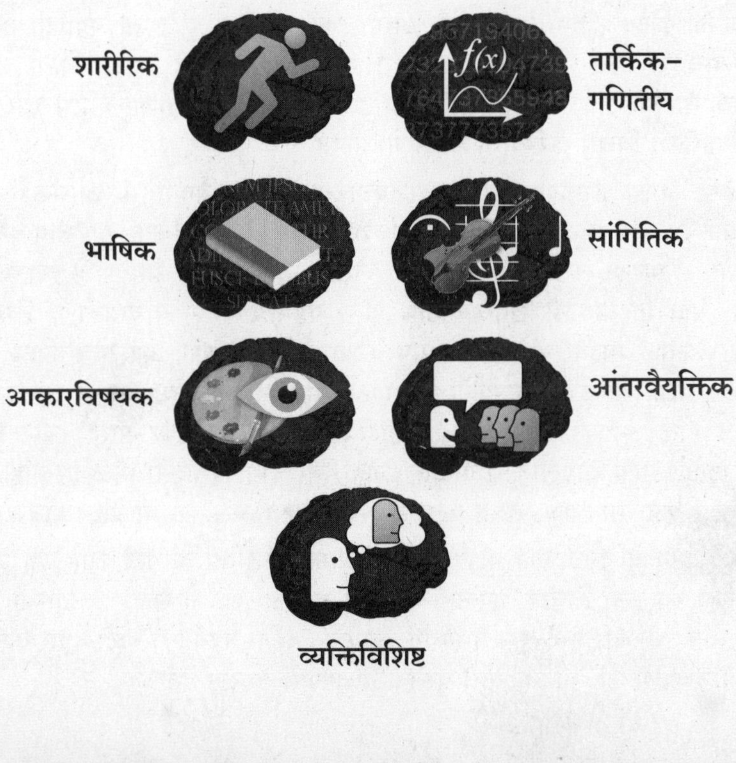

मला आतून माहीत असलेल्या गोष्टीला त्यांच्या पुस्तकाने प्रमाणित केले; माझ्याकडे केवळ शालेय शिक्षण व्यवस्थेमध्ये मान्यता असणाऱ्या म्हणजेच प्रामुख्याने भाषिक आणि तार्किक-गणितीय या बुद्धिमत्ता नव्हत्या. मी माध्यमिक शाळेत इंग्रजी विषयात दोन वेळा नापास झालो, त्याचे हेही एक कारण होते. मला लिहिणे, स्पेलिंग बनवणे किंवा विरामचिन्हांचा योग्य वापर करणे जमत नव्हते, त्याचप्रमाणे मी तर्कशुद्धही नव्हतो.

मर्चंट मरिन अकादमीमधील माझ्या पहिल्याच वर्षामध्ये, मला खूप थोर शिक्षक लाभल्याने इंग्रजी हा माझा आवडता विषय बनला. ते शिक्षक नसते, तर कदाचित मी आज लेखक नसतो. अकादमीमधील माझ्या इंग्रजी शिक्षकांची आंतरवैयक्तिक कौशल्ये खूप चांगली होती, त्यामुळेच ते माझ्याशी नाळ जोडू शकले. मला त्यांच्याविषयी आदर होते. माझ्याशी पाडून बोलण्याऐवजी, त्यांनी मला प्रेरित केले. आमचा संवाद हा शिक्षक-विद्यार्थी असा असण्यापेक्षा दोन समान व्यक्तींमधील संवाद होऊ शकला. त्यांच्या वर्गामध्ये मला हुशार बनायचे होते आणि शिकायचे होते. इंग्रजी विषयात आणखी एक 'फ' शेरा मिळण्याऐवजी मला त्या वर्षी 'ब' शेरा मिळाला.

मला सुरक्षितता गरजेची आहे

पुढे, व्हिएतनाममध्ये, मरिन कॉर्प्समधील सैनिक म्हणून काम करत असताना माझ्या व्यक्तिविशिष्ट बुद्धिमत्तेमुळे मी जिवंत राहिलो. तुमच्या भावनांवर नियंत्रण ठेवण्याची आणि तुम्हांला सोपवलेली कामगिरी ही जीवावर बेतणारी असली, तरी ती पूर्ण करण्याची क्षमता म्हणजेच व्यक्तिविशिष्ट बुद्धिमत्ता होय. अनेक लोक वित्तीयदृष्ट्या यशस्वी नसतात, कारण त्यांची व्यक्तिविशिष्ट बुद्धिमत्ता कमकुवत असते. व्यक्तिविशिष्ट बुद्धिमत्ता मर्यादित असणारे लोक बऱ्याचदा, मला नोकरीतून मिळणारी सुरक्षितता गरजेची आहे, किंवा ते खूप धोकादायक वाटतेय अशा गोष्टी बोलताना आढळतात. ही व्यक्तिविशिष्ट बुद्धिमत्तेद्वारे नाही, तर भावनिकरीत्या विचार करण्याची उदाहरणे आहेत.

गार्डनर आणि त्यांच्या बहुविध बुद्धिमत्तांच्या सिद्धांताविषयी मी अधिक अभ्यास केला, तेव्हा 'अ' शेरा मिळवणाऱ्या विद्यार्थ्यांच्या भाषिक आणि तार्किक-गणितीय बुद्धिमत्ता सरस होत्या, हे माझ्या लक्षात आले. वाचन, लेखन आणि गणिते सोडवणे हे त्यांच्यासाठी सोपे होते, मात्र माझ्यासाठी खूपच कठीण होते. मी संथ गतीने वाचायचो व लिहायचो आणि मला केवळ माझ्या नौकेचे मोजमाप करताना किंवा माझा पैसा मोजतानाच गणित आवडायचे. माझी बौद्धिक बलस्थाने ही आकारविषयक, शारीरिक, आणि व्यक्तिविशिष्ट प्रकारांतील होती, म्हणूनच मी वर्गात कागदावर निर्हेतुक रेघोट्या मारत, बोट बनवत असायचो आणि मला चांगला शेरा मिळाला नाही, तर चांगली नोकरी मिळणार नाही, असे शिक्षक जेव्हा मला सांगायचे, तेव्हा मला ना भीती वाटत असे, ना मी प्रेरित होत होतो.

वरील सात बुद्धिमत्तांपैकी माझी सर्वांत बळकट बुद्धिमत्ता कोणती आहे, हा प्रश्न या घडीला तुम्ही स्वतःला विचारू शकता. कदाचित तुम्हांला एक ते सात या उतरत्या क्रमाने तुमच्या सर्वांत उच्च बुद्धिमत्तेपासून ते सर्वांत कमकुवत बुद्धिमत्तेपर्यंतची यादी तयार करावीशी वाटेल. मी तुम्हांला डॉ. गार्डनर यांचे पुस्तक वाचण्यास उत्तेजन देतो.

मेंदूचे तीन भाग

'कल्पना ही ज्ञानापेक्षा अधिक महत्त्वाची आहे,' असे अल्बर्ट आइनस्टाइन यांनी म्हटल्याचे सांगितले जाते.

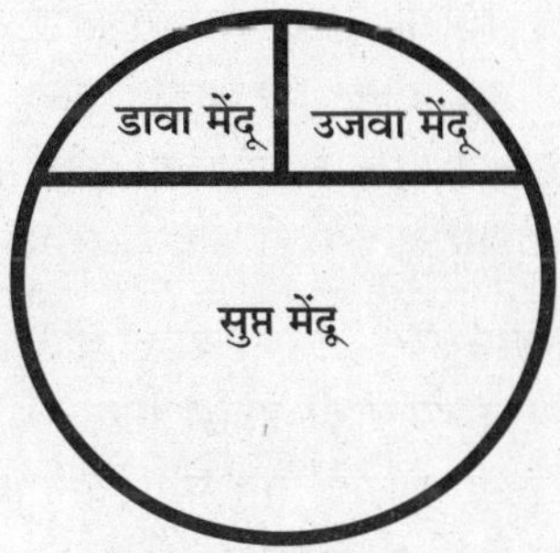

उद्योजकता विषयाचा शिक्षक असल्याने मी मेंदूच्या विविध भागांविषयी खूप अभ्यास केला. या सर्व अभ्यासाचा परिपाक अतिशय सोप्या शब्दांत सांगायचा, तर वरील चित्रात दाखवल्याप्रमाणे आपल्या मेंदूचे तीन मूलभूत भाग असतात.

१. ***डावा मेंदू.*** सामान्यतः वाचणे, लिहिणे, बोलणे आणि तर्कशास्त्रासाठी मेंदूचा हा भाग वापरला जातो. जी मुले शाळेमध्ये चांगली कामगिरी करतात, त्यांचा डावा मेंदू हा अधिक चांगल्या प्रकारे विकसित असतो. बहुविध बुद्धिमत्तांविषयी गार्डनर यांच्या संशोधनानुसार, डावा मेंदू हा भाषिक, तार्किक-गणितीय आणि आंतरवैयक्तिक बुद्धिमत्तांशी सर्वाधिक संबंधित असतो. लेखक, शास्त्रज्ञ, वकील, अकाउंटंट आणि शालेय शिक्षक ही अशा प्रकारच्या लोकांसाठीची कार्यक्षेत्रे असतात.

२. ***उजवा मेंदू.*** मेंदूचा हा भाग बऱ्याचदा चित्रकला, कला, संगीत आणि यांसारख्या सर्जनशीलता आणि कल्पनाशक्तीशी निगडित अन्य चाकोरीबाह्य गोष्टींशी संबंधित असतो. गार्डनर यांच्या संशोधनानुसार सांगीतिक आणि आकारविषयक बुद्धिमत्ता या उजव्या मेंदूशी अधिक संबंधित असतात. या बुद्धिमत्ता प्रबळ असणाऱ्यांसाठी डिझायनर, रचनाकार, वास्तुविशारद आणि संगीत कलावंत ही कार्यक्षेत्रे असतात.

३. ***सुप्त मेंदू.*** मेंदूच्या तीन भागांमध्ये हा सर्वांत शक्तिशाली असतो, कारण यामध्ये प्राथमिक मेंदू म्हणून ओळखल्या जाणाऱ्या ओल्ड ब्रेनचाही समावेश असतो. हा प्राथमिक मेंदू बराचसा प्राण्यांच्या मेंदूप्रमाणे असतो. तो विचार करत नाही, मात्र प्रतिक्रिया देतो, झुंज देतो, पळ काढतो किंवा सुन्न होतो. गार्डनर यांच्या संशोधनानुसार व्यक्तिविशिष्ट बुद्धिमत्ता ही सुप्त मनाशी सर्वाधिक निगडित असते. माझ्या मते, माणसाची व्यक्तिविशिष्ट बुद्धिमत्ताच अखेरीस त्याला जीवनात,

प्रेमात, आरोग्याबाबत आणि पैशांबाबत यश मिळेल की अपयश हे निश्चित करते. याचे कारण म्हणजे, सुप्त मन हा मेंदूचा, विशेषतः तणावपूर्ण परिस्थितीमध्ये सर्वांत शक्तिशाली भाग असतो.

सुप्त मन हे शारीरिक बुद्धिमत्तेच्या माध्यमातून शारीरिक क्रियांवरही परिणाम करते. उदाहरणार्थ, गोल्फ खेळामध्ये तणावामुळे गोल्फपटूचा श्वास गुदमरू शकतो आणि तो खूप सोपा फटकाही चुकवू शकतो. नकळतपणे, माणूस हा थिजू शकतो आणि चूक करण्याच्या भीतीने तो कृती करत नाही किंवा कामावरील प्रेमापेक्षा सुरक्षिततेपोटी नोकरीला धरून राहतो.

व्यक्तिविशिष्ट बुद्धिमत्ता सरस असणाऱ्या लोकांकडे सुप्त मेंदूशी झुंजण्याची, पळ काढण्याची किंवा सुन्न होण्याची इच्छा नियंत्रित करण्याची क्षमता असते. पळ काढण्याऐवजी थिजून राहणे ही प्राप्त परिस्थितीमध्ये सर्वांत चांगली गोष्ट ठरेल, याचा निर्णय बहुधा ते घेऊ शकतात. थिजून राहिले असतील, तर बहुधा ते झुंज देण्याचा पर्याय निवडू शकतात. मुद्दा हा आहे की, योग्य सुप्त प्रतिसाद निवडण्याची बुद्धिमत्ता त्यांच्याकडे असते. चिडलेले असतानाही, ते शांतपणे बोलू शकतात. घाबरले असतानाही, ते त्यांच्या भीतीचा सामना करू शकतात.

लोकांच्या नेणिवांचा ताबा भीतीने घेतला असेल, तर लोक भिन्नपणे विचार करतात. जर लोक भयग्रस्त असतील, तर ते, 'मी हे करू शकत नाही. मी अपयशी ठरलो तर?' किंवा 'हे खूप धोकादायक आहे,' अशी विधाने करू शकतात. त्या तुलनेत सुप्त मेंदूमध्ये झुंजण्याच्या अवस्थेत असलेला माणूस, मी त्यांना दाखवतोच. मी ते करू शकतो, इतके दाखवण्यासाठीच 'मी हा व्यवहार करेन,' असे म्हणू शकतो.

विचार करण्यापूर्वी आणि निर्णय घेण्यापूर्वी तुमची सुप्त मानसिक अवस्था निवडायला शिकणे हे खूप महत्त्वाचे आहे. मी व्हिएतनाममध्ये असताना, जेव्हा सुप्त मनोवस्थेत लढण्याची निवड केली, तेव्हा मला अधिक बरे वाटू लागले, मी अधिक चांगले उड्डाण करू लागलो आणि मी अधिक आत्मविश्वासपूर्ण बनलो. जेव्हा मी पळ काढण्याच्या किंवा घाबरलेल्या मानसिक स्थितीत होतो, तेव्हा माझे विचारही अधिक भीतिग्रस्त असायचे. म्हणूनच, तुमचा डावा आणि उजवा मेंदू वापरण्यापूर्वी, तुमच्या मनाची सुप्तावस्था निवडा.

ज्या कार्यक्षेत्रांमध्ये तणावाखाली असतानाही प्रचंड नियंत्रण मिळवण्याची आवश्यकता असते, अशी कार्यक्षेत्रे व्यक्तिअंतर्गत बुद्धिमत्ता प्रबळ असणाऱ्या लोकांसाठी सर्वोत्तम असतात. उदाहरणार्थ, पोलिस अधिकारी, अतिदक्षता विभागातील परिचारिका व डॉक्टर्स, अग्निशामक दलाचे जवान, तसेच सैनिक यांची व्यक्तिविशिष्ट बुद्धिमत्ता उच्च असणे गरजेचे असते. उद्योजकांकडेही याप्रकारच्या बुद्धिमत्तेचा स्तर उच्च असणे आवश्यक आहे, असे मी म्हणेन.

कोणता मेंदू तुमच्या पैशांचे नियंत्रण करतो?

मेंदूविषयी आणि तो कसा काम करतो, याविषयी मला जिज्ञासा निर्माण झाली, कारण लोक एक गोष्ट बोलतात आणि त्यानंतर दुसरीच कशी काय करतात, असा मला प्रश्न पडायचा. उदाहरणार्थ, मी एखाद्या व्यक्तीला ''तुला श्रीमंत व्हायचे आहे का?'' असे विचारले, तर बहुतांश व्यक्ती त्यांच्या डाव्या तार्किक मेंदूद्वारे येणारे उत्तर देतील, ''हो. मला खरेच श्रीमंत व्हायचे आहे.'' समस्या ही त्यांच्या तार्किक डाव्या मेंदूमध्ये आढळत नाही. समस्या त्यांच्या सुप्त मेंदूने, ''तू नाही. तू कधीच श्रीमंत बनणार नाहीस,'' किंवा ''तू कसा काय श्रीमंत बनू शकतोस, तुझ्याजवळ काहीच पैसा नाही,'' असे म्हणण्यामध्ये असते.

बहुतांश बाबतींत, अपयशी ठरण्याची सुप्त भीती ही लोकांना मागे खेचते. या अपयशी ठरण्याच्या भीतीचाच वापर शिक्षक शाळेमध्ये विद्यार्थ्यांना प्रेरित करण्यासाठी करतात. ''जर तुला चांगला शेरा मिळाला नाही, तर तुला चांगली नोकरी मिळणार नाही,'' असे माझ्या शिक्षकांनी मला सांगितलेले आठवते. पुढे आयुष्यात, जेव्हा 'अ' शेरा मिळालेल्या आणि चांगली नोकरी असलेल्या विद्यार्थ्यांना करिअरमध्ये बदल करण्याची इच्छा असते, तेव्हा त्यांची भीती त्यांना बंदी बनवते.

उदाहरणार्थ, हार्वर्ड विद्यापीठाचा माजी विद्यार्थी असणारा माझा एक ॲटर्नी मित्र आहे. त्याला करिअर बदलायचे आहे, पण तो तसे करू शकत नाही. अपयशाच्या आणि पुरेसे पैसे न मिळवण्याच्या भीतीमुळे तो नवे काहीतरी करायला घाबरतो. मी इतका दीर्घ काळ वकील म्हणून काम केले आहे, की मला दुसरे काय करायचे आहे, हेच माहीत नाही. ''आता मी जितकी कमाई करतो आहे, तितके पैसे मला दुसरे कोण देईल,'' असे तो मला सांगतो. त्याच्याकडे उत्कृष्ट डावा मेंदू आहे, अप्रगत उजवा मेंदू आहे आणि अनियंत्रित सुप्त मेंदू आहे.

पुन्हा, सुप्त मेंदू हा तीन मेंदूंपैकी सर्वांत शक्तिशाली मेंदू असतो. सुप्त मन हे इतके शक्तिशाली असते, की ते तुम्हांला जडलेल्या सवयी नियंत्रित करते. उदाहरणार्थ, धूम्रपान करणाऱ्या बहुतांश जणांना हे व्यसन सोडायचे असते. तुम्ही त्यांच्या डाव्या मेंदूला धूम्रपानाच्या घातक परिणामांविषयी तार्किकदृष्ट्या स्पष्टीकरण देऊ शकता आणि त्यांच्या उजव्या मेंदूला फुप्फुसाच्या कर्करोगाची भयानक चित्रे दाखवू शकता. परंतु जर सुप्त मनाला धूम्रपान करण्याची इच्छा असेल, तर ती व्यक्ती धूम्रपान करते. तुम्ही 'अ' शेऱ्याचे विद्यार्थी असा, किंवा 'फ' शेऱ्याचे, अनेकार्थांनी सुप्त मेंदूच तुमचे जीवन नियंत्रित करतो. पैशांचा विषय येतो, तेव्हा आपल्या आतमध्ये मेंदूंचे परस्पर द्वंद्व सुरू असणे, हे अनेक लोकांबाबत घडते. याच संघर्षामुळे अनेक लोकांना आपला जीवनस्तर उंचावण्याची आणि श्रीमंत होण्याची इच्छा असूनही ते आपल्या संसाधनांच्या मर्यादेत जगतात.

उद्योजकता आणि पैसा या विषयांचा शिक्षक म्हणून मला अनेक जण, अगदी उच्च विद्याविभूषित असणारेही, गरिबीत जगण्याची सवय जडलेले आढळतात. त्यांच्या मेंदूतील काहीतरी त्यांना गरीब ठेवत असते. त्यांनी स्पर्श केलेल्या सर्व गोष्टींचे सोने होण्याऐवजी, ते स्पर्श करतात त्या सर्व गोष्टी कथिलाच्याच होतात.

मेंदूंचे द्वंद्व

मेंदूंच्या या द्वंद्वाने एक शिक्षक म्हणून माझी जिज्ञासा जागृत केली. माणसाच्या तार्किक आणि अतार्किक मनांदरम्यानच्या संघर्षाने मला कोड्यात टाकले. खरे शिक्षण हे केवळ विद्यार्थ्यांना वाचायला, लिहायला आणि उत्तरांची घोकंपट्टी करायला शिकवण्यामध्ये नाही, याची जाणीव मला झाली. खरे शिक्षण परिणामकारक ठरण्यासाठी त्याने तीनही मेंदूंच्या बलस्थानांना परस्परांशी जोडून घेतले पाहिजे, हे मला जाणवले. तिन्ही मेंदूंनी परस्परांच्या विरोधात काम करण्याऐवजी, एकत्रितपणे काम करायला हवे होते. जर एखादी व्यक्ती आपल्या तीनही मेंदूंना समरेषीय बनवून त्यांचा विकास करू शकत असेल, तर त्याला किंवा तिला वास्तव जगामध्ये यशस्वी होण्याची अधिक संधी होती.

पारंपरिक शिक्षणाबाबत समस्या अशी आहे की, ते मेंदूच्या केवळ एका भागावर, म्हणजेच केवळ डाव्या मेंदूवर लक्ष केंद्रित करते. अन्य शब्दांत सांगायचे, तर तुम्ही डाव्या मेंदूपुरते प्रतिभासंपन्न आणि सुप्त मेंदूबाबत मात्र मूर्ख असू शकता. काय करायचे आहे, हे तुम्हांला डाव्या मेंदूमध्ये माहीत असू शकते आणि सुप्त मेंदूमध्ये मात्र तुम्ही प्रत्यक्षात ती गोष्ट करण्याबाबत भेदरलेले असू शकता. सर्वांत वाईट बाब म्हणजे, अनेक लोक शाळा पूर्ण करतात, वाचणे, लिहिणे, गणिते सोडवणे आदींमध्ये पूर्णपणे पारंगत होतात आणि तरीही अपयशाला घाबरत असतात आणि वास्तव जगामध्ये संधी शोधायचे सोडून सुरक्षितता शोधतात. त्यांना कल्पनाशक्तीपेक्षा- आणि मेंदूच्या तीनही भागांना एकत्रित करण्याच्या क्षमतेपेक्षा ज्ञानाला अधिक मूल्य देण्यास शिकवले जाते. बरीच वर्षे सर्वोत्तम होण्यासाठी प्रयत्न केल्यानंतर, या लोकांना वित्तीय तज्ज्ञांकडून विखरून गुंतवणूक करण्याचा आणि आपल्या संसाधनांच्या मर्यादेत राहण्याचा सल्ला दिला जातो. भयग्रस्त सुप्त मेंदूला हा सल्ला बुद्धिमान आणि तर्कशुद्ध वाटतो. बरीच वर्षे हे लोक दरमहा आपल्या वेतनातील ठरावीक रक्कम त्यांच्या वित्तीय तज्ज्ञांकडे सोपवतात आणि या वित्तीय तज्ज्ञांना त्याचे काय करायचे हे माहीत असल्याची आशा बाळगतात. त्याच वेळी जगातील सर्वांत श्रीमंत गुंतवणूकदार वॉरेन बफे मात्र, वैविध्यपूर्ण गुंतवणूक म्हणजे अज्ञानापासून मिळणारे संरक्षण आहे, असे म्हणतात आणि ते तसे असतेही.

जग हे डाव्या मेंदूचा वापर करणाऱ्यांकडून चालवले जाते

हे जग डाव्या मेंदूचा वापर करणाऱ्यांकडून चालवले जाते. डावा मेंदू वापरणाऱ्या लोकांबाबत ही समस्या आहे की, तोच एकमेव मेंदू आणि तेवढीच एकमेव बुद्धिमत्ता आहे, असे त्यांना वाटते. त्यांच्यापैकी अनेक जण हे मेंदूच्या अन्य भागांबाबत आणि अन्य प्रकारच्या बुद्धिमत्तांच्या शक्यतेबाबत अनभिज्ञ असतात. डाव्या मेंदूचा वापर करणाऱ्या उच्च शिक्षित माणसाला तुम्ही बुद्धिमत्तेची व्याख्या विचारलीत, तर त्याचे किंवा तिचे उत्तर असते, ''जर तुम्ही माझ्याशी सहमत असाल, तर तुम्ही बुद्धिमान आहात. जर सहमत नसाल, तर तुम्ही मूर्ख आहात.''

पैशांच्या जगतामध्ये, डावा मेंदू वापरणारे लोक हे संख्यांचे सूत्र आणि गणितीय समीकरण वापरून पैसे मिळवण्यावर विश्वास ठेवतात. त्यामुळेच जेव्हा बाजार कोसळला,

तेव्हा त्या सोबतच अनेक फंड्सही कोसळले. हे फंड्स शैक्षणिकदृष्ट्या प्रतिभासंपन्न असणाऱ्यांकडून सारख्याच सूत्राचे अनुकरण करून चालवले जातात. वॉल स्ट्रीट जर्नलमध्ये २४ ऑगस्ट २००७ रोजी क्वांट्स फंडविषयी प्रसिद्ध झालेल्या वृत्तकथेतील आणखी एक परिच्छेद पुढे दिला आहे (जस्टिन लॅहार्ट, हाउ दि क्वाँट प्लेबुक फेल्ड) :

> विजयी व्यापार रणनीतींचा शोध घेण्यासाठी संख्याशास्त्रीय नमुने वापरणाऱ्या बऱ्याच क्वांट फंड्सनीही या महिन्यामध्ये प्रचंड तोटा नोंदवला आहे. अनेक प्रकरणांमध्ये या फंडांच्या व्यवस्थापकांनी अन्य क्वांटिटेटिव्ह हेज फंड्सकडे निर्देश केले, म्हणजेच या सर्व फंडांकडे सारख्याच शेअर्सची मालकी होती आणि त्यांच्या मॉडेल्सनी एकाच वेळी त्यांना शेअर्स विकण्याची सूचना केल्याची परिणती शेअर्सच्या किमती कोसळण्यामध्ये झाली आणि या प्रक्रियेत सर्वांनाच फटका बसला, असे ते सूचित करत होते.

अन्य शब्दांत सांगायचे, तर 'अ' शेरा मिळवणाऱ्या विद्यार्थ्यांनी शेअर बाजारात गुंतवणूक करण्यासाठी त्यांच्या भाषिक आणि तार्किक-गणितीय डाव्या मेंदूचा वापर केला आणि शाळेत जशी सर्वांचीच उत्तरे सारखीच येतात, तशी त्यांचीही उत्तरे एकच आली. मात्र यामुळे झालेल्या तोट्याचा भार कोणी सहन केला? त्या 'अ' शेरा मिळवणाऱ्या विद्यार्थ्यांनी नाही. त्यांचे वेतन त्यांना नियमित मिळत राहते. कारण, ते नोकरदार आहेत, गुंतवणूकदार नाहीत.

संपूर्ण मेंदूचा वापर करून जिंकण्यास शिकणे

वॉरेन बफे एकदा म्हणाले होते, ''तुम्हांला स्वतःसाठी विचार करावाच लागतो. उच्च बुद्ध्यंक असणारे लोक कसे विचारशून्यपणे अनुकरण करतात, याचा नेहमीच मला अचंबा वाटतो.''

शैक्षणिक क्षेत्रातील उद्योजक म्हणून मी विद्यार्थ्यांना चाकोरीबाह्य विचार करण्यास आणि अंधानुकरण करण्यापेक्षा स्वयंनिर्मिती करण्यास शिकवायला सुरुवात केली. माझ्या बऱ्याच विद्यार्थ्यांसाठी माझी शिकवण्याची ही प्रक्रिया किती भीतिदायक होती, हे पाहून मला आश्चर्य वाटले. बहुतांश जण हे नोकरीतून येणाऱ्या सुरक्षिततेच्या गरजेबाबत, गुंतवणुकीच्या जादूई सूत्राबाबत आणि चुका टाळण्याबाबत इतके घाबरलेले होते की, त्या भीतीचे पाश तोडणे हा माझ्या कामाचा सर्वांत कठीण भाग होता. हे सर्व जण हुशार, यशस्वी, उच्च विद्याविभूषित आणि बदल हवे असणारे लोक होते. ते गरीब, अयशस्वी आणि निरक्षर नव्हते.

वित्तीयदृष्ट्या जिंकण्यासाठी त्यांना त्यांची प्राथमिक बुद्धिमत्ता आणि त्यांच्या तीनही मेंदूंचा वापर कसा करावा, हे दाखवणे शिक्षक म्हणून माझे काम होते. माझ्या व्यवसायविषयक प्रशिक्षण कार्यक्रमांना मी नेहमी 'तुमचा संपूर्ण मेंदू वापरून जिंकण्यास शिकणे,' असे संबोधायचो. लोकांचे लक्ष वेधून घेण्यासाठी मी नेहमी, '''अ' शेरा मिळवणारे विद्यार्थी 'क' शेरा मिळवणाऱ्या विद्यार्थ्यांसाठी आणि 'ब' शेरा मिळवणारे विद्यार्थी सरकारसाठी काम करतात,'' असे म्हणायचो. 'अ' शेरा मिळवलेल्या विद्यार्थ्यांना हे विधान अर्थातच

आवडायचे नाही. मात्र माझ्या निष्कर्षांमागील तर्कशास्त्र मी त्यांना समजावून सांगायचो, तेव्हा त्यांची नाराजी दूर होत असे.

गरीब आणि मध्यम वर्गाची बोली

मेंदूमध्ये प्रतिन्यूरॉन्स असतात, याचा शोध न्यूरोशास्त्रज्ञांनी अलीकडेच लावला आहे. हा शोध गुणसूत्रांच्या (डीएनए) शोधापेक्षाही अधिक महत्त्वाचा आहे, असे यांपैकी अनेक शास्त्रज्ञ मानतात. न्यूरॉन्सचे प्रतिरूप म्हणजेच न्यूरोमिररचा अर्थ अगदी सोप्या भाषेत सांगायचा, तर ते माकडांनी एखादी गोष्ट पाहून त्याप्रमाणे कृती करण्यासारखे किंवा पक्ष्यांनी एकमेकांसोबत पंख फडफडवण्यासमान आहे. म्हणजेच, आपल्या मेंदूची रचनाच, आपण इतरांना जे करताना पाहतो, त्याचे अनुकरण करण्यासाठी झालेली आहे. क्वांट फंड्सचे व्यवस्थापक सारख्याच शेअर्समध्ये गुंतवणूक का करतात, गरिबांनी खूप सारा पैसा कमावला, तरी ते गरीबच का राहतात, आणि इंग्लंडमध्ये वाढलेल्या मुलाच्या इंग्रजीची बोली आणि उच्चार हे अमेरिकेमध्ये किंवा ऑस्ट्रेलियामध्ये जन्मलेल्या मुलापेक्षा वेगळे का असतील, याचे स्पष्टीकरण यातून मिळते.

बोली आणि उच्चारांचे मिरर न्यूरॉन हे आपल्या विश्वाविषयीच्या, तसेच आपण कोणाशी संबंधित राहावे, याविषयीच्या आवाक्याला मर्यादा घालतात. अनेक मुलांना हवाई सोडून बाहेर जाताना त्रास होतो, कारण पिडगिन इंग्रजी ही त्यांची येथील इंग्रजीची बोली असते. पिडगिन बोली बोलणारी हवाईतील मुले ही अमेरिकेच्या अन्य शहरांमधील शाळांमध्ये दाखल होताना आपल्याला सोयीस्कर वाटेल, म्हणून बऱ्याचदा मोठे हवाईयन क्लब असणाऱ्या शाळांमध्ये प्रवेश घेतात. युनियन स्कूलमधील बरीच मुले पिडगिन बोलीमध्ये बोलायची. रिव्हरसाइड स्कूलमधील मुलांना मात्र ही बोली बोलण्यास मनाई होती. माझ्या आयुष्यामध्ये या गोष्टीमुळे प्रचंड फरक पडला आणि त्यामुळेच मी हवाई विद्यापीठामध्ये नाही, तर न्यू यॉर्कमधील शाळेत शिकायला गेलो, असे मला वाटते.

व्यवसाय आणि गुंतवणुकीच्या जगतामध्ये गरीब लोक हे गरीब लोकांच्या बोलीत बोलतात. व्यवसाय आणि गुंतवणुकीची भाषा वापरण्याऐवजी ते सरकारी कार्यक्रम, कल्याणकारी योजना आणि साहाय्य, यांसारख्या गोष्टी बोलतात. मध्यम वर्गाची बोली वेगळी असते. 'वैविध्यपूर्ण गुंतवणूक करा आणि आपल्या संसाधनांच्या मर्यादेत जगा,' अशा गोष्टी ते बोलतात. जगातील सर्वांत श्रीमंत गुंतवणूकदार असणारे बफे सांगतात, ''मला पैसा हवा आहे, असे नाही. तर पैसा मिळवणे आणि तो वाढताना पाहणे, यामध्ये गंमत आहे.'' हे पुन्हा भिन्न मिरर न्यूरॉन असणाऱ्या मेंदूचे प्रतिबिंब दर्शवणाऱ्या भिन्न इंग्रजीच्या बोलीचे उदाहरण आहे.

प्रत्येक गट हा भिन्न बोली बोलतो. उदाहरणार्थ, जेव्हा काही गोल्फपटू एकत्र जमतात, तेव्हा ते पूर्णपणे निराळ्याच स्वरूपाची इंग्रजी बोलतात. ते जेव्हा 'बर्डी'विषयी गप्पा मारतात, तेव्हा ते गोल्फ कोर्सवर कोणत्यातरी रानपक्ष्याची शिकार करण्याबाबत बोलत

नसतात. तुम्ही जगात कोठेही जा, जेव्हा एक गोल्फपटू दुसऱ्या गोल्फपटूला, ''मी बर्डी पूर्ण केली,'' असे सांगतो, तेव्हा त्याने अधिक गुण मिळवले असून सर्वसाधारण निकषापेक्षा वरचढ खेळ केला आहे, हे प्रत्येक गोल्फपटूला माहीत असते.

सोप्या भाषेत सांगायचे, तर याच प्रकारे श्रीमंत लोक वेगळ्या बोलीमध्ये बोलतात. हा मुद्दा भिन्न मेंदूंचा आणि भिन्न मिरर न्यूरॉन्सचा आहे. यासाठीच वयाच्या नवव्या वर्षी तो पूल ओलांडणे माझ्यासाठी जीवन बदलून टाकणारे होते आणि म्हणूनच मी माझ्या संसाधनांच्या मर्यादेत जगत किंवा वैविध्यपूर्ण गुंतवणूक करत नाही. म्हणूनच माझ्याकडचे पैसे संपले तेव्हा मी कमी किमतीच्या गाड्या चालवल्या नाहीत, स्वस्तातील कपडे वापरले नाहीत किंवा निम्न वर्गीय भागात राहिलो नाही. हा मिरर न्यूरॉन्सचा आणि जीवनमानाचा मुद्दा होता.

मिरर न्यूरॉन्स हे शिकण्याच्या दृष्टीने आपल्या मेंदूतील सर्वांत शक्तिशाली घटक असल्याचे आज न्यूरोशास्त्रज्ञ मानतात. शालेय वर्गामध्ये काही विद्यार्थी हे शिक्षकांचे प्रिय का असतात, याचे स्पष्टीकरण यामधून मिळते. बहुतांश वर्ग हे डाव्या मेंदूचा वापर करणाऱ्या लोकांकडून चालवले जात असल्यामुळे अशाच प्रकारची बुद्धिमत्ता असणाऱ्या मुलांना झुकते माप देण्याची या लोकांची प्रवृत्ती असते. याचीच उलट बाजू म्हणजे, कलाप्रिय, संगीतप्रिय, सर्जनशील, शारीरिक शिक्षणाकडे ओढा असणारे किंवा सहजासहजी दबून न राहणारे विद्यार्थी अशा शिक्षकांना सहसा आवडत नाहीत. महाविद्यालयीन वयामध्ये पोहोचेपर्यंत भाषिक आणि तार्किक-गणितीय बुद्धिमत्ता नसणारी बहुतांश मुले ही शिक्षणव्यवस्थेतून बाहेर पडलेली असतात. त्यांच्यावर शिक्का बसलेला असतो आणि त्यांना बाजूला करण्यात आलेले असते. दुर्दैवाची गोष्ट म्हणजे, ज्या मुलांना बाजूला केले जाते, ती नेहमीच स्वतःला मूर्ख समजून शाळा सोडतात. इतक्या कोवळ्या वयात हेच जर तुमच्या सोबत घडले, तर काय होईल, याचा विचार करा. हा शिक्का तुमच्या उर्वरित आयुष्यावर कशा प्रकारे परिणाम करेल?

हार्वर्ड विद्यापीठाचे प्राध्यापक रॉबर्ट रोसेन्थॉल आणि लेनोर जेकबसन यांनी १९६६ मध्ये केलेल्या एका प्रयोगादरम्यान, शिक्षकांना त्यांच्या वर्गातील ठरावीक विद्यार्थी हे प्रचंड हुशार असल्याचे सांगण्यात आले होते, प्रत्यक्षात ते विद्यार्थी तितके हुशार नव्हते. तथापि, या प्रयोगामध्ये जवळपास प्रत्येक वेळी त्या विद्यार्थ्यांना उल्लेखनीयरीत्या चांगले गुण मिळाले. अन्य शब्दांत सांगायचे, तर मुलांच्या बुद्धिमत्तेविषयी शिक्षकांचा दृष्टिकोन हा मुलांच्या अध्ययनावर प्रचंड प्रभाव पाडतो, असे संशोधकांना आढळून आले. गुंतवणुकीच्या जगतामध्ये याला एककल्लीपणा म्हणतात; वांशिक संबंधांच्या संदर्भात हा 'पूर्वग्रह' म्हणून ओळखला जातो. हे मिरर न्यूरॉन्सच्या परिणामाचे उदाहरण आहे.

सोप्या शब्दांत सांगायचे, तर मिरर न्यूरॉन्सचा अर्थ, आपले मेंदू हे टीव्हीच्या ट्रान्समीटर्स आणि रिसीव्हर्सप्रमाणे असतात. आपण प्रत्यक्षात भौतिकदृष्ट्या परस्परांशी बोलत नसलो, तरी आपले मेंदू खूप सखोल पातळीवर संवाद साधत असतात. उदाहरणार्थ, आपण जेव्हा एखाद्या खोलीमध्ये प्रवेश करतो, तेव्हा कोणीही काहीही न बोलता आपल्यापैकी बहुतांश जणांना खोलीतील कोण आपल्यासारखे आहे आणि कोण नाही, हे लागलीच समजते. हीच

यातील सर्वांत वाईट गोष्ट आहे. माझ्या जर स्वतःविषयीच्या भावना चांगल्या नसतील, तर लोकांना माझ्याविषयी काहीच चांगले वाटत नाही, हे मी शिकलो. अनेक उदाहरणांमध्ये, तर लोक केवळ मी जे प्रक्षेपित करत असतो, तेच संदेश माझ्याकडे परत पाठवत असतात. अन्य शब्दांत सांगायचे, तर जर आपण पराभूत आहोत, असे मला वाटत असेल, तर अन्य लोकही 'मी पराभूत आहे,' असाच विचार करतील.

यातील चांगली बातमी अशी की, तुम्ही आणि मी आपला स्वतःविषयीचा दृष्टिकोन बदलून त्याद्वारे लोकांचा आपल्याविषयीचा दृष्टिकोन बदलू शकतो. आपले मिरर न्यूरॉन्स जुळवून घेऊन हे करता येऊ शकते. हे सोपे नाही, मात्र हे केले जाऊ शकते. उदाहरणार्थ, जर मी माझा स्वतःविषयीचा दृष्टिकोन बदलला नसता, तर मी किमसारख्या सुंदर स्त्रीला कधीही भेटू व तिच्याशी विवाह करू शकलो नसतो, तसेच मी आज वित्तीयदृष्ट्या सुरक्षितही नसतो. जर मी जाणीवपूर्वक माझा स्वतःविषयीचा दृष्टिकोन बदलला नसता, तर मी अद्यापही बहुधा लाजाळू, स्थूल आणि पिडगिन इंग्रजी बोलणारा गरीब मुलगा बनून राहिलो असतो.

मी खूप चांगल्या शाळेतून पदवीधर झालो असलो, तरी शाळेतून बाहेर पडतानाही मला हुशार असल्यासारखे वाटत नव्हते. मी होतो, त्यापेक्षा खूप अधिक हुशार लोक आहेत, असे मला बाहेर पडताना वाटत होते. मी नेहमीच सामान्य होतो. मी जेव्हा नोकरीसाठी मुलाखतींना जायचो, तेव्हा मी कोणत्या शाळेत शिकलो आणि माझ्याकडे पदव्युत्तर पदवी आहे का, हे प्रश्न सर्वप्रथम विचारले जायचे. जर माझ्याकडे पदव्युत्तर पदवी असती, तर मला नोकरी मिळण्याची अधिक चांगली संधी होती. पुन्हा एकदा, मी व्यवसायविश्वामध्ये असलो, तरी मी अद्यापही शालेय वर्गात, डाव्या मेंदूच्या बुद्धिमत्तेचे प्राबल्य असणाऱ्या जगतामध्ये होतो. १९७४ साली झेरॉक्स कंपनीमध्ये काम करत असताना, मी एमबीए पदवी मिळवेन, असे आश्वासन मी कंपनीला दिले होते. त्याच वेळी मी मेंदू आणि अध्ययन व अध्यापनाचे भिन्न मार्ग यांविषयी संशोधनास सुरुवात केली. मी त्यांच्या अटींवर नाही, तर माझ्या अटींवर जिंकण्याचा मार्ग शोधत होतो.

समोरची व्यक्ती कोणत्या शाळेमध्ये शिकली आणि त्याच्याकडे किंवा तिच्याकडे किती प्रगत पदव्या आहेत, हे त्यांचे यशाविषयीचे निकष असल्याचे शालेय शिक्षकांच्या कुटुंबामध्ये वाढल्यामुळे मला जाणवले होते. मोठ्या व्यवसायांच्या जगतामध्येही ही गोष्ट बऱ्यापैकी तशीच होती. बहुतांश प्रमुख उद्योगसमूहांमध्ये, मालकांना मान्यताप्राप्त शाळांमधील प्रगत पदव्यांसोबत येणारे प्रतिष्ठित कुलोत्पन्न हवे असतात. अन्य शब्दांत सांगायचे तर, आयव्ही लीग शाळांमधून पदवीधर झालेले हे राज्य विद्यापीठांच्या पदवीधरांपेक्षा अधिक चांगले समजले जातात आणि राज्य विद्यापीठांचे पदवीधर हे कम्युनिटी महाविद्यालयांतील पदवीधरांपेक्षा सरस गणले जातात. मोठ्या व्यवसायांच्या जगतामध्ये, तुम्ही शिक्षण घेतलेल्या शाळेचे नाव तुम्हांला चांगली नोकरी, चांगला हुद्दा आणि चांगले वेतन देऊ शकते. हे यशाचे मोजमाप आहे.

माझ्या श्रीमंत वडिलांसोबत वावरल्यामुळे, त्यांचे यशाचे मोजमाप हे आपण किती पैसे मिळवले, आपण कोणत्या लोकांसोबत वेळ घालवतो, काम करण्याचे अथवा न करण्याचे

स्वातंत्र्य आणि आपण किती रोजगार निर्माण केले, आदी गोष्टींवर अवलंबून असल्याचे मला जाणवले. माझे आयुष्य मला कोणाच्या यशाविषयीच्या निकषांवर आधारलेले ठेवायचे आहे, हे ठरवावे लागणार असल्याचे मला जाणवले. माझ्या गरीब वडिलांचा शाळा आणि मोठ्या व्यवसायाचा गेम आपण जिंकू शकू, असे मला वाटत नव्हते. त्यामुळे माझ्या श्रीमंत वडिलांच्या गेममध्ये मला जिंकण्याची चांगली संधी असल्याचे मी ठरवले, तेव्हाच माझ्या खऱ्या शिक्षणाला सुरुवात झाली.

मी उद्योजक आणि स्थावर मालमत्तेतील गुंतवणूकदार म्हणून माझ्या श्रीमंत वडिलांच्या पावलांवर पाऊल ठेवायचे ठरवले. या क्षेत्रांमध्ये मला अधिक चांगली संधी असल्याचे मला माहीत होते, कारण 'अ' शेरा मिळवणारे बहुतांश विद्यार्थी हे नोकरदार असतात, ते उच्च वेतन देणाऱ्या नोकऱ्यांच्या शोधात असतात आणि ते शेअर्स, कर्जरोखे आणि म्यूच्युअल फंड्स यांसारख्या कागदी मालमत्तांमध्ये गुंतवणूक करतात. मी 'क' शेरा मिळालेला विद्यार्थी असल्याने, जर मला जिंकायला शिकायचे असेल, तर मला माझा केवळ डावा मेंदू नाही, तर माझे तिन्ही मेंदू वापरण्याची गरज आहे, याची जाणीव मला झाली.

पुढील काही प्रश्न तुमच्यासाठी आहेत.

- तुमचे यशाचे मोजमाप काय?
- तुम्हांला जिंकण्याची सर्वोत्तम संधी कुठे आहे?
- तुमचा मेंदू जिंकण्यासाठी प्रशिक्षित आहे का?
- तुमचे मेंदू हे एकत्रितपणे काम करत आहेत की तुमच्याविरोधात काम करत आहेत?

दोन प्रतिकूलता

पैशांचा विषय येतो, तेव्हा लोकांसमोर दोन प्रतिकूलता उभ्या राहतात, याचा शोध मला इतक्या वर्षांमध्ये लागला आहे. या प्रतिकूलता पुढीलप्रमाणे :

१. ***आपल्या शाळा आपल्याला पैशांविषयी फारसे काही शिकवत नाहीत.*** अगदी 'अ' शेऱ्याचे विद्यार्थीही खूप कमी माहितीसह शाळेतून बाहेर पडतात. याउप्पर, अलीकडेच शोध लागलेल्या मिरर न्यूरॉन्सच्या विज्ञानानुसार, आपल्यापैकी बहुतांश जण हे वित्तीयदृष्ट्या बुद्धिमान नसणाऱ्या लोकांकडून पैशांविषयी शिकतात. याच कारणामुळे इतक्या साऱ्या लोकांच्या आकांक्षा या मध्यम वर्गीय, म्हणजेच आपल्या संसाधनांच्या मर्यादेत जगणे, पैशांची बचत करणे आणि कर्जमुक्त होणे इत्यादी असतात.

२. ***आपल्या शाळा सुप्त मन खंबीर बनवत नाहीत.*** किंबहुना विद्यार्थ्यांना सुशिक्षित बनवण्याऐवजी शाळा त्यांना प्रेरित करण्यासाठी भीतीवर अवलंबून राहतात, त्यांना शिकवण्याऐवजी धमकावतात, नवनिर्मिती करण्याऐवजी नक्कल करतात, प्रोत्साहन देण्याऐवजी चुकांसाठी शिक्षा करतात, भव्य विचार करण्याऐवजी

सुरक्षिततेच्या कोषाला प्राधान्य देतात आणि माणसाला जे ऐकण्याची गरज असते, त्याऐवजी त्याला जे ऐकायची इच्छा असते, ते बोलतात.

या दोन गोष्टींमुळे, अनेक लोक जेव्हा विक्री करणे उचित असते, तेव्हा खरेदी करतात, जेव्हा खर्च करायचा असतो, तेव्हा बचत करतात, जेव्हा बचत करणे आवश्यक असते तेव्हा खर्च करतात, जेव्हा धैर्य दाखवायचे असते तेव्हा घाबरतात आणि जेव्हा घाबरण्याची गरज असते तेव्हा शूर बनतात.

सुप्त मेंदूच्या या अनियंत्रित, असमंजस, वित्तीयदृष्ट्या मूर्खपणाच्या वर्तनाची काही उदाहरणे पुढीलप्रमाणे आहेत.

१. सर्व क्वाँट फंड्सनी एकाच वेळी शेअर्सची विक्री करणे आणि त्या सर्वांनी सारख्याच शेअर्समध्ये गुंतवणूक केल्यामुळे बाजार कोसळणे. त्यांनी खरेदी करण्याची आवश्यकता असताना ते शेअर्स विकत होते. ही घबराट त्यांच्या सुप्त मेंदूतून आली होती. कित्ता गिरवणे आणि नक्कल करणे या गोष्टी वेगळे ठरण्याविषयीच्या भीतीतून येतात. त्यामुळे त्यांनी निर्मितिक्षम राहण्याऐवजी आणि वेगळा विचार करण्याचा धोका पत्करण्याऐवजी सारखीच गोष्ट केली.

२. जेव्हा लोकांना वेतनवाढ मिळते किंवा थोडा पैसा मिळतो, तेव्हा ते त्यातून आपले वाईट कर्ज चुकते करण्याऐवजी बऱ्याचदा तो पैसा खर्च करतात, कारण तसे करण्यात त्यांना आनंद मिळतो. माझ्या ओळखीचे एक असे गृहस्थ आहेत, ज्यांना त्यांच्या आईवडिलांकडून वारसाहक्काने जवळपास दहा लाख डॉलर्स मिळाले होते. त्यानंतर, लागलीच त्यांनी कर्जावर एक मोठे घर आणि दोन नव्या गाड्या खरेदी केल्या. वाईट कर्जांमधून बाहेर पडण्याऐवजी, त्यांच्या या आनंदाने त्यांना अधिकच कर्जाच्या खाईत लोटले. आज त्यांच्याकडील पैसा संपला आहे आणि ते त्यांचे घर वाचवण्यासाठी धडपडत आहेत.

३. जेव्हा अर्थव्यवस्था उतरणीला लागते, तेव्हा अनेक व्यवसायांचे सेल्स प्रिव्हेन्शन डिपार्टमेंट (विक्री प्रतिबंधक विभाग) सूत्रे आपल्या हाती घेते. जेव्हा विक्रीमध्ये कपात होते, तेव्हा बहुतांश व्यवसायांकडून जाहिरात, प्रचार आणि विक्री विभागाचा कर्मचारीवर्ग यांमध्ये कपात करण्यात येते. अशा वेळी बचत करण्याऐवजी व्यवसायांनी खर्च करणे गरजेचे असते. अर्थव्यवस्था वाईट स्थितीत असताना व्यवसायांनी जाहिरात व प्रचारावर अधिक खर्च करणे, अधिक विक्री प्रतिनिधींची नेमणूक करणे, विक्रीकरिता प्रोत्साहन मोबदला देणे आणि अधिक निर्मितिक्षम होणे आवश्यक असते. अन्य शब्दांत सांगायचे, तर उजव्या मेंदूचा अधिक वापर करा आणि अधिक संवाद साधा. सेल्स ॲक्विझिशन डिपार्टमेंटने (विक्री अधिग्रहण विभाग) सूत्रे हाती घेण्याऐवजी सेल्स प्रिव्हेन्शन डिपार्टमेंटकडे नियंत्रण जाते. बहुतांश कंपन्यांच्या सेल्स प्रिव्हेन्शन डिपार्टमेंटमध्ये अकाउंटंट, वकील आणि पगारी नोकरदार यांच्यासारख्या डाव्या मेंदूचा वापर करणाऱ्या लोकांचा भरणा असतो. या लोकांचे डावे मेंदू तरबेज असतात; मात्र त्यांचे

> सुप्त मेंदू हे भेदरलेले असतात. जेव्हा सेल्स प्रिव्हेन्शन डिपार्टमेंटकडे सूत्रे येतात, तेव्हा अनेक कर्मचाऱ्यांच्या नोकऱ्या जातात. माझ्या मते, कठीण काळामध्ये सेल्स प्रिव्हेन्शन डिपार्टमेंटने कमीतकमी कर्मचारी कपात केली पाहिजे.

आपण बुद्धिमान आहोत, असे सुप्त मेंदूला वाटते. सुप्त मेंदूबाबतची अडचण अशी आहे की, तो तुमचा सर्वांत चांगला मित्रही बनू शकतो आणि सर्वांत वाईट शत्रूही. आपला नेमका कोणता मेंदू बोलत आहे... मित्र असणारा मेंदू की शत्रू असणारा मेंदू... हे वस्तुनिष्ठपणे ठरवण्यासाठी उच्च बुद्धिमत्ता असणाऱ्या व्यक्तीस एक पाऊल मागे यावे लागते. जेव्हा पैसा, लैंगिकता, धर्म आणि राजकारण यांसारखे उच्च भावनिक गुंतवणूक असणारे विषय येतात, तेव्हा अलिप्त राहून, दृष्टिकोन विस्तारून, वस्तुनिष्ठपणे ऐकून त्यानंतर डाव्या आणि उजव्या या दोन्ही मेंदूंद्वारे स्पष्टपणे विचार करू शकण्यासाठी खूप उच्च स्तरीय उत्क्रांत बुद्धिमत्ता आवश्यक असते. सुप्त मेंदूची अडचण अशी आहे की तो प्रतिक्रियावादी असतो, तो बुद्धिमान नसतो आणि तो सारासार विचार, नीर-क्षीर विवेक करू शकत नाही.

मूर्खांशी वादविवाद करणे

आपल्या सुप्त मेंदूद्वारे बोलणाऱ्या व्यक्तीशी तर्कशुद्ध वागणे अशक्य असते, कारण सुप्त मेंदू हा तर्कशुद्ध नसतो. तो विचार करू शकत नाही, तो केवळ प्रतिक्रियात्मक वागू शकतो. लोक जेव्हा त्यांच्या सुप्त मेंदूद्वारे बोलत असतात, तेव्हाही आपण तर्कशुद्ध आणि बुद्धिमानपणे बोलत आहोत, असे लोकांना वाटत असते, ही खरी समस्या आहे. उदाहरणार्थ, जेव्हा मी एखाद्या व्यावसायिकाला मंदीच्या काळामध्ये बचत करण्याऐवजी खर्च करण्याचा सल्ला देतो, तेव्हा बहुतांश प्रकरणांत सुप्त मेंदू त्या व्यक्तीचा ताबा घेतो आणि त्याने अथवा तिने खर्चांमध्ये कपात करण्याची, कर्मचाऱ्यांना काढून टाकण्याची आणि पैशांची बचत करण्याच्या अवस्थेत जाण्याची गरज का आहे, याची तार्किक कारणे त्या व्यावसायिकास द्यायला सुरुवात करतो. अनेक व्यावसायिक लोकांसाठी हे तर्कशुद्ध आणि बुद्धिमान विचार असतो. त्यांना यापेक्षा अधिक काहीही शिकायचे नसते. त्यांच्या मनाचा निर्णय झालेला असतो. मेंदू नव्या संकल्पनांसाठी बंद झालेला असतो.

तुम्ही जर मुद्दा पुढे रेटला, तर मन बचावात्मक बनते. मनाच्या भिंती अधिकाधिक उंच बनत जातात आणि पळ काढण्याऐवजी त्याला लढा द्यायचा असतो. त्यांना त्यांच्या निर्णयाचे समर्थन करायचे आणि स्वतः योग्य असल्याचे सिद्ध करायचे असते. त्यामुळे नव्या गोष्टी शिकण्याऐवजी ते मूर्ख बनतात. मूर्खांशी वाद घालण्याची समस्या ही आहे की, लवकरच मूर्खांची संख्या दोन होते, एक तुम्ही ज्याच्याशी वाद घालत आहात तो आणि दुसरे तुम्ही स्वतः.

गरीब लोक गरीबच राहतात, याचे एक कारण म्हणजे गरीब लोकांचे सुप्त मन हे गरीब माणसाचेच असते. मी जेव्हा वित्तीयदृष्ट्या संघर्ष करणाऱ्या लोकांशी संवाद साधतो, तेव्हा अनेक जण त्यांच्या गरीब राहण्याच्या हक्काचे समर्थन करतात. मी श्रीमंत बनण्यापेक्षा सुखी

राहणे पसंत करेन, किंवा तुम्हांला श्रीमंत बनण्यासाठी फसवे बनावे लागते, यांसारख्या गोष्टी ते सांगतात. त्यांनी आपल्या मनाची कवाडे नव्या संकल्पनांसाठी खुली करण्याचा प्रयत्न करण्याचा मुद्दा तुम्ही जर त्यांच्यापुढे मांडू लागलात, तर त्यांचा सुप्त मेंदू अधिकच कप्पेबंद होतो, स्वतःच योग्य असल्याचा पवित्रा घेतो. काही वेळातच या चर्चेचे रूपांतर दोन मूर्ख लोकांच्या आपापसांतील मैत्रीपूर्ण वादविवादात होते.

आपली नोकरी प्रिय असणाऱ्या, परंतु काहीतरी वेगळे करण्याची इच्छा असणाऱ्या नोकरदार व उच्च वेतन असणाऱ्या अधिकाऱ्यांबाबतही यांसारखेच प्रसंग घडतात. त्यांना जे करायचे असते, त्याऐवजी त्यांचे सुप्त मन ती गोष्ट ते का करू शकत नाहीत, याची तार्किक आणि रास्त कारणे देऊ लागते. उच्च वेतन घेणाऱ्या नोकरदारांना जेव्हा ते भरत असलेल्या वारेमाप करांबद्दल माहिती दिली जाते, तेव्हा "तुम्हांला कर तर भरावेच लागतात," असे त्यांचे उत्तर असते. तरीही जर आपला मुद्दा पुढे रेटून त्यांना अधिक चांगल्या गुंतवणुकींबद्दल, अधिक परताव्यांबाबत, आणि करांमधील संभाव्य कपातीबद्दल माहिती दिली, तर ते म्हणतील, "हे खूपच धोकादायक वाटतेय." ते भीतीमुळे आपल्या मनाची कवाडे नव्या शक्यतांसाठी बंद करतात. त्यामुळे तुम्ही जर त्यांच्याशी वादविवाद केलात, तर पुन्हा तो दोन मूर्खांचा संवाद भासू लागतो.

तुमचे जीवन बदलण्यासाठी... तुमच्या भोवतीचे वातावरण बदला

शिक्षणाविषयीच्या आणि आपण कसे शिकतो, याविषयीच्या माझ्या संशोधनातून आपल्या भोवतीचे वातावरण हा सर्वांत सामर्थ्यवान शिक्षक असतो, हे अतिशय स्पष्ट झाले. म्हणूनच, मेंदूतील मिरर न्यूरॉन्सचा शोध लावणाऱ्या न्यूरोशास्त्रज्ञांनी अलीकडे याला दिलेला दुजोरा इतका महत्त्वाचा आहे. आपल्यापैकी अनेकांना अगोदरपासूनच माहीत असलेल्या गोष्टीचा शोध अखेर विज्ञानाला लागत आहे आणि ती म्हणजे, तुमचे जीवन बदलण्यासाठी प्रथम तुमचा दृष्टिकोन बदला.

आपल्याला वजन कमी करायचे आहे, हे आपल्यापैकी अनेकांना माहीत असते. आपण रेस्टॉरंटमध्ये जाण्याऐवजी व्यायामशाळेत गेल्यास आपण यामध्ये यशस्वी होण्याची अधिक शक्यता असते. आपल्याला जर अभ्यास करायचा असेल, तर चालत्या गाडीत अभ्यास करण्यापेक्षा (आणि मी लोकांना असे करताना पाहिले आहे) अभ्यासिकेमध्ये शांततेत अधिक चांगला अभ्यास होऊ शकतो. जर आपल्याला विश्रांती हवी असेल, तर आपण काम बाजूला ठेवावे आणि समुद्रकिनारी किंवा पर्वतरांगांमध्ये गिर्यारोहण करायला जावे. आणि जर तुम्हांला श्रीमंत व्हायचे असेल, तर तुम्हांला अधिक श्रीमंत बनण्यासाठी हितकारक ठरेल असे वातावरण, तुमच्या तिन्ही मेंदूंना अधिक सशक्त करेल असे वातावरण शोधणे तुम्हांला गरजेचे आहे. उपरोधाची बाब म्हणजे, बहुतांश लोकांसाठी कामाचे ठिकाण आणि शाळा येथे असे वातावरण नसते.

वातावरणाची ताकद

जर तुम्हांला अधिक श्रीमंत आणि अधिक यशस्वी व्हायचे असेल, तर तुमच्या तिन्ही मेंदूंची वाढ होईल आणि त्यांच्या विकासासाठी आवश्यक वेळ मिळेल, असे वातावरण तुम्ही शोधणे आत्यंतिक महत्त्वाचे आहे.

'अ' शेऱ्याच्या विद्यार्थ्यासाठी काम करण्याकरिता मला कधीही नोकरीवर नियुक्त केले जाणार नाही, याची जाणीव मला १९७४ पर्यंत झाली होती. उदाहरणार्थ, एखादा डॉक्टर किंवा वकील मला कधीच नोकरीवर ठेवणार नाही, कारण डॉक्टरांना आणि वकिलांना त्यांच्या अवतीभोवती शैक्षणिकदृष्ट्या आणि व्यावसायिकदृष्ट्या हुशार लोकांची गरज असते. कोणत्याच डॉक्टरला एक वेंधळा परिचारक आणि वकिलाला एक अकार्यक्षम कायदे सहायक नको असतो.

मी 'क' शेऱ्याचा विद्यार्थी असल्यामुळे माझ्यासाठी 'अ' शेऱ्याचे विद्यार्थी काम करतील, असा मार्ग शोधणे मला गरजेचे होते. नेमक्या त्याच वेळी मी माझ्या श्रीमंत वडिलांप्रमाणे उद्योजक आणि स्थावर मालमत्तेतील गुंतवणूकदार बनायचे आणि 'अ' शेऱ्याचे विद्यार्थी व शाळामास्तर असणाऱ्या माझ्या गरीब वडिलांप्रमाणे बनायचे नाही, हे ठरवले. माझी शिकण्याची गती थोडी संथ असल्याने आणि आपल्याला विकसित होण्यासाठी वेळ आवश्यक आहे, हे माहीत असल्यामुळे मी उद्योजक आणि स्थावर मालमत्तेचा गुंतवणूकदार होण्याचे निवडले. तातडीने श्रीमंत बनणे माझ्या डोळ्यांसमोर नव्हते. मला साजेसे असेल आणि जिथे मी संथपणे शिकण्यासाठी पुरेसा वेळ घालवू शकेन, अशा वातावरणाच्या मी शोधात होतो.

उद्योजक बनण्याचे आणखी एक महत्त्वाचे कारण म्हणजे, त्यामुळे माझ्या अवतीभोवती हुशार लोक असू शकणार होते. माझ्याकडे भाषिक आणि गणितीय बुद्धिमत्ता नसल्याचे मला माहीत होते. त्यामुळे अशा प्रकारचे लोक माझ्या गटाचा भाग असणे माझ्यासाठी गरजेचे होते. अद्यापही मी एक सामान्य लेखक आहे, गणितामध्ये सुमार आहे आणि तपशिलांबाबत फारच कच्चा आहे. खेळांबाबत बोलायचे झाल्यास, मी फुटबॉल, रग्बी आणि नौकानयन यांसारख्या सांघिक खेळांमध्ये बरा आहे. गोल्फ किंवा टेनिस यांसारख्या वैयक्तिक खेळांमध्ये मी तितकासा पारंगत नाही. स्वतःविषयीच्या या गोष्टी माहीत असल्याने, ज्यांना गटाचा भाग व्हायला आवडते, असे हुशार लोक माझ्या आजूबाजूला असणे हे मला अधिक तार्किक वाटले होते.

अनेक हुशार लोक हे सांघिकदृष्ट्या काम करण्यासाठी चांगले नसतात, हे मला बरेच टक्केटोणपे खाल्यानंतर लक्षात आले. म्हणूनच ते स्वतःच्या चाचण्या स्वतः देऊन शाळेमध्ये प्रगती करतात. माझ्या व्यवसायजगतामध्ये, मी दररोज चाचण्यांना सामोरा जातो, मात्र एकटा नाही. माझ्या व्यवसायजगतामध्ये, मी हुशार लोकांच्या गटासह माझ्या चाचण्यांना सामोरा जातो आणि माझ्या समस्या सोडवतो. अन्य शब्दांत सांगायचे, तर माझी प्रतिभा सांघिकरीत्या प्रकट होते. टायगर वूड्ससारख्या अन्य काही लोकांबाबत, ही प्रतिभा वैयक्तिक स्वरूपात बाहेर येते. तुम्ही व्यक्तिगत स्तरावर अधिक चांगले आहात, की संघ म्हणून? हा खरा प्रश्न आहे.

गोष्टी तुमच्या मार्गाने करा

तुम्हांला उद्योजक किंवा स्थावर मालमत्ता गुंतवणूकदार होण्याची गरज आहे, असा माझ्या म्हणण्याचा अर्थ नाही. मी जे करतो, तेच तुम्हांला करण्यास मी सांगत नाही आहे. मी फक्त इतकेच सांगतो आहे की, तुमच्या वित्तीयदृष्ट्या जिंकण्याच्या शक्यता सुधारतील, अशा शिकवणाऱ्या वातावरणाचा विचार तुम्हांला करता येईल. तुमचे स्वतःचे असे वातावरण आणि तुमचा स्वतःचा असा वित्तीय यशस्वितेचा मार्ग शोधा. उदाहरणार्थ, आपण व्यावसायिक गोल्फपटू बनू शकतो, असे जर तुम्हांला वाटत असेल, तर साहजिकच तुम्ही जास्तीतजास्त वेळ गोल्फ-कोर्सवर आणि तुम्हांला शक्य असेल तितक्या सर्वोत्तम गोल्फपटूंकडून शिकण्यासाठी तुमच्या मेंदूच्या मिरर न्यूरॉन्सना गुंतवण्यात घालवला पाहिजे.

मेंदूतील मिरर न्यूरॉन्सचा शोध हा माझ्यासाठी इतका महत्त्वाचा असण्याचे कारण म्हणजे, १९७४ पासून मी माझा सर्वाधिक वेळ उद्योजक आणि स्थावर मालमत्ता गुंतवणूकदारांसोबत घालवला आहे. मी सातत्याने महान उद्योजक आणि स्थावर मालमत्ता गुंतवणूकदारांसोबत व्यवसाय करण्याच्या संधी शोधत असतो. म्हणूनच, २००६ मध्ये डोनाल्ड ट्रम्प यांच्यासह पुस्तकाचे सहलेखन करणे माझ्यासाठी इतके महत्त्वाचे होते. पुस्तकापेक्षा जास्त माझ्यासाठी या प्रेरणादायी माणसासोबत वेळ घालवल्याने मिरर न्यूरॉन्समार्फत शिकण्याची ही मोठी संधी होती. त्यांच्या सोबत वेळ घालवल्याने व्यवसाय, जीवन आणि जीवनमान यांविषयीचा माझा दृष्टिकोन संपूर्णपणे नव्या पातळीवर जाऊन पोहोचला... मी नऊ वर्षांचा असताना पूल ओलांडून माझ्या श्रीमंत मित्रांच्या घरी गेलो होतो, हे जवळपास तसेच होते.

तुमचे वातावरण शोधा

आजघडीला, बऱ्याच व्यवसाय शिक्षणसंस्था मला त्यांच्या उद्योजकता वर्गांमध्ये व्याख्यान देण्यासाठी बोलावतात. तेथे मी गुंतवणूकदारांचा शोध कसा घ्यावा? किंवा मी भांडवल कसे उभारू? हा विद्यार्थ्यांचा 'वित्तीय बुद्धिमत्ता १ : अधिक पैसा मिळवणे' याच्याशी संबंधित सामाईक प्रश्न असतो. हा प्रश्न मी समजू शकतो, कारण मी जेव्हा झेरॉक्सची सुरक्षितता सोडली आणि उद्योजक बनलो, तेव्हा हाच प्रश्न माझा पिच्छा पुरवत होता. माझ्याकडे पैसे नव्हते आणि कोणालाच माझ्या सोबत गुंतवणूक करायची नव्हती. मोठ्या भांडवली गुंतवणूक करणाऱ्या कंपन्या माझे दार ठोठावत नव्हत्या.

या शिक्षणसंस्थांमधील विद्यार्थ्यांना माझे उत्तर असते, ''तुम्ही फक्त करून पाहा. तुम्हांला ते करायचेच आहे, म्हणून ते करा. जर तुम्ही ते केले नाहीत, तर तुम्ही व्यवसायातून बाहेर फेकले जाणार आहात.'' आजघडीला माझ्याकडे पुरेसा पैसा असला, तरी मी भांडवल उभारण्याचेच काम करतो. माझे मित्र डोनाल्ड ट्रम्पही हेच करतात. भांडवल उभारणे हे त्यांचे काम आहे. उद्योजकासाठी ही पहिल्या क्रमांकाची कामगिरी आहे. एक उद्योजक म्हणून आम्ही तीन प्रकारच्या लोकांच्या गटांकडून भांडवल उभारतो. हे गट म्हणजे तुमचे ग्राहक, गुंतवणूकदार आणि तुमचे नोकरदार होत. तुमची उत्पादने खरेदी करण्यासाठी ग्राहक मिळवणे हे उद्योजक म्हणून तुमचे काम आहे. जर तुमचे उत्पादन खरेदी करण्याद्वारे तुम्हांला पैसे देणारे

ग्राहक तुम्ही मिळवू शकलात, तर तुमचे गुंतवणूकदार तुम्हांला खूप पैसे देतील. आणि जर तुमच्याकडे कर्मचारी असतील, तर त्यांच्याकडून उत्पादन करून घेणे आणि त्यातून तुम्ही त्यांना जितके पैसे देता, त्यापेक्षा किमान दहा पटींनी पैसे मिळवणे, हे तुमचे काम आहे. जर तुम्ही तुमच्या कर्मचाऱ्यांना जितके पैसे देता, त्यांपेक्षा किमान दसपट उत्पादन त्यांच्याकडून करून घेऊ शकला नाहीत, तर तुम्ही व्यवसायातून बाहेर फेकले जाता आणि जर तुम्ही व्यवसायातून बाहेर फेकले गेलात, तर तुम्हांला अधिक पैसा उभारण्याची गरज नसते.

अर्थातच, एमबीए करणारे बहुतांश विद्यार्थी या उत्तराच्या शोधात नसतात. बहुतांश जण हे कुठल्यातरी जादूई फॉर्म्युल्याच्या, गोपनीय कृतीच्या, अल्पावधीत श्रीमंत बनवणाऱ्या व्यवसाय-योजनेच्या शोधात असतात. अनेक बिझनेस स्कूलमधील प्राध्यापकांची चलबिचल होत असते, कारण ते उद्योजकता शिकवतात, मात्र ते स्वतः उद्योजक नसतात. बऱ्याच जणांना अद्यापही एक स्थिर नोकरी व वेतनाची गरज असते आणि ते मुदतवाढ मिळण्याच्या आशेवर असतात. पुन्हा आपल्या मेंदूतील मिरर न्यूरॉन्सची विरुद्ध विचारांना सहमती नसल्याचा हा परिणाम असून तोच त्यांच्या चलबिचलीसाठी कारणीभूत ठरतो. त्याऐवजी अनेक बिझनेस स्कूल व्याख्यान देण्यासाठी कंपन्यांच्या मुख्य कार्यकारी अधिकाऱ्यांना (सीईओ) बोलावतील, मात्र तेसुद्धा स्वतः उद्योजक नाही, तर नोकरदारच असतात.

डोळे सत्य कथा सांगतात

भांडवल उभारण्यासाठी काय लागते, याविषयी माझे विचार मांडत असताना; मी विद्यार्थ्यांचे डोळे पाहतो. त्यांपैकी ७० ते ९० टक्के विद्यार्थ्यांच्या डोळ्यांमध्ये मला भीती दिसते. त्यांचे डोळे निस्तेज बनतात आणि त्यांचा श्वासोच्छ्वास वरचेवर होऊ लागतो. त्यांच्या डाव्या आणि उजव्या मेंदूमधून रक्तप्रवाह सुप्त मेंदूचा सर्वांत जुना भाग असणाऱ्या प्राथमिक मेंदूमध्ये वाहू लागतो. त्याउलट, वर्गातील साधारणतः १० टक्के विद्यार्थ्यांच्या चेहेऱ्यावर स्मितहास्य पसरते. त्यांना माझे उत्तर आवडते. त्यांच्या डोळ्यांमध्ये चमक येते आणि त्यांच्यात उत्साह संचारतो. आपण जिंकू शकतो, हे त्यांना माहीत असते. आपल्या वर्गमित्रांवर आपण मात करू शकतो, हे त्यांना माहीत असते. आपण उद्योजक बनू शकतो, हे त्यांना माहीत असते. सभोवतालचे वातावरण हे अपयशाच्या भीतीवर पोसलेले असतानाही त्यांचे तीनही मेंदू परस्परांशी योग्य समन्वय राखत दौडत असतात.

मेंदूचे तीनही भाग विकसित करणे

तुमच्यापैकी ज्यांनी कॅशफ्लो गेम खेळला आहे, त्यांना कदाचित हे आठवत असेल की, तो गेम जिंकण्यासाठी तुम्हांला बऱ्याच प्रमाणात डाव्या मेंदूच्या वित्तीय ज्ञानाची, तसेच उजव्या मेंदूच्या सर्जनशीलतेची आवश्यकता असते. तो केवळ एक खेळ असल्यामुळे आणि खोट्या पैशांसह खेळला जात असल्याने अपयशाची किंवा पैसे गमावण्याची भीती ही मोठ्या प्रमाणावर कमी असून, त्यायोगे सुप्त मन हे बऱ्यापैकी तटस्थ ठेवण्यात येते. एकदा माणसाला खेळ अवगत झाल्यानंतर सुप्त मेंदूतील भीतीची जागा रोमहर्षकता आणि

जिंकण्याचा आनंद घेतो. अध्ययन हे मजेशीर आणि उत्साहवर्धक बनते. तिन्ही मेंदूंना शिकवले जात असते आणि त्यांचा विकास होत असतो. कक्षा विस्तारलेल्या संपूर्ण मेंदूसाठी नव्या शक्यता खुल्या होत असतात.

अध्ययनाचा उलटा त्रिकोण (शंकू)

२००५ साली अरिझोना स्टेट युनिव्हर्सिटीने बिझनेस स्कूलच्या विद्यार्थ्यांना अकाउंटिंग आणि गुंतवणूक शिकवण्यासाठी माझ्या खेळाच्या व्यवहार्यतेबाबत एक अभ्यास केला. या अभ्यासाचे निष्कर्ष अतिशय सकारात्मक आणि अनुकूल होते व विद्यार्थी अन्य मार्गांनी शिकतात, त्यापेक्षा यातून प्रत्यक्षात अधिक वेगाने शिकतात व ते ज्ञान अधिक कालावधीसाठी आत्मसात करतात, असे अनुमान अभ्यासाद्वारे काढण्यात आले.

<table>
<tr><th colspan="3">अध्ययनाचा उलटा त्रिकोण (शंकू)</th></tr>
<tr><td>दोन आठवड्यांनंतर आपण यांपैकी किती लक्षात ठेवतो</td><td></td><td>सहभागाचे स्वरूप</td></tr>
<tr><td rowspan="3">आपण जे बोलतो व करतो त्यांपैकी ९० %</td><td>वास्तवात एखादी गोष्ट करणे</td><td rowspan="5">सक्रिय</td></tr>
<tr><td>वास्तवातील अनुभवाचा प्रतिअनुभव घेणे</td></tr>
<tr><td>नाट्यात्मक सादरीकरण करणे</td></tr>
<tr><td rowspan="2">आपण जे सांगतो त्यापैकी ७० %</td><td>व्याख्यान देणे</td></tr>
<tr><td>चर्चेमध्ये सहभाग घेणे</td></tr>
<tr><td rowspan="4">आपण ऐकतो व पाहतो त्यांपैकी ५० %</td><td>जागेवर घडताना पाहणे</td><td rowspan="7">निष्क्रिय</td></tr>
<tr><td>प्रत्यक्ष दर्शन</td></tr>
<tr><td>अप्रत्यक्ष प्रात्यक्षिक पाहणे</td></tr>
<tr><td>चित्रपट पाहणे</td></tr>
<tr><td>आपण पाहतो त्यांपैकी ३०%</td><td>चित्र, प्रतिमा पाहणे</td></tr>
<tr><td>आपण ऐकतो त्यांपैकी २०%</td><td>ऐकीव शब्द (व्याख्यान)</td></tr>
<tr><td>आपण वाचतो त्यांपैकी १०%</td><td>वाचन</td></tr>
</table>

स्रोत : डेल (१९६९) येथून घेण्यात आलेला कोन ऑफ लर्निंग.
डेल *(१९६९) यांच्या 'अध्यापनाच्या दृक-श्राव्य पद्धती' या पुस्तकाच्या तिसऱ्या आवृत्तीमधून साभार. परवानगीसह पुनर्मुद्रण.*

या विद्यापीठाने माझी ओळख मागील चित्रामध्ये दाखवलेल्या अध्ययनाच्या उलट्या त्रिकोणाशी करून दिली.

शिकण्याचा दुसऱ्या क्रमांकाचा सर्वोत्तम मार्ग

मागील पानावर देण्यात आलेल्या अध्ययनाच्या उलट्या त्रिकोणावरून, वाचन हा शिकण्याचा सर्वांत वाईट मार्ग असून व्याख्यान ऐकणे हा दुसऱ्या क्रमांकाचा सर्वांत वाईट मार्ग असल्याचे तुम्ही सांगू शकता. पारंपरिक शाळांमध्ये अध्यापनाचे हे दोन सर्वांत प्रचलित मार्ग आहेत. या त्रिकोणाच्या सर्वांत ऊर्ध्वस्थानी 'वास्तवात स्वतःहून गोष्टी करणे' ही बाब आहे. मी जेव्हा एमबीएच्या विद्यार्थ्यांना ''बाहेर पडा आणि स्वतःहून गोष्टी करून पाहा,'' असे सांगतो, तेव्हा अनेक जण स्तब्ध होतात. साहजिकच वाचणे, व्याख्यान ऐकणे आणि खऱ्याखुऱ्या जगतामध्ये तग धरणे या गोष्टींमध्ये बरीच तफावत आहे.

वास्तव जीवनाच्या खालोखाल अभिरूप अनुभवांना किंवा गेम्सना स्थान असल्याचे अरिझोना स्टेट युनिव्हर्सिटीच्या अभ्यासामध्ये मांडण्यात आले. या अभ्यासाने 'कोन ऑफ लर्निंग'वर आणि आमचे गेम्स हे अर्थव्यवस्थापन, अकाउंटिंग आणि गुंतवणूक यांविषयी डाव्या मेंदूची तार्किकता आणि उजव्या मेंदूची निर्मितिक्षमता यांचा मेळ साधून शिकण्याचा दुसऱ्या क्रमांकाचा सर्वोत्तम मार्ग असल्याबाबत शिक्कामोर्तब केले. सुप्तपणे भीती बाळगण्याऐवजी यांमुळे शिकणे मजेशीर आणि प्रेरणादायी बनले. विद्यार्थ्यांना अधिक आत्मविश्वासपूर्ण, अधिक सशक्त वाटू लागले, ते शिकण्यासाठी अधिक आग्रही बनले आणि आपण जे शिकलो, त्याचा वापर करण्याबाबत अधिक सक्षम बनले.

शिक्षणक्षेत्रातील उद्योजक म्हणून माझ्या निष्कर्षांशी, विद्यापीठाचे निष्कर्ष मिळतेजुळते होते. हॉवर्ड गार्डनर यांच्या शारीरिक (bodily-kinesthetic) या चौथ्या बुद्धिमत्तेवर लक्ष केंद्रित केल्यास, विद्यार्थी अधिक शिकले, अधिक वेगाने शिकले, त्यांना शिकण्याचा आनंद मिळाला आणि त्यांनी मिळालेली माहिती दीर्घ कालावधीकरिता डोक्यात ठेवली, असे मला आढळले. केवळ व्याख्यान देण्याऐवजी आणि विविध मुद्दे मांडण्यासाठी आम्ही विविध खेळ खेळलो. मी खेळण्यास आणि चुका करण्यास प्रोत्साहन दिले आणि मग, एकदा खेळ संपल्यानंतर आम्ही त्यावर प्रश्न विचारले.

या खेळांमध्ये तिन्ही मेंदूंना सहभागी करून घेतल्यामुळे अध्ययन सशक्त बनले. अनेकदा खेळ खेळणारे विद्यार्थी अस्वस्थ, रागीट किंवा दुःखी झाले. त्यांनी केलेल्या चुका त्यांना आवडल्या नव्हत्या. काही जणांनी खेळाला किंवा अन्य सहभागी स्पर्धकांना दोष दिले. या सर्व भावना माझ्या वर्गांमध्ये, तसेच खऱ्या आयुष्यातही शिकण्याच्या प्रक्रियेचा भाग आहेत. स्पर्धकांना दोषारोप आणि भावनाप्रधानतेपासून दूर जाण्यासाठी मार्गदर्शन करणे हे प्रशिक्षक म्हणून माझे काम आहे. एकदा का सहभागी स्पर्धकांना खेळातून व्यक्तिगत धडे मिळाल्यानंतर, त्यांपैकी काही जण ''मी हीच गोष्ट खऱ्या आयुष्यातही करू शकतो,'' याची मला जाणीवच नव्हती, असे म्हणत मोठमोठ्यांदा हसले. खेळातील वर्तन आणि खऱ्या आयुष्यातील वर्तन यांच्यातील परस्पर संबंधांचे एकदा का आकलन झाल्यानंतर सहभागी

स्पर्धकांना त्यांच्या आयुष्यामध्ये हवे असणारे बदल करण्याची संधी उपलब्ध होते; तो आकलनाचा क्षण हा जीवनातील साक्षात्काराचा क्षण असतो. तिन्ही मेंदू एकत्रितपणे काम करत असतात. एकदा हे घडून आल्यानंतर स्पर्धक अधिक शिकण्यासाठी आणि वृद्धिंगत होण्यासाठी नेहमीच खुले होत जातात.

फिनिक्स शहरातील एका अतिशय गरीब वस्तीमधील 'बॉइज अँड गर्ल्स क्लब'मध्ये अलीकडे अशीच एक मोठी यशोगाथा घडली. माझ्या कंपनीतील गटाने तिथे कॅशफ्लो क्लबची स्थापना केली. पुन्हा एकदा, गेमच्या माध्यमातून वित्तीय बुद्धिमत्तेविषयी शिकवणे हे सशक्त, सघन आणि जीवन बदलून टाकणारे ठरले. येथील एका विशिष्ट स्पर्धकावर शालेय व्यवस्थेने शिक्षणास असमर्थ असल्याचा शिक्का मारला होता आणि त्याची रवानगी संथ गतीने शिकणाऱ्या 'विशेष' मुलांच्या वर्गात केली होती. आपल्या मित्रांसोबत काही वेळा कॅशफ्लो गेम खेळल्यानंतर हळूहळू त्याची वाचन आणि गणितीय कौशल्ये सुधारण्यास सुरुवात झाली. आज तो नियमित वर्गामध्ये जातो. ही सहकारशील, मैत्रीपूर्ण अध्ययनाच्या वातावरणामध्ये मेंदूच्या तिन्ही भागांचा समन्वय साधल्याची ताकद आहे.

तुमचे वातावरण बदला... तुमचे आयुष्य बदला

वातावरण हा सर्वांत ताकदवान शिक्षक असल्याचे मला एक शैक्षणिक उद्योजक म्हणून आढळून आले. मी शिकवू शकत होतो आणि माहिती देऊ शकत होतो, मात्र त्यानंतर स्पर्धक पुन्हा जुन्या वातावरणामध्ये गेले, तर मी जे शिकवले त्याचा परिणाम उणावायचा, असे मला जाणवले. अन्य शब्दांत सांगायचे, तर जर एखादी व्यक्ती पुन्हा अशी नोकरी करू लागली, जिथे चुकांसाठी शिक्षा असेल आणि सर्जनशीलता दाबून टाकली जात असेल, तर त्या व्यक्तीला मी जे शिकवले, त्याचे मूल्य खूप कमी होते. जुने वातावरणच विजयी ठरत होते.

जर मला माहीत असते, की 'मला मरण येणार आहे... तर मी तिथे गेलोच नसतो,' अशी एक जुनी म्हण आहे. आज कोट्यवधी लोक त्यांच्या शिक्षणासाठी, संपत्तीसाठी आणि वैयक्तिक विकासासाठी आदर्श नसणाऱ्या अशा वातावरणामध्ये असल्याचे मला माहीत आहे. त्यांच्या कामाच्या ठिकाणचे आणि घरचे वातावरण त्यांची वित्तीय बुद्धिमत्ता आणि संपत्ती वाढवत नाही आहे. अधिक श्रीमंत बनण्याऐवजी ते त्यांच्या कार्यालयातील आणि घरातील कैदी बनतात. यशाचा शोध घेण्याऐवजी बहुतांश लोक त्यांना सुरक्षित पावले उचलल्याबद्दल, चुका न केल्याबद्दल बक्षिसे देणाऱ्या वातावरणामध्ये जगतात. मात्र पॉल ट्युडर जोन्स म्हणतात त्याप्रमाणे, 'माणूस चुकांमधून शिकतो, यशांमधून नाही'.

तुमची अलौकिक प्रतिभा शोधणे

लोकांना आपली अलौकिक प्रतिभा विकसित करण्यासाठी, त्यांच्या प्रतिभेच्या विकासाला साहाय्यभूत ठरेल असे वातावरण शोधण्याची गरज असते. उदाहरणार्थ, गोल्फ कोर्स हे टायगर वूड्ससाठीचे वातावरण आहे. तो घोडेस्वार म्हणून चांगली कामगिरी करू शकला

नसता. डोनाल्ड ट्रम्प यांना न्यू यॉर्कच्या बांधकाम क्षेत्रातील खडतर जगतामध्ये त्यांची ताकद गवसली. त्या वातावरणाने त्यांना आव्हान दिले, खूप काही शिकवले आणि त्यांची कौशल्ये विकसित केली.

ही प्रक्रिया सोपी नाही. तुम्हांला माहीतच आहे की, टायगर वूड्स अलौकिक गोल्फपटू बनण्यासाठी कठोर परिश्रम घेतो. बांधकाम विकास आणि आंतरराष्ट्रीय व्यवसायामध्ये निष्णात बनण्यासाठी डोनाल्ड ट्रम्प खूप मेहनत करतात. त्यांनी मॅनहॅटनमध्ये जगभरात विविध ठिकाणी उभारलेल्या इमारती तुम्ही जर कधी पाहिल्या असतील, तर त्यातून त्यांची इच्छाशक्ती दिसणे सोपे असल्याचे तुम्हांला माहीत आहे. ऑप्रा विन्फ्रे या अत्यंत कठीण अशा प्रसारमाध्यम जगतामध्ये टिकून आहेत आणि वृद्धिंगत होत आहेत.

अनेक लोक त्यांची अलौकिक प्रतिभा विकसित करत नाहीत, याचे एक साधे कारण म्हणजे ते आळशी असतात. अनेक जण केवळ नोकरीवर जातात आणि वेतन स्वीकारतात. आपली अलौकिक प्रतिभा विकसित करण्यासाठी कठोर परिश्रम घेण्यापेक्षा सामान्य बनणे त्यांच्यासाठी तुलनेने सोपे असते.

तुमची अलौकिक प्रतिभा कशामध्ये आहे, असे तुम्हांला वाटते आणि ती विकसित करण्यासाठी तुमच्याकरिता सर्वोत्तम वातावरण कोणते, हा माझा तुम्हांला प्रश्न आहे. आणखी एक महत्त्वाचा प्रश्न म्हणजे वातावरण बदलण्याचे धैर्य तुमच्या जवळ आहे का? जर ते धैर्य तुम्ही दाखवले असते तर... त्या तुमच्या भविष्याची कल्पना करा.

या प्रश्नांवर अनेक लोकांचे उत्तर ''मला माहीत नाही,'' किंवा फक्त 'नाही,' असे असते. बहुतांश लोकांसाठी निवांत असणे हे त्यांची अलौकिक प्रतिभा शोधण्यापेक्षा आणि विकसित करण्यापेक्षा अधिक महत्त्वाचे असते. सामान्य असणे, परिश्रम करणे, वेतन स्वीकारणे, पैशांची बचत करणे, म्यूच्युअल फंड्समध्ये विखरून गुंतवणूक करणे आणि आपल्या संसाधनांच्या मर्यादेत जगणे हे तुलनेने खूपच सोपे आहे. जर तुम्हीही असेच असाल, तर जे तुम्ही करता आहात, तेच करत राहा.

आपल्यापैकी प्रत्येक जण वेगळा आहे. आपल्या सर्वांची बलस्थाने आणि कमकुवत बाजू भिन्न आहेत. म्हणूनच मी जे केले, तेच सर्वांनी करावे, अशी शिफारस मी करत नाही. उद्योजक होणे हे खूप सोपे असले, तरी श्रीमंत उद्योजक असणे सोपे नाही, हे मला माहीत आहे. या जगामध्ये सामान्य असणाऱ्या उद्योजकांचा भरणा आहे. ही बाब स्थावर मालमत्ता आणि बांधकाम क्षेत्राबाबतही खरी आहे. या जगामध्ये फारसे पैसे मिळवत नसणाऱ्या स्थावर मालमत्ता गुंतवणूकदारांची संख्याही खूप जास्त आहे.

माझा मुद्दा हा आहे की, आपल्या सर्वांकडे एकमेवाद्वितीय गुणवत्ता किंवा प्रतिभा आहे. जर लोकांना श्रीमंत, बहुधा अगदी अतिश्रीमंत बनायचे असेल, तर त्यांना आपल्या प्रतिभेचा विकास आणि वापर करू देईल, असे वातावरण शोधणे गरजेचे आहे. हे सोपे नाही, मात्र जर तुम्ही समर्पित असाल आणि तुमच्याकडे जिंकण्याची इच्छाशक्ती असेल, तर हे केले जाऊ शकते. वास्तव जगामध्ये चांगले गुण व शेऱ्यांपेक्षा समर्पितता आणि इच्छाशक्ती या अधिक मौल्यवान गोष्टी आहेत.

तुम्हांला श्रीमंत बनवणारे वातावरण

जर तुम्हांला अधिक श्रीमंत बनायचे असेल, तर सातत्याने तुमच्या वातावरणाचा स्तर उंचावत नेणे महत्त्वाचे आहे. त्यामुळेच कोणतातरी तज्ज्ञ जेव्हा तुमच्या संसाधनांच्या मर्यादेत जगण्याचा सल्ला देतो, तेव्हा मी कपाळावर हात मारतो. तुमच्या संसाधनांच्या मर्यादेत राहिल्यामुळे तुम्ही सातत्याने कमी दर्जाच्या वातावरणामध्ये जगता. लहान मुलगा म्हणून मी प्रत्येक वेळी जेव्हा मी पूल ओलांडून माझ्या श्रीमंत मित्रांच्या परिसरामध्ये जायचो, तेव्हा उच्च जीवनस्तरामध्ये... मला जगायचे होते, त्या जीवनस्तरामध्ये जगणे काय असते, याची नोंद माझा मेंदू घेत असे. मी अशा प्रकारचा जीवनस्तर साध्य करू शकेन, यासाठी माझा मेंदू विविध मार्गांच्या शोधात होता.

याचा अर्थ मोठे घर, महागड्या गाड्या, नवे कपडे खरेदी करण्यामध्ये आपल्याकडची संसाधने संपवणे आणि वाईट कर्जांचा डोंगर उभारत राहणे, असा नाही. तुम्ही स्वतःची वित्तीय बुद्धिमत्ता वाढवण्यामार्फत तुमचा जीवनस्तर उंचावण्यासाठी जाणीवपूर्वक आणि बुद्धिमानपणे स्वतःला आव्हाने देत राहणे, असा माझ्या म्हणण्याचा अर्थ आहे.

तुमची अलौकिक प्रतिभा जिथे वाढू आणि विकसित होऊ शकेल, अशा वातावरणाचा प्रथम शोध घेणे हा तुमची वित्तीय बुद्धिमत्ता वाढवण्याचा सर्वोत्तम मार्ग आहे. ही अगदी वाचनालयात जाऊन तुम्हांला ज्यांच्यासारखे बनायचे आहे, त्या व्यक्तीचे पुस्तक वाचण्याइतकी किंवा आलिशान घरांची छायाचित्रे असणरी नियतकालिके चाळण्याइतकी साधी बाबही असू शकते. तुम्हांला हव्या असलेल्या जीवनस्तरासाठी आणि तुमचे आदर्श असणाऱ्या लोकांसारखे बनण्यासाठी तुमच्या मेंदूतील मिरर न्यूरॉन्सना जाणीवपूर्वक उत्तेजन देण्यास सुरुवात करणे, हे या मार्गावरील पहिले पाऊल आहे.

सारांश

आपली वित्तीय बुद्धिमत्ता विकसित करण्याकडे कल नसणारे लोक हे वित्तीयदृष्ट्या कमकुवत असतात. ते सोपे वातावरण आणि सोपी उत्तरे शोधतात. याच लोकांना जागोजागी धक्के खावे लागतात, ते मोठ्या प्रमाणावर कर भरतात, खूप परिश्रम करतात आणि आपल्या संसाधनांच्या मर्यादेत राहतात. ते कदाचित चाणाक्ष, चांगले आणि शैक्षणिकदृष्ट्या यशस्वी असतीलही; परंतु तिन्ही मेंदूचा एकत्रितरीत्या वित्तविषयक विकास झाल्याशिवाय ते वित्तीयदृष्ट्या कमकुवत राहण्याचीच शक्यता सर्वाधिक आहे.

यशासाठी काही प्रमाणात मानसिक आणि शारीरिक कणखरता आवश्यक असते. तुम्ही जर तुमच्या डाव्या मेंदूस विषय समजून घेण्याचे, तुमच्या उजव्या मेंदूला नवे व सर्जनशील उपाय सुचवण्याचे आणि तुमच्या सुप्त मेंदूला भयग्रस्त होण्याऐवजी उत्साही होण्यास आणि त्यानुसार कृती करण्याचे, तसेच चुका करण्याची व त्यातून शिकण्याची तयारी ठेवण्याचे प्रशिक्षण देऊ शकलात, तर तुम्ही खरेच जादू निर्माण करू शकता. त्याचबरोबर तुम्ही तुमची अलौकिक प्रतिभाही विकसित करू शकता.

प्रकरण दहा

तुमचा वित्तीय बुद्ध्यंक विकसित करणे :

काही व्यावहारिक क्लृप्त्या

हे पुस्तक तुमच्या वित्तीय बुद्धिमत्ता विकसित करण्यासंबंधी आणि तुमचा वित्तीय बुद्ध्यंक वाढवण्यासंबंधी आहे. मी यापूर्वीच लिहिल्याप्रमाणे, श्रीमंत आणि यशस्वी बनण्यासाठी तुमच्याकडे सर्व पाचही वित्तीय बुद्धिमत्तांची संपूर्णता असणे गरजेचे आहे. हे सांगणे सोपे आणि करणे कठीण असल्याचे मला माहीत आहे. तुमच्या पाच बुद्धिमत्ता विकसित करणे ही आयुष्यभर सुरू राहणारी प्रक्रिया आहे, ती एका दिवसात किंवा अगदी एका वर्षातही पूर्ण होऊ शकत नाही. मी सातत्याने माझ्या बुद्धिमत्ता विकसित करण्यासाठी प्रयत्नशील असून तुम्हांलाही तसे करण्यासाठी मी प्रोत्साहन देतो. हे प्रकरण तुमचा वित्तीय बुद्ध्यंक तीक्ष्ण बनवण्यासाठी काही व्यावहारिक मार्ग पुरीवते.

अनेक वित्तीय सल्लागार दीर्घ काळासाठी गुंतवणूक करण्याचा सल्ला देतात. तुम्ही तुमचा पैसा त्यांच्याकडे सोपवावा आणि त्यावर ते दीर्घ काळासाठी दलाली मिळवू शकतील, असा त्यांच्यापैकी बहुतांश जणांच्या सल्ल्याचा खरा अर्थ असतो. या सल्ल्याबाबतची अडचण अशी की, यातून तुम्ही फारसे काही शिकत नाही. या दीर्घ कालावधीच्या अखेरीस तुम्ही वित्तीयदृष्ट्या अधिक चाणाक्षही होत नाही आणि तुमचा वित्तीय बुद्ध्यंक विकसित होत नाही. याउप्पर, बहुतांश दीर्घकालीन गुंतवणूकदार हे सर्वाधिक धोका असणाऱ्या गुंतवणूक योजनांमध्ये गुंतवणूक करतात आणि या योजनांचा परतावा अल्प असतो व त्यावरील गुंतवणूकदारांचे नियंत्रणही अत्यंत कमी असते.

तुमच्या वित्तीय सल्लागारांच्या सल्ल्याचे अंधानुकरण करण्याऐवजी तुमच्या तिन्ही मेंदूंना सशक्त बनवेल आणि तुमचा वित्तीय बुद्ध्यंक बळकट करण्याची संधी पुरवेल, अशा दीर्घकालीन संक्रमण घडवणाऱ्या वातावरणांमध्ये गुंतवणूक करण्याचा विचार तुम्हांला करता

येऊ शकतो. व्यावहारिक मार्गाने तुमच्या तिन्ही मेंदूंचा आणि तुमच्या प्रतिभेचा विकास करेल, अशा संक्रमण घडवणाऱ्या वातावरणांचा शोध तुम्ही घेतला पाहिजे.

संक्रमण घडवणाऱ्या वातावरणाची काही उदाहरणे पुढीलप्रमाणे आहेत :

१. ***शाळा.*** बहुतांश लोकांसाठी शाळा हे संक्रमण घडवणारे वातावरण असते. वर्गामध्ये शिकणे हा डाव्या आणि उजव्या मेंदूचे कार्य सुधारण्याचा खूप चांगला मार्ग आहे. मात्र पारंपरिक शाळांबाबतची अडचण अशी आहे की, त्या तिन्ही मेंदूंपैकी सर्वांत सशक्त असणाऱ्या सुप्त मेंदूच्या विकासासाठी योग्य वातावरण नाहीत. बहुतांश पारंपरिक शाळा या अपयशाच्या भीतीचे आणि चुका करण्याच्या भीतीचे मिरर न्यूरॉन्स अधिक मोठे करतात.

२. ***चर्च.*** चर्च ही दोन प्रकारची असतात, असे माझे निरीक्षण आहे. पहिल्या प्रकारच्या चर्चमध्ये तुम्हांला ईश्वरावर प्रेम करायला शिकवले जाते आणि दुसऱ्या प्रकारच्या चर्चमध्ये ईश्वराची भीती बाळगण्यास शिकवले जाते. देवाला घाबरणे कसे परिणामकारक ठरू शकते, हे मला माहीत नाही; तरीही चर्च हे आध्यात्मिक सामर्थ्य शोधण्यासाठी खूप चांगले ठिकाण असून त्याद्वारे तुमचा सुप्त मेंदू सशक्त होतो. चांगल्या आध्यात्मिक सामर्थ्यामुळे एखादा माणूस अधिक तत्त्वनिष्ठ, नैतिक आणि दानशूर बनण्यास सक्षम होईल, अशी आशा आहे.

३. ***सैन्य.*** दि मरिन कॉर्प्स हे माझ्याकरिता तिन्ही मेंदूंचा विकास करण्याचे उत्तम वातावरण होते. वैमानिक म्हणून काम करताना तिन्ही मेंदू, तसेच अगदी सांगितिक बुद्धिमत्तेसकट सातही बुद्धिमत्ता आवश्यक होत्या. आम्ही बऱ्याचदा लढण्यासाठी उड्डाण करत असताना आमचे मनोधैर्य वाढवण्यासाठी रॉक अँड रोल संगीत वाजवायचो. मी, विशेषतः पैसे गमावल्यानंतरही अधिक चांगला उद्योजक बनू शकलो; कारण मी माझी व्यक्तिविशिष्ट बुद्धिमत्ता सुधारण्यास आणि माझ्या भीतींवर नियंत्रण मिळवण्यास शिकलो, असे आज मला वाटते.

४. ***नेटवर्क मार्केटिंग.*** बहुतांश नेटवर्क मार्केटिंग कंपन्या या शिकण्यासाठी उल्लेखनीय वातावरण असतात; कारण त्या प्रशिक्षण, साहाय्य, व्यवसायरचना आणि उत्पादने पुरवतात. त्यामुळे तुम्ही तुमची विक्रीकौशल्ये विकसित करण्यावर आणि तुमचा व्यवसाय उभा करण्यावर लक्ष केंद्रित करू शकता. तुमच्यापैकी ज्या कोणाला उद्योजक बनायचे असेल, त्यांनी खऱ्याखुऱ्या जगातील, चलाखीने व्यवसाय करण्याचे काही सर्वोत्तम धडे गिरवण्यासाठी नेटवर्क मार्केटिंग कंपनीसोबत सहभागी व्हावे, असा सल्ला मी देईन. या कंपन्यांचे लक्ष तिन्ही मेंदू विकसित करण्यावर आणि विशेषतः सुप्त मेंदू बळकट करण्यावर असते.

तुमची आंतरवैयक्तिक बुद्धिमत्ता आणि व्यक्तिविशिष्ट बुद्धिमत्ता विकसित करण्यासाठी नेटवर्क मार्केटिंगचे प्रशिक्षण कार्यक्रम खूप चांगले ठरतात. या दोन बुद्धिमत्ता विकसित करणे तुमचे जीवन बदलवून टाकेल आणि तुमचे जीवनमान उंचावेल; कारण अन्य लोकांपासून वाटणाऱ्या भीतीवर, तसेच अपयशाच्या

भीतीवर मात करण्यास या दोन बुद्धिमत्ता तुम्हांला शिकवतात. नेटवर्क मार्केटिंग वातावरणामध्ये शिकण्याबाबतची सर्वोत्तम गोष्ट म्हणजे हे सहकार्यशील वातावरण असून बहुतांश शाळा व व्यवसायांप्रमाणे भीतीवर चालणारे वातावरण नाही. अपेक्षित कामगिरी न केल्याबद्दल तुम्हांला नापास करण्याऐवजी किंवा कामावरून कमी करण्याऐवजी, बहुतांश नेटवर्क मार्केटिंग व्यवसाय हे तुमची जोपर्यंत शिकण्याची आणि वृद्धिंगत होण्यासाठी तयारी आहे; तोपर्यंत तुम्हांला सशक्त बनवण्यासाठी काम करतील. पाच वर्षे नेटवर्क मार्केटिंग व्यवसायांमध्ये घालवल्यानंतर अखेर आपल्या शंका आणि भीतीमधून मार्ग काढणारे बरेच लोक माझ्या माहितीत आहेत. एकदा त्यांनी हे केल्यानंतर, त्यांच्याकडे मोठ्या प्रमाणावर पैसा येऊ लागला.

५. ***व्यवसाय.*** व्यवसाय हे प्राथमिकतः दोन प्रकारचे असतात... लहान आणि मोठे. मोठे व्यवसाय हे तिन्ही मेंदूंचा विकास करण्यासाठी, विशेषतः तुमच्या सुप्त मेंदूच्या विकासासाठी खूप चांगले ठिकण आहे. हे मोठे उद्योगसमूह प्रचंड दडपण हाताळत असतात. हे ते कसे करतात, मला माहीत नाही. तेथील मनोव्यापार आणि पडद्याआडचे राजकारण यांतून तुमच्या आंतरवैयक्तिक आणि व्यक्तिविशिष्ट बुद्धिमत्ता तयार करण्याच्या खूप चांगल्या संधी उपलब्ध होतात.

   ज्या लोकांना उद्योजक बनायचे आहे, त्यांच्याकरिता एका लहानशा कंपनीतील नोकरी स्वीकारणे हे खूप चांगले शिकवणारे वातावरण ठरू शकते. मोठ्या कंपनीपेक्षा छोट्या कंपनीकडे असणारी एक जमेची बाजू म्हणजे तुम्ही व्यवसायाच्या सर्व भिन्न पैलूंविषयी शिकू शकता. माझ्या 'बिफोर यू क्विट युअर जॉब' या पुस्तकामध्ये मी व्यवसायाच्या आठ अत्यावश्यक भागांचे, व्यवसायाच्या आठ इंटेग्रिटींचे वर्णन केले आहे. छोट्या व्यवसायामध्ये काम केल्याने तुम्हांला ते सर्व आठ भाग शिकण्याची आणि व्यवसायविषयक महत्त्वपूर्ण अनुभव मिळवण्याची अधिक चांगली संधी उपलब्ध होते.

६. ***चर्चासत्र.*** ज्या लोकांना डॉक्टर, वकील, वास्तुविशारद यांसारखे परवानाधारक व्यावसायिक व्हायचे आहे, त्यांच्यासाठी पारंपरिक शाळा महत्त्वाच्या आहेत. जिथे बढतीसाठी पारंपरिक मान्यताप्राप्त शाळांमधील पदव्या आवश्यक असतात, अशा उद्योगजगतातील किंवा शासकीय व्यवस्थेतील शिड्या ज्या लोकांना चढायच्या आहेत, त्यांच्याकरिताही या शाळा महत्त्वाच्या आहेत. तथापि, ज्यांना उद्योजक किंवा गुंतवणूकदार बनायचे आहे, त्यांच्यासाठी चर्चासत्रे ही खूप चांगली आहेत. आजघडीला पृथ्वीवर अस्तित्वात असणाऱ्या प्रत्येक विषयावर चर्चासत्रे आणि परिषदा होतात. तुम्हांला केवळ तुमच्या आवडीच्या विषयाला हात घालणारे चर्चासत्र शोधायचे आहे.

   ज्या लोकांना बांधकाम क्षेत्रातील व्यावसायिक बनायचे आहे किंवा शेअर्सचे व्यवहार करण्यास शिकायचे आहे, त्यांच्यासाठी 'दि रिच डॅड कंपनी'ची खूप उत्कृष्ट चर्चासत्रे आहेत. या कार्यक्रमांबद्दल मला खूप अभिमान आहे, कारण

जे मार्गदर्शक हे अभ्यासक्रम शिकवतात, ते स्वतःही त्यांची शिकवण अमलात आणतात. अधिक प्रगत अभ्यासक्रम हे प्रशिक्षणार्थ्यांना सहभागी करून घेणारे आहेत आणि तेथे टप्प्याटप्प्याने शिकवले जाते. उदाहरणार्थ, त्यामध्ये तुम्ही आसपासच्या परिसरात जाता आणि खऱ्याखुऱ्या पैशांसह खऱ्या सवलती देता. तुम्ही जर जमीन विकासासंबंधीचा अभ्यासक्रम शिकत असाल, तर तुम्ही प्रत्यक्ष जमीनविकास प्रकल्पांवर काम करता. सर्वांत महत्त्वाचे म्हणजे, आमच्या अभ्यासक्रमांची रचना तिन्ही मेंदूंना शिक्षण देण्यासाठी व सशक्त बनवण्यासाठी, तसेच त्यांनी परस्परसमन्वयाने एकत्रितपणे काम करावे, यासाठी करण्यात आली आहे. तिन्ही मेंदूंवर लक्ष केंद्रित केल्यामुळे तुमचा नफा आणि यशाच्या शक्यता सुधारतात.

७. ***प्रशिक्षण.*** डोनाल्ड ट्रम्प आणि मी श्रीमंत वडील असण्याबाबत सुदैवी ठरलो, कारण हे वडील आमचे प्रशिक्षकही होते. ज्यांनी आयुष्यात कधीही सांघिक खेळ खेळला आहे, त्या प्रत्येकाला संघाच्या यशासाठी प्रशिक्षक किती महत्त्वाचा ठरू शकतो, हे माहीत आहे.

‘दि रिच डॅड कंपनी’चाही एक प्रशिक्षण विभाग आहे. तेथील कर्मचारी हे व्यावसायिक प्रशिक्षक आहेत. ते सर्व जण केवळ उत्कृष्ट प्रशिक्षकच नाहीत, तर ते ज्या गोष्टींचे प्रशिक्षण देतात, त्या स्वतः अमलातही आणतात. रिच डॅड प्रशिक्षण विभाग हा व्यक्तिनिहाय मार्गदर्शन हवे असणाऱ्या लोकांसाठी आहे. रिच डॅडच्या अन्य अभ्यासक्रमांप्रमाणेच, येथेही तिन्ही मेंदूंना शिक्षण देण्यावर कसोशीने जोर देण्यात आला आहे.

आता, माझ्याकडे तर काहीच पैसे नाहीत. मला वैयक्तिक प्रशिक्षक कसा परवडू शकतो? किंवा मला प्रशिक्षकाची गरजच काय? मी अगोदरपासूनच अचूक आहे, असे जर तुम्ही स्वतःशीच म्हणत असाल, तर पुढील गोष्टीचा विचार करा: एखाद्या व्यक्तीला मदतीची गरज असतानाही, जेव्हा तो किंवा ती ‘‘मला हे परवडू शकत नाही,’’ किंवा ‘‘मला मदतीची गरज नाही,’’ असे म्हणते, तेव्हा ती व्यक्ती त्यांच्या सुप्त मनाचा आवाज असते. नेमक्या याच कारणामुळे त्या व्यक्तीला प्रशिक्षकाची गरज असते.

अ बिंदूपासून ब बिंदूपर्यंतच्या संक्रमणासाठी, एका वातावरणातून दुसऱ्या वातावरणात जाण्यासाठी सज्ज असणाऱ्या कोणाहीसाठी प्रशिक्षक आवश्यक असतो. माझ्या श्रीमंत वडिलांनी जर मला जवळपास तीस वर्षे प्रशिक्षण दिले नसते, तर मी आज आहे, त्या ठिकाणी पोहोचलो नसतो. अगदी आजही, मी काही प्रशिक्षकांकडून मार्गदर्शन घेणे सुरू ठेवले आहे, कारण अद्यापही माझे सुप्त मन पूर्णपणे माझ्या आत्म्याशी एकरूप झालेले नाही.

८. ***कॅश फ्लो क्लब.*** आज जगभरात सर्वत्र हजारोंच्या संख्येने कॅश फ्लो क्लब आहेत. या क्लबचे प्रमुख हे ‘रिच डॅड’चे शैक्षणिक वातावरण निर्माण करण्याची आवड असणारे स्वयंसेवक आहेत. या क्लबमध्ये सहभागी होणे हा

आपल्यासारखीच मानसिकता असणाऱ्या लोकांना भेटण्याचा आणि तुमच्या मेंदूतील मिरर न्यूरॉन्स सक्रिय करण्याचा खूप चांगला मार्ग आहे. तुम्ही तुमच्या परिसरामध्ये, व्यवसायाच्या ठिकाणी किंवा चर्चमध्ये तुमचा स्वतःचा कॅश फ्लो क्लबही सुरू करू शकता.

संक्रमण शक्य असणाऱ्या वातावरणाची ही काही उदाहरणे आहेत. माझ्यासाठी मरिन कॉर्प्स, झेरॉक्स, माझे स्वतःचे व्यवसाय आणि स्थावर मालमत्तेतील गुंतवणूक ही अशी वातावरणे होती, जिथे मी माझी प्रतिभा विकसित करण्यास शिकलो. तुम्हांला जर तुमची अलौकिक प्रतिभा विकसित करायची असेल, तर तुमच्यासाठी सर्वोत्तम वातावरण कोणते आहे?

उद्योजक बनण्यासाठी काय लागते?

उद्योजक हे पृथ्वीतलावरील सर्वांत श्रीमंत लोक असतात, हे आपल्यापैकी बहुतांश जणांना माहीत आहे. रिचर्ड ब्रॅन्सन, डोनाल्ड ट्रम्प, ऑप्रा विन्फ्रे, स्टीव्ह जॉब्ज आणि रुपर्ट मर्डोक हे आजच्या काळातील काही अधिक प्रसिद्ध उद्योजक आहेत.

उद्योजक हे जन्मजात असतात की उद्योजक तयार करता येऊ शकतात, असा प्रश्न सध्या सुरू असणाऱ्या चर्चेतून उपस्थित होतो. उद्योजक बनण्यासाठी विशेष व्यक्ती असावे लागते किंवा काहीतरी विशिष्ट जादू घडावी लागते, असे काही लोकांना वाटत असल्यामुळे हा प्रश्न उपस्थित केला जातो. माझ्यासाठी उद्योजक असणे ही काही फार मोठी बाब नाही. माझ्या जवळच्या परिसरामध्ये एका ज्युनिअर हायस्कूलमध्ये शिक्षण घेणाऱ्या मुलीचा शिशुपालन गृहाचा व्यवसाय खूप जोरात चालला आहे आणि ती तिच्याकरिता काम करण्यासाठी सहाध्यायांना नोकरीवर ठेवते. ती उद्योजक आहे. असाच आणखी एक तरुण मुलगा त्याच्या शाळेनंतरच्या वेळेत छोटीमोठी कामे करण्याचा व्यवसाय करतो. तोसुद्धा उद्योजक आहे. भीतीचा अभाव ही बहुतांश मुलांजवळ असणारी गोष्ट असते. आणि बहुतांश प्रौढ माणसांजवळ असणारी एकमेव गोष्ट म्हणजे भीती असते.

उद्योजकांची दोन गुणवैशिष्ट्ये

आज, आपल्या नोकरीला सोडचिठ्ठी देऊन उद्योजक बनण्याचे आणि आपला स्वतःचा व्यवसाय चालवण्याचे स्वप्न बाळगणारे कोट्यवधी लोक आहेत. अडचण अशी की, यातील बहुतांश लोकांसाठी त्यांचे स्वप्न हे केवळ स्वप्न असते. ते वास्तवात कधीच येत नाही. मग प्रश्न हा येतो की, आपल्या उद्योजक बनण्याच्या स्वप्नाचा पाठलाग करण्यामध्ये इतके सारे लोक अपयशी का ठरतात?

माझ्या एका मित्राने या अनेक वर्षांपासून चालत आलेल्या प्रश्नाचे सर्वोत्तम उत्तर दिले आहे. तो म्हणतो, ''उद्योजकांकडे दोन गुणवैशिष्ट्ये असतात... अनभिज्ञता आणि धैर्य''.

हे साधेसोपे पृथक्करण सघन आहे. यातून केवळ उद्योजकताच नाही, तर त्यापलीकडच्याही खूप गोष्टी स्पष्ट होतात. काही लोक श्रीमंत का असतात आणि बहुतांश

लोक श्रीमंत का नसतात, याचे स्पष्टीकरणही यातून मिळते. उदाहरणार्थ, 'अ' शेरा मिळवणारे अनेक विद्यार्थी हे श्रीमंत बनत नाहीत, कारण ते हुशार तर असतात परंतु त्यांच्यामध्ये धैर्य नसते. अनेक लोकांकडे तर ज्ञान आणि धैर्य या दोन्हींचा अभाव असतो.

दोन केशभूषाकारांची कहाणी

माझा एक मित्र खूप उत्कृष्ट केशभूषाकार आहे. स्त्रियांना सौंदर्य बहाल करण्याच्या बाबतीत तर तो जादूगार आहे. अनेक वर्षांपासून तो त्याचे स्वतःचे सॅलॉन सुरू करण्याविषयी बोलतो आहे. त्याच्या योजना खूप मोठ्या आहेत; परंतु दुर्दैवाने तो अद्यापही एका मोठ्या सॅलॉनमध्ये एक खुर्ची सांभाळण्यापुरता लहान राहिला असून त्याचे सातत्याने त्या सॅलॉनच्या मालकाशी वाद होतात.

माझ्या दुसऱ्या एका मित्राच्या पत्नीला हवाईसुंदरी म्हणून काम करण्याचा कंटाळा आला. दोन वर्षांपूर्वी तिने स्वतःची नोकरी सोडली आणि केशभूषाकार बनण्यासाठी एका प्रशिक्षण संस्थेत प्रवेश घेतला. महिन्याभरापूर्वीच, तिने तिच्या सॅलॉनचे दिमाखात उद्घाटन केले. तेथील वातावरण खूपच विलोभनीय आहे आणि तिने आपल्या सॅलॉनमध्ये काम करण्यासाठी काही सर्वोत्तम केशभूषाकारांना जमवले आहे.

माझ्या आधीच्या मित्राने तिच्या सॅलॉनविषयी ऐकले, तेव्हा तो म्हणाला, ''ती सॅलॉन कशी काय सुरू करू शकते? तिच्याकडे काहीच गुणवत्ता नाही. तिला कौशल्याची देणगी नाही. मी ज्याप्रमाणे न्यू यॉर्कमध्ये प्रशिक्षण घेतले, तसे प्रशिक्षण तिला मिळालेले नाही. आणि याशिवाय, तिला कोणताच अनुभवही नाही. मी तिला वर्षभराचा कालावधी देतो आणि वर्षभरात ती अपयशी ठरणार आहे.''

ती कदाचित अपयशी ठरेलही. सर्व व्यवसायांपैकी ९० टक्के व्यवसाय हे सुरुवातीच्या पाच वर्षांमध्ये अपयशी ठरतात, असे आकडेवारी दर्शवते. मात्र अनभिज्ञता आणि धैर्याचा आपल्या आयुष्यावरील परिणाम हा या कहाणीचा मूळ मुद्दा आहे. या उदाहणामध्ये, आपल्याजवळ एकीकडे खूप चांगली देणगी लाभलेला, परंतु धैर्याचा अभाव असणारा एक केशभूषाकार आहे आणि दुसरीकडे अनुभवाचा अभाव असणारी, परंतु धैर्य असणारी केशभूषाकार आहे. माझ्या मते, अनभिज्ञता आणि धैर्य यांच्यातील परस्परसंबंध हेच जीवनाचे सार आहे.

१९७४ साली माझ्याकडे नोकरी, पैसे आणि व्यवसायाचा फारसा अनुभव नव्हता. मी माझ्या संसाधनांच्या मर्यादेत जगू शकत नव्हतो, कारण माझ्याकडे मर्यादेत राहण्यासाठी कोणती संसाधनेच नव्हती. मी विखरून गुंतवणूक करू शकत नव्हतो, कारण माझ्यासाठी विखरून गुंतवणूक करण्यासाठी काहीच नव्हते. माझ्याकडे केवळ धैर्य होते. वास्तव जगामध्ये धैर्य हे चांगले गुण आणि शेऱ्यांपेक्षा अधिक महत्त्वाचे असते. तुमची प्रतिभा शोधण्यासाठी, ती विकसित करण्यासाठी आणि ती जगाला प्रदान करण्यासाठी धैर्य लागते.

तुमचे मन हे अमर्याद आहे आणि तुमच्या शंकांना मर्यादा आहेत, हे सदैव लक्षात ठेवा. ॲटलास श्रग्ड या कादंबरीच्या लेखिका ॲन रँड म्हणाल्या होत्या, ''संपत्ती हे

माणसाच्या विचारक्षमतेचे उत्पादन आहे.'' त्यामुळे तुम्ही जर तुमचे जीवन बदलण्यासाठी तयार असाल, तर तुम्ही तिन्ही मेदूंना श्रीमंत होण्याचा विचार करू देणाऱ्या आणि श्रीमंत होऊ देणाऱ्या वातावरणाचा शोध घ्या. आणि कुणास ठाऊक, तुम्हांला कदाचित तुमची अलौकिक प्रतिभा सापडेलही.

तुमची अभिप्राय-व्यवस्था : कोणताच माणूस बेट नाही

आपण अभिप्रायांच्या जगामध्ये जगत आहोत. आपण जेव्हा वजनकाट्यावर उभे राहतो, तेव्हा आपले वजन आपल्याला अभिप्राय देत असते. आपले वजन जर दहा पाउंडांनी वाढल्याचे वजनकाटा सांगत असेल, आणि विशेषतः अगोदरच आपले वजन वीस पाउंड अधिक असेल, तर तो अभिप्राय आपल्याला कदाचित आवडणार नाही. जेव्हा डॉक्टर तुमचा रक्तदाब मोजतात आणि तुमच्या रक्ताचे नमुने प्रयोगशाळेमध्ये पाठवतात, तेव्हा डॉक्टरांना अभिप्राय हवा असतो.

अभिप्राय हा महत्त्वाचा आहे. अभिप्राय हा आपण आणि आपले वातावरण याविषयीच्या माहितीचा खूप महत्त्वाचा स्रोत ठरू शकतो. अडचण अशी आहे की, जर आपल्याला अभिप्राय आवडला नाही, तर आपले सुप्त मन त्या अभिप्रायातून येणाऱ्या माहितीच्या महत्त्वाला अवरोध करण्याची, त्याचा विपर्यास करण्याची, त्याला कमी लेखण्याची किंवा ते नाकारण्याची शक्यता असते.

अभिप्रायाच्या महत्त्वासंबंधीचे सर्वांत ज्ञानदायी धडे मी मरिन कॉर्प्समध्ये असताना शिकलो. जेव्हा मी कामात घोळ घालायचो, तेव्हा येणारे अभिप्राय हे अतिशय तीव्र होते आणि निश्चितच शर्करावगुंठित नव्हते. जेव्हा मी माझ्या श्रीमंत वडिलांसोबत काम करत होतो, तेव्हाही अभिप्रायांची तीव्रता सारखीच होती.

मी याचा मुद्दाम उल्लेख करतो आहे, कारण आपल्यापैकी अनेक जण अशा वातावरणांमध्ये काम करतात, जिथे अभिप्रायांना परवानगी नसते, ते सडेतोड नसतात आणि प्रामाणिकही नसतात. आपल्यावर दावा ठोकला जाण्याच्या भीतीने अनेक शाळा आणि व्यवसाय, तुम्ही जे ऐकणे गरजेचे असते, ते तुम्हांला सांगण्यास घाबरतात. अनेक मित्र व सहकर्मचाऱ्यांकडे तुमच्या तोंडावर बोलण्याइतके धैर्य नसल्यामुळे ते तुमच्या पाठीमागे बोलतील. हे निरोगी वातावरण नाही. हे कुचकामी वातावरण आहे.

जे वातावरण अभिप्राय देऊ करते, ते निरोगी वातावरण असते. जर तुमची स्वीकारण्याची तयारी असेल, तर आयुष्य सातत्याने तुम्हांला मौल्यवान माहिती पुरवत असते आणि बहुतांश वेळा अभिप्राय हा मोफत असतो. करांपोटी किती पैसे गेले, हे पाहण्यासाठी प्रत्येक वेळी तुम्ही जेव्हा ते विवरणपत्र उघडता, तेव्हा तो अभिप्राय असतो. जर देणेकरी तुमच्याकडे पैशांची मागणी करण्यासाठी फोन करत असतील, तर हा अभिप्राय आहे. जर तुम्ही खूप परिश्रम करूनही पुरेसे पैसे कमावत नाही आहात, तर हा अभिप्राय आहे. जर तुम्ही कामामध्ये अधिक वेळ आणि घरी कमी वेळ घालवता आहात, तर हा अभिप्राय आहे. जर तुमची मुले अमली पदार्थांचे सेवन करत असतील आणि त्यांच्यामागे पोलिसांचा

ससेमिरा असेल, तर हा अभिप्राय आहे. जर तुमचे सर्व मित्र पराभूत असतील आणि त्यांना पराभूत असणे आवडत असेल, तर हा अभिप्राय आहे. ही खूप चांगली माहिती असते. वास्तव जग तुम्हांला काहीतरी सांगण्याचा प्रयत्न करत असते.

तुमचे जीवनमान हा अभिप्रायाचा खूप चांगला स्रोत आहे. तुम्ही जर अशा घरामध्ये राहत असाल, जे तुमच्यामध्ये गरीब असल्याची भावना निर्माण करत असेल, तर तो अभिप्राय आहे. जर तुम्ही लॅम्बॉर्घिनी चालवायची असताना, स्वस्तातील गाडी चालवत असाल, तर तो अभिप्राय आहे. तुम्हांला ज्या जीवनाच्या दर्जाबाबत सर्वांत आपलेसे वाटते, तेच जीवनमान असते. निवांत राहाणे, कमी दर्जाचे असणे किंवा तडजोड स्वीकारणे, असा याचा अर्थ नाही. जीवनमानाचा अर्थ तुम्ही इतरांच्या कोणाच्यातरी जीवनमानाविषयी असूया न बाळगता, तुमच्या घराच्या, मित्रांच्या आणि मालकीच्या वस्तूंच्या प्रेमात असणे व त्याविषयी अभिमान बाळगणे होय. पुन्हा, याचा अर्थ तुम्ही कर्जाच्या खाईत जाऊन स्वतःचे जीवनमान सुधारणे, असाही नाही. तुम्ही प्रथमतः शिकण्यासाठी आणि अधिक हुशार बनण्यासाठी चांगले वातावरण शोधावे आणि त्यानंतर श्रीमंत बनून तुमचे जीवनमान सुधारावे, इतक्याच गोष्टीविषयी मी बोलतो आहे.

जगातील सर्वोत्तम माहिती मिळवण्यासाठी तुम्ही खूप चांगल्या शाळेमध्ये जाण्याची, खूप चांगली नोकरी करण्याची किंवा खूप महान पुस्तके वाचण्याची गरज नसते. तुम्हांला केवळ तुमच्या आसपासच्या जगात डोकावून मिळणारे अभिप्राय कान देऊन ऐकायचे आहेत.

अभिप्रायाबाबत माहिती करून घेण्यासारख्या तीन महत्त्वाच्या गोष्टी आहेत :

१. ***अभिप्राय खुलेपणाने स्वीकारण्याचे धैर्य बाळगा.*** जर तुम्हांला सुधारायचे असेल, तर जास्तीतजास्त अभिप्राय मिळवण्याचा प्रयत्न करा. याकरिताच प्रशिक्षक आणि मार्गदर्शक हे यशस्वी लोकांसाठी महत्त्वाचे असतात. यशस्वी लोक अधिकाधिक अभिप्राय मागतात.

२. ***केवळ विचारले जातील, तेव्हाच अभिप्राय किंवा सल्ले द्या.*** न मागितलेल्या अभिप्रायाइतका राग लोकांना दुसऱ्या कशाचाही येत नाही... जरी तो अभिप्राय आपल्या गरजेचा आहे, हे त्यांना माहीत असले, तरी. 'डुकरांना गायला शिकवू नका. त्यामध्ये तुमचा वेळ वाया जाईल आणि डुकरांची चिडचिड होईल,' अशी एक जुनी सार्थ म्हण आहे.

३. ***ठग लोक तुम्हांला जे ऐकणे गरजेचे आहे, ते सांगण्याऐवजी तुम्हांला जे ऐकावेसे वाटते, ते सांगतील.*** ठग लोक बौद्धिकरीत्या अजाण आणि भावनिकरीत्या कमकुवत असे सावज हेरतात. तुम्ही ज्यामध्ये कमकुवत आहात, त्या गोष्टींअनुसार ते जुळवणी करतील आणि त्या कमकुवतपणाला साजेसा विपणन संदेश (मार्केटिंग मेसेज) तयार करतील. पैशांच्या जगतामध्ये, वॉरेन बफे यांच्यासारखे सर्वांत सुज्ञ गुंतवणूकदारही विखरून गुंतवणूक करत नसले आणि आपल्या संसाधनांच्या मर्यादेत राहण्याचा सल्ला देत नसले, तरी या ठग लोकांनी

सामान्य जनांना विखरून गुंतवणूक करणे आणि आपल्या संसाधनांच्या मर्यादित राहणे हे सुज्ञपणाचे असल्याच्या संदेशावर विश्वास ठेवायला लावला आहे.

बफे हे त्यांच्या जीवनमानानुसार जगतात आणि ते डोनाल्ड ट्रम्प यांच्या जीवनमानापेक्षा खूप भिन्न आहे. वॉरेन बफे हे नेब्रास्कामधील ओमाहा येथे राहतात आणि डोनाल्ड ट्रम्प न्यू यॉर्क सिटीमध्ये राहतात. मुद्दा हा आहे की, या दोघांकडेही जगात कुठेही राहण्याइतकी आणि त्यांना हव्या असलेल्या जीवनमानानुसार जगण्याइतकी संसाधने आहेत. ते जिथे आहेत, तिथे ते आनंदी आहेत.

अधिक महत्त्वाचे प्रश्न पुढीलप्रमाणे आहेत.

- तुम्हांला जिथे जगायचे आहे आणि ज्या जीवनमानानुसार जगायचे आहे, तिथे आणि त्या जीवनमानानुसार तुम्ही जगता आहात का?
- ठगांना त्यांच्या संसाधनांच्या मर्यादेपलीकडे जगता यावे, यासाठी तुम्ही विखरून गुंतवणूक करता आहात आणि तुमच्या संसाधनांच्या मर्यादित जगता आहात का?
- तुम्हांला ज्या मित्रांशी आणि लोकांशी संबंध जोडायचे आहते, त्या लोकांशी व मित्रांशी तुम्ही संबंधित आहात का?

जर तुम्हांला अधिक निरोगी, हुशार, श्रीमंत आणि आनंदी व्हायचे असेल, तर तुमच्या स्वतःच्या अभिप्रायाकडे बारकाईने लक्ष द्या. तो अभिप्राय तुम्हांला या जगातील सर्वांत महत्त्वाची माहिती देतो. तुम्हांला तुमचा अभिप्राय आवडो किंवा न आवडो, जर तुमच्याकडे तो ऐकण्याचे आणि त्यापासून शिकण्याचे धैर्य असेल, तर तुम्ही यशस्वी व्हाल.

हे पुस्तक वाचल्याबद्दल धन्यवाद. – आर. के.

उत्तरकथा

पैसे छापण्याचा परवाना

मी २००७ मध्ये जेव्हा हे पुस्तक लिहायला सुरुवात केली, तेव्हा गृहउद्योग आणि कर्जांचे संकट एक मोठी समस्या म्हणून समोर येण्यास नुकतीच सुरुवात झाली होती. त्या वेळेस ही समस्या किती दूरगामी ठरणार आहे, हे निश्चित नव्हते. त्याचप्रमाणे, हे संकट वित्तीय बाजारामध्ये किती मोठ्या उत्पाताला कारणीभूत ठरणार आहे, या बाबत मला शाश्वती नसली, तरी मध्यम वर्गाला याचा सर्वाधिक त्रास सहन करावा लागणार आहे, या एका गोष्टीबाबत मी खात्रीशीर होतो.

जे लोक 'खूप परिश्रम करा, पैशांची बचत करा, कर्जमुक्त व्हा आणि शेअर्स, कर्जरोखे आणि म्यूच्युअल फंड्स अशा चांगल्या प्रकारे वैविध्यपूर्ण असणाऱ्या पोर्टफोलिओमध्ये दीर्घकालीन गुंतवणूक करा,' यांसारख्या पैशांविषयीच्या जुन्या नियमांना अनुसरून जगत होते, त्यांनाच याचा सर्वाधिक फटका बसणार आहे, हे मला माहीत होते. आपल्या घरांचे आणि निवृत्ती निर्वाह खात्यांचे मूल्य झपाट्याने घसरत असताना आणि अपेक्षित वित्तीय स्थैर्याकडून वित्तीय नाशाच्या उंबरठ्यावर येऊन ठेपले असताना त्यांना निःशब्द निराशेने कृतिशून्यपणे पाहत राहावे लागणार होते.

वर्षभराच्या कालावधीनंतर... मात्र वर्षभराची सुज्ञता नाही

मागील वर्षभराच्या काळात खूप काही बदलले आहे आणि मी ही उत्तरकथा ऑगस्ट २००८ मध्ये लिहीत असताना गृहउद्योग आणि कर्जविषयक संकटामुळे वित्तीय बाजारांवर आणि परिणामतः संपूर्ण अमेरिकन अर्थव्यवस्थेवर गंभीर परिणाम झाल्याचे स्पष्ट आहे. आजघडीला घरांच्या किमती विक्रमी दराने घसरत आहेत. अमेरिकन शेअर बाजार हा औपचारिकरीत्या पडझडीच्या अवस्थेत असून आपल्या उच्चांकाच्या तुलनेत २० टक्क्यांहून अधिक घसरला आहे. महागाईने मागील सव्वीस वर्षांतील उच्चांक गाठला आहे आणि इंधनाचे दर प्रतिगॅलन चार डॉलर्सच्या वर पोहोचले आहेत. अमेरिका ही एका दीर्घकालीन वेदनादायी मंदीच्या

दिशेने सरकत आहे किंवा अनेकांच्या मते तर आताच अशा मंदीत आहे. मी तुम्हांला हे सर्व सांगण्याची गरज नाही. प्रत्येक प्रमुख वृत्तस्रोताच्या मुखपृष्ठावर ही वाईट बातमी आहे.

मी प्रथमतः 'तुमचा वित्तीय बुद्ध्यंक वाढवा' (Increase Your financial IQ) हे पुस्तक लिहायला सुरुवात केली, तेव्हापासून अर्थव्यवस्थेतील अनेक पैलू बदलले असले, तरी एक पैलू बदललेला नाही आणि तो म्हणजे पुस्तकाचा प्राथमिक पूर्वपक्ष. मी हे पुस्तक लिहिले, कारण १९७१ साली पैशांविषयीचे नियम आमूलाग्ररीत्या बदलले हे मला माहीत आहे.

- १९७१ मध्ये, अध्यक्ष निक्सन यांनी अमेरिकन चलनाचा सुवर्णाधार काढून टाकला.
- १९७१ मध्ये अमेरिकेने स्वतःसाठी पैसे छापण्याचा परवाना मंजूर केला.

पैशाच्या कार्यप्रणालीतील हे मूलभूत बदल आज आपल्या आर्थिक समस्यांचे मूळ आहेत. श्रीमंत लोक अधिक श्रीमंत आणि गरीब लोक अधिक गरीब का होत जातात, तसेच मध्यम वर्ग हा हळुहळू नाहीसा का होत आहे, याचे कारणही याच बदलांमध्ये आहे.

तुम्हांला आतापर्यंत हे माहीतच आहे, की 'तुमचा वित्तीय बुद्ध्यंक वाढवा' या पुस्तकाचा मूळ मुद्दा हा केवळ पुढीलप्रमाणे आहे :

पैसा नाही, तर ज्ञान तुम्हांला श्रीमंत बनवते.

उच्च वित्तीय बुद्ध्यंक आणि वित्तीय बुद्धिमत्ता असणाऱ्या व्यक्तीला पैशांविषयी खूप ज्ञान असते. मी म्हणालो त्यानुसार, वित्तीय बुद्धिमत्ता ही सर्वांत महत्त्वाची बुद्धिमत्ता नसली, तरी ती अत्यावश्यक बुद्धिमत्तांपैकी एक आहे. आजच्या अर्थव्यवस्थेमध्ये तुम्ही वित्तीय बुद्ध्यंकाच्या आणि पैशांविषयीचे नियम कसे बदलले, या बाबतच्या सखोल आकलनाशिवाय वित्तीयदृष्ट्या तग धरू आणि वृद्धिंगत होऊ शकणार नाही.

दुर्दैवाने अमेरिकेतील आपली शिक्षणव्यवस्था मोडकळीस आलेली आहे. आपले शिक्षक आपल्या विद्यार्थ्यांना जबरदस्तीने खूप साऱ्या गोष्टी भरवत आहेत आणि त्यानंतर, त्यांना अपयशाची भीती घालून त्या सर्व गोष्टी पुन्हा बाहेर काढण्याचे प्रशिक्षण देत आहेत. मात्र आपली शिक्षणव्यवस्था आपल्या विद्यार्थ्यांना समस्या सोडवण्यासाठी प्रशिक्षण देत नाही. आणि त्यातही विशेषतः पैशांविषयीच्या समस्या कशा सोडवाव्यात हे आपली शिक्षणव्यवस्था विद्यार्थ्यांना शिकवत नाही किंवा पैसा कसा काम करतो, याचे ज्ञानही ती विद्यार्थ्यांना देत नाही. फार फार तर, ही व्यवस्था विद्यार्थ्यांना चेकबुक कसे भरावे, हे शिकवते व पैशांची बचत करायला आणि म्यूच्युअल फंड्समध्ये गुंतवणूक करायला शिकवणाऱ्या पैशांविषयीच्या जुन्या नियमांचा थोडक्यात आढावा विद्यार्थ्यांपुढे मांडते.

मध्यम वर्ग हा पराभूत आहे

मला मध्यम वर्गाचा अपमान करायचा नाही. मात्र आजच्या अर्थव्यवस्थेमध्ये मध्यम वर्ग पराभूत असणे हे वास्तव आहे, कारण आपल्या शिक्षणव्यवस्थेने त्याला पराभूत केले

आहे. जे मध्यम वर्गामध्ये मोडतात, त्यांना पैसा कसा काम करतो हे आणि पैशांविषयीचे नियम बदलले आहेत हे माहीत नसल्यामुळे, ते पैशांविषयीच्या जुन्या नियमांना चिकटून राहतात आणि ते नियम त्यांना वाचवतील अशी अगतिक आशा बाळगतात, मात्र त्यांचा वित्तीयदृष्ट्या संघर्ष सुरूच राहतो. त्यानंतर ते आपल्या मुलांनाही तेच जुने नियम शिकवतात, कारण त्यांना तेवढेच माहीत असते. या संपूर्ण कालावधीत ते गरीब बनत जातात आणि त्यांची मुले अधिकच गरीब बनतात.

श्रीमंत हे विजेते आहेत

याउलट, श्रीमंत लोक हे पैशांविषयीच्या जुन्या नियमांचे पालन करत नाहीत. पैसा कसा काम करतो आणि आपल्याकरिता कशा प्रकारे पैसा मिळवणे हितावह ठरेल, याबद्दल त्यांना सखोल आकलन आणि विस्तृत ज्ञान असते. पैशांविषयीचे नियम बदलले आहेत, हे श्रीमंत लोकांना माहीत असते आणि ते आपली वित्तीय बुद्धिमत्ता वापरून त्या नियमांचा वापर आपल्या लाभासाठी शून्यातूनही पैसा निर्माण करण्याकरिता करतात. त्याचप्रमाणे श्रीमंत लोक आपल्या मुलांना पैशांविषयीचे जुने नियम मृत झाल्याचे शिकवतात. आपण पैशांसाठी काम न करता, पैसा आपल्यासाठी काम कसा करेल, याचे शिक्षण ते आपल्या मुलांना देतात. परिणामतः ते आणि त्यांची मुले ही अधिकाधिक श्रीमंत बनत जातात. आजच्या अर्थव्यवस्थेमध्ये श्रीमंत हे विजेते आहेत.

ज्ञान : पैसे छापण्याचा परवाना

श्रीमंत लोकांकडे कितीही पैसा असला, तरी त्यांचा पैसा हा त्यांना किंवा त्यांच्या मुलांना श्रीमंत बनवत नाही. किंबहुना, पैसा कसा काम करतो, याविषयीचे त्यांचे ज्ञान त्यांना श्रीमंत बनवते. त्यांचे ज्ञान ही त्यांची मालमत्ता असून तिचा वापर ते शून्यातून पैसा निर्माण करण्यासाठी करतात. खऱ्या अर्थाने सांगायचे, तर पैसा कसा काम करतो, याविषयीच्या त्यांच्या ज्ञानातून त्यांना कायदेशीररीत्या पैसा छापण्याचा परवाना मिळतो. जे पैशांकरिता काम करतात आणि ज्यांच्याकडे पैसा छापण्याचा परवाना असतो, त्यांच्यातील तफावत हे श्रीमंत लोक आणि इतर सर्व जण यांच्यामध्ये इतकी मोठी दरी असण्याचे एक कारण आहे. पैशांच्या विषयाबाबत मला दुहेरी शिक्षण मिळाले होते. माझ्या गरीब वडिलांनी मला मध्यम वर्गीय मानसिकता शिकवली आणि माझ्या श्रीमंत वडिलांनी मला श्रीमंतांची मानसिकता शिकवली. माझ्या गरीब वडिलांनी पैशांसाठी काम केले आणि माझ्या श्रीमंत वडिलांनी मला कायदेशीररीत्या पैसा छापण्यास शिकवले.

पैसा म्हणजे काय?

'याच्या डोक्यावर शेवटी काहीतरी परिणाम झालाय,' असे तुम्हांला कदाचित वाटत असेल. म्हणजे, कायदेशीररीत्या पैसा कसा छापावा, हे मी शोधून काढल्याचा दावा तरी मी कसा करू शकतो? अनेक लोकांना ही संकल्पना गळी उतरवणे कठीण जाते, याचे कारण पैसा म्हणजे

काय, या बाबत त्यांचे मूलभूत गैरसमज असतात. म्हणूनच, आजच्या अर्थव्यवस्थेमध्ये पैसा काय आहे, याचा एक थोडक्यात आढावा मी तुम्हांला देतो. आतापर्यंत कधीही नव्हती, इतकी वित्तीय बुद्धिमत्ता आता का महत्त्वाची आहे, याचे स्पष्टीकरणसुद्धा यामध्ये आहे. आजघडीला, तुमचा वित्तीय बुद्ध्यंक हा तुमचा खरा पैसा आहे.

पैशाच्या उत्क्रांतीचा थोडक्यात इतिहास खालीलप्रमाणे आहे.

वस्तुविनिमय

पैसा अस्तित्वात येण्यापूर्वी वस्तुविनिमय पद्धत होती. उदाहरणार्थ, जर मी टॉमेटो पिकवत असेन आणि मला अंडी हवी असतील, तर मी दोन टॉमेटोंच्या बदल्यात कुक्कुटपालन करणाऱ्याकडून दोन अंडी घेऊ शकत होतो. मला आवश्यक असलेल्या गोष्टींच्या बदल्यात मी जोपर्यंत टॉमेटोंचा विनिमय करू शकतो, तोपर्यंत वस्तुविनिमय ही कार्यक्षम पद्धत होती. मात्र जर कोणालाच टॉमेटो नको असतील, तर माझी उपासमार होत होती.

धातुविनिमय

जसा मानव अधिक सुसंस्कृत झाला, तसा वस्तुविनिमय हा व्यापाराचा कार्यक्षम मार्ग राहिला नाही. शिंपले, मणी, रंगीत दगड, बाणांची टोके, यांबरोबच ज्या कशाला लोक मूल्याचे प्रतीक मानायला तयार होतील, ती सर्व पैशांची सुरुवातीची रूपे होती. उदाहरणार्थ, जर मला दोन अंड्यांची गरज असेल, तर मी कुक्कुटपालन करणाऱ्यास दोन टॉमेटो देऊ शकत होतो आणि त्या बदल्यात तो मला दोन अंड्यांऐवजी दोन शिंपले द्यायचा. त्याद्वारे, मला जे हवे असेल, त्यासाठी मी त्या शिंपल्यांचा व्यवहार करू शकत होतो.

हजारो वर्षांपासून ज्या लोकांना सोने आणि चांदी हे धातू उपलब्ध होते, त्यांनी या मौल्यवान धातूंचे मूल्यांकन या मार्गाने पैसा म्हणून वापरण्यासाठी केले. सोने आणि चांदीला अंगभूत मूल्य आहे, याचाच अर्थ त्यांचा वापर पैशांव्यतिरिक्त दागिन्यांसारख्या अन्य गोष्टींसाठी होऊ शकतो. म्हणजेच खऱ्या धनाला अंगभूत मूल्य होते. खऱ्या धनाचे मूल्यमापन हे अचूकरीत्या करता येणे शक्य होते आणि खरे धन हे अनेक वर्षे साठवूनही ठेवता येऊ शकत होते. सोने आणि चांदी हे धातू दीर्घ अंतर वाहून नेण्यासाठी पुरेसे नेटके होते. टॉमेटो किंवा अंडी ही अंगभूत मूल्य कायम राहण्याइतका दीर्घ काळ टिकत नव्हती. तेलासारख्या अन्य काही वस्तूंना अंगभूत मूल्य आहे व ते मोजता येऊ शकते, मात्र त्यांबाबतची अडचण अशी आहे की त्या सहजपणे तुमच्या पाकिटातून सोबत नेता येत नाहीत.

पावती स्वरूपातील पैसा

सोने किंवा चांदी असणाऱ्या माणसासाठी, त्यांची काळजी घेऊ शकेल अशा कोणाकडेतरी ती सोपवणे नेहमीच अधिक सुरक्षित होते. तो माणूस आपले सोने किंवा चांदी तिजोरी असणाऱ्या माणसाकडे सोपवायचा, आणि तो तिजोरी असणारा माणूस

त्या सोने किंवा चांदीसाठी एक पावती द्यायचा. कागदी पैशांच्या अगदी सुरुवातीच्या रूपांपैकी हे एक होते. हा पावती स्वरूपातील पैसा होता.

कालांतराने माणूस सोने किंवा चांदी बाळगण्याऐवजी ती पावती बाळगू लागला, आणि त्या पावतीच्या बदल्यात वस्तूंची खरेदी करू लागला. ती पावती स्वीकारणारा माणूस नंतर ज्याच्याकडे सोने किंवा चांदी ठेवण्यात आली आहे, त्याच्याकडे जाऊ शकत असे आणि त्या पावतीच्या बदल्यात या मौल्यवान धातूंची मालकी मिळवू शकत असे.

काळाने प्रगती केली, तशी ही मौल्यवान वस्तूंची साठवण करणारी ठिकाणे आजच्या काळातील आधुनिक बँका बनल्या. लवकरच सोने किंवा चांदीचे आदानप्रदान करण्याऐवजी बँकांच्या पावत्यांच्या आधारे व्यवहार करण्याची संकल्पना लोकांच्या अंगवळणी पडली. जोपर्यंत लोकांचा बँकेवर विश्वास होता, तोपर्यंत लोक कागदी पावत्यांच्या आधारे व्यवहार करण्यात खूश होते.

मी जेव्हा लहान होतो, तेव्हा अमेरिकन डॉलर हा पावती स्वरूपातील पैसा होता. याचाच अर्थ, जेव्हा मी एका डॉलरच्या नोटेकडे पाहायचो, तेव्हा ती नोट या नोटधारकाला मागणीअनुसार एक डॉलर देयक आहे, असे सांगत असे. याचा अर्थ त्या कागदी अमेरिकन डॉलरला एक डॉलरइतक्या मूल्याच्या चांदीचा आधार होता. आज अमेरिकन डॉलर, 'इन गॉड वुई ट्रस्ट' (आम्ही देवावर भरवसा ठेवतो, अमेरिकेचे ब्रीदवाक्य), असे सांगतो आणि त्याच्या मूल्याविषयी अमेरिकन कोषागार कार्यालय सांगते, ''या नोटेला स्वतःचे काहीही मूल्य नसून याद्वारे जी खरेदी केली जाईल, ते तिचे मूल्य असेल.'' याकडे दुसऱ्या अर्थाने पाहायचे झाल्यास, या नोटा म्हणजे कायदेशीर निविदा असल्याने, फेडरल रिझर्व्हच्या नोटांना अर्थव्यवस्थेतील सर्व वस्तू आणि सेवांचा आधार आहे. आणि आपल्याला माहीतच आहे की अमेरिकन अर्थव्यवस्थेच्या वस्तू आणि सेवांचे मूल्य वेगाने कमी होत आहे.

अल्प गंगाजळी

खूपच कमी लोकांनी सोने किंवा चांदीसाठी त्यांच्याकडील पावत्या वटवल्या आहेत, हे लवकरच बँकांच्या लक्षात आले. त्यामुळे आपल्या साठवणीत असलेल्या सोने आणि चांदीपेक्षा अधिक पावत्या आपण लिहून देऊ शकणे, हे अल्पावधीतच बँकांसाठी साहाजिक बनले. त्यानंतर थोड्याच काळात बँका अधिकाधिक पावत्या जारी करू लागल्या. जोपर्यंत आपले सोने आणि चांदी सुरक्षित आहे, असे लोकांना वाटत होते, तोपर्यंत गोष्टी सुरळीत होत्या. तथापि, जर कधी लोकांचा बँकांवरचा किंवा बँकांच्या नोटांवरचा विश्वास नाहीसा झाला, तर बँकेमध्ये मोठ्या संख्येने लोक जमत असत आणि त्या वेळी आपले सोने आणि चांदी काढून घेण्यासाठी लोकांची गर्दी होत असे. जर बँकांकडे सोने व चांदी काढणाऱ्यांना देण्याइतका पुरेसा साठा नसेल, तर ती बँक कोसळायची. आर्थिक मंदीच्या काळात सर्वांत नाट्यमयरीत्या या घटना घडल्या. आणि अगदी अलीकडे, अमेरिकेच्या इतिहासातील सर्वांत मोठ्या बँकिंग अपयशापैकी एक असणाऱ्या इंडी मॅकच्या कोसळण्यावेळीही हेच घडले होते.

आजघडीला, बँका त्यांच्याजवळ असलेल्या प्रत्येक डॉलर्सच्या बदल्यात वीस डॉलर्स कर्जाऊ देतील, असा अंदाज आहे. त्यामुळेच या व्यवस्थेला अल्प गंगाजळी व्यवस्था म्हटले जाते, कारण बँक जितके डॉलर्स कर्जाऊ देते, त्याच्या केवळ अल्प प्रमाणात पैसे प्रत्यक्षात बँकेजवळ असणे गरजेचे असते. या प्रकरणामध्ये हे प्रमाण १/२० इतके आहे. याउप्पर, बँक तुम्ही जमा केलेल्या डॉलरसाठी (जर तुम्ही नशीबवान असाल, तर) तुम्हांला बहुधा ५ टक्के व्याज देते, मात्र जो माणूस बँकेकडून २० डॉलर्स कर्जाऊ घेतो, त्याला मात्र बँक २० टक्क्यांपर्यंत व्याज आकारू शकते. एका वर्षाच्या कालावधीत बँका तुम्हांला तुमच्या डॉलरवर पाच सेंट्स इतके व्याज देतात आणि त्याच डॉलरवर स्वतः चार डॉलर (२०% X २० डॉलर) कमावतात. म्हणूनच सध्याच्या गृहप्रकल्प संकट आणि कर्जसंकटाला कारणीभूत ठरलेल्या इंडी मॅकसारख्या बँकांप्रमाणे मूर्खपणे कर्जे वाटली नाहीत, तर बँकेची मालकी असणे खूप फायद्याचे असते.

फियाट मनी (मान्यताप्राप्त पैसा)

आजघडीला, अमेरिकेची पैशांची व्यवस्था ही पूर्णपणे मान्यतेच्या आधारावर (फियाट) आहे. फियाट म्हणजे केवळ सरकारी किंवा सत्तेचा वापर करत दिलेला आदेश. म्हणूनच फियाट मनी हा असा पैसा असतो, जो सरकारी प्रतिष्ठा वगळता अन्य कोणताही आधार नसताना सरकार केवळ आदेशावर निर्माण करते. हा मनुष्यनिर्मित पैसा असून त्याला कोणतेही अंगभूत मूल्य नाही. अमेरिकेत पैशांची छपाई करणारा 'यू. एस. ब्युरो ऑफ एन्ग्रेव्हिंग' हा विभाग दिवसरात्र कार्यरत असून दर महिन्याला हा विभाग केवळ पैशांच्या छपाईसाठी अठरा टन शाईचा वापर करतो. तरीही अमेरिकन डॉलरला कोणतेही अंगभूत मूल्य नसून हा पैसा राष्ट्राच्या कर्जावर आधारित असल्याने प्रत्यक्षात त्याचे मूल्य शून्यापेक्षाही कमी आहे. खरे तर हे पैसे म्हणजे दायित्व (लाएबिलिटी) आहे. हा मनुष्यनिर्मित पैसा स्वीकारण्यास तुम्हांला भाग पाडण्यासाठी सरकार कायदे तयार करते. जर तुम्ही या पैशांचा स्वीकार केला नाही, तर तुम्हांला शिक्षा केली जाऊ शकते. तांत्रिकदृष्ट्या फियाट मनी हा कायद्याचा आधार असणारा बनावट पैसा असतो.

१९७१ मध्ये जेव्हा अध्यक्ष निक्सन यांनी अमेरिकन डॉलरचे सुवर्णाधारित मूल्य रद्द केले, तेव्हा अमेरिकन सरकारने स्वतःसाठी पैसे छापण्याचा परवाना मिळवला आणि इतिहासातील फियाट मनीचा प्रत्येक प्रयोगाच्या नशिबी जसे अपयशच होते, त्याचप्रमाणे अपयशाचे विधिलिखित असणाऱ्या फियाट मनीच्या प्रयोगास सुरुवात केली.

सोप्या शब्दांत मांडायचे, तर फियाट मनी हा कपोलकल्पित पैसा आहे. तो कपोलकल्पित असल्याने तो दृष्टिपथात आणणे कठीण असते आणि फियाट मनीची व्यवस्था स्पष्ट करून सांगणे हे खूप गोंधळात टाकणारे ठरू शकते.

गोष्टी सोप्या करण्यासाठी, मी फियाट मनीबाबत स्पष्टीकरण देण्याकरीता क्रेडिट कार्डचे उदाहरण वापरेन. जेव्हा बँक तुम्हांला क्रेडिट कार्ड पाठवते, तेव्हा तांत्रिकदृष्ट्या तुमच्या

क्रेडिट बॅलन्सला आधार देणारा कोणताच पैसा अस्तित्वात नसतो. त्याचप्रमाणे, त्यावर कोणतेच कर्जही नसते. म्हणजेच, जर तुमचा क्रेडिट बॅलन्स १०,००० डॉलर्स असेल, तर बँकेमध्ये त्याला आधार देण्यासाठी १०,००० डॉलर्स नसतात. क्रेडिट कार्ड म्हणजे केवळ तुमचे नाव आणि काही क्रमांक कोरलेला एक प्लास्टिकचा तुकडा असतो. तथापि, तुम्ही ज्या क्षणी तुमच्या क्रेडिट कार्डचा वापर करता; उदाहरणार्थ, तुम्ही शालेय साहित्य खरेदी करण्यासाठी जर १० डॉलर्स कार्डद्वारे दिले, त्या क्षणी १० डॉलर्सची रक्कम तयार होते आणि १० डॉलर्सचे कर्ज निर्माण होते. त्या क्षणापर्यंत तो पैसा अस्तित्वात नव्हता. ज्या क्षणी तुम्ही तुमचे कार्ड वापरता, त्या क्षणी जादूईरीत्या फियाट मनी निर्माण होतो.

तुमच्यापैकी ज्यांनी 'रिच डॅड पुअर डॅड' हे पुस्तक वाचले आहे, त्यांना बहुधा खालील आकृती ओळखता येईल.

बॅलन्स शीट

ॲसेट्स	लाएबिलिटीज
१० डॉलर्स	१० डॉलर्स

तुम्ही ज्या क्षणी तुमचे क्रेडिट कार्ड वापरता, तेव्हा तुम्ही जादूईरीत्या जागतिक अर्थव्यवस्थेमध्ये १० डॉलर्सची भर घालता. त्याचबरोबर, तुम्ही १० डॉलर्सची देणी (कर्ज) निर्माण करता व हे कर्ज म्हणजे त्याच १० डॉलर्सची जागतिक अर्थव्यवस्थेला परतफेड करण्याचे वचन आहे.

आजच्या अर्थव्यवस्थेमध्ये, तुम्ही स्वतःवरील सर्व कर्ज चुकते केलेले कोणालाच नको आहे. कारण, तुम्ही जर कर्ज चुकते केले, तर पैसा नाहीसा होतो. म्हणूनच क्रेडिट कार्ड कंपन्यांना तुम्ही सर्व पैशांची परतफेड केलेली कधीच नको असते. जर तुम्ही पाच दिवसांमध्ये १० परत केले, तर ती बॅलन्स शीट पुढील पानावरील बॅलन्स शीटप्रमाणे दिसेल.

बॅलन्स शीट

ॲसेट्स	लाएबिलिटीज
०	०

बँकेच्या ॲसेट्स आणि लाएबिलिटीज रकान्यांमध्ये शून्य डॉलर्स असतील, तर बँका कोणताही पैसा कमावत नाहीत. तांत्रिकदृष्ट्या, बँका आणि क्रेडिट कार्ड कंपन्या मूल्यहीन पैसा (बनावट पैसा) तयार करतात, मूल्यहीन पैसा कर्जाऊ देतात आणि मग शून्यातून तयार करण्यात आलेल्या मूल्यहीन पैशांवर भरल्या जाणाऱ्या व्याजातून पैसा कमावतात. (हे थोडे जटिल आहे, हे मला माहीत आहे, म्हणूनच बऱ्याच लोकांना आधुनिक बँकिंग व्यवस्था समजून घेणे इतके कठीण जाते.)

आता पुन्हा तुमच्या वैयक्तिक वित्तीय अहवालाकडे येऊ या. तुम्ही कार्डद्वारे १० डॉलर्स खर्च करावेत आणि ते कर्ज कधीच पूर्णपणे चुकते करू नये, असे बँकांना हवे असते. तुम्ही सदैव त्यावरील पैशांवरील व्याज भरत राहिलेले त्यांना हवे असते. बँकांना हा अहवाल पुढीलप्रमाणे पाहायचा असतो.

तुमचा वित्तीय अहवाल :

उत्पन्न अहवाल

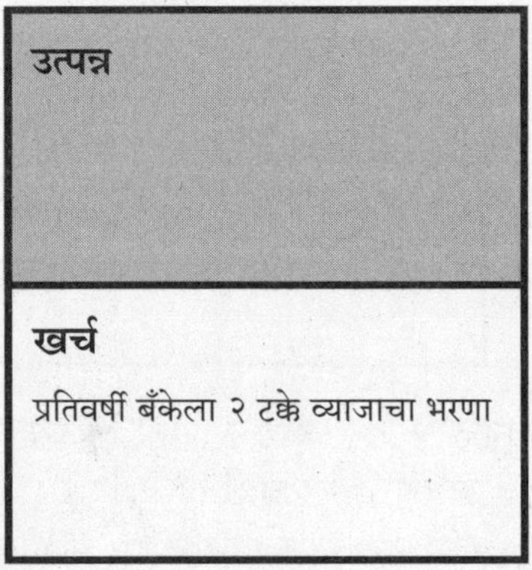

बॅलन्स शीट

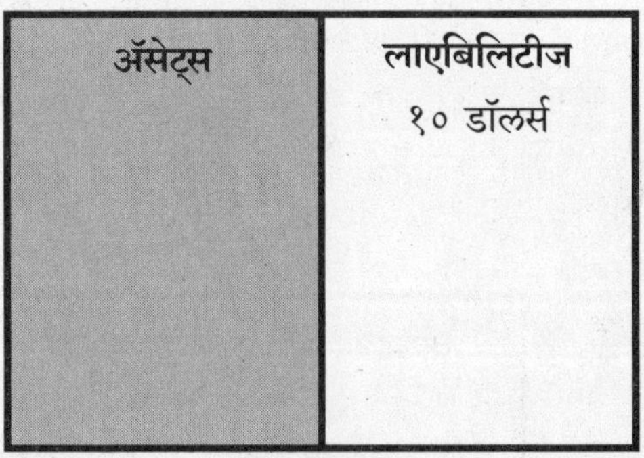

क्षणभर थांबून या संकल्पनेविषयी विचार करा आणि ती समजून घ्या. हे समजून घेण्यास इतके अवघड यासाठी आहे, कारण बँकेकडे खरे तर कधीच दहा डॉलर्स

नव्हते. तुम्ही ज्या क्षणी तुमचे क्रेडिट कार्ड वापरले, त्या क्षणी शून्यातून ते दहा डॉलर्स निर्माण झाले. तुम्हांला या कर्जाऊ १० डॉलर्सची (शून्यातून तयार झालेल्या) परतफेड करण्यासाठी जितका कालावधी लागेल, तोपर्यंत तुम्ही त्यावरील व्याज, या उदाहरणामध्ये ते २० टक्के आहे, भरत राहिलेले बँकेला हवे आहे. अन्य शब्दांत सांगायचे, तर आधुनिक पैसा हा केवळ कर्जाऊ रक्कम, म्हणजे परतफेड करण्याजोगे कर्ज आहे. आणि कोणताही मूर्त आधार नसणारे हे कर्ज निव्वळ एका स्रोताकडून दुसऱ्याकडे हस्तांतरित होत राहते.

जोपर्यंत कर्जदार व्याज भरतो आहे, केवळ तोपर्यंतच ही व्यवस्था सुरू राहाते. तथापि, अलीकडे सबप्राइम तारण संकटामध्ये, सबप्राइम कर्जदार हा किमान भरणाही करू न शकल्याने ही व्यवस्था ठप्प झाली. जेव्हा कर्जदाराने पैसे भरणे थांबवले, तेव्हा जगभरातील संपूर्ण कर्जव्यवस्था शौचालयाप्रमाणे तुंबत गेली. दुर्दैवाने ही समस्या १९७१ पासून आर्थिक गटारांमध्ये तुंबत आली आहे.

कर्जसंकट

आज बँका खोल संकटात असल्यामुळे संपूर्ण जग भीतीने थरथरत आहे. बँका स्वतःही त्यांनी अन्य बँकांकडून घेतलेली कर्जे भरण्यास असमर्थ ठरत आहेत. बँकांनी कर्ज दिले नाही, किंवा त्या त्यांच्या कर्जाची परतफेड करू शकल्या नाहीत, तर अर्थव्यवस्था कोसळण्यास सुरुवात होते आणि लोकांना त्याचा फटका बसतो. याचे कारण म्हणजे, आपल्या अर्थव्यवस्था वाढीतील ७५ टक्के वाटा हा ग्राहकांकडून केल्या जाणाऱ्या खर्चाचा परिणाम आहे. आणि आपल्याकडील सध्याचा बचतदर हा अमेरिकेच्या इतिहासातील सर्वांत वाईट असल्याने कर्जाऊ पैसे घेतल्याशिवाय खर्च करण्याचा दुसरा कोणताही मार्ग नाही. जर कर्जे आटत गेली, म्हणजेच जर बँकांनी कर्जाऊ पैसे देणे थांबवले, किंवा कर्जासाठी पात्रतेचे निकष अधिक कठोर केले, तर अमेरिकन ग्राहक खर्च करू शकणार नाही. जर ग्राहकांनी खर्च करणे थांबवले, तर अर्थव्यवस्थेला खूप मोठ्या प्रमाणावर फटका बसेल. अर्थव्यवस्था वाढीचा एकमेव मार्ग हा आपण पुन्हा एकदा कर्ज घेण्यास सुरुवात करण्याचा आहे.

गेल्या बऱ्याच वर्षांपासून फेडरल रिझर्व्ह बँक, जागतिक बँक आणि आंतरराष्ट्रीय नाणेनिधी (आयएमएफ) हे जगभरात सर्वत्र सबप्राइम देशांना, सबप्राइम गुंतवणूकदारांना आणि सबप्राइम कर्जदारांना क्रेडिट कार्ड वाटत आले आहेत. आजची कर्जसमस्या ही हजारो अब्ज डॉलर्सच्या (ट्रिलियन) जादूई पैशांमध्ये मोजली जात आहे. हा पैसा अधांतरी तयार करण्यात आला असून लोक व्याज भरत राहतील आणि अधिकाधिक पैसे कर्जाऊ घेणे सुरू ठेवतील, या आशेवर तो निर्माण झाला आहे.

आपण आता संथपणे व्यवस्था कोसळताना पाहत आहोत. बँका आणि वित्तीय संस्थांनी लोभाने आंधळे होऊन कर्ज देण्याबाबतचे आपले निकष इतके खाली आणले की जिवंत असणाऱ्या कोणालाही त्यांनी कर्ज दिले होते. जेव्हा मी प्रथमतः 'इन्क्रीज युअर फिनान्शिअल आयक्यू' हे पुस्तक लिहिले होते, त्या वेळी ही समस्या किती मोठी

होऊन बसली आहे, याविषयी खूप कमी लोक बोलत होते. आता तुम्हांला ज्याच्या-त्याच्याकडून हेच ऐकायला मिळते आहे. बँका एके काळी ज्यांच्यापुढे सेवा देण्यासाठी पायघड्या घालत होत्या, तेच सबप्राइम कर्जदार आता ही सर्व कर्जे थकवत आहेत. याचा परिणाम म्हणून, बँकांना त्यांच्या ॲसेट आणि लाएबिलिटीच्या रकान्यांमध्ये मोठे फेरफार (मूलभूत मूल्यात घट करणे) करावे लागत आहेत, कारण त्यांना व्याजापोटी जे पैसे मिळणे अपेक्षित होते, ते आटले आहेत. त्याहीपेक्षा वाईट म्हणजे, त्यांनी ज्या गोष्टींसाठी हे पैसे कर्जाऊ दिले होते, त्या आता बँकांच्या ताब्यात आहेत, मात्र त्यांचे मूल्य त्यांनी जितके कर्ज दिले होते, त्या तुलनेत अत्यल्प आहे. परिणामतः बँका आता कर्जाऊ पैसे देण्यास घाबरत आहेत आणि ही बाब संपूर्ण अर्थव्यवस्थेला खाली खेचत असून कोट्यवधी अमेरिकनांचे जीवनमान कमी करत आहे.

तथापि, या परिस्थितीचा फटका श्रीमंतांना बसत नाही आहे. तो मध्यम वर्गीयांना बसतो आहे. मध्यम वर्ग हा आता गरिबांच्या रांगेत येऊन बसत आहे. आणि या कर्जसंकटामुळे श्रीमंत हे अधिक श्रीमंत बनत आहेत. मी जे म्हणतो, त्याचा हा अर्थ आहे.

खरे धन

आज कोट्यवधी लोक चलनाचा सुवर्णाधार परत आणण्याची मागणी करत आहेत. अन्य शब्दांत सांगायचे, तर त्यांना १९७१ च्या पूर्वीपर्यंत घड्याळ उलटे फिरवायचे आहे. हेच दुसऱ्या प्रकारे सांगायचे, तर अध्यक्षपदाचे माजी उमेदवार रॉन पॉल यांच्यासारख्या काही लोकांना पुन्हा, जेव्हा पैसा हा धातुविनिमय रूपात होता, अशा काळात जायचे आहे.

हे घडणे शक्य असले, तरी तसे घडण्याची शक्यता कमी आहे आणि संपूर्ण जागतिक आर्थिक व्यवस्था प्रचंड प्रमाणात कोसळणे हा असे करण्यासाठी होणाऱ्या यातनांचा अर्थ असू शकतो.

परंतु घड्याळाचे काटे उलटे फिरण्याच्या आशेवर वाट पाहण्याऐवजी, आता वित्तीय शिक्षणाची वेळ येऊन ठेपली आहे, अशी रिच डॅड कंपनीची या बाबतची भूमिका आहे. ज्यांना ॲसेट आणि लाएबिलिटीजमधील फरक शिकून घ्यायचा आहे आणि ज्यांना आपला स्वतःचा पैसा छापण्याची इच्छा आहे, त्यांची वित्तीय बुद्धिमत्ता आणि अखेरीस वित्तीय बुद्ध्यंक उंचावण्याची वेळ आता आली आहे. आजच्या अर्थव्यवस्थेमध्ये तुमचे ज्ञान, किंवा तुमचा वित्तीय बुद्ध्यंक हाच तुमचा खरा पैसा आहे.

लोक अडचणीत असण्याचे मुख्य कारण म्हणजे ते त्यांचे घर, गाड्या आणि टीव्ही यांसारख्या लाएबिलिटी खरेदी करण्यासाठी कर्जाऊ पैसे घेतात. या लाएबिलिटी दर महिन्यास व्याजाच्या स्वरूपात त्या लोकांच्या खर्चात भर टाकतात, तसेच त्या कोणतेही उत्पन्न निर्माण करत नाहीत व नेहमीच कालांतराने आपले मूल्य गमावतात. या गोष्टींची मालकी या लोकांना खरे तर अधिक गरीब बनवते. दुसरीकडे, जर लोकांनी भाडेयोग्य मालमत्ता किंवा व्यवसाय, यांसारख्या उत्पन्न निर्माण करणाऱ्या ॲसेट्स खरेदी करण्यासाठी कर्जाऊ पैसे घेतले, तर ते श्रीमंत बनतील.

औद्योगिक युगामध्ये सोने, तेल, चांदी आणि जमीन यांसारख्या वस्तूंनी खरी संपत्ती पुरवली. परंतु माहितीच्या युगामध्ये या वस्तू आपणहून तुम्हांला श्रीमंत बनवत नाहीत. उलट या वस्तूंबाबत असणारी माहिती तुम्हांला श्रीमंत बनवते. वित्तीय बुद्धिमत्ता ही माहितीच्या युगातील तुमची खरी संपत्ती आहे. या बाबत अधिक स्पष्टीकरण द्यायचे झाल्यास स्थावर मालमत्ता, शेअर्स, सोने, तेल आणि व्यवसायांमध्ये गुंतवणूक केल्यामुळे आपण पैसे कमावूही शकतो आणि गमावूही शकतो, हे आज आपल्या सर्वांनाच माहीत आहे. अन्य शब्दांत सांगायचे, तर कोणतीही मूर्त मालमत्ता तुम्हांला श्रीमंत बनवत नसते. आजघडीला, खरी संपत्ती ही वित्तीय माहितीपेक्षा अधिक काहीतरी आहे; ती म्हणजे या माहितीचे विश्लेषण करण्याची आणि माहितीचे रूपांतर वैयक्तिक संपत्तीमध्ये करण्याची वित्तीय बुद्धिमत्ता. माहितीच्या युगामध्ये तुमचा वित्तीय बुद्ध्यंक हीच तुमची खरी संपत्ती, तुमची खरीखुरी मालमत्ता आहे.

चलन स्वरूपातील पैसा

तुमचा वित्तीय बुद्ध्यंक हीच तुमची खरी संपत्ती किंवा पैसा असण्याचे कारण म्हणजे, आता खरे धन अशी कोणती गोष्टच अस्तित्वात राहिलेली नाही. या पुस्तकाच्या पहिल्या प्रकरणामध्ये मी चर्चा केल्याप्रमाणे, पैसा हा केवळ चलन बनला आहे. आणि चलन समजून घेण्याचा सर्वांत सोपा मार्ग हा विद्युत्प्रवाहाच्या रूपकात त्याचा विचार करण्याचा आहे. विद्युत्प्रवाह हा सातत्याने चल असावा लागतो, अन्यथा त्याचे अस्तित्व संपून जाईल. तो केवळ एका स्रोताकडून दुसऱ्या स्रोताकडे वीज वाहून नेण्याचे माध्यम आहे. त्याचप्रमाणे चलनस्वरूपातील आपला पैसा हा सातत्याने एका मालमत्तेकडून दुसऱ्या मालमत्तेकडे हस्तांतरित होत राहिला पाहिजे, अन्यथा तोसुद्धा मरणप्राय होईल.

जिथे आपल्या पैशाला काहीतरी मूर्त आधार असेल, अशा सुवर्णाधारित मूल्याकडे अमेरिकन वित्तव्यवस्था परत जाईल, याची कल्पना करणे चांगले असले तरी आपल्या पैशाला विश्वास आणि चांगली पत वगळता अन्य कशाचाही आधार नाही, हे वास्तव आहे. म्हणूनच जगभरातील अन्य प्रमुख चलनांच्या तुलनेत डॉलर हा लक्षणीयरीत्या घसरला आहे.

म्हणूनच, आपला पैसा हा मौल्यवान नसून त्या पैशांमधून आपण खरेदी करू शकतो अशा उत्पन्न वाढवणाऱ्या मालमत्ता मौल्यवान आहेत; ही संकल्पना समजून घेणे हे तुमचा वित्तीय बुद्ध्यंक वाढवण्याच्या दिशेने टाकलेले पहिले पाऊल आहे.

दुधारी तलवार

आजच्या अर्थव्यवस्थेमध्ये अशा तीन दुधारी तलवारी आहेत, ज्या इतके सारे लोक वित्तीयदृष्ट्या संघर्ष का करताहेत, याचे स्पष्टीकरण देतात. त्या दुधारी तलवारी आहेत, कारण त्या बहुतांश लोकांना अधिक गरीब बनवत असल्या, तरी त्या वित्तीयदृष्ट्या चाणाक्ष लोकांना अधिक श्रीमंतही बनवू शकतात.

या तलवारी खालीलप्रमाणे :

१. कर

२. व्याज

३. चलनवाढ/महागाई

१९७१ नंतर, म्हणजेच अमेरिकेने कोणत्याही आधाराशिवाय पैसे छापण्यास सुरुवात केल्यानंतर, लोक अधिक कर व व्याज भरू लागले, तसेच वाढत्या महागाईमुळे अधिक किंमतही मोजू लागले.

श्रीमंत अधिक श्रीमंत बनतात, याची कारणे म्हणजे ते कमी कर भरतात, त्यांना चांगल्या कर्जावरील व्याज आणि वाईट कर्जावरील व्याज यांतील फरक माहीत असतो आणि महागाई त्यांना अधिक श्रीमंत बनवते. सर्वांत महत्त्वाचे म्हणजे, अगदी सरकार छापते, त्याप्रमाणेच कायदेशीररीत्या पैसा कसा छापावा, हे श्रीमंतांना माहीत असते.

मी याचे स्पष्टीकरण देतो.

कर

जर तुम्ही भौतिकदृष्ट्या पैशांसाठी काम करत असाल, तर तुम्हांला कर भरावे लागतील. तुम्ही जितके अधिक काम कराल, तितके तुम्ही अधिक पैसे मिळवाल आणि तितके तुम्ही अधिक कर भराल. तुम्हांला कदाचित माहीत असेल किंवा नसेल, परंतु अमेरिकेची करव्यवस्था चढत्या फूटपट्टीप्रमाणे आहे व तुम्ही जितके अधिक पैसे मिळवाल, तितक्या अधिक प्रमाणात ती तुम्हांला कर लावते. या व्यवस्थेअंतर्गत, जे लोक अधिक परिश्रम करतात, ज्यांना बढती मिळते आणि जे अधिक पैसे मिळवतात, त्यांना प्रत्यक्षात त्यांच्या पुढाकारासाठी दंड ठोठावण्यात येतो.

श्रीमंत हे अधिक श्रीमंत होतात, कारण ते पैशांसाठी काम करण्याऐवजी, त्यांचा पैसा त्यांच्यासाठी काम करतो. या पुस्तकामध्ये मी ठिकठिकाणी चर्चा केल्याप्रमाणे, माझ्या गुंतवणुकीतून मिळालेल्या अप्रत्यक्ष उत्पन्नावर कर कमी असून माझ्या श्रमांतून मिळालेल्या अर्जित उत्पन्नावर कर अधिक आहे. उदाहरणार्थ, अमेरिकेमध्ये जर माझा वित्तीय बुद्ध्यंक उच्च असेल, तर माझ्या स्थावर मालमत्ता गुंतवणुकीतून मिळणाऱ्या भांडवली नफ्यावर मी शून्य टक्के कर भरू शकतो. मी हे लिहीत असताना, भांडवली नफ्यावर मला आकारला जाणारा सर्वोच्च कर हा २० टक्के आहे. नोकरदार म्हणून मी जो पैसा मिळवतो, त्या माझ्या अर्जित उत्पन्नावर माझ्याकडून ५० टक्के इतक्या उच्च प्रमाणात कर आकारला जाऊ शकतो. साहजिकच, मी माझ्या पैशाला माझ्यासाठी अधिक परिश्रम करू देईन आणि कमी प्रमाणात कर भरेन.

व्याज

१९९७ मध्ये, रिच डॅड पुअर डॅड या माझ्या पुस्तकात मी त्या काळी प्रवाहाविरुद्ध असणारे बंडखोर विधान केले होते. ''तुमचे घर ही तुमची मालमत्ता नाही,'' असे मी

म्हटले होते. हे विधान करून मी जणू सतराव्या शतकामध्ये मॅसेच्युसेट्समधील सालेम या गावातील हडळच ठरलो होतो. (अमेरिकेत १६९२ आणि १६९३ सालातील जादूटोण्याबाबतचे हे खटले 'सालेम विचक्राफ्ट ट्रायल्स' या नावाने प्रसिद्ध आहेत.) या विधानाविरोधात कर्कश आंदोलने करण्यात आली आणि माझे लाक्षणिकरीत्या दहन करण्यात यावे, अशी मागणीही लोकांनी केली होती.

आज जेव्हा मी हे विधान करतो, तेव्हा हा आंदोलनाचा गदारोळ गूढरीत्या नाहीसा झाला आहे. याचे कारण म्हणजे, आता घर हे खरे तर ओझे (लाएबिलिटी) कसे आहे, ते तुमच्या खिशात पैशांची भर घालत नाही, तर केवळ तारणकर्ज, देखभाल आणि मालमत्ता करांच्या स्वरूपात तुमच्या खिशातून पैसे काढून घेते, हे लोकांना समजणे सोपे झाले आहे. आणि आता तर अनेक घरे ही त्यांच्याकरिता घेण्यात आलेल्या मूळ कर्जाइतक्या रकमेलाही विकली जाऊ शकत नसल्याने घरे ही खरोखरच मोठी लाएबिलिटी बनली आहेत. किंबहुना, घरे आता अशी लाएबिलिटी बनली आहेत की, विक्रमी संख्येने लोक घर बाळगण्याच्या विचारापासून दूर जात आहेत. तुम्ही कदाचित 'जिंगल मेल' घटनांबाबत ऐकले असेल. या घटनांमध्ये पैसे संपुष्टात आलेले घरमालक आपल्या घरांच्या किल्ल्या त्यांना कर्ज देणाऱ्यांकडे पोस्टाने पाठवत आहेत व ते घर रिकामे करत आहेत. 'इन्क्रीज युअर फायनान्शियल आयक्यू' हे पुस्तक मी लिहिल्यापासून वर्षभराच्या कालावधीमध्ये कायदेशीर जप्तीचे प्रमाण १२१ टक्क्यांनी वाढले असून ते आणखीही वाढणार असल्याची अपेक्षा आहे.

अनेक लोकांसाठी, त्यांचे घर ही त्यांची सर्वांत मोठी गुंतवणूक मानली जाते आणि कर्जे सहज उपलब्ध असण्याच्या वर्षांमध्ये अनेक लोकांसाठी ही त्यांना परवडू शकत होती, त्यापेक्षा मोठी गुंतवणूक होती. तरीही, अनेकांना घरांच्या किमती नेहमी वाढतच राहतात, असे स्वतःशीच बोलून आपल्याला परवडू शकते, त्यापेक्षा अधिक किमतीचे घर खरेदी करण्याचे समर्थन केले. आता घर ही मालमत्ता नसल्याचे तुम्ही पाहू शकता. ती लाएबिलिटी आहे.

याउप्पर, श्रीमंत अधिक श्रीमंत होत जातात याचे एक कारण म्हणजे त्यांना चांगले कर्ज आणि वाईट कर्ज यांतील फरक माहीत असतो. ज्या कर्जाच्या परतफेडीसाठी तुम्ही पैसे देता, ते वाईट कर्ज असते. वाईट कर्ज हे तुम्हांला अधिक गरीबसुद्धा बनवते. घरावरील तारणकर्ज हे तुम्हांला अधिक गरीब बनवते, कारण तुम्ही त्या कर्जावर व्याज भरता. त्याचप्रमाणे, तुम्ही जर गाडीसाठी कर्ज, शिक्षणासाठी कर्ज आणि क्रेडिट कार्डवर कर्ज घेतले असेल, तर तुमच्या उत्पन्नाचा मोठा वाटा हा व्याज भरण्यात जातो.

दुसरीकडे, ज्या कर्जाच्या परतफेडीसाठी दुसरे कोणीतरी पैसे देते, ते चांगले कर्ज असते. चांगले कर्ज तुम्हांला अधिक श्रीमंत बनवते. उदाहरणार्थ, जेव्हा मी एखादी सदनिकांचा गृहप्रकल्प खरेदी करतो, तेव्हा मी कदाचित लाखो डॉलर्स कर्जाऊ घेतो आणि त्यावर वर्षाकाठी काही हजार डॉलर्सचे व्याज भरतो. परंतु यामधील मुख्य फरक हा आहे की, माझे भाडेकरू माझी कर्जाची रक्कम, व्याज आणि माझे कर्ज

हाताळणीचे खर्च भरतात आणि माझ्या गुंतवणुकीवरील संपूर्ण उत्पन्न मला मिळते. या उदाहरणामध्ये, माझ्या चांगल्या कर्जावरील व्याजाचा भार जराही माझ्यावर पडत नाही आणि त्यामुळे मी खऱ्या अर्थाने अधिक श्रीमंत बनतो.

महागाई

महागाई ही दुधारी तलवारींमधील सर्वांत वाईट तलवार आहे, कारण ती छुपी असते. ती छुपी असल्याने, बहुतांश लोकांना महागाई छुप्या करांच्या रूपाने त्यांचा पैसा कसा बळकावते, याची काहीच कल्पना नसते किंवा अगदीच पुसटशी कल्पना असते.

महागाईसाठी अमेरिकेच्या फेडरल रिझर्व्ह बँकेकडे असलेला पैसे छापण्याचा परवाना कारणीभूत असतो आणि ती नेहमीच सरकारी खर्चाचा थेट परिणाम असते. वाढणाऱ्या किमती महागाईस कारणीभूत ठरत नाहीत. तुमच्या पैशांची खरेदीक्षमता खालावणे महागाईस कारणीभूत ठरते. महागाई ही व्यक्तीचे परिश्रम आणि तिची बचत यांचे मूल्य कमी करते.

म्हणूनच पैशांविषयीच्या नव्या नियमांचा विचार करताना चलन म्हणून 'फियाट मनी'ची संकल्पना समजून घेणे अतिशय महत्त्वाचे आहे. नव्या नियमांतर्गत, जे लोक आपल्याकडील डॉलर्सची बचत करतात, ते गमावणारे ठरतात. सरकार हे व्यवस्थेमध्ये ओतण्यासाठी अधिक पैसे छापू शकते आणि छापेलही. प्रत्येक वेळी सरकार जेव्हा अधिक पैसे छापते, तेव्हा परिणामतः ते अमेरिकन नागरिकाकडून पैसे चोरत असते. याचे कारण म्हणजे, अर्थव्यवस्थेमधील वस्तूंची संख्या सारखीच असली, तरीही आता त्या वस्तू खरेदी करण्यासाठी अधिक डॉलर्स उपलब्ध असतात. परिणामी, त्या वस्तू खरेदी करण्यासाठी अधिक डॉलर्स लागतात. सोपा नियम असा आहे की, विशिष्ट उत्पादनामागे जितके अधिक डॉलर्स असतील, तितकी त्या उत्पादनाची किंमत अधिक असेल. गॅसोलिनची (पेट्रोल) प्रतिगॅलन ४ किंमत हे याचे चांगले उदाहरण आहे.

मी हे लिहीत असताना, महागाईने मागील २६ वर्षांतील उच्चांक गाठला आहे. महागाईची समस्या ही अधिकाधिक बिकटच होत जाणार आहे. सरकारने स्वतः जवळ पैसे नसतानाही विविध गोष्टींचा खर्च उचलण्याची खूप सारी आश्वासने दिली आहेत. मेडिकेअर आणि सोशल सिक्युरिटी या अशाच दोन दीर्घ काळापासून चालत आलेल्या समस्या आहेत. त्यामुळेच, या दोन योजना सरकारसाठी आणि भविष्यातील आर्थिक स्वास्थ्यासाठी अडचणीच्या ठरणार, हे साहजिक आहे आणि अनेक लोकांना ते अगोदरच माहीत झाले आहे.

अगदी अलीकडे सरकारने बेअर स्टर्न्स, फॅनी मे आणि फ्रेडी मॅक यांसारख्या मोठ्या उद्योगांना अडचणींतून बाहेर काढण्याची किंवा आर्थिक पाठिंबा देण्याची दिलेली आश्वासने ही अनेकांना अद्याप बहुधा पूर्णपणे न समजलेल्या समस्या आहेत. सरकारच्या या हालचाली मोठ्या उद्योगसमूहांना आधार देण्याच्या उद्देशाने अमेरिकन नागरिकाकडून पैसा चोरणार आहेत. या कंपन्यांना आपल्या चुकांची किंमत मोजायला

लावण्याऐवजी, त्यांना करदात्याच्या सध्या अस्तित्वात नसलेल्या पैशांच्या मदतीने वाचवण्यात येणार आहे. उदाहरणार्थ, अमेरिकन काँग्रेसने अलीकडेच २६ जुलै २००८ रोजी पारित केलेल्या गृहनिर्माण विधेयकामुळे, अमेरिकेच्या सरकारी तिजोरीतून फॅनी आणि फ्रेडी या समूहांना २.२५ अब्ज डॉलर्सची कर्जाऊ रक्कम पुरवण्यात येणार आहे. त्याचप्रमाणे, ज्या लोकांवर कायदेशीर जप्तीची कारवाई सुरू आहे, त्यांच्यासाठी तारणकर्जांना फेरवित्तपुरवठा करण्याकरिता या विधेयकाद्वारे सरकारआधारित एफएचए कर्जांच्या रूपाने ३०० अब्ज डॉलर्स पुरवण्यात येणार आहेत. उपरोधाची बाब म्हणजे, बँकांना त्यांचे पैसे परत करणे ज्या लोकांना परवडू शकत नव्हते, त्याच लोकांना आता सरकारकडे अधिक पैसे भरण्यास सांगण्यात येणार आहे. जेव्हा, जर नाही जेव्हाच, ही एफएचए कर्जे बंद करण्याची वेळ येईल, तेव्हा अमेरिकन करदात्यांनाच त्याची रक्कम भरावी लागेल. अर्थातच, ज्यांना आर्थिक अडचणींतून बाहेर काढण्यात येणार आहे, ते उद्योगसमूह वगळता अन्य सर्वांसाठी हा आतबट्ट्याचा व्यवहार आहे. उद्योगसमूहांच्या वित्तीय अहवालाला ही तरतूद कशा प्रकारे मदत करेल, हे तुम्ही पाहिले, तर तो अहवाल खालीलप्रमाणे दिसेल.

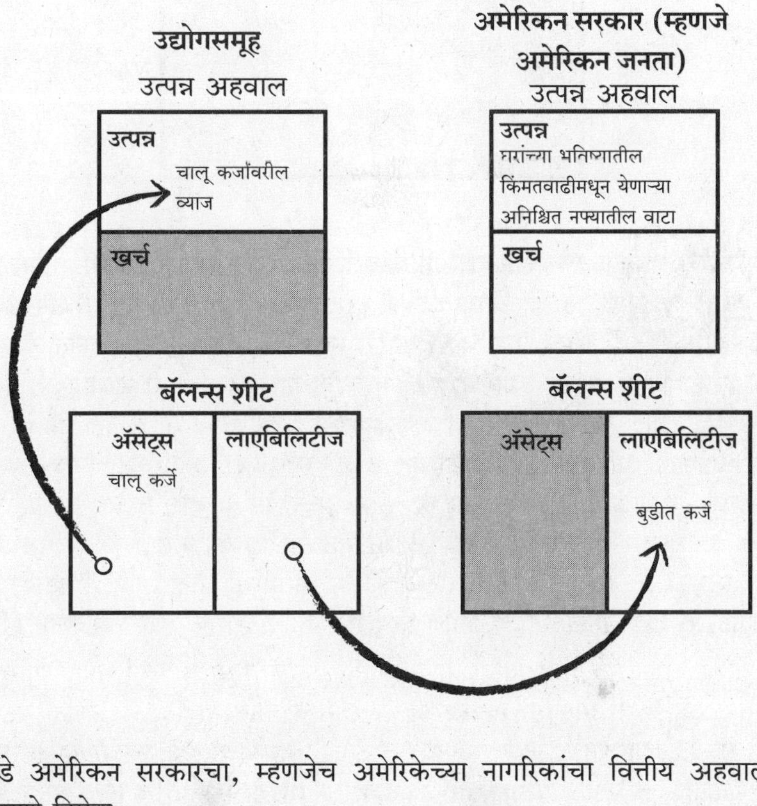

दुसरीकडे अमेरिकन सरकारचा, म्हणजेच अमेरिकेच्या नागरिकांचा वित्तीय अहवाल हा पुढीलप्रमाणे दिसेल.

उत्पन्न अहवाल

उत्पन्न घरांच्या भविष्यातील किंमतवाढीमधून येणाऱ्या अनिश्चित नफ्यातील वाटा
खर्च बुडीत कर्जांमुळे होणारा तोटा

बॅलन्स शीट

ॲसेट्स	**लाएबिलिटीज्**
	बुडीत कर्जे

गृहनिर्माण विधेयकामध्ये सरकारला अमेरिकेवरील कर्ज १०.६ ट्रिलियननी (लाख कोटी) वाढवण्याची परवानगी देणाऱ्या उपाययोजनेची तरतूद ही याविषयीच्या चर्चेदरम्यान जवळपास पूर्णपणे हरवून गेलेली बाब आहे. याचे कारण म्हणजे, गृहनिर्माण विधेयकातील कार्यक्रम राबवण्यासाठी किंवा बड्या उद्योगसमूहांना सहायता निधी देण्यासाठी सरकारकडे पुरेसे पैसे नाहीत. त्याऐवजी, फेडरल बँक ही कर्जे फेडण्यासाठी अधिक पैसा छापेल आणि ही बाब महागाई आणखी वाढण्यासाठी कारणीभूत ठरेल. म्हणूनच, अमेरिकन करदाते हे केवळ आपल्या कर भरण्याच्या माध्यमातूनच या कार्यक्रमांचे पैसे भरणार नाहीत, तर महागाईमुळे डॉलरचे अवमूल्यन होणार असल्याने ते महागाईच्या छुप्या कराद्वारेही हे पैसे फेडणार आहेत. म्हणूनच, तुमच्या पैशांची बचत करणे हा घाट्याचा सौदा आहे. त्याउलट, श्रीमंत जे करतात, ते तुम्ही केले पाहिजे आणि प्रत्यक्षात महागाईपासून नफा कमावला पाहिजे.

श्रीमंत लोक मालमत्ता खरेदी करण्यासाठी आपला पैसा वापरून महागाईपासून नफा कमावतात आणि या मालमत्ता केवळ चलनपुरवठाच करत नाहीत, तर त्यांना महागाईचा लाभही होतो. उदाहरणार्थ, जेव्हा महागाई वाढते, तेव्हा मी माझ्या स्थावर मालमत्तेचे भाडे वाढवू शकतो. जर मला मिळणारे भाडे वाढले, तर माझ्या मालमत्तेचे मूल्य वाढते. माझ्या मालमत्तेच्या अदलाबदलीचा खर्च (रिप्लेसमेंट कॉस्ट), म्हणजेच गृहप्रकल्प इमारत खरेदी

करण्याची किंमत आणि तीच इमारत नव्याने बांधण्याचा खर्च यांतील फरक वाढण्यासाठीही कारणीभूत ठरते. त्याचबरोबर, प्रत्येक वेळी जेव्हा तेलाच्या किमती वधारतात, तेव्हा कच्च्या तेलामधील गुंतवणूकदार म्हणून मी अधिक पैसे मिळवतो. महागाईने मला अधिक श्रीमंत बनवण्याची ही उदाहरणे आहेत.

भाडेपट्ट्याच्या स्थावर मालमत्तेमध्ये, तसेच तेलामध्ये गुंतवणूक करण्याचा आणखी एक फायदा म्हणजे, मला सरकारकडून अतिरिक्त करविषयक लाभ मिळतात. स्थावर मालमत्तेमध्ये घसारा (डेप्रिसिएशन) हा एक मोठा करविषयक लाभ आहे. घसाऱ्याच्या माध्यमातून मी विशिष्ट वर्षांपर्यंत माझ्या करविवरण पत्रात माझ्या उत्पन्नातून माझ्या मालमत्तेच्या आयआरएस – निश्चित भागाची घट दाखवू शकतो. मला याची मदत होते, कारण तांत्रिकदृष्ट्या हा तोटा नसतो आणि माझ्या खिशातून प्रत्यक्षात कोणताही पैसा जात नाही, तरीही सरकार माझ्या उत्पन्न अहवालामध्ये तो तोटा म्हणून ग्राह्य धरते व त्याद्वारे मी ज्यावर कर भरतो, त्या उत्पन्नाच्या रकमेत घट होते. तेलाच्या बाबतीत मला जमिनीखालून तेल मिळवण्यासाठी करसवलत मिळते आणि त्यानंतर, मी तेलशुद्धीकरण प्रकल्पांना ते तेल विकतो त्यावरही पुन्हा करातून सूट मिळते. मी जेव्हा तेल विकतो, तेव्हा मला क्षपणासाठी (डिप्लेशन) करवजावट मिळते, जी अनेकार्थांनी स्थावर मालमत्तेच्या घसाऱ्याशी मिळतीजुळती आहे.

कर, व्याज आणि महागाई बहुतांश लोकांना गरीब कसे बनवतात, हे या उदाहरणांवरून दिसून येते. तथापि, वित्तीयदृष्ट्या बुद्धिमान लोकांना कर, व्याज आणि महागाई हे प्रत्यक्षात श्रीमंत बनवू शकतात. मी दुसऱ्या प्रकरणामध्ये विस्ताराने स्पष्ट केलेल्या कॅश फ्लो क्वाड्रंटच्या आकृतीमध्ये सामान्यतः हा फरक आढळून येतो. 'कॅश फ्लो क्वाड्रंट' या माझ्या पुस्तकामध्ये तुम्ही याविषयी अधिक शिकू शकता.

कॅश फ्लो क्वाड्रंटमधील चार अक्षरांचे स्पष्टीकरण पुढीलप्रमाणे आहे.

- 'ई' हा एम्प्लॉयी, म्हणजेच नोकरदारांसाठी आहे.
- 'एस' हा स्मॉल बिझनेस, सेल्फ-एम्प्लॉइड किंवा स्पेशालिस्ट, म्हणजेच लघुउद्योग, स्वयं-रोजगार आणि प्लम्बर, डॉक्टर इत्यादी विशेषज्ञांसाठी आहे.
- 'बी' हा बिग बिझनेस, म्हणजेच ५०० किंवा त्याहून अधिक कर्मचारी काम करत असणाऱ्या व्यवसायांविषयी आहे.
- 'आय' हा इन्व्हेस्टर, म्हणजेच गुंतवणूकदारांसाठी आहे.

ज्या लोकांना कर, व्याज आणि महागाईचा फटका बसतो, ते सामान्यतः क्वाड्रंटच्या 'ई' आणि 'एस' भागातील असतात.

पैशांविषयीचे नवे नियम समजून घेऊन श्रीमंत हे अधिक श्रीमंत का होतात, याचे सर्वांत महत्त्वाचे कारण पुढील भागामध्ये स्पष्ट करण्यात आले आहे.

पैसे छापण्याचा परवाना

आपण यापूर्वीच चर्चा केल्याप्रमाणे, १९७१ मध्ये अमेरिकेने कायदेशीररीत्या पैसे छापण्याचा परवाना मिळवला. अमेरिकन डॉलरला सोने किंवा चांदीचा आधार असण्याची आवश्यकता उरली नव्हती.

१९७१ मध्ये अमेरिकन फेडरल रिझर्व्ह बँकेला – जी अमेरिकन नाही, 'फेडरल' म्हणजे संघराज्याचीही नाही, तांत्रिकदृष्ट्या तिच्याकडे रिझर्व्ह म्हणजे गंगाजळीही नाही आणि ती खरे तर बँकही नाही – सरकारने अमेरिकन चलन छापण्याचे हक्क दिले. फेडरल बँकेकडे गंगाजळी नाही, मात्र तिच्याकडे छापखाना आहे. या फेडरल बँकेला जगात डॉलर्स ओतण्याची परवानगी असून हेच डॉलर्स, मूल्यहीन पैसा, जादूई पैसा, फियाट मनी किंवा चलन म्हणूनही ओळखले जातात. यामुळे अनेक देशांतील जीवनमान उंचावणे आणि खूप सारे लोक श्रीमंत बनणे यांसारख्या जगासाठी काही चांगल्या गोष्टी घडल्या असल्या, तरी ही प्रणाली अनेक लोकांना केवळ अधिक परिश्रम करण्याद्वारेच नाही, तर अखेरीस कमी पैसा मिळवण्याद्वारेही गरीब बनवण्यास कारणीभूत ठरली आहे. ते कमी पैसे कमावतात, कारण ते कर, व्याज आणि महागाईकरिता अधिक पैसे मोजतात.

खऱ्या भांडवलवादी व्यवस्थेमध्ये महागाईच नसली पाहिजे. खऱ्या भांडवलवादी व्यवस्थेमध्ये किमती कमी झाल्या पाहिजेत आणि उत्पादकता वाढली पाहिजे. उदाहरणार्थ, आजच्या घडीला संगणकाचा खर्च कमी आहे आणि ते काम जास्त करतात. हे भांडवलवाद योग्यरीत्या काम करत असल्याचे उदाहरण आहे. किमती वाढण्याचे एक कारण म्हणजे, अकार्यक्षम समाजवादी सरकारांचा खर्च अधिक असून ती कार्य कमी करतात. आणि एकदा बँक आणि सरकारच्या अधिकाऱ्यांनी वित्तपुरवठा आपल्या हाती घेतल्यानंतर त्यांनी खर्च वाढवला, कारण पैशांची खरेदीक्षमता कमी होत गेली.

या मूल्यहीन पैशांच्या व्यवस्थेवर मात करण्यासाठी माझे श्रीमंत वडील मला म्हणाले होते, ''जर सरकारकडे पैसे छापण्याचा परवाना असेल, तर तूसुद्धा तुझा स्वतःचा पैसा छापण्यास शिकले पाहिजे.'' सरतेशेवटी, मी स्वतःचा पैसा कसा छापू लागलो, याची काही उदाहरणे खालीलप्रमाणे आहेत.

स्थावर मालमत्ता

बांधकाम क्षेत्रातील माझ्या कारकिर्दीच्या सुरुवातीस, तेव्हा घरांची बाजारपेठ वरच्या दिशेने झेपावत होती, तेव्हा मी माझा वित्तीय बुद्ध्यंक वापरून १ लाख डॉलर्सना घर खरेदी करायचो. त्यानंतर, पतमानांकन खालावलेल्या आणि बँकेच्या कर्जासाठी पात्र ठरू शकत नसलेल्या कोणालातरी तातडीने मी ते घर १ लाख २० हजार डॉलर्सना

विकायचो आणि त्या व्यक्तीस घर आणि कर्ज दोन्ही पुरवायचो. असे केल्याने मी लागलीच तत्पूर्वी अस्तित्वात नसणारे २०,००० डॉलर्स निर्माण करायचो. खरे तर, त्या व्यक्तीने घराची संपूर्ण किंमत चुकती केलेली मला कधीच नको होती. क्रेडिट कार्ड कंपन्यांना ज्याप्रमाणे तुम्ही केवळ किमान रक्कम भरलेली हवी असते, त्याचप्रमाणे मलाही केवळ त्या कर्जावरील व्याजाचा भरणा हवा होता. जर माझा व्याजदर १० टक्के असेल, तर मी शून्यातून तयार केलेल्या २०,००० डॉलर्सवर मी वर्षाकाठी २००० डॉलर्स इतके व्याज कमवायचो. यातील सर्वांत चांगली बाब म्हणजे, त्या मालमत्तेच्या देखभालीसाठीचे सर्व खर्च नवा मालक करत असे.

मी नमूद केल्याप्रमाणे, जे लोक अशा प्रकारच्या मालमत्ता खरेदी करतात, ते सामान्यतः डाउन पेमेंटसाठी स्वतःजवळ पुरेसे पैसे नसणारे किंवा पारंपरिक तारणकर्जासाठी पात्र ठरू न शकणारे लोक असतात. परंतु विशेषतः महागाईमुळे घरांच्या किमती वाढत असताना ही माझ्यासाठी पाचही बोटे तुपात असल्यासारखी परिस्थिती होती. स्थावर मालमत्तेची बाजारपेठ उतरणीला लागली असताना ही रणनीती वापरणे बहुधा चांगली कल्पना ठरणार नाही. या उदाहरणानुसार, जर घरांच्या किमती घसरत असत्या, तर त्या घराचे मूल्य ८०,००० डॉलर्सपर्यंत खाली आल्यास मी वित्तीयदृष्ट्या पराभूत ठरू शकलो असतो. मी केवळ स्थावर मालमत्तेचा वापर करून कायदेशीररीत्या माझा स्वतःचा पैसा छापण्याचे उदाहरण म्हणून हे वापरतो आहे.

पुन्हा, तुमचा पैसा किंवा अगदी तुमची मालमत्ता ही तुमची खरी संपत्ती नसल्याचे यावरून दिसून येते. त्याऐवजी, पैसा कसा काम करतो व त्याद्वारे जेव्हा संधी येते, तेव्हा तुम्हांला पैसा कसा निर्माण करता येतो, याविषयीचे तुमचे ज्ञान ही तुमची खरी संपत्ती आहे. आर्थिक परिस्थिती ही सदैव बदलत असते, मात्र परिस्थिती कोणतीही असो, उच्च वित्तीय बुद्ध्यंक असणारी व्यक्ती श्रीमंत बनू शकते.

पुस्तक लेखन

मी जेव्हा पुस्तक लिहितो, तेव्हा अंतिमतः मी पैसाच छापत असतो. मी एकदाच पुस्तक लिहितो आणि त्यानंतर मी जगभरातील साधारणतः ८० प्रकाशकांना त्या पुस्तकाच्या प्रकाशनाचे हक्क देतो. प्रत्येक तिमाहीमध्ये प्रकाशक मला त्यांनी विक्री केलेल्या पुस्तकांच्या संख्येअनुसार स्वामित्व मानधन (रॉयल्टी) पाठवतात. मी त्यावर पुढे आणखी कोणताही खर्च करावा लागत नाही आणि बरीच वर्षे निव्वळ उत्पन्न मिळत राहते. पुस्तक लेखन हा पैसे छापण्याचा परवाना आहे. जर मी पुस्तकाच्या लाखो प्रती विकल्या, तर मी लाखो डॉलर्स मिळवू शकतो.

माझ्या व्यवसायाचे शेअर्स विकणे

पैसे छापण्याची आणखी एक पद्धत म्हणजे व्यवसाय उभा करणे आणि 'आयपीओ'द्वारे, म्हणजेच 'इनिशिअल पब्लिक ऑफरिंग'द्वारे तुमच्या व्यवसायाचे शेअर्स विकणे. शेअर बाजारातील नोंदणीकृत कंपनीमधील हे शेअर्स सामान्यतः न्यू यॉर्कचे वॉल

स्ट्रीट, टोकियोचे निक्केई यांसारखे शेअर बाजार, तसेच लंडन व टोरोंटोमधील स्टॉक एक्स्चेंजच्या मार्फत विकले जातात.

अलीकडच्या काही वर्षांमध्ये वयाच्या विशीतील काही उद्योजक त्यांच्या मायक्रोसॉफ्ट, ॲपल आणि गुगल यांसारख्या कंपन्यांमधील शेअर्स विकून अब्जाधीश बनले. या युवा उद्योजकांनी त्यांचा स्वतःचा पैसा छापला.

व्यक्तिशः, मी दोन कंपन्या खुल्या बाजारात आणल्या आहेत, मात्र त्या ॲपल किंवा गुगलच्या जवळपासही नाहीत, किंवा त्यांच्याइतक्या प्रसिद्ध वा समृद्धही नाहीत. नपेक्षा, दुसऱ्या कोणाच्यातरी व्यवसायाच्या शेअर्सचे व्यवहार करण्याऐवजी मी स्वतः उभारलेल्या व्यवसायाच्या शेअर्सची विक्री करण्यामार्फत पैसे छापण्यास शिकलो. गेल्या पन्नास वर्षांहून अधिक काळ उद्योगांसाठी भांडवलदार (व्हेंचर कॅपिटॅलिस्ट) म्हणून काम करणारा माझा एक चांगला मित्र नेहमी म्हणतो, ''श्रीमंत लोक शेअर्स खरेदी करत नाहीत; ते शेअर्स विकतात. श्रीमंत लोक कंपन्या निर्माण करतात आणि त्यानंतर त्या कंपन्यांचे शेअर्स गुंतवणूकदारांना विकतात. हे कायदेशीररीत्या पैसे छापणे आहे.''

स्वतःमध्ये गुंतवणूक करा : आयुष्यभराचे शिक्षण

या पुस्तकाचा, आणि खरे तर रिच डॅड कंपनीचाही उद्देश हा श्रीमंत होण्यासाठी काय करावे, हे तुम्हांला शिकवण्याचा नाही. काय करावे ही बाब सदैव बदलत असते. त्याऐवजी, तुम्हांला वित्तीयदृष्ट्या बुद्धिमान होण्यासाठी सज्ज बनवणे हे मी स्वतःचे वैयक्तिक ध्येय बनवून घेतले आहे. पैशांविषयीचे नवे नियम तुम्ही माहीत करून घ्यावेत, जेणेकरून जेव्हा पैसा निर्माण करण्याची संधी तुमच्याकडे चालून येईल, तेव्हा ती ओळखण्याइतके तुम्ही चाणाक्ष असाल, हे माझे तुमच्यासाठीचे ध्येय आहे. तुमचा वित्तीय बुद्ध्यंक वाढवणे हे माझे ध्येय आहे.

श्रीमंत बनण्यासाठी तुम्ही संपत्तीचा विचार पैशांच्या परिमाणामध्ये करणे थांबवले पाहिजे. पैसा हे केवळ तुमच्या खऱ्या संपत्तीचे, म्हणजेच तुमच्या वित्तीय बुद्ध्यंकाचे उपफलित आहे. पैशांच्या जुन्या नियमांअंतर्गत पैसे मिळवण्यामध्ये अनेक लोक पारंगत होते. त्या नियमांअंतर्गत पैसे मिळवणे तुलनेने खूपच सोपे होते, कारण तुम्हांला केवळ अधिक परिश्रम करणे, बचत करणे आणि पारंपरिकरीत्या गुंतवणूक करणे पुरेसे होते. आजच्या काळात, जर तुमचा वित्तीय बुद्ध्यंक उच्च नसेल, तर पैसे मिळवणे आणि ते जपणे खूप जास्त कठीण बनले आहे. यामुळेच गरीब आणि श्रीमंत यांच्यातील दरी ही कमी होत नसून वाढते आहे. म्हणूनच मध्यम वर्ग नाहीसा होत आहे.

जर पैशांविषयीचे नियम बदलले आहेत, यावर तुमचा विश्वास नसेल, तर तुम्ही खचितच पराभूत होणार आहात. अधिक परिश्रम करणे, तुमच्या पैशांची बचत करणे आणि म्यूच्युअल फंड्सच्या वैविध्यपूर्ण पोर्टफोलिओमध्ये गुंतवणूक करणे चाणाक्षपणाचे आहे, असे अद्यापही तुम्हांला वाटत असेल, तर तुम्ही अधिक गरीब बनाल.

तुम्ही हे पुस्तक वाचता आहात, ही एवढी बाबच तुम्ही तसा विचार करत नाही, यावर विश्वास ठेवण्यास मला प्रवृत्त करते. तुमचा वित्तीय बुद्ध्यंक वाढवण्याच्या दिशेने तुम्ही

कार्यरत असण्याची मी प्रशंसा करतो आणि तुम्हांला आयुष्यभरासाठी शिक्षणाची सवय लावून घेण्यासाठी प्रोत्साहन देतो. वित्तीयदृष्ट्या बुद्धिमान माणसाला सदैव काहीतरी शिकण्यासारखे असेल, कारण नेहमीच सोडवण्यासाठी नव्या समस्या तयार होत असतात. तुम्हांला हे माहीतच आहे की, सोडवलेली प्रत्येक नवी समस्या ही तुमच्या मालमत्तेच्या रकान्यामध्ये जमा होते, कारण त्याद्वारे तुम्ही तुमच्या खऱ्या संपत्तीचा स्रोत- तुमचा वित्तीय बुद्ध्यंक वाढवत असता.

मी तुम्हांला या पुस्तकाच्या दहाव्या प्रकरणाचा गांभीर्याने विचार करण्यास सांगेन. तुमची वित्तीय बुद्धिमत्ता वाढवत राहण्यासाठी आणि पैशांविषयीचे तुमचे ज्ञान अधिक सखोल होण्यासाठी काय करावे लागेल, याचा विचार करा. तुमच्यापेक्षा अधिक चाणाक्ष असणाऱ्या लोकांच्या गराड्यात राहा आणि जितके शक्य आहेत, तितके जास्त मार्गदर्शक मिळवा. मार्गदर्शकाविषयीची माझी व्याख्या सोपी आहे. तुम्हांला जिथे पोहोचायचे आहे, तिथे अगोदरच असलेला कोणीही हा मार्गदर्शक असतो. एकदा का तुम्ही तुमच्या मार्गदर्शकाइतकी आकलनाची आणि भौतिक जीवनाची पातळी प्राप्त केली की, तुम्ही त्यांचे आयुष्यभरासाठी उपकृत तर आहातच, पण त्याचबरोबर तुम्हांला अधिक पुढे घेऊन जाण्यास मदत करू शकतील, असे नवे मार्गदर्शक शोधून देण्यासाठीही तुम्ही त्यांचे ऋणाईत आहात, याची जाण ठेवा.

मी तुम्हांला शिक्षणाच्या सर्वोत्तम स्रोतांपैकी एक असणारा 'रिच डॅड्स एज्युकेशन' हा स्रोत सुचवू शकतो. याचे कार्यक्रम अमेरिकेमध्ये सर्वत्र, तसेच जगाच्या अन्य भागांमध्येही उपलब्ध आहेत आणि ते खूप क्रियाशील आहेत. या कार्यक्रमांद्वारे तुम्ही दर्जेदार सूचना आणि मार्गदर्शन मिळवू शकाल. तुमचा वित्तीय बुद्ध्यंक वाढवण्यासाठी तुम्हांला मदत करणारे हे अत्यावश्यक साधन ठरेल.

अखेरीस, तुम्ही खालील गोष्टी लक्षात ठेवाव्यात, असे मी सांगेन :

- १९७१ मध्ये पैशांविषयीचे नियम बदलले. 'खूप परिश्रम करा, पैशांची बचत करा, कर्जमुक्त व्हा आणि शेअर्स, कर्जरोखे आणि म्यूच्युअल फंड्स अशा चांगल्या प्रकारे वैविध्यपूर्ण असणाऱ्या पोर्टफोलिओमध्ये दीर्घकालीन गुंतवणूक करा,' आदी जुने नियम आता मृत झाले आहेत आणि ते केवळ तुम्हांला अधिक गरीब बनवतील.
- डॉलरला आता कशाचाही आधार नाही. म्हणूनच तुमचा वित्तीय बुद्ध्यंक हाच तुमचा खरा पैसा आहे. तुमचा वित्तीय बुद्ध्यंकच तुम्हांला श्रीमंत बनवेल.
- कर, व्याज आणि महागाई हे तुम्हांला एक तर गरीब अथवा श्रीमंत बनवू शकतात. हे सर्व तुमच्या वित्तीय बुद्ध्यंकावर अवलंबून आहे.

तुम्ही जर जीवनाकडे एक शिकवणारे साहस म्हणून पाहाल आणि जर तुम्ही नेहमीच तुमचा वित्तीय बुद्ध्यंक वाढवण्यासाठी प्रयत्नशील राहाल, तर संपत्ती तुमच्याकडे चालत येईल, याची मी तुम्हांला खात्री देतो.

हे पुस्तक वाचल्याबद्दल पुन्हा एकदा तुमचे आभार आणि या साहसाचा आनंद लुटा.

लेखक रॉबर्ट कियोसाकी यांच्याविषयी

'रिच डॅड पुअर डॅड' या वैयक्तिक वित्तीय मार्गदर्शनासंबंधीच्या सर्वकालीन अग्रगण्य पुस्तकाचे लेखक म्हणून सुपरिचित असणाऱ्या रॉबर्ट कियोसाकी यांनी जगभरातील कोट्यवधी लोकांच्या पैशांसंबंधीच्या विचारपद्धतीला आव्हान दिले असून ती बदलली आहे. ते उद्योजक आहेत, शिक्षणतज्ज्ञ आहेत आणि जगाला अधिक रोजगार निर्माण करणाऱ्या उद्योजकांची गरज आहे, असे मानणारे गुंतवणूकदार आहेत.

पैसे आणि गुंतवणुकीविषयीच्या पारंपरिक सुज्ञतेशी बऱ्याचदा फारकत घेणारे दृष्टिकोन बाळगणाऱ्या रॉबर्ट यांना त्यांचा स्पष्टवक्तेपणा, अवाजवी आदर न दाखवण्याची वृत्ती आणि धाडस यांकरिता आंतरराष्ट्रीय स्तरावर मान्यता मिळाली असून ते वित्तीय शिक्षणाचे मनस्वी आणि जाहीर पुरस्कर्ते बनले आहेत.

रॉबर्ट आणि किम कियोसाकी हे 'दि रिच डॅड' या वित्तीय शिक्षण देणाऱ्या कंपनीचे संस्थापक आहेत. त्याचप्रमाणे ते 'कॅश फ्लो' गेम्सचे निर्मातेही आहेत. रिच डॅड गेम्सना मिळालेल्या जागतिक यशावर स्वार होऊन ही कंपनी मोबाइल आणि ऑनलाइन गेमिंग विश्वात नवी आणि पथदर्शी उत्पादने सादर करणार आहे.

रॉबर्ट यांना पैसे, गुंतवणूक, वित्तशास्त्र आणि अर्थशास्त्र यांच्याशी संबंधित गुंतागुंतीच्या संकल्पना व विचार सोपे करण्याची हातोटी लाभलेले दूरदृष्टीधारक म्हणून नावाजण्यात आले आहे. रॉबर्ट यांनी सर्व वयोगटांतील आणि विविध आर्थिक पार्श्वभूमी असणाऱ्या श्रोत्यांना मान्य होईल, अशा प्रकारे आपला वित्तीय स्वातंत्र्यापर्यंतचा वैयक्तिक प्रवास कथन केला आहे. त्यांची मूलभूत तत्त्वे आणि 'तुमचे घर ही मालमत्ता नाही', तसेच 'चलनपुरवठा सुरू राहण्यासाठी गुंतवणूक करा' आणि 'बचत करणारे गमावते आहेत' यांसारख्या त्यांच्या संदेशांवर टीका आणि थट्टेची झोड उठवण्यात आली असली, तरी मागील दशकभरामध्ये जागतिक आर्थिक व्यासपीठावर हीच तत्त्वे आणि हेच संदेश अस्थिरतादर्शक आणि भविष्यसूचक अशा दोन्ही मार्गांनी प्रत्यक्षात उतरले आहेत.

'महाविद्यालयात जा, चांगली नोकरी मिळवा, पैशांची बचत करा, कर्जमुक्त व्हा, दीर्घकालीन आणि वैविध्यपूर्ण गुंतवणूक करा' हा 'जुनाट' सल्ला आजच्या काळातील माहितीच्या वेगवान युगामध्ये कालबाह्य सल्ला बनला आहे, असा त्यांचा दृष्टिकोन आहे. त्यांचे 'रिच डॅड' तत्त्वज्ञान आणि संदेश हे 'जैसे थे' परिस्थितीला आव्हान देतात. त्यांची शिकवण ही लोकांना वित्तीयदृष्ट्या शिक्षित बनण्यासाठी आणि आपल्या भविष्याकरिता केलेल्या गुंतवणुकीमध्ये सक्रिय भूमिका बजावण्यासाठी प्रोत्साहन देते.

रॉबर्ट यांनी 'रिच डॅड पुअर डॅड' या आंतरराष्ट्रीय स्तरावर प्रचंड लोकप्रिय ठरलेल्या पुस्तकासह एकूण १९ पुस्तकांचे लेखन केले आहे. सीएनएनपासून ते बीबीसी, फॉक्स न्यूज, अल जझिरा, जीबी टीव्ही, पीबीएस या वाहिन्या, तसेच लॅरी किंग लाइव्ह, ऑप्रा यांसारखे कार्यक्रम व पीपल्स डेली, सिडनी मॉर्निंग हेराल्ड, दि डॉक्टर्स, स्ट्रेट्स टाइम्स, ब्लुमबर्ग, एनपीआर, यूएसए टुडे ही व अन्य शेकडो वृत्तपत्रे आदी जगाच्या प्रत्येक कानाकोपऱ्यांतील प्रसार माध्यमांमध्ये रॉबर्ट अतिथी तज्ज्ञ म्हणून झळकले आहेत. दशकभराहून अधिक काळ त्यांच्या पुस्तकांनी आंतरराष्ट्रीय स्तरावर सर्वाधिक खपाच्या पुस्तकांच्या यादीत आघाडीचे स्थान पटकावले आहे. आजही रॉबर्ट जगभरातील वाचकांना व श्रोत्यांना शिक्षण व प्रेरणा देत आहेत.

त्यांच्या सर्वांत अलीकडच्या पुस्तकांमध्ये 'अनफेअर ॲडव्हान्टेज : द पॉवर ऑफ फायनान्शियल एज्युकेशन', 'मिडास टच' हे डोनाल्ड ट्रम्प यांच्यासह त्यांनी सहलेखन केलेले दुसरे पुस्तक, 'व्हाय ए स्टुडंट्स वर्क फॉर सी स्टुडंट्स' आणि 'सेकंड चान्स' या पुस्तकांचा समावेश होतो.

अधिक जाणून घेण्यासाठी RichDad.com या संकेतस्थळाला भेट द्यावी.

अनुवादक परिचय

संकेत दि. लाड यांचे पदवीपर्यंतचे शिक्षण कोल्हापूरमध्ये झाले असून नंतर त्यांनी पुणे विद्यापीठातून एम.ए. (एमसीजे)चा पदव्युत्तर अभ्यासक्रम पूर्ण केला.

मागील दहा वर्षे ते पत्रकारिता क्षेत्रामध्ये कार्यरत आहेत. दैनिक प्रभात, लोकमत, महाराष्ट्र टाइम्स या वृत्तपत्रांमध्ये त्यांनी उपसंपादक म्हणून काम केले आहे.

त्यांनी आतापर्यंत दहा पुस्तके अनुवादित केली आहेत. त्यामध्ये; एक छोटेसे पाऊल बदलू शकते आयुष्य (रॉबर्ट मॉरर), मला भेटलेले संगीतसम्राट (उस्ताद अमजद अली खाँ), दि रोझाबल लाइन (अश्विन सांघी), आधार : भारताच्या बारा अंकी क्रांतीचा बायोमेट्रिक इतिहास (शंकर अय्यर), जागतिक जिहाद आणि अमेरिका (ताज हाश्मी) आदी पुस्तकांचा समावेश आहे.